விசாரணை

விசாரணை

ஃப்ரன்ஸ் காஃப்கா

ஜெர்மன் மொழியிலிருந்து தமிழில்

ஏ.வி. தனுஷ்கோடி

மொழிபெயர்ப்பு ஆலோசனை, பின்னுரை

ஜி. கிருஷ்ணமூர்த்தி

க்ரியா

Visaranai, a Tamil translation of the German novel *Der Prozess* (1925) by Franz Kafka
Translated directly from German by A.V. Dhanushkodi

This Tamil translation © Cre-A:

First Edition: March 1992

Second Edition with corrections:
October 2012, December 2019, July 2020, February 2021,
January 2022, January 2023, December 2023, March 2025

Published by:
Cre-A:
No 58, TNHB Colony, Sanatorium,
Tambaram, Chennai - 600 047.
Cell: +91-72999-05950
Email: crea@crea.in
Website: www.crea.in

Printed at
Compuprint
Chennai - 600 086

ISBN: 978-81-921302-9-3

Price: Rs.400

ஒரு குறிப்பு

வாசிப்பு என்பது இயந்திர கதியில் நிகழும் செயல் அல்ல; மாறாக மன ஒழுங்கை வலியுறுத்தும், படைப்புச் செயலில் பங்குகொள்ளும் ஒரு செயல். வாசகனின் கவனத்தையும் அக்கறையையும் கோரும்போதுதான் ஒரு படைப்பு தன் முழு வீச்சையும் புலப்படுத்துகிறது. பெரும்பாலோருக்கு வாசிப்பு எளிதில் நிகழும், முயற்சி தேவைப்படாத ஒரு பழக்கமாக இருந்து வருகிறது. வாசகனின் முயற்சியை வேண்டும், அதன்மூலம் வாசகனின் அக விஸ்தரிப்பைச் சாத்தியமாக்கும், வாழ்க்கைக்கும் இலக்கியத்துக்குமிடையே உள்ள உறவைத் தெளிவாக எடுத்துக்காட்டும் மொழிபெயர்ப்புகள் தமிழில் அவசியம் என்ற வகையில்தான் 'விசாரணை' தமிழாக்கம் முக்கியத்துவம் பெறுகிறது. மொழிபெயர்ப்புகள் அவை வந்துசேரும் மொழியில் புதிய சாத்தியக்கூறுகளைச் சுட்டிக்காட்டக்கூடியவை, புது வெற்றிகளுக்கு வழி வகுக்கக்கூடியவை, என்ற வகையிலும் 'விசாரணை' முக்கியத்துவம் பெறுகிறது.

'விசாரணை' நேர்கோட்டில் செல்லும் கதை அல்ல. எளிதான விவரணை முறையில் எழுதப்பட்ட கதையும் அல்ல. மொழியும் மிகவும் வித்தியாசமானது. காஃப்காவின் தீவிரம் அவருடைய நடையை நிர்ணயிக்கிறது. ஒரு நிலைமையின் பல்வேறு புள்ளிகளை ஒரே நேரத்தில் அவர் மனம் பதிவு செய்கிறது. இதனால் முற்றுப்புள்ளிகள் அழிகின்றன. பத்திகள் இறுக்கமாக, மூச்சு விட இடமில்லாமல், நீண்டு, நெருக்குகின்றன. இவையெல்லாம் வெறும் உத்திகள் அல்ல. ஆக, காஃப்காவைத் தமிழில் கொண்டுவரும்போது நாம் உள்ளடக்கத்தை மட்டும் கொண்டுவருவதில் பயன் இல்லை. அவர் மொழியும் தமிழில் வரக்கூடிய மொழிதான். சற்றுக் கடினமாக இருக்கலாம். ஆனால் தமிழின் தனித்தன்மை கெடாமல், அதை மீறாமல் காஃப்காவின் மொழியைத் தமிழில் கொண்டுவரும்போது தமிழ் மொழியும் விரிவடைகிறது. இந்த அடிப்படைதான் 'விசாரணை' மொழிபெயர்ப்பில் க்ரியா மேற்கொண்டுள்ள பெரும் உழைப்பை அர்த்தமுள்ளதாக்குகிறது.

1986இல் துவங்கிய மொழிபெயர்ப்பின் முதல் வரைவு 1987இல் முழுமை அடைந்தது. தொடர்ந்து, கிட்டத்தட்டத் தலைக்குச் சுமார் 400 மணிநேரம் என்ற அளவில், ஏ.வி. தனுஷ்கோடியும், ஜி. கிருஷ்ணமூர்த்தியும், நானும் அதை மூலத்துடன் ஒப்பிட்டுத் திருத்தங்கள் செய்தோம். அதைத் தொடர்ந்து 1987க்கும் 1992 மார்ச் மாதத்துக்கும் இடையே ஜி. கிருஷ்ணமூர்த்தியும், கே. நாராயணனும், நானும் விட்டுவிட்டுப் பலநூறு மணிநேரம் செலவழித்திருக்கிறோம். அதேபோல் வண்ணநிலவன், ஏ. சீனிவாசன், நிஜந்தன் ஆகியோரும் வெவ்வேறு கட்டங்களில் மொழிபெயர்ப்பு செம்மைப்பட உதவியிருக்கிறார்கள். இவர்கள் அனைவருடைய ஒத்துழைப்புக்கும் க்ரியா நன்றி செலுத்துகிறது.

இருபது ஆண்டுகள் கழித்து, இந்த இரண்டாம் பதிப்பு வெளிவருகிறது. முதல் பதிப்பை மீண்டும் கவனமாகப் படித்து, பல திருத்தங்கள் செய்திருப்பதால் இந்தப் பதிப்பு புதிய பதிப்பு ஆகிறது. இதற்காக எங்களுடன் பல நாட்கள் ஒத்துழைத்த ஏ.வி. தனுஷ்கோடிக்கு நன்றி.

எஸ். ராமகிருஷ்ணன்.

வாசகர் கவனத்துக்கு

ஜெர்மன் மொழியில் பயன்படுத்தப்படும் மூன்று சொற்களைப் பற்றி:

du : 'நீ' என்ற அர்த்தத்தில் கையாளப்படும் இந்தச் சொல் இருவருக்கிடையே உள்ள நெருங்கிய பிணைப்பை — நட்பு, உறவு போன்ற பிணைப்பை — குறிப்பதாகும்.

ihr : duவின் பன்மை

Sie : 'நீங்கள்' என்ற பொருளில் பயன்படுத்தப்படுகிறது. எங்கெல்லாம் du/ihr பொருந்தாதோ அங்கெல்லாம் Sie பயன்படுத்தப்படுகிறது.

தமிழ்ப் பண்பாட்டு மரபின்படி சமூக அல்லது சொந்த உறவுமுறைகளைக் குறிக்கும் 'நீ/நீங்கள்' என்ற சொற்களும், மொழிபெயர்ப்பில் வரும் 'நீ/நீங்கள்' என்ற சொற்களும் ஒத்தவை அல்ல.

எனினும், இந்த நாவலின் இறுதியில் க.வுக்கும் பாதிரியாருக்கும் இடையே நடக்கும் உரையாடலில் வரும் 'du' வை மொழிபெயர்ப்பதில் எழுந்த சிக்கலை முழுமையாகத் தீர்க்க முடியவில்லை. முன்பின் பார்த்திராத இருவர், 'du' என்று ஒருவரை ஒருவர் அழைத்துக்கொள்வது ஜெர்மன் பண்பாட்டில் இல்லை.

நெருங்கிய உறவினர், நண்பர் அல்லாதவரை விளிக்கும் சொல்லாக விவிலியத்தின் லூத்தரினுடைய ஜெர்மன் மொழிபெயர்ப்பில் 'du' பயன்படுத்தப்பட்டிருக்கிறது. இது தற்கால ஜெர்மன் மொழி 'du' அல்ல. தமிழ் 'நீ' யும் அல்ல. தேவாலயத்தில் பாதிரியார் - க. உரையாடலில் வரும் 'நீ' ஜெர்மன் மொழி 'du' அல்ல; ஜெர்மன் மொழி விவிலியத்தில் வரும் 'du' வாகவே இதைக் கொள்ள வேண்டும். விவிலியத்தின் அடிப்படையில் கொடுக்கக்கூடிய விளக்கத்தை ஏற்றுக்கொள்ள முடியாதவர்கள் சமூக ரீதியில், கண்களுக்கு, பகுத்தறிவுக்கு எட்டாத ஒரு அதிசய உறவாக எடுத்துக்கொள்ளலாம்.

முதல் அத்தியாயம்

கைது - திருமதி க்ரூபாஹுடனும் பிறகு மிஸ் ப்யூர்ஸ்ட்னருடனும் உரையாடல்

யாரோ ஒருவர் யோசஃப் க.வைப் பற்றி வேண்டுமென்றே அவதூறாகச் சொல்லியிருக்க வேண்டும். ஏனென்றால் எந்த ஒரு தவறும் செய்யாத போது, ஒரு நாள் காலை திடீரென்று அவன் கைதுசெய்யப்பட்டான். அவன் வசிக்கும் அறையை அவனுக்கு வாடகைக்கு விட்டிருந்த திருமதி க்ரூபாஹின் சமையற்காரி ஒவ்வொரு நாளும் காலை சுமார் எட்டு மணிக்கு அவனுக்கு உணவு கொண்டுவருவாள். அன்று அவள் வரவில்லை. அப்படி ஒருபோதும் நடந்ததில்லை. க. சிறிது நேரம் காத்திருந்தான். எதிர்ப்புறம் வசித்துவந்த முதியவள் வழக்கத்துக்கு மாறாக ஆவலுடன் தன்னையே கவனித்துக்கொண்டிருப்பதைப் படுக்கையில் இருந்தபடியே பார்த்தான். பிறகு ஓர் அந்நிய உணர்வுடன் பசியும் சேர்ந்துகொள்ள, அவன் அழைப்பு மணியை அடித்தான். உடனே கதவைத் தட்டும் சத்தம் கேட்டது. இதுவரை அவன் ஒருபோதும் பார்த்திராத ஒருவன் உள்ளே நுழைந்தான். சிறிது ஒல்லியாக இருந்தாலும் அவனுக்கு நல்ல கட்டான உடலமைப்பு. மிகக் கச்சிதமாகத் தைக்கப்பட்ட கறுப்பு நிற உடையை அணிந்திருந்தான். பயணியின் உடைபோல் எல்லா வகையான மடிப்புகளும் பைகளும் பக்கிள்களும் பித்தான்களும், கூட ஒரு வார்ப்பட்டையும் வைத்துத் தைக்கப்பட்டிருந்த காரணத்தினால், அது எந்த வகையில் பயன்படும் என்பது தெளிவாக இல்லாவிட்டாலும், பார்ப்பதற்கு ஏதோ ஒரு குறிப்பிட்ட வகையில் பயன்படும் என்று பட்டது. ‘‘யார் நீங்கள்?’’ என்று கேட்டவாறே க. தன் படுக்கையில் பாதி நிமிர்ந்து உட்கார்ந்தான். ஆனால் வந்தவன், தான் அந்த அறைக்குள் வந்தது அனைவரும் அறிந்த மிகச் சாதாரணமான விஷயம்போல், க. கேட்ட கேள்வியை அலட்சியப்படுத்திவிட்டுத் தன் போக்கில் ‘‘நீங்கள் அழைப்பு மணியை அடித்தீர்களா?’’ என்று மட்டும் கேட்டான். அதற்குக் க. ‘‘அன்னாதானே காலை உணவு கொண்டுவர வேண்டும்?’’ என்றான். வந்தவனை மௌனமாகக் கூர்மையாகக் கவனித்தும், சிந்தனையில் ஆழ்ந்தும், அவன் யாராக இருக்க முடியும் என்பதை முதலில் நிர்ணயிக்க முயன்றான். ஆனால் வந்தவன், க. தன்னை வெகு நேரம் கவனிக்க விடாமல், கதவின் பக்கம் திரும்பி, அதைத் திறந்து, கதவை ஒட்டி நின்றுகொண்டிருந்த யாரோ ஒருவனிடம் ‘‘அவர் தனக்குக் காலை உணவு அன்னாதானே கொண்டுவர வேண்டும் என்று கேட்கிறார்’’ என்றான். அவன் கூறியதைத் தொடர்ந்து அடுத்த அறையில் மெல்லிய சிரிப்பொலி கேட்டது. ஒலியை வைத்துப் பல பேர் சேர்ந்து சிரித்தார்களா என்பதை நிச்சயிக்க முடியவில்லை. வந்த அந்நியன், தனக்கு ஏற்கனவே தெரிந்ததைவிட மேலும் அதிகம் தெரிந்துகொள்வதற்கு ஏதும் இல்லையென்றாலும், அறிவிக்கும் தொனியில்

க.விடம் சொன்னான், ‘‘அது முடியாத காரியம்.’’ ‘‘இது என்ன வேடிக்கை’’ என்று சொல்லிவிட்டுக் க. தன் படுக்கையை விட்டுக் குதித்தெழுந்து வேக மாகக் கால்சட்டையை அணிந்துகொண்டான். ‘‘அடுத்த அறையில் யார்தான் இருக்கிறார்கள் என்பதையும், இந்தத் தொல்லைக்குத் திருமதி க்ரூபாஹ் என்ன சொல்லப்போகிறாள் என்பதையும் பார்த்துவிடுகிறேன்’’ என்றான். தான் அதைச் சொல்லியிருக்கக் கூடாது என்பதையும், அப்படிச் சொல்லியதால் வந்தவனுக்குத் தன்னைக் கண்காணிக்கும் அதிகாரம் ஓரளவுக்கு இருக்கிறது என்று ஒப்புக்கொள்வது போலிருந்தது என்பதையும் உடனே அவன் உணர்ந் தான். ஆனால் அது அந்தக் கணத்தில் அவனுக்கு ஒரு முக்கியமான விஷய மாகப் படவில்லை. இருந்தாலும், வந்தவன் அப்படித்தான் புரிந்துகொண் டிருக்க வேண்டும் என்பது ‘‘நீங்கள் இங்கேயே இருப்பது நல்லது’’ என்று அவன் கூறியதிலிருந்து தெரிந்தது. ‘‘நீங்கள் யாரென்று சொல்லாதவரை நான் இங்கே இருக்கப்போவதுமில்லை, நீங்கள் சொல்வதைக் கேட்கப்போவது மில்லை.’’ ‘‘நான் உங்கள் நன்மைக்காகத்தான் சொன்னேன்’’ என்று அந்த அந்நியன் சொல்லிவிட்டு, தானாகவே கதவைத் திறந்தான். தான் நினைத்ததை விட மெதுவாகவே அடுத்த அறையில் க. நுழைந்தபோது அது முந்தைய நாள் மாலை எப்படி இருந்ததோ ஏறக்குறைய அப்படியே இருப்பதாக முதல் பார்வைக்குப் பட்டது. அது திருமதி க்ரூபாஹின் வரவேற்பறை. அறைகலன் கள், மேஜை, நாற்காலி போன்ற மரச்சாமான்கள், அவைமேல் போட்டிருக் கும் துணி, பீங்கான் பாத்திரங்கள், புகைப்படங்கள் அத்தனையும் சாதாரண மாக அடைத்திருக்கும் அந்த அறையில் இன்று சற்று அதிகமாக இடம் இருந் ததுபோல் தோன்றியது. ஆனால் அது உடனே புலப்படவில்லை. காரணம், முக்கியமான மாறுதல் ஒன்று நிகழ்ந்திருந்தது; அங்கே திறந்திருந்த ஜன்னல் அருகே ஒருவன் ஒரு புத்தகத்துடன் உட்கார்ந்திருந்தான். அவன் நிமிர்ந்து பார்த்தான். ‘‘நீங்கள் உங்கள் அறையில் அல்லவா இருக்க வேண்டும்? ஃப்ரன்ஸ் உங்களுக்குச் சொல்லவில்லை?’’ ‘‘ஆமாம், ஆனால் இதற்கு என்ன அர்த்தம்?’’ என்று க. கேட்டுவிட்டுப் புதிதாகச் சந்தித்தவனிடமிருந்து, கதவின் அருகிலேயே நின்றுகொண்டிருந்த ஃப்ரன்ஸ் என்று அழைக்கப்பட்டவனிடம் பார்வையைத் திருப்பி, பிறகு உட்கார்ந்திருப்பவனை மீண்டும் பார்த்தான். முதியவர்களுக்கே உரித்தான ஆவலுடன், இங்கு நடக்கப்போகும் எல்லாவற் றையும் பார்ப்பதற்காக எதிரே இருந்த ஜன்னல் அருகே வந்திருந்த அந்தக் கிழவியை, திறந்திருந்த ஜன்னல் வழியே மீண்டும் பார்க்க முடிந்தது. ‘‘நான் திருமதி க்ரூபாஹிடம்…’’ என்று சொல்லிக்கொண்டே, க. அவனிடமிருந்து மிகவும் தள்ளி நின்றிருந்த அந்த இருவரிடமிருந்து தன்னைப் பிய்த்துக் கொண்டு போவதுபோல் நகர்ந்து, அங்கிருந்து செல்ல முனைந்தான். ‘‘கூடாது!’’ என்று ஜன்னல் அருகே இருந்தவன் சொல்லியவாறு, புத்தகத்தை அருகிலிருந்த சிறிய மேஜைமீது எறிந்துவிட்டு எழுந்து நின்றான். ‘‘நீங்கள் இங்கிருந்து போகக் கூடாது, நீங்கள் கைதுசெய்யப்பட்டிருக்கிறீர்கள்.’’ ‘‘அப்படித்தான் தோன்றுகிறது’’ என்றான் க. பிறகு, ‘‘எதற்காக?’’ என்று கேட் டான். ‘‘அதை உங்களுக்குச் சொல்வதற்காக எங்களை வைத்திருக்கவில்லை. உங்கள் அறைக்குப் போய்க் காத்திருங்கள். எடுக்க வேண்டிய நடவடிக்கைகள் ஆரம்பித்துவிட்டதால், உரிய நேரம் வரும்போது எல்லாவற்றையும் தெரிந்து

கொள்வீர்கள். உங்களோடு இப்படி நட்பு முறையில் பேசுவது, எனக்கு இடப்
பட்ட பணியை நான் மீறுவதாகும். ஆனால் ஃப்ரன்ஸைத் தவிர யாரும்
இதைக் கேட்டுக்கொண்டிருக்கவில்லை என்று நினைக்கிறேன். அவனே
எல்லா விதிமுறைகளுக்கும் மாறாகத்தான் உங்களுடன் நட்பு முறையில்
நடந்துகொள்கிறான். உங்களைக் கண்காணிப்பவர்களைத் தேர்ந்தெடுத்ததில்
உங்களுக்கிருந்த அதிர்ஷ்டம்போல் உங்களுக்கு அதிர்ஷ்டம் மேலும் இருந்
தால், நீங்கள் நல்லதையே எதிர்பார்க்கலாம்'' என்றான். க. உட்கார விரும்பி
னான், ஆனால் ஜன்னல் அருகில் இருக்கும் நாற்காலியைத் தவிர உட்காரு
வதற்கு அந்த அறையில் வேறு வசதி எதுவும் இல்லாமல் இருந்ததை இப்போது
தான் கவனித்தான். ''அவன் சொல்வது எவ்வளவு உண்மை என்பதை நீங்கள்
போகப்போகத் தெரிந்துகொள்வீர்கள்'' என்று ஃப்ரன்ஸ் சொல்லிவிட்டு,
அவனும் மற்றவனும் ஒரே சமயத்தில் க.வை நோக்கிச் சென்றார்கள். குறிப்
பாக, இரண்டாமவன் க.வைவிட மிகவும் உயரமாக இருந்தான்; பேசும்
போது அடிக்கடி அவன் க.வின் தோளில் தட்டினான். இருவரும் அவனுடைய
இரவு உடையை ஆராய்ந்துவிட்டு, இனிமேல் இதைவிட மிகவும் மோசமான
சட்டையை அவன் அணிய வேண்டியிருக்கும் என்றார்கள். மேலும், அவனு
டைய மற்ற உடைகளைப் போல் இந்தச் சட்டையையும் அவர்கள் பாது
காத்துவருவார்கள் என்றும், பிறகு அவனுடைய விஷயம் சாதகமாக முடியும்
போது அவனிடம் திருப்பிக் கொடுத்துவிடுவார்கள் என்றும் கூறினார்கள்.
''அரசுப் பண்டகசாலையில் கொடுத்துவைப்பதைவிட எங்களிடம் இவற்
றைக் கொடுத்துவைப்பது மேல்'' என்றார்கள். ''ஏனென்றால், அரசுப் பண்டக
சாலையில் அடிக்கடி பித்தலாட்டம் நடக்கிறது என்பது மட்டுமில்லாமல்,
குறிப்பிட்ட காலம் கழித்து அங்கிருக்கும் சாமான்களை, அவற்றுக்குரிய
வர்களின் விசாரணை முடிந்துவிட்டதா இல்லையா என்றுகூடப் பார்க்காமல்
அவர்கள் விற்றுவிடுகிறார்கள். இது போன்ற வழக்குகள் எல்லாம், குறிப்பாக
சமீப காலமாக, எவ்வளவு இழுத்துக்கொண்டேபோகின்றன தெரியுமா!
எப்படியிருந்தாலும் கடைசியில் உங்களுக்கு அரசுப் பண்டகசாலையிலிருந்து
சாமான்கள் விற்ற பணம் வந்து சேர்ந்துவிடும். ஆனால், முதலில் அந்தத்
தொகையே மிகவும் குறைவாக இருக்கும்; ஏனென்றால், சாமான்களின்
விலையை நிர்ணயிப்பது, மற்றவர்கள் அவற்றுக்குத் தரத் தயாராக இருக்கும்
உச்ச விலை அல்ல, ஆனால் உச்ச லஞ்சத் தொகைதான். எங்கள் அனுபவத்தில்
நாங்கள் அறிந்தது என்னவென்றால், ஒவ்வொரு கை மாறும்போதும் உங்க
ளுக்குக் கிடைக்கும் தொகை ஒவ்வொரு வருஷமும் குறைந்துகொண்டே
போகும் என்பதுதான்.'' க. இந்தச் சொற்பொழிவைக் கேட்கவே இல்லை,
அவனது உடைமைகள் மேல் அவனுக்கு இன்னும் உரிமை இருக்கலாம்.
இருந்தாலும் அதை அவன் அவ்வளவு முக்கியமான விஷயமாகக் கருத
வில்லை. தன்னுடைய நிலைமையைப் பற்றித் தெளிவாகத் தெரிந்துகொள்
வது அதைவிட அவனுக்கு முக்கியமாக இருந்தது. அவர்கள் மத்தியில் அவ
னால் அதைப் பற்றிச் சிந்திக்கக்கூட முடியவில்லை, இரண்டாவது காவலாளி
யின் வயிறு—அவர்கள் காவலாளிகளாகத்தான் இருக்க வேண்டும்—அவன்
மீது அவ்வப்போது அதிகாரம் கலந்த நட்பு முறையில் இடித்துக்கொண்டிருந்
தது. அந்தப் பருமனான உடலுக்குச் சிறிதும் பொருத்தமில்லாத, உலர்ந்து

போய், எலும்புகள் துருத்திக்கொண்டிருக்கிற, கடுமையான தோற்றத்துடன் கூடிய, பக்கவாட்டில் கோணலாக வளைந்துபோன மூக்குடன் காணப்பட்ட மற்ற காவலாளியுடன் தன்னுடைய தலைக்குமேல் பார்வைகளைப் பரிமாறிக் கொள்கிற முகத்தை க. நிமிர்ந்து பார்த்தான். அவர்கள் எத்தகைய மனிதர்கள்? எதைப் பற்றிப் பேசினார்கள்? எந்தத் துறையைச் சேர்ந்தவர்கள்? க. இன்னும் ஒரு ஜனநாயக ஆட்சியில்தானே வாழ்கிறான்! எங்கும் அமைதி நிலவுகிறது. எல்லாச் சட்டங்களும் நேர்மையாகத்தான் இருக்கின்றன. இருந்தும் அவ னுடைய அறையில் அவனைத் திடீரென்று கைதுசெய்ய யாருக்கு இவ்வளவு தைரியம் வந்தது? முடிந்தவரை எல்லாவற்றையும் சாதாரணமாக எடுத்துக் கொள்ளும் தன்மையும், கடுந்துன்பத்தையும் அது வந்த பிறகே கடுந்துன்ப மென்று ஒப்புக்கொள்ளும் தன்மையும், எவ்வளவு அச்சுறுத்தினாலும், எதிர் காலத்துக்கு வேண்டிய ஆயத்தங்கள் செய்யாமலிருக்கும் இயல்பும் உடை யவன் அவன். ஆனால் இந்த இயல்பு அவனுக்குச் சரியானதாகப் படவில்லை; இது முழுவதையும் ஒரு வேடிக்கை என்று எடுத்துக்கொள்ளலாம். இந்தத் தரக் குறைவான விளையாட்டை, அவனுக்குத் தெரியாத ஏதோ ஒரு காரணத் தால்—ஒருவேளை இன்று அவனுடைய முப்பதாவது பிறந்த நாள் என்ப தாலோ என்னவோ— அவனுடன் வங்கியில் வேலை செய்யும் சகாக்கள் ஏற் பாடு செய்திருக்கலாம். அப்படி நடக்க ஏது இருக்கிறது. ஒருவேளை அவன் எப்படியாவது அந்தக் காவலாளிகளின் முன் வாய்விட்டுச் சிரித்துவிட்டால், அவர்களும் சேர்ந்து சிரித்துவிடலாம். அவர்கள் கீழ்மட்டத்தில் இருக்கும் அர சாங்க ஊழியர்களாகத்தான் இருக்க வேண்டும். ஏனென்றால், அவர்கள் அர சாங்க ஊழியர்களைப் போல்தான் தோற்றமளித்தார்கள். இருந்தாலும் காவ லாளி ஃப்ரன்ஸை முதல்முறையாகப் பார்த்தபோது, இந்தக் காவலாளியிடம் இன்னும் ஒருவேளை தனக்கிருக்கும் மிகச் சிறிய அனுகூலத்தையும் கைநழுவ விடக் கூடாது என்று தோன்றிய எண்ணத்தை இப்போது மீண்டும் உறுதி செய்துகொண்டான். ஒரு விளையாட்டு என்று புரிந்துகொள்ளத் தனக்குத் தெரியவில்லை என்று பிறகு பிறர் சொல்வார்களானால் அதில் ஆபத்து ஏதும் அதிகம் இல்லை என்று க.வுக்குத் தெரியும். எனினும், அனுபவத்திலிருந்து கற்றுக்கொள்ளும் சுபாவம் அவனுக்குச் சாதாரணமாக இல்லைதான். என்றா லும், சில சமயங்களில்—அவை மிகச் சாதாரணமானவையே என்றாலும்— அவன் தன் நண்பர்களின் இயல்புக்கு மாறாக, ஏற்படக்கூடிய விளைவுகள் தெரிந்திருந்தபோதும் அவைபற்றிச் சிறிதும் கவலைப்படாமல், முன்னெச்சரிக் கையின்றி நடந்துகொண்டு, அதனால் ஏற்பட்ட விளைவினால் தண்டனை அனுபவித்ததை நினைவுகூர்ந்தான். இம்முறையாவது அதுபோல் மீண்டும் நடக்கக் கூடாது, இது ஒருவகை விளையாட்டாக இருக்குமானால், அவனும் அதில் பங்கெடுத்துக்கொள்ள விரும்பினான். இன்னும் அவன் சுதந்திரமாகத் தான் இருந்தான். "ஒரு நிமிஷம்..." என்று கூறிவிட்டு, இரண்டு காவலாளி களுக்கிடையே நுழைந்து அவசரமாகத் தன் அறைக்குச் சென்றான். "புத்தி சாலியாகத்தான் தோன்றுகிறான்" என்று அவனுக்குப் பின்னால் அவர்கள் கூறியது அவன் காதில் விழுந்தது. தன் அறையில், தன் மேஜையின் அறைகளை எல்லாம் இழுத்துப்போட்டான். அவற்றில் எல்லாப் பொருள்களும் மிகவும் ஒழுங்காக இருந்தன. ஆனால் அவன் தேடிய அவனுடைய அடையாள

அட்டையை மட்டும் அவனுக்கிருந்த படபடப்பில் உடனே கண்டுபிடிக்க முடியவில்லை. கடைசியில் அவனுடைய சைக்கிள் உரிமம் கிடைத்தது. அதை எடுத்துக்கொண்டு, உடனே காவலாளிகளிடம் செல்ல நினைத்தான். ஆனால், அவனுக்கு அது மிகவும் உபயோகமற்றதாகப் பட்டது. அதனால் அவனுடைய பிறப்புச் சான்றிதழ் கிடைக்கும்வரை மேலும் தேடினான். மறு படியும் பக்கத்து அறைக்கு அவன் வந்த அதே நேரத்தில் எதிரில் இருந்த கத வைத் திறந்து, திருமதி க்ரூபாஹ் அந்த அறையினுள் வர எத்தனித்துக் கொண்டிருந்தாள். அவளை ஒரே வினாடிதான் பார்க்க முடிந்தது. ஏனென் றால், அவள் க.வை அடையாளம் கண்டுகொண்ட உடனேயே வெளிப்படை யாகவே சங்கடமுற்று, தன்னை மன்னிக்கும்படி கேட்டுக்கொண்டு கதவுக்குப் பின் வேகமாகச் சென்று மறைந்து, மிகவும் ஜாக்கிரதையாகக் கதவை மூடி னாள். ''பரவாயில்லை. உள்ளே வாருங்கள்'' என்று க. அந்தக் கணத்திலேயே சொல்லியிருக்க முடியும். ஆனால், காகிதங்களுடன் அவன் அந்த அறையின் நடுவில் நின்றபடி, எதிரில் மீண்டும் திறக்கப்படாமல் இருந்த கதவைப் பார்த்துக்கொண்டிருந்தபோது, காவலாளிகளின் அழைப்பைக் கேட்டுத் திடுக்கிட்டான். திறந்த ஜன்னலின் பக்கத்தில் மேஜையின் அருகே உட்கார்ந்து கொண்டு, அவர்கள் அவனுடைய காலை உணவைச் சாப்பிட்டுக்கொண் டிருப்பதை இப்போது கவனித்தான். ''ஏன் அவள் உள்ளே வரவில்லை?'' என்று கேட்டான். ''அவள் வரக் கூடாது'' என்று உயரமாக இருந்த காவலாளி கூறினான். ''நீங்கள் கைதுசெய்யப்பட்டிருக்கிறீர்களே!'' ''எப்படி நீங்கள் என்னைக் கைதுசெய்திருக்க முடியும்? அதுவும் இந்த வகையில்?'' ''சரிதான், மறுபடியும் ஆரம்பித்துவிட்டீர்களா'' என்று காவலாளி கூறிவிட்டு, ஒரு ரொட்டித் துண்டைத் தேன் ஜாடியில் தோய்த்தான். ''இது போன்ற கேள்வி களுக்கு நாங்கள் பதில் சொல்வதில்லை'' ''நீங்கள் பதில் சொல்லியே ஆக வேண்டும்'' என்றான் க. ''இதோ என்னுடைய அடையாள அட்டை, இப் போது உங்கள் அடையாள அட்டைகளைக் காட்டுங்கள், குறிப்பாகப் பிடி ஆணையைக் காட்டுங்கள்.'' ''கடவுளே!'' என்றான் காவலாளி. ''நீங்கள் இருக்கும் நிலைமையில் எங்களுக்குப் பணிந்துபோகாமல், உங்களுக்குத் தெரிந்தவர்கள் எல்லோரையும்விட உங்களுக்கு மிக உதவியாக இருக்கும் எங்களைச் சீண்டிப்பார்க்க வேண்டுமென்று நீங்கள் முடிவுசெய்துவிட்டதைப் போல் தோன்றுகிறது. நான் சொல்வது உண்மைதான், நீங்கள் நம்பத்தான் வேண்டும்'' என்ற ஃப்ரன்ஸ், தன் கையிலிருந்த காப்பிக் கோப்பையை வாய்க்குக் கொண்டுபோகாமல், க.வை வெகு நேரம் அர்த்தமுள்ளதைப் போன்ற, ஆனால் புரிந்துகொள்ள முடியாத பார்வையுடன், உற்றுப்பார்த் தான். க. தன்னை அறியாமல், ஃப்ரன்ஸுடன் கண்களாலேயே பேச ஆரம்பித் தான்; ஆனால் உடனே தன் அடையாள அட்டையின் மீது அடித்துச் சொன் னான். ''இதோ என்னுடைய அடையாள அட்டை.'' ''அதைப் பற்றி எங்களுக் கென்ன?'' என்று உயரமான காவலாளி இடைமறித்துக் கத்தினான். ''ஒரு குழந்தையைப் போல நீங்கள் எரிச்சலூட்டுகிறீர்கள், என்ன நினைத்துக்கொண் டிருக்கிறீர்கள்? இப்படி, காவலாளிகளான எங்களிடம் அடையாள அட்டை யைப் பற்றியும் பிடி ஆணை பற்றியும், விவாதம் செய்வதால் உங்களுடைய பாழாய்ப்போன வழக்கைச் சீக்கிரமாக முடிவுக்குக் கொண்டுவர முடியும்

என்று நினைக்கிறீர்களா? ஒரு நாளைக்குப் பத்து மணி நேரம் உங்களைக் காவல்காத்து அதற்கான சம்பளத்தைப் பெறுவதைத் தவிர, உங்களுடைய அடையாள அட்டைகள் பற்றியும், உங்கள் விஷயத்தைப் பற்றியும் ஒன்றும் புரியாத, ஒன்றிலும் சம்பந்தப்படாத கீழ்மட்டத்திலிருக்கும் ஊழியர்கள் நாங்கள்; நாங்கள் அவ்வளவுதான்; இருந்தாலும் எங்களை நியமித்துள்ள பெரும் அதிகாரம் இது போன்று கைதுசெய்வதற்கான கட்டளையைப் பிறப்பிக்கும் முன்பு, கைதுசெய்யும் காரணத்தையும் கைதுசெய்யப்படும் நபரைப் பற்றியும் மிகவும் தெளிவாகத் தெரிந்துகொண்டிருக்கும் என்று அறிந்துகொள்ளும் சக்தி எங்களுக்கு இருக்கிறது. இதில் தவறு ஏதும் ஏற்பட்டு விடவில்லை. கீழ்மட்டத்தில் உள்ள அதிகாரம் பற்றித்தான் எனக்குத் தெரியும். எனக்குத் தெரிந்தவரை எங்களை நியமித்துள்ள அதிகாரம் நீங்கள் நினைப்பதுபோல் மக்களிடையே ஏதோ ஒரு குற்றத்தைத் தேடி அலைவதில்லை. ஆனால் சட்டத்தில் குறிப்பிட்டுள்ளதுபோல், குற்றங்களினால் அது ஈர்க்கப்பட்டு, காவலாளிகளான எங்களை அனுப்ப வேண்டியிருக்கிறது. இதுதான் சட்டம். இதில் தவறு எங்கே இருக்க முடியும்?'' ''இந்தச் சட்டம் எனக்குத் தெரியாது'' என்றான் க. ''அதனால் அந்த அளவுக்கு உங்களுக்குத் தான் கஷ்டம்'' என்றான் காவலாளி. ''இது உங்கள் கற்பனையில் மட்டும் தான் இருக்கிறது'' என்றான் க., எப்படியாவது காவலாளிகளின் எண்ணங்களில் நுழைந்து அவர்களைத் தனக்குச் சாதகமாகத் திருப்பிவிடவோ அவர்களது எண்ணங்களை ஆக்கிரமித்துக்கொள்ளவோ அவன் நினைத்தான். ஆனால், அதை மறுத்து, அந்தக் காவலாளி கூறினான். ''அதை நீங்கள் உணரும் காலம் வரும்.'' ஃப்ரன்ஸ் தலையிட்டுக் கூறினான். ''இதோ பார் வில்லெம், அந்தச் சட்டம் தனக்குத் தெரியாது என்று அவர் ஒப்புக்கொள்கிறார்; அதே சமயம், தான் குற்றமற்றவர் என்றும் அவர் கூறுகிறார்.'' ''நீ சொல்வது சரிதான். ஆனால், எதையுமே நம்மால் அவருக்குப் புரிய வைக்க முடியவில்லை'' என்றான் மற்றவன். க. மேற்கொண்டு பதில் சொல்லவில்லை. இந்த மட்டமான ஜந்துக்களின்—அவர்களே தாங்கள் அப்படித்தான் என்று ஒப்புக்கொள்கிறார்கள்—உளறல்களைக் கேட்டுத் தான் இன்னும் குழப்பமடைய வேண்டுமா என்று அவன் யோசித்தான். இவர்கள் பேசும் விஷயங்கள்பற்றி இவர்களுக்கே ஒன்றும் புரியவில்லை. இவர்கள் இவ்வளவு முட்டாள்களாக இருப்பதால்தான் இவ்வளவு தீர்மானமாகவும் இருக்கிறார்கள். இவர்களிடம் நீண்ட நேரம் பேசிக்கொண்டிருப்பதைவிட எனக்குச் சமமானவர்களுடன் ஒருசில வார்த்தைகள் பேசுவது எல்லாவற்றையும் தெள்ளத்தெளிவாக்கிவிடும். அவன் அந்த அறையில் காலியாக இருந்த இடத்தில் சில முறை மேலும்கீழும் நடந்தான். எதிரே, அந்தக் கிழவியைப் பார்த்தான்; அவள் தன்னைவிட இன்னும் வயதான ஒரு தொண்டு கிழவனை இழுத்துக்கொண்டு வந்து, ஜன்னலருகே அணைத்தவாறு நின்றிருந்தாள். எல்லாவற்றுக்கும் க. முற்றுப்புள்ளி வைக்க வேண்டும். ''உங்களுடைய மேற்பார்வையாளனிடம் என்னை அழைத்துப் போங்கள்'' என்றான். ''அவர் விரும்பினால்தான்; அதற்கு முன்பு அல்ல'' என்றான், வில்லெம் என்று அழைக்கப்பட்ட காவலாளி. ''இப்போது நான் உங்களுக்குக் கூறும் ஆலோசனை'' அவன் மேலும் தொடர்ந்தான், ''நீங்கள் உங்கள் அறைக்குச் சென்று,

அடுத்தபடியாக உங்களை என்ன செய்ய வேண்டுமென்று முடிவெடுக்கும் வரை, அமைதியாகக் காத்திருங்கள். உங்களுக்கு நாங்கள் கூறுவது என்ன வென்றால், பயனற்ற எண்ணங்களால் மனதை அலட்டிக்கொள்ளாமல் உங்க ளைக் கட்டுப்படுத்திக்கொள்ளுங்கள். நீங்கள் இன்னும் பெரிய கஷ்டங் களைச் சமாளிக்க வேண்டியிருக்கும். நாங்கள் உங்களை எவ்வளவு நல்ல முறையில் நடத்தினோமோ அதற்கேற்றவாறு நீங்கள் எங்களை நடத்த வில்லை. நாங்கள் யாராக இருந்தாலும் உங்களுடன் ஒப்பிட்டுப் பார்க்கும் போது, இப்போது, சுதந்திர மனிதர்களாகவாவது இருக்கிறோம் என்பதை நீங்கள் மறந்துவிட்டீர்கள். இந்த வித்தியாசம் ஒன்றும் அவ்வளவு அற்பமான தல்ல. இருந்தாலும், உங்களிடம் பணம் இருந்தால் எதிரிலிருக்கும் சிற்றுண் டிச்சாலையிலிருந்து உங்களுக்குச் சிற்றுண்டி வாங்கிவரத் தயாராக இருக்கி றோம்.''

இப்படி அவர்கள் உதவ முன்வந்ததற்குக் க. பதில் சொல்லாமல், சிறிது நேரம் மௌனமாக நின்றிருந்தான். ஒருவேளை அவன் அடுத்த அறையின் கதவையோ, அல்லது முன்அறையின் கதவையோ திறந்தாலும், அவர்கள் இருவருக்கும் அவனைத் தடுக்கும் துணிவு இல்லாமலிருக்கலாம். இதுபோல் ஏதாவது ஒரு எல்லைக்கு இந்த விஷயத்தை எடுத்துச்சென்றால்தான், இதற் கெல்லாம் ஒரு எளிய முடிவு கிடைக்கும் போலிருக்கிறது. அல்லது, ஒரு வேளை அவர்கள் அவனைப் பிடித்துக் கீழே வீழ்த்திவிடலாம். அப்போது அவன் இதுவரை ஒருவகையில் தக்கவைத்துக்கொண்டிருந்த தன்னுடைய மேலான நிலையை இழந்துவிடுவான். நிகழ்ச்சிகள் தம் போக்கில் கொண்டு வரும் முடிவின் நிச்சயத்தன்மையைத் தேர்ந்து, தன்னிடமிருந்தோ மற்றவர் களிடமிருந்தோ மேலும் ஒரு வார்த்தையும் வெளிவர இடம் தராமல் தன் அறைக்குத் திரும்பினான்.

அவன் தன் படுக்கையில் விழுந்தான். பிறகு காலை உணவுக்காக, பேசி னுக்குப் பக்கத்திலிருந்த மேசைமீது முதல் நாள் மாலை வைத்த அழகான ஆப் பிளை எடுத்தான். இப்போது அதுதான் அவனுடைய காலை உணவு. எப்படி யிருந்தாலும் அவன் அதை வாய் நிறையக் கடித்தபோதே, எதிரில் இருந்த அசுத்தமான சிற்றுண்டிச்சாலையிலிருந்து காவலாளிகளின் தயவில் கொண்டு வந்திருக்கக்கூடிய காலை உணவைவிட இது மேலானது என்பது நிச்சயமாகத் தெரிந்தது. இப்போது தான் மிகவும் தெம்பாகவும், நம்பிக்கையுடனும் இருப் பதை உணர்ந்தான். வங்கிக்கு இன்று காலை வேலைக்குப் போக முடியாது தான். இருந்தாலும் வங்கியில் அவன் மற்றவர்களைவிட உயர்பதவி வகித்த தால் அவன் போகாததை ஒரு பொருட்டாக எடுத்துக்கொள்ள மாட்டார்கள். அவன் உண்மையான காரணத்தைத் தெரிவிக்க வேண்டுமா? அப்படிச் செய்ய அவன் எண்ணினான். அவனை அவர்கள் நம்பாவிட்டால்? இந்த விஷயத்தில் நம்புவது கஷ்டந்தான். திருமதி க்ரூபாஹைச் சாட்சியாகக் கொண்டுவரலாம் அல்லது எதிரே இருக்கும் ஜன்னலுக்கு இப்போது வந்துகொண்டிருக்கும் அந்த இரண்டு கிழங்களையும் சாட்சியாகக் கொண்டுவரலாம். காவலாளிகள் அவனை இந்த அறைக்கு விரட்டித் தனியாக இருக்கும்படி விட்டிருப்பதில் அவன் தற்கொலை செய்துகொள்ளும் சந்தர்ப்பங்கள் நிறைய இருந்தன என்பது, குறைந்தபட்சம் காவலாளிகளின் நோக்கிலிருந்து பார்க்கும்போது,

அவனுக்கு ஆச்சரியமாக இருந்தது. அதே சமயத்தில் அப்படிச் செய்துகொள் ளத் தனக்கு என்ன காரணம் இருக்கக்கூடும் என்று அவன் தன் நோக்கிலிருந்து தானே கேட்டுக்கொண்டான். அவர்கள் இருவரும் அடுத்த அறையில் இருந்து கொண்டு அவனுடைய காலை உணவைப் பறித்துக்கொண்டுவிட்டார்கள் என்பதாலா? தற்கொலை செய்துகொண்டிருந்தால் அது அர்த்தமற்றதாக இருந்திருக்கும். அப்படிச் செய்துகொள்ள அவன் நினைத்திருந்தாலும் தற் கொலை அர்த்தமற்றது என்பதால் அப்படிச் செய்யும் நிலையில் அவன் இருந் திருக்க மாட்டான். காவலாளிகளின் குறுகிய அறிவு அவ்வளவு வெளிப் படையாகத் தெரியாமலிருந்திருந்தால் அவர்களும், தற்கொலை அர்த்த மற்றது என்ற அதே திடமான நம்பிக்கையினால், அவனைத் தனியாக இருக்க விடுவதில் பாதகம் ஒன்றுமில்லை என்று எண்ணினார்கள் என்று எடுத்துக் கொள்ளலாம். சுவரில் பதித்திருந்த பீரோவை நோக்கி அவன் சென்றதையும், அதில் அவன் பத்திரப்படுத்தி வைத்திருந்த உயர்தர பிராந்தியை எடுத்து, காலை உணவுக்குப் பதிலாக ஒரு டம்ளரைக் காலி செய்ததையும், பிறகு இரண்டாவது டம்ளரை தைரியம் வரவழைத்துக்கொள்வதற்காகக் குடித் ததையும், கடைசி டம்ளரை—உண்மையில் அப்படி வேண்டியிருக்காது என்றாலும்—ஒருவேளை தேவையிருந்தால் ஒரு முன்னேற்பாடாக எதற்கும் இருக்கட்டுமே என்று குடித்து முடித்ததையும், வேண்டுமென்றால் அவர்கள் பார்த்துக்கொள்ளட்டும். அப்போது அடுத்த அறையிலிருந்து அவனை அழைத்த அழைப்பு, அவன் பற்கள் கண்ணாடி டம்ளரில் இடித்துக்கொள்ளும் அளவுக்கு அவனைத் திடுக்கிட வைத்தது:

‘‘மேற்பார்வையாளர் உங்களைக் கூப்பிடுகிறார்!’’ அவனைத் திடுக்கிட வைத்தது இந்தக் குறுகிய, வெடுக்கென்ற ராணுவக் கத்தல்தான்—காவலாளி ஃப்ரன்ஸால் அப்படிக் கத்த முடியும் என்று அவன் எண்ணவேயில்லை. அந்தக் கட்டளை என்னவோ அவனுக்கு மிகவும் உகந்ததாகவே இருந்தது. ‘‘இவ்வளவு நேரம் ஆயிற்றா?’’ என்று பதிலுக்குக் கத்திவிட்டு, பீரோவைச் சாத்திவிட்டு உடனே அடுத்த அறைக்கு விரைந்தான். அங்கே அந்த இரண்டு காவலாளிகளும் நின்றுகொண்டு சர்வசாதாரணமான விஷயம்போல் அவனை மறுபடியும் அவன் அறைக்குத் துரத்தினர். ‘‘நீங்கள் என்ன நினைத்துக்கொண்டிருக்கிறீர்கள்?’’ என்று கத்தினார்கள். ‘‘சட்டை மட்டும் போட்டுக்கொண்டு மேற்பார்வையாளரின் முன் சென்றால், உங்களுடன்கூட எங்களையும் சேர்த்து அடித்து நொறுக்கிவிடுவார்.’’ ‘‘நாசமாய்ப்போக! விடுங் கள் என்னை!’’ என்று க. கத்தினான். அவர்கள் அவனை உடைகள் வைத்திருக் கும் பீரோவரை தள்ளிக்கொண்டு வந்துவிட்டார்கள். ‘‘நான் படுக்கையில் இருக்கும்போது என்னைக் கைதுசெய்தால், நான் மிகப் பிரமாதமான உடை யில் இருப்பேன் என்று எதிர்பார்க்கக் கூடாது.’’ ‘‘என்ன சொன்னாலும் இவர் கேட்க மாட்டார்’’ என்றனர் அந்தக் காவலாளிகள். க. கத்தியபோதெல்லாம் அவர்கள் பெருமளவு அமைதியுடன், சொல்லப்போனால் ஓரளவுக்கு வருத்த மும் அடைந்து, அதனால் அவனைக் குழப்பமடையச் செய்தார்கள் அல்லது ஓரளவுக்கு அவன் நிலையை அவனுக்கு உணர வைத்தார்கள். ‘‘முட்டாள்தன மான சடங்குகள்!’’ என்று முணுமுணுத்துக்கொண்டே, நாற்காலி மேலிருந்து ஒரு கோட்டைத் தூக்கிக் காவலாளிகளின் அபிப்பிராயத்திற்காகக் காட்டுவது

போல் இரண்டு கைகளாலும் சிறிது நேரம் அதைப் பிடித்துக்கொண்டு நின்றான். அவர்கள் தலையை இப்படியும் அப்படியும் அசைத்தார்கள். ‘‘கறுப் புக் கோட்டாக இருக்க வேண்டும்.’’ என்றனர். அதைக் கேட்டவுடன் க. கோட்டைத் தரையில் எறிந்துவிட்டுக் கேட்டான்—எந்த அர்த்தத்தில் என்று அவனுக்கே தெரியவில்லை ‘‘இது ஒன்றும் இறுதி விசாரணை இல்லையே!’’ காவலாளிகள் புன்னகை செய்தார்கள். முதலில் சொன்னதையே சொன்னார் கள். ‘‘கறுப்புக் கோட்டாக இருக்க வேண்டும்.’’ ‘‘இதன் மூலம் இந்த விஷ யத்தை நான் சீக்கிரம் துரிதப்படுத்த முடியும் என்றால் எனக்குச் சம்மதம்தான்’’ என்றான் க. துணிப் பெட்டிகளைத் திறந்து வெகு நேரம் மற்ற துணிக ளிடையே தேடித் தன்னுடைய கறுப்பு உடையைத் தேர்ந்தெடுத்தான். அது ஒரு சிறிய கோட்டு. மிகவும் கச்சிதமாகத் தைக்கப்பட்டிருந்ததால் அவனுக் குத் தெரிந்தவர்களிடையே கிட்டத்தட்ட ஒரு பரபரப்பையே அது உண்டு பண்ணியிருந்தது. இப்போது அவன் வேறு ஒரு சட்டையை வெளியில் எடுத்து அதை மிகவும் கவனத்துடன் அணிய ஆரம்பித்தான். தான் குளிக்க வேண்டும் என்று காவலாளிகள் வற்புறுத்த மறந்துவிட்டதால், தன்னால் இதையெல்லாம் ஏற்கனவே ஓரளவுக்குத் துரிதப்படுத்த முடிந்துவிட்டதாக நினைத்துக்கொண்டான். இருந்தாலும், ஒருவேளை அவர்களுக்கு அது நினை வுக்கு வருகிறதா என்று அவர்களைக் கவனித்தான். ஆனால், அது அவர்க ளுக்கு நினைவுக்கு வரவேயில்லை. மாறாக, க. உடையணிந்துகொண்டிருக் கிறான் என்று மேற்பார்வையாளனிடம் சொல்வதற்காக ஃப்ரன்ஸை அனுப்ப வில்லெம் மறக்கவில்லை.

அவன் எல்லா உடைகளையும் அணிந்துகொண்ட பிறகு வேறு வழியில் லாமல் கிட்டத்தட்ட உரசினாற்போல வில்லெமைத் தாண்டி, காலியாக இருந்த அடுத்த அறை வழியாக, அதற்கப்பாலிருந்த அறைக்குச் செல்ல வேண் டியிருந்தது. அந்த அறையின் இரு கதவுகளும் ஏற்கனவே தயாராகத் திறந்து வைக்கப்பட்டிருந்தன. அந்த அறையில் கொஞ்ச காலமாக மிஸ் ப்யூர்ஸ்ட்னர் என்ற தட்டச்சர் வசித்துவருகிறாள் என்பதும், அவள் அதிகாலையில் வேலைக் குச் சென்று மிகவும் நேரம் கழித்தே வீடு திரும்புவது வழக்கம் என்பதும் க.வுக்கு நன்றாகவே தெரியும். அவளிடம் க. மரியாதைக்கு ஓரிரண்டு வார்த்தைகளுக்கு மேல் பேசியதில்லை. இப்போது படுக்கைக்குப் பக்கத்தி லிருந்த சிறிய மேஜை, படுக்கையிலிருந்து தள்ளி, அறையின் நடுவில் விசா ரணை மேஜையாக வைக்கப்பட்டு அதற்குப் பின்னால் மேற்பார்வையாளன் உட்கார்ந்திருந்தான். அவன் கால்மேல் கால் போட்டுக்கொண்டு, நாற்காலி யின் முதுகின்மேல் ஒரு கையை வைத்துக்கொண்டிருந்தான்.

அறையின் ஒரு மூலையில் மூன்று வாலிபர்கள் நின்றுகொண்டு, சுவரில் தொங்கிக்கொண்டிருந்த ஒரு சிறு தட்டியின் மேல் மாட்டியிருந்த மிஸ் ப்யூர்ஸ்ட்னரின் புகைப்படங்களைப் பார்த்துக்கொண்டிருந்தனர். திறந்த ஜன் னலின் கைப்பிடியில் அவளுடைய ப்ளவுஸ் தொங்கிக்கொண்டிருந்தது. எதிரே இருந்த ஜன்னலிலிருந்து அந்த இரண்டு கிழங்களும் மறுபடியும் ரொம் பவும் குனிந்தவாறு பார்த்துக்கொண்டிருந்தன. மேலும், பார்த்துக்கொண் டிருந்தவர்களின் எண்ணிக்கையும் மூன்றாகக் கூடிவிட்டிருந்தது. ஏனென் றால், அவர்களுக்குப் பின்னால் அவர்களைவிட மிகவும் உயரமான ஒருவன்

தன் மார்பு தெரியும்படி சட்டை அணிந்தவனாக, தன் சிவந்த குறுந்தாடியை அழுத்திக்கொண்டும் திருகிவிட்டுக்கொண்டும் நின்றிருந்தான். ''யோசஃப் க.?'' என்று மேற்பார்வையாளன் கேட்டான். பல திசைகளில் அலைந்து கொண்டிருந்த க.வின் பார்வையைத் தன் பக்கம் திருப்புவதற்காகக்கூட ஒருவேளை இப்படிக் கேட்டிருக்கலாம். ஆமாம் என்பதற்கு அறிகுறியாக க. தலையசைத்தான். ''இன்று காலை நடந்த சம்பவங்கள் உங்களை மிகவும் வியப்பில் ஆழ்த்தியிருக்க வேண்டுமே!'' என்று அந்த அதிகாரி கேட்டுக் கொண்டே தன் இரு கைகளாலும் அந்தச் சிறிய மேஜையின் மேலிருந்த மெழுகுவர்த்தி, தீப்பெட்டி, புத்தகம், குண்டூசிகள் குத்திவைக்கும் சிறு வெல் வெட் ஸ்டாண்ட் போன்ற சில பொருள்களை, அவை விசாரணைக்குத் தேவையான பொருள்கள்போல நகர்த்தி வைத்தான். ''நிச்சயமாக'' என்றான் க. கடைசியில் சற்று அறிவுள்ள ஒருவன் முன் நின்று தன் விஷயத்தைப் பேச முடிந்தது குறித்த ஆசுவாசம் அவனைப் பற்றிக்கொண்டது. ''நிச்சயமாக நான் வியப்படைந்தேன், ஆனால், எந்த விதத்திலும் பெரிதாக வியப்படைய வில்லை.'' ''பெரிதாக வியப்படையவில்லையா?'' என்று மேற்பார்வையா ளன் கேட்டுவிட்டு, இப்போது மெழுகுவர்த்தியை மேஜையில் நடுவே நிற்க வைத்துவிட்டு, அதைச் சுற்றி மற்ற பொருள்களை வைத்தான். ''நீங்கள் என்னைத் தவறாகப் புரிந்துகொண்டுவிட்டீர்கள் போலிருக்கிறது'' என்று க. உடனே அவசரமாகச் சொன்னான். ''அதாவது'' என்று க. மேலும் நிறுத்தா மல் கூறினான், ''எனக்கு மிகவும் வியப்பாகத்தான் இருந்தது. ஆனால், என்னைப் போல் முப்பது வருஷங்கள் ஒருவன் இந்த உலகத்தில் வாழ்ந்தால், அதுவும் எனக்கு வாய்த்ததுபோல தனியாக எல்லாவற்றையும் சமாளிக்க வேண்டிய நிலைமை ஏற்பட்டிருந்தால், வியப்புகள் பாதிக்க விடாமல் மனத் தைக் கல்லாக்கிக்கொண்டு, அவற்றை ஒரு பொருட்டாக அவன் எடுத்துக் கொள்வதில்லை, குறிப்பாக இன்று நிகழ்ந்தவற்றை.'' ''ஏன் குறிப்பாக இன்று நிகழ்ந்தவற்றை ஒரு பொருட்டாக அவன் எடுத்துக்கொள்வதில்லை?'' ''இது முழுவதும் ஒரு வேடிக்கை என்று நான் கருதுவதாகச் சொல்வதற்கில்லை. அப்படி இருப்பதற்கு, செய்துள்ள ஏற்பாடுகள் மிகவும் அதிகம். அதற்கு, இந்த விடுதியில் உள்ளவர்களும் நீங்களும் அதில் பங்கெடுத்துக்கொண்டிருக்க வேண்டும்; ஆனால், அது வேடிக்கையின் எல்லையை மீறுவதாகும். அதனால் இது ஒரு வேடிக்கை என்று நான் சொல்ல மாட்டேன்.'' ''மிகவும் சரி'' என்று மேற்பார்வையாளன் கூறிவிட்டு, தீப்பெட்டியில் எத்தனை தீக்குச்சிகள் இருக் கின்றன என்று பார்த்தான். ''ஆனால், அதே சமயம்,'' என்று க. மேலும் கூறி விட்டு, இப்போது எல்லோரையும் பார்த்துப் பேசினான். புகைப்படங்களின் பக்கத்தில் நின்றிருந்த மூவருக்கும் சொல்ல ஆசைப்பட்டான்: ''ஆனால், அதே சமயம், இந்த விஷயம் மிகவும் முக்கியமானதாக இருக்க முடியாது. அதனால் நான் வரும் முடிவு இதுதான்: குற்றம் சாட்டும்படி எந்த விதமான சிறு குற்றத் தையும் என்னிடம் கண்டுபிடிக்க முடியவில்லை. எனினும், என்மீது குற்றம் சாட்டப்பட்டிருக்கிறது. ஆனால், அதுகூட ஒரு சிறு விஷயந்தான். முக்கிய மான கேள்வி என்னவென்றால், யாரால் குற்றம்சாட்டப்பட்டிருக்கிறேன்? இந்த நடவடிக்கையை எந்த அதிகாரம் மேற்கொண்டிருக்கிறது? நீங்கள் அதி காரிகளா? நீங்கள் அணிந்திருப்பதைச் சீருடை என்று எவனும் சொல்ல மாட் டான்; உங்களில் யாருமே சீருடை அணிந்திருக்கவில்லை.'' இங்கு அவன்

ஃப்ரன்ஸை நோக்கிச் சொன்னான். ''இதைப் பயணிகளின் உடை என்றே சொல்லலாம்; இந்தக் கேள்விகளுக்கெல்லாம் நான் தெளிவான விளக்கம் எதிர் பார்க்கிறேன்; இந்தத் தெளிவான விளக்கங்களுக்குப் பிறகு, நாம் ஒருவரிட மிருந்து ஒருவர் மிகவும் மகிழ்ச்சியுடன் விடைபெற்றுக்கொள்ள முடியும் என்று நிச்சயமாக நம்புகிறேன்.'' மேலதிகாரி தீப்பெட்டியை மேஜைமீது எறிந்தான். ''நீங்கள் எல்லாவற்றையும் மிகத் தவறாகப் புரிந்துகொண்டிருக் கிறீர்கள்; இங்கு இருப்பவர்களும், நானும் உங்கள் விஷயத்தைப் பொறுத்த வரை எந்த விதத்திலும் முக்கியமானவர்கள் அல்ல; உண்மையில் உங்களைப் பற்றி எங்களுக்குக் கிட்டத்தட்ட ஒன்றுமே தெரியாது; நாங்கள் சரியான சீருடை அணிந்திருந்தாலும், உங்கள் விஷயம் இதைவிட மோசமானதாக இருக்கப்போவதில்லை; உங்கள்மேல் குற்றம் சாட்டப்பட்டிருக்கிறதா என்று என்னால் நிச்சயமாகச் சொல்ல முடியாது, இன்னும் சொல்லப்போனால் நீங்கள் குற்றம் சாட்டப்பட்டிருக்கிறீர்களா என்றே எனக்குத் தெரியாது; நீங்கள் கைதுசெய்யப்பட்டிருக்கிறீர்கள், அது உண்மை. அதற்குமேல் எனக்கு ஒன்றும் தெரியாது; ஒருவேளை காவலாளிகள் வேறு எதையாவது உளறி யிருக்கலாம், அப்படியானால் அது வெறும் உளறலாகத்தான் இருந்திருக்க முடியும்; உங்களுடைய கேள்விக்கு நான் பதில் கூறாவிட்டாலும், உங்களுக்கு நான் ஆலோசனையாவது கூற முடியும்; எங்களைப் பற்றியும் உங்களுக்கு என்ன நடக்கப்போகிறது என்பதைப் பற்றியும் யோசிப்பதைவிட உங்களைப் பற்றி நிறைய யோசியுங்கள்; அத்துடன் நீங்கள் நிரபராதி என்று இவ்வளவு அலட்டிக்கொள்வது நீங்கள் ஓரளவுக்கு ஏற்படுத்தியிருக்கும் நல்ல அபிப் பிராயத்தைக் கெடுக்கிறது. நீங்கள் பேசுவதிலும் மிகவும் அளந்து பேச வேண்டும்; நீங்கள் குறைவாகவே பேசியிருந்தாலும், உங்கள் நடத்தையி லிருந்தே நீங்கள் முன்பு கிட்டத்தட்ட சொன்ன எல்லாவற்றையும் புரிந்து கொண்டிருந்திருப்போம்; மேலும் அது உங்களுக்குப் பெருமளவுக்கு அனு கூலமாக இருக்கவில்லை; உங்கள் நடத்தையைத் தவிர வேறு எதுவும் மிகவும் அனுகூலமாக உங்களுக்கு இல்லை.''

க. மேற்பார்வையாளனை வெறித்துப் பார்த்தான். தன்னைவிட வயதில் சிறியவனாகக் காணப்படும் இவனிடம் தான் பள்ளிச் சிறுவனைப் போல் பாடம் கேட்க வேண்டுமா? வெளிப்படையாகப் பேசியதற்கு இப்படிக் கண்டிக்கப்படுவதுதான் தண்டனையா? தன்னைக் கைதுசெய்ததன் காரணத் தையும் அதற்குக் கட்டளையிட்டவரைப் பற்றியும் ஒன்றுமே தெரிந்து கொள்ள முடியாதா? அவன் படபடப்படைந்ததால் மேலும்கீழும் நடந் தான்; அவன் அப்படி நடந்ததை யாரும் தடுக்கவில்லை, தன் கோட்டின் கைகளை மேலே இழுத்துவிட்டுக்கொண்டான், மார்பைத் தொட்டுப் பார்த்துக்கொண்டான், தலைமயிரைச் சரிசெய்துகொண்டான், அந்த மூன்று பேரையும் கடந்து சென்று சொன்னான்: ''இதில் அர்த்தமேயில்லை.'' அதைக் கேட்டு அவர்கள் அவன் பக்கம் திரும்பி, ஓரளவுக்கு அவன் சொன்னதைப் புரிந்துகொண்டது போலவும் ஆனால் அதே சமயம் சற்றுக் கடுமையான தோற்றத்துடனும் அவனைப் பார்த்தார்கள். க. கடைசியில் மீண்டும் மேற் பார்வையாளனின் மேஜைக்கு எதிரே வந்து நின்றான். ''அரசு வழக்கறிஞர் ஹாஸ்டெரர் என் நெருங்கிய நண்பர்'' என்றான். ''அவருடன் நான் தொலை

பேசியில் பேசலாமா?'' ''தாராளமாக'' என்றான் மேற்பார்வையாளன், ''ஆனால், இதற்கு என்ன அர்த்தம் என்று எனக்குத் தெரியவில்லை. ஒரு வேளை அவரிடம் உங்கள் சொந்த விஷயம் எதையாவது பற்றிப் பேச வேண்டியிருக்குமோ என்னவோ.'' ''என்ன அர்த்தமா?'' என்று க. கோபத்தை விட அதிர்ச்சியில் கத்தினான். ''உங்களை யார் என்று நினைத்துக்கொண் டிருக்கிறீர்கள்? அர்த்தம் இருக்க வேண்டும் என்கிறீர்கள், ஆனால், ஒருவிதத் திலும் அர்த்தமில்லாத இந்தக் காரியத்தை ஏதோ அர்த்தம் இருப்பதுபோல் செய்கிறீர்களே? இது எவர் மனத்தையும் உருக்குமே! இவர்கள் முதலில் என் னைக் கைதுசெய்துவிட்டு, பிறகு இப்போது இங்கு சுற்றி நின்றுகொண்டும், உட்கார்ந்துகொண்டும் எனக்குப் பாடம் புகட்டுகிறார்கள். நான் கைது செய்யப்பட்டிருக்கிறேன் என்று சொல்லப்படும்போது அரசு வழக்கறிஞ ருடன் தொலைபேசியில் பேசுவதில் என்ன பயன் இருக்க முடியும் என்றா கேட்கிறீர்கள்? நல்லது, நான் பேசவில்லை.'' ''பரவாயில்லை, செய்யுங்கள்'' என்று மேற்பார்வையாளன் சொல்லிவிட்டு, தொலைபேசி இருந்த முன் அறையின் திசையில் கையைக் காட்டினான், ''தயவுசெய்து பேசுங்கள்.'' ''வேண்டாம், இனி பேசப்போவதில்லை'' என்று க. சொல்லிவிட்டு ஜன்னலுக்கருகே சென்றான். எதிரே ஜன்னல் அருகே இருந்தவர்கள் இன்னும் அங்கேயே இருந்தார்கள். க. ஜன்னலுக்கு வந்ததால், அவர்கள் அமைதியாக வேடிக்கை பார்த்துக்கொண்டிருந்தது சிறிது தடைபட்டது போலிருந்தது. அந்த முதியவர்கள் நிமிர எத்தனித்தார்கள். ஆனால், அவர்களுக்குப் பின்னால் இருந்தவன் அவர்களை அமைதிப்படுத்தினான். ''இங்கே இப்படி வேடிக்கை பார்ப்பவர்களும் இருக்கிறார்கள் பார்த்தீர்களா!'' என்று க. மேற்பார்வையா ளனை நோக்கி உரக்கக் கத்திவிட்டு, அவர்களைச் சுட்டிக்காட்டினான். ''போங்கள் அங்கிருந்து'' என்று அவர்களை நோக்கிக் கத்தினான். அந்த மூவ ரும் உடனே சில அடிகள் பின்வாங்கினார்கள். இரு முதியவர்களும் உண்மை யில் அந்த ஆளின் பின்னால் பதுங்கினார்கள். அவன் அவர்களைத் தன் பெரிய உடலினால் மறைத்தான். பிறகு, அவனுடைய வாயின் அசைவுகளை யும், இடையே இருந்த இடைவெளியையும் வைத்துப் பார்த்தால், புரியாத ஏதோ ஒன்றை அவன் சொன்னான் என்று பட்டது. ஆனால், அந்த இடத்தை விட்டு அவர்கள் முழுவதும் அகன்றுவிடவில்லை; பதிலாக, யாரும் கவனிக் காதபோது, மறுபடியும் ஜன்னலுக்கு வரும் சந்தர்ப்பத்திற்காகக் காத்திருந் தவர்கள் போலத் தோன்றினார்கள். ''மற்றவர்களைப் பற்றிச் சிறிதும் கவலைப் படாமல் மேலே வந்து விழும் ஜனங்கள்'' என்று அறைக்குள் திரும்பியபோது க. சொன்னான். க. கடைக்கண்ணால் பார்த்தபோது, மேற்பார்வையாளன் அவன் சொல்வதை ஆமோதிப்பதுபோல் தெரிந்தது. ஆனால், அவன் சொன் னது எதுவும் அவன் காதில் விழாமலிருந்திருக்கவும் ஏது இருந்தது. ஏனென் றால், அவன் ஒரு கையை மேஜைமீது அழுத்திவைத்துக்கொண்டு, விரல்களின் நீளத்தை ஒப்பிட்டுப் பார்த்துக்கொண்டிருப்பவன்போல் தோன்றினான். இரண்டு காவலாளிகளும் அலங்கார விரிப்பு ஒன்றினால் மூடப்பட்டிருந்த பெட்டியின்மீது உட்கார்ந்துகொண்டு தங்கள் முழங்கால்களைத் தேய்த்து விட்டுக்கொண்டிருந்தார்கள். அந்த மூன்று இளைஞர்களும் கைகளை இடுப் பின் மேல் வைத்துக்கொண்டும், ஒருவித நோக்கமும் இல்லாமல் சுற்றுமுற்

றும் பார்த்துக்கொண்டுமிருந்தனர். வெறிச்சோடிவிட்டிருந்த அலுவலகம் ஒன்றில் இருப்பதைப் போன்ற அமைதி நிலவியது. "சரி அப்போது..." என்றான் க. உரக்க. எல்லோரையும் தன் தோளில் தாங்குவதைப்போல் ஒரு வினாடி அவனுக்குத் தோன்றியது. "உங்களைப் பார்த்தால் என்னுடைய விஷயம் முடிந்துவிட்டதுபோல் தோன்றுகிறது. நீங்கள் நடந்துகொள்ளும் முறையின் நியாயம் பற்றியோ நியாயமின்மை பற்றியோ இனியும் யோசிக்காமல், இரு தரப்பினரும் கைகுலுக்கி, இந்த விஷயத்தை ஒரு சுமுகமான முடிவுக்குக் கொண்டுவருவதுதான் மிகச் சிறந்தது என்று நான் நினைக்கிறேன். நீங்களும் நான் நினைப்பது போலவே நினைத்தால், நீங்களும்..." என்று கூறிக்கொண்டே அவன் மேற்பார்வையாளனின் மேஜையருகில் சென்று கையை நீட்டினான். மேற்பார்வையாளன் பார்வையை உயர்த்தி, உதடுகளைக் கடித்த வாறு, க.வின் நீட்டிய கையைப் பார்த்தான்; அவன் அசைந்துகொடுப்பான் என்று இன்னும் க. நம்பினான். ஆனால், அவனோ எழுந்து, மிஸ் ப்யூர்ஸ்ட்னரின் படுக்கையில் இருந்த உறுதியான உருண்டைத் தொப்பியை எடுத்து, புதிய தொப்பிகளைப் போட்டுப்பார்க்கும்போது எவ்வளவு ஜாக்கிரதையாகப் போட்டுக்கொள்வானோ அவ்வளவு ஜாக்கிரதையுடன் அதை இரண்டு கைகளாலும் அணிந்துகொண்டான். அதே சமயம் அவன், "எல்லாம் எவ்வளவு எளிமையாக உங்களுக்குத் தோன்றுகிறது!" என்று க.விடம் கூறினான். "இந்த விஷயத்துக்கு நாம் ஒரு சுமுகமான முடிவு காண்போம் என்றா சொன்னீர்கள்? இல்லை, இல்லை, அது உண்மையில் நடக்காத காரியம். அதனால் நீங்கள் அதற்கு மாறாக மனமுடைந்துபோக வேண்டும் என்று நான் கூறவே இல்லை. இல்லை, எதற்காக அப்படி ஆக வேண்டும்? நீங்கள் கைது தான் செய்யப்பட்டிருக்கிறீர்கள், வேறொன்றுமில்லை. அதை உங்களுக்குச் சொல்லவேண்டியிருந்தது, சொல்லிவிட்டேன்; அதை எப்படி எடுத்துக் கொண்டீர்கள் என்றும் பார்த்துவிட்டேன். இன்று இதோடு நிறுத்திக் கொண்டு தற்காலிகமாக நாம் விடை பெறுவோம், நீங்கள் இப்போது நிச்சயம் வங்கிக்குச் செல்ல விரும்புகிறீர்கள் அல்லவா?" "வங்கிக்கா?" என்று க. கேட்டான். "நான் கைதுசெய்யப்பட்டிருப்பதாக அல்லவா நினைத்தேன்" என்று க. ஓரளவு துணிச்சலுடன் கேட்டான், ஏனென்றால் மேற்பார்வை யாளன் தன்னுடன் கை குலுக்காவிட்டாலும், குறிப்பாக அவன் எழுந்து நின்ற கணத்திலிருந்தே இவர்களிடமிருந்தெல்லாம் விடுபட்டுத் தான் சுதந்திரமாக இருப்பதுபோல் அவனுக்குப் பட்டது. அவன் அவர்கள் விளையாட்டில் கலந்துகொண்டான். அவர்கள் அங்கிருந்து வெளியேறும் பட்சத்தில் வாசல் வரை அவர்கள் பின்னால் ஓடி, தன்னைக் கைதுசெய்யும்படி கேட்டுக்கொள்ள எண்ணினான். அதனால் அவன் மறுபடியும் கேட்டான் "நான் கைதுசெய்யப் பட்டிருப்பதால் வங்கிக்கு எப்படிச் செல்ல முடியும்?" "அதுவா?" என்று கத வருகில் சென்றுவிட்ட மேற்பார்வையாளன் சொன்னான், "நீங்கள் என்னைத் தவறாகப் புரிந்துகொண்டீர்கள். நீங்கள் கைதுசெய்யப்பட்டிருக்கிறீர்கள், உண்மைதான், ஆனால், நீங்கள் உங்கள் வேலையைச் செய்வதற்கு அது தடை யாக இருக்காது. அதே போல் உங்கள் அன்றாட நடவடிக்கைகளுக்கும் ஒரு தடையும் இருக்காது." "அப்படியானால் கைதுசெய்யப்பட்டிருப்பது அவ் வளவு ஒன்றும் மோசமானதல்ல" என்று க. சொல்லிவிட்டு, மேற்பார்வை

யாளனின் அருகில் சென்றான். ‘‘நான் சொன்னதில் வேறு எந்த அர்த்தமும் இல்லை’’ என்றான் மேற்பார்வையாளன். ‘‘அப்படியானால் கைதுசெய்யப் பட்டேன் என்பதை அறிவிப்பதுகூட அவசியம் இல்லை என்று தெரிகிறது’’ என்று சொல்லிவிட்டுக் க. இன்னும் நெருங்கினான். மற்றவர்களும் இப்போது நெருங்கி வந்திருந்தனர். இப்போது எல்லோரும் ஒரு கதவருகில் ஒரு குறுகிய இடத்தில் கூடிவிட்டிருந்தனர். ‘‘அது என்னுடைய கடமை’’ என்றான் மேற் பார்வையாளன். ‘‘ஒரு முட்டாள்தனமான கடமை’’ என்றான் க. விட்டுக் கொடுக்காமல். ‘‘இருக்கலாம்’’ என்று பதிலளித்தான் மேற்பார்வையாளன், ‘‘ஆனால், இது போன்ற உரையாடலால் நம் நேரத்தை வீணடிக்க வேண் டாம். நீங்கள் வங்கிக்குச் செல்ல விரும்புகிறீர்கள் என்று நினைத்தேன். நீங்கள் எல்லாவற்றையும் கவனமாகக் கேட்பதால், நான் இன்னும் சொல்கிறேன். நீங்கள் வங்கிக்குச் செல்ல வேண்டுமென்று நான் கட்டாயப்படுத்தவில்லை; நீங்கள் அப்படிச் செய்ய விரும்புகிறீர்கள் என்று நான் எடுத்துக்கொண்டேன், அவ்வளவுதான், அந்த வேலையை உங்களுக்குச் சுலபமாக்குவதற்கும், வங்கி யில் உங்கள் வருகை முடிந்தவரை மற்றவர்கள் கவனத்தைக் கவராமல் இருப் பதற்கும் இந்த மூவரை—உங்களுடைய சக ஊழியர்களை—நீங்கள் இட்ட வேலையைச் செய்வற்காக நிறுத்திவைத்திருக்கிறேன்.’’ ‘‘என்ன சொன் னீர்கள்?’’ என்று க. ஆச்சரியத்துடன் அந்த மூவரையும் பார்த்தான். தன் சகாக்களைப் போல் சற்றும் தோற்றமளிக்காத, சோகைபிடித்த இந்த இளை ஞர்களை அவன் புகைப்படங்களை வேடிக்கை பார்க்கும் ஒரு கூட்டம் என்றுதான் நினைத்திருந்தான். அவர்கள் உண்மையில் தன் வங்கியில் வேலை செய்யும் ஊழியர்கள்தான், தன் சகாக்களல்ல. அப்படிக் கூறியது மிகவும் அதிகம் என்பது மட்டுமல்லாமல், மேற்பார்வையாளன் எல்லாம் அறிந்தவன் என்பதில் இது ஒரு குறை என்றும் காட்டியது. அவர்கள் வங்கியில் வேலை பார்க்கும் கடைநிலை ஊழியர்கள்தான். இதை எப்படி க. கவனிக்கத் தவறி விட்டான்? அந்த மூவரையும் அடையாளம் கண்டுகொள்ள முடியாத அள வுக்கு மேற்பார்வையாளனும் காவலாளிகளும் அவன் கண்களை மறைத் திருந்தனர்! விறைப்பான கைகளை வீசி நடக்கும் ராபன்ஷ்டைனர், குழி விழுந்த கண்களுடன் வெள்ளை முடிகொண்ட குலிஷ், தசைகள் இழுப்பதால் பார்க்கச் சகிக்காத புன்சிரிப்பைக்கொண்ட கமீனர். முறைப்படி குனிந்து வணங்கியவர்களுக்குச் சிறிது நேரம் கழித்து ‘‘வணக்கம்’’ என்று க. சொல்லி விட்டு, தன் கையை நீட்டினான். ‘‘உங்களை நான் அடையாளம் கண்டு கொள்ள முடியவேயில்லை. இப்போது நாம் வேலைக்குப் போகலா மல்லவா?’’ மூவரும் க.வின் கேள்விக்காகவே இவ்வளவு நேரமும் காத்திருந்தது போலவே, சிரித்துக்கொண்டே உற்சாகத்துடன் தலை அசைத்தாலும், க. தன் அறையிலிருந்த தொப்பியை மறந்து வந்துவிட்டதால், எல்லோரும் சேர்ந்து ஒருவர் பின் ஒருவராக அதை எடுத்துவர ஓடியபோதுதான், அவர்கள் ஒரு வகையான சங்கடத்தில் இருந்தனர் என்பதை உணர முடிந்தது. க. பேசாமல் நின்றுகொண்டே திறந்திருந்த இரு கதவுகளின் வழியே அவர்களைப் பார்த் தான். அவன் எதிர்பார்த்தபடி கடைசியாகச் சென்றவன் எதற்கும் கவலைப் படாத ராபன்ஷ்டைனர்; அவன் எதிலும் அக்கறைப்படாதவனாக ஓயிலாக ஓட மட்டும் செய்தான். கமீனர் தொப்பியைக் கொண்டுவந்து கொடுத்தான். மேலும், அடிக்கடி வங்கியில் க. சொல்லிக்கொள்ள அவசியம் இருப்பதைப்

போல், இப்போது அழுத்தமாக 'கமீனரின் புன்சிரிப்பு உண்மையானதல்ல, பார்க்கப்போனால் அவனால் புன்னகைக்கவே முடியாது' என்று இங்கும் தனக்குத் தானே சொல்லிக்கொள்ள வேண்டியதாக இருந்தது. அவ்வளவு குற்ற உணர்வு இல்லாதது போலவே காணப்பட்ட திருமதி க்ரூபாஹ், அவர்கள் எல்லோருக்கும் வாயில் கதவைத் திறந்து வழி விட்டாள். அதே சமயம், க. இதற்கு முன் அடிக்கடி செய்திருப்பதுபோல், அவளுடைய பெரிய இடுப்பைச் சுற்றி இறுக்கி, தேவையில்லாத அளவுக்கு அழுத்திக் கட்டப்பட்டிருந்த நாடாவைத் தன் பார்வையைத் தாழ்த்திப் பார்த்தான்; வீட்டை விட்டு வெளியே இறங்கி வந்ததும் க. கையிலிருந்த கடிகாரத்தைப் பார்த்துக்கொண்டே ஏற்கனவே ஏற்பட்ட அரைமணி நேரத் தாமதத்தை இன்னும் தேவையில்லாமல் நீள விடக் கூடாது என்றெண்ணி, காரில் போகலாம் என்று முடிவு செய்தான். கமீனர் வண்டி கொண்டுவரத் தெரு முனைக்கு ஓடினான். மற்ற இருவரும் க. வின் கவனத்தைத் திருப்ப முயன்றவர்கள்போல் தோன்றிய சமயத்தில் குலிஷ் திடீரென்று வீட்டு வாயிலைச் சுட்டிக்காட்டினான். அங்கே சிவந்த குறுந்தாடியுடன் உயரமான, பருத்த அந்த மனிதன் முதலில் தன் முழு உருவமும் வெளிப்பட அங்கு வந்துவிட்டதால், சிறிது சங்கடப்பட்டு, அதனால் சற்றுப் பின்வாங்கி, சுவர்மீது சாய்ந்து நின்றுகொண்டான். அந்த வயதானவர்கள் ஒரு வேளை இன்னும் மேலே படிக்கட்டிலேயே இருக்கலாம். க. ஏற்கனவே பார்த்துவிட்ட அந்த மனிதனை, சொல்லப்போனால் அங்கு எதிர்பார்த்த அவனை, குலிஷ் தன் கவனத்துக்குக் கொண்டுவந்ததற்கு அவன்மீது எரிச்சல் கொண்டான். ''அங்கு பார்க்க வேண்டாம்'' என்று கடிந்துகொண்டான். சுதந்திரமான மனிதர்களிடம் இந்தத் தொனியில் பேசுவது எவ்வளவு வினோதமானது என்பதை உணராமலேயே இப்படி நடந்துகொண்டதற்கு விளக்கம் தேவையில்லாமல் போய்விட்டது; ஏனென்றால், உடனே கார் வந்து அதில் அவர்கள் ஏறி அமர்ந்துகொண்டபின் கார் புறப்பட்டது. மேற்பார்வையாளனும் காவலாளிகளும் அங்கிருந்து சென்றதைத் தான் கவனிக்கவேயில்லை என்பது க.வின் நினைவுக்கு அப்போது வந்தது. மேற்பார்வையாளன் அந்த மூன்று ஊழியர்களையும் க.வின் கண்களில் படாதவாறு மறைத்துவிட்டிருந்தான். இப்போது அவர்கள் மேற்பார்வையாளனை மறைத்துவிட்டிருந்தனர். இது நடந்ததைக் கவனிக்கும் அளவுக்குப் போதுமான கவனம் க.வுக்கில்லை என்பதை அது காட்டியது. இந்த விஷயத்தில் மேலும் துல்லியமான கவனத்துடன் இருக்க வேண்டுமென்று க. தீர்மானித்துக்கொண்டான். இருந்தாலும் மேற்பார்வையாளனையும், காவலாளிகளையும் பார்க்க முடியுமா என்று நினைத்துத் தன்னை அறியாமலேயே திரும்பி, காரின் பின்கண்ணாடி வழியாகப் பார்த்தான். ஆனால் யாரையும் தேடுவதற்கு எத்தனம்கூடச் செய்யாமல் மீண்டும் திரும்பி காரின் ஒரு மூலையில் சௌகரியமாகச் சாய்ந்து உட்கார்ந்துகொண்டான். உடனே, அவசியம் இல்லை என்பதுபோல் பட்டாலும், இப்போது ஒரு ஆறுதல் வார்த்தை அவனுக்குத் தேவையாக இருந்திருக்கலாம், ஆனால் இப்போது அந்த மனிதர்கள் சோர்ந்து காணப்பட்டார்கள். ராபன்ஷ்டைனர் வண்டிக்கு வெளியே வலது பக்கம் பார்த்துக்கொண்டு வந்தான். குலிஷ் இடது பக்கம் பார்த்துக்கொண்டு வந்தான். கமீனர் மட்டும் இளித்துக்கொண்டே இட்ட பணிகளைச் செய்வதற்காகக் காத்திருந்

தான். ஆனால் அதைக் கேலிசெய்வதற்கு மனிதாபிமானம் இடம் கொடுக்க வில்லை.

க. வேலை முடிந்த பிறகு இயன்றவரை—நிறைய நாட்கள் அவன் அலுவலகத்தில் ஒன்பது மணிவரை உட்கார்ந்திருப்பான்—சிறிது தூரம் தனியாகவோ, அல்லது சக ஊழியர்களுடனோ உலாவிவிட்டு பிறகு ஒரு பீர் கடைக்குச் சென்று அங்கு அவர்கள் வழக்கமாக உட்காரும் மேஜையருகில் வயதானவர்களுடன் பதினோரு மணிவரை உட்கார்ந்து, இளவேனில் மாலைவேளைகளைக் கழிப்பான். இந்த வழக்கத்துக்கு விதிவிலக்கு இருந்தது. உதாரணமாக, க.வின் வேலைத் திறமையையும், நம்பிக்கையான நடத்தையையும் மிகவும் மதித்த அவன் வங்கி இயக்குநர் அவனை காரில் சற்று ஓய்வாகப் போய் வருவதற்குத் தன்னுடன் வருமாறு அழைப்பார்; அல்லது மாலை உணவுக்கு பங்களாவுக்கு அழைப்பார். தவிர க. வாரத்தில் ஒருநாள் எல்சா என்ற பெண்ணிடம் செல்வான். அவள், ஒரு ஒயின் விடுதியில் இரவு முதல் காலை வெகு நேரம்வரை வெயிட்டராக வேலை பார்த்துவிட்டுப் பகல் வேளையில், தன்னைப் பார்க்க வருபவர்களைப் படுக்கையில் இருந்தபடியே வரவேற்பாள்.

அன்று மாலையோ—அந்த நாள் முழுவதும் முதுகொடியும் வேலையிலும், மிக மரியாதை கலந்த நட்புணர்ச்சியுடன் தெரிவிக்கப்பட்ட பிறந்த நாள் வாழ்த்துகளைப் பெற்றுக்கொள்வதிலும் வேகமாக ஓடிவிட்டது—க. உடனே நேராக வீட்டுக்குச் செல்ல விரும்பினான். வேலை செய்துகொண்டிருக்கும் போது கிடைத்த சிறுசிறு அவகாசங்களிலெல்லாம் அவன் அதைப் பற்றி யோசித்தான். காலையில் நடந்த நிகழ்ச்சிகளால் திருமதி க்ரூபாஹின் விடுதி முழுவதும் அலங்கோலமாக ஆகிவிட்டது போன்றும் அதை ஒழுங்குபடுத்த வேண்டியது தன் வேலைதான் என்றும், அவனுக்கே விளங்காத விதத்தில் அவனுக்குத் தோன்றியது.

ஆனால் மீண்டும் வீட்டில் பழைய நடைமுறைக்கு அறிகுறியான ஒழுங்கு ஏற்பட்டுவிட்டால், நடந்த சம்பவங்களுக்கான தடயங்களெல்லாம் அழிக்கப்பட்டு, எல்லாம் பழையபடியே ஆகிவிடும். குறிப்பாக அந்த மூன்று வங்கிப் பணியாளர்களைப் பற்றிப் பயப்பட வேண்டியிருக்காது. அவர்கள் மறு படியும் அலுவலர் கூட்டத்தில் மூழ்கடிக்கப்பட்டுவிட்டிருந்தார்கள். அவர் களிடத்திலும் எந்த விதமான மாறுதல்களையும் காண முடியவில்லை. அவர் களைத் தனித்தனியாகவும் ஒன்றாகவும் க. தன் அலுவலக அறைக்கு அடிக்கடி அழைத்தான். அவர்களை நோட்டமிடுவதற்காகவே அவன் அப்படிச் செய் தான். அவ்வாறு நடக்கும் ஒவ்வொரு முறையும் அவன் மன நிம்மதியுடன் அவர்களைத் தன் அறையிலிருந்து அனுப்பிவைத்தான்.

மாலை ஒன்பதரை மணிக்கு அவன் தான் வசிக்கும் வீட்டிற்கு வந்த போது, வீட்டு வாசலின் முன், கால்களை அகட்டி நின்றபடி சுங்கான் பிடித்துக் கொண்டிருந்த ஒரு இளைஞனைக் கண்டான். ‘‘யார் நீங்கள்?’’ என்று சட்டென்று கேட்டவாறே, அரைகுறை இருளில் எதையும் சரியாகப் பார்க்க முடியாமல் இருந்ததால் தன் முகத்தை அவனருகில் கொண்டுசென்றான். ‘‘நான் இந்த வீட்டுக் காவல்காரனின் மகன்’’ என்று பதிலளித்துக்கொண்டே, அவன் வாயிலிருந்து சுங்கானை எடுத்துப் பக்கவாட்டில் சற்று நகர்ந்துகொண்டான். ‘‘வீட்டுக் காவல்காரனின் மகனா?’’ என்று கேட்ட க. பொறுமையிழந்த

வனாய் தான் வைத்துக்கொண்டிருந்த கைத்தடியைத் தரையில் தட்டினான். "உங்களுக்கு ஏதாவது தேவையா, அப்பாவைக் கூப்பிடட்டுமா?" "வேண்டாம், வேண்டாம்" என்று கூறினான் க. அந்த இளைஞன் ஏதோ வேண்டாத காரியத்தைச் செய்துவிட்டது போலும், அதை அவன் மன்னித்துவிட்டது போலவும் க.வின் குரல் ஒலித்தது. "பரவாயில்லை" என்று கூறிக்கொண்டே அங்கிருந்து நகர்ந்த அவன், படிக்கட்டுகளில் ஏறுவதற்கு முன்பாக, ஒருமுறை திரும்பி அந்த இளைஞனைப் பார்த்தான்.

நேராக அவன் தன் அறைக்குத்தான் போக வேண்டுமென்றிருந்தான். ஆனால் திருமதி க்ரூபாஹிடம் பேச வேண்டும் என்ற எண்ணத்தில் அவளுடைய அறைக் கதவைத் தட்டினான். மேஜைக்கு அருகில், காலுறை பின்னியபடி அவள் அமர்ந்திருந்தாள். மேஜைமீது நிறைய காலுறைகள் இருந்தன. நினைவு வேறு எங்கோ இருக்க, இவ்வாறு அகால வேளையில் அவளைப் பார்க்க வந்ததற்காக அவன் மன்னிப்புக் கோரினான். எந்த விதமான மன்னிப்பையும் கேட்க விரும்பாதவள் போல் திருமதி க்ரூபாஹ் இனிய முகத்துடன் அவனை வரவேற்றாள். மன்னிப்புக் கேட்க வேண்டாம் என்றும் சொல்லிவிட்டு, அவனுடன் பேசுவதற்கு அவள் எப்போதும் தயாராக இருந்தாள் என்பதும், அங்கிருக்கும் எல்லோரையும்விட அவன்தான் அவளுக்கு மிகவும் பிடித்த, மிகவும் நல்ல, குடித்தனக்காரன் என்பதும் அவனுக்கு நன்றாகத் தெரியும் என்றும் அவள் சொன்னாள். க. சுற்றுமுற்றும் அந்த அறையைப் பார்த்தான், அது முழுவதும் மீண்டும் பழைய மாதிரியே இருந்தது. காலையில் ஜன்னலுக்கருகில் மேஜையின் மேல் இருந்த காலை உணவுக்கான சாமான்கள் இப்போது அங்கிருந்து அப்புறப்படுத்தப்பட்டிருந்தன. அவனாயிருந்தால் அந்த இடத்திலேயே அந்தச் சாமான்களை உடைத்தெறிந் திருப்பானே ஒழிய நிச்சயமாக அவற்றை அங்கிருந்து அகற்றியிருக்க மாட்டான். திருமதி க்ரூபாஹை ஒருவித நன்றியுடன் பார்த்தான். "ஏன் இவ்வளவு நேரமாகியும் வேலை செய்துகொண்டிருக்கிறீர்கள்?" என்று கேட்டான். அவர்கள் இருவரும் இப்போது மேஜையருகே உட்கார்ந்திருந்தார்கள்; க. அவ்வப்போது தன் கையை அங்கிருந்த காலுறைகளில் நுழைத்துக்கொண் டிருந்தான். "நிறைய வேலை இருக்கிறது" என்றாள் அவள், "நாள் முழுவதும் வாடகையாளர்களுக்காக வேலை செய்ய வேண்டியிருக்கிறது. என்னுடைய காரியங்களை ஒழுங்குபடுத்த வேண்டுமென்றால் மாலை வேளைதான் எஞ்சி யிருக்கிறது." "நான் இன்று காலை உங்களுக்கு வழக்கத்திற்கு மாறான வேலை கொடுத்துவிட்டேன், அல்லவா?" "அதெப்படி" என்று சற்று ஆவல் மேலிட்டவளாய்க் கேட்டாள்; அவள் செய்துகொண்டிருந்த பின்னல் வேலை, அவள் மடியில் அமைதியாகக் கிடந்தது. "இன்று காலை இங்கு வந்திருந்த மனிதர்களைப் பற்றிச் சொன்னேன்." "ஓ அப்படியா" என்று சொல்லிவிட்டு மீண்டும் தன்னுடைய வழக்கமான உணர்ச்சியற்ற நிலைக்குத் திரும்பி, "அது ஒன்றும் எனக்கு அப்படிப் பெரிய வேலையாக இல்லை" என்று அவள் திரும்பவும் காலுறை பின்னத் தொடங்கியதை அவன் பேசாமல் பார்த்தான். தான் அதைப் பற்றிப் பேசுவது அவளுக்கு ஆச்சரியமாக இருக் கிறது போலும் என்று எண்ணினான். அதைப் பற்றி நான் பேசுவது சரியல்ல என்று அவள் எண்ணுகிறாள் போலிருக்கிறது. நான் பேசுவது தேவையில்லை

என்று எவ்வளவுக்கெவ்வளவு அவள் நினைக்கிறாளோ, அவ்வளவுக்கவ்வளவு நான் பேச வேண்டியது மிகவும் முக்கியம். ஒரு வயது முதிர்ந்தவளிடம்தான் நான் அதைப் பற்றிப் பேச முடியும். ''அப்படியில்லை, அதனால் உங்களுக்கு நிச்சயம் நிறைய வேலைதான்'' என்றான்; பிறகு ''ஆனால் மறுபடியும் அப்படி நடக்காது.'' ''இல்லை, அதுபோல் மறுபடியும் நடக்க முடியாது'' என்று அவள் அழுத்தமாக ஆமோதித்தாள். பின் க.வைப் பார்த்து, கிட்டத்தட்ட சோக மாகப் புன்னகை செய்தாள். ''உண்மையாகத்தான் சொல்கிறீர்களா?'' என்று கேட்டான் க. ''ஆமாம்'' அவள் தாழ்ந்த குரலில் சொன்னாள். ''ஆனால் நீங்கள் அதை அவ்வளவு பெரிதாக எடுத்துக்கொள்ளக் கூடாது. இந்த உலகத் தில் எதுதான் நடக்கவில்லை? நீங்கள் என்மேல் இவ்வளவு நம்பிக்கை வைத்துப் பேசுவதால், நான் உங்களுக்கு ஒன்று சொல்கிறேன். கதவின் பின் னால் சிறிது நேரம் நின்று இங்கு நடந்த சிலவற்றை ஒட்டுக்கேட்டேன். இரண்டு காவலாளிகளும் சில விஷயங்கள் சொன்னார்கள். அது உங்கள் அதிர்ஷ்டம் சம்பந்தப்பட்ட விஷயம். தனிப்பட்ட முறையில் உங்கள்மீது எனக்குப் பரிவு உண்டு. ஒருவேளை இது சற்று எல்லை மீறியதாக இருக்கலாம். ஏனென்றால் நான் வெறும் விடுதியின் சொந்தக்காரிதானே. நான் சில வற்றைக் கேள்விப்பட்டேன். ஆனால் அது அந்த அளவுக்கு மிகவும் கெடுதலா னது அல்ல என்று நான் கூற முடியும். இல்லை, நீங்கள் கைதுசெய்யப்பட் டிருப்பது என்னவோ உண்மை. ஆனால் ஒரு திருடனைப்போல் அல்ல, ஒருவன் திருடனைப்போல் கைதுசெய்யப்பட்டிருந்தால் அது மிகவும் மோச மானது. ஆனால் இந்தக் கைது சம்பவம்—இது என்னவோ அறிவாளிகளுக்கே புரியும் விஷயம்போல் எனக்குத் தோன்றுகிறது. நான் ஏதாவது முட்டாள் தனமாகச் சொன்னால் என்னை மன்னித்துவிடுங்கள்—இது என்னவோ அறிவாளிகளுக்கே புரியும் விஷயம்போல் எனக்குத் தோன்றுகிறது. இதை என் னால் புரிந்துகொள்ளவே முடியவில்லை. ஆனால் இதை ஒருவர் புரிந்து கொள்ளத்தான் வேண்டும் என்கிற கட்டாயமும் இல்லை.''

''திருமதி க்ரூபாஹ், நீங்கள் சொன்னது முட்டாள்தனமே கிடையாது. குறைந்தபட்சம் ஓரளவுக்கு நீங்கள் நினைப்பதுபோல்தான் நானும் நினைக் கிறேன். ஆனால் உங்களைவிட இவையெல்லாவற்றையும் துல்லியமாகப் பார்க்கிறேன். உங்களைப் போல இவையெல்லாம் வெறும் அறிவாளி களுக்கே புரிகிற விஷயம் என்று நான் கருதவில்லை. மாறாக இவையனைத்தும் முற்றிலும் அர்த்தமற்றவை என்று நினைக்கிறேன். அது ஒரு திடீர்த் தாக்குதல். அவ்வளவுதான். நான் விழித்த உடனே அன்னா வராததால் நான் குழப்ப மடையாமல், எழுந்ததும் என்னைத் தடுத்த எவரைப் பற்றியும் கவலைப் படாமல் உங்களிடம் வந்திருந்தால், இந்த முறை விதிவிலக்காக, சமைய லறையில்கூடக் காலை உணவு சாப்பிட்டிருக்கலாம், உங்கள் மூலம் என் அறையிலிருந்து உடைகளைக் கொண்டுவந்திருக்கலாம். சுருக்கமாகச் சொன் னால் நான் புத்திசாலித்தனத்துடன் நடந்திருந்தால் மேற்கொண்டு எதுவும் நடந்திருக்காது. பிறகு நடந்த எல்லாமே ஆரம்பத்திலேயே கிள்ளியெறியப் பட்டிருக்கும். இதற்கெல்லாம் எவரும் முன்னேற்பாட்டுடன் இருப்பதில்லை. உதாரணத்திற்கு, இது வங்கியில் நடந்திருந்திருந்தால் நான் தயாராக இருந் திருப்பேன். இது போன்ற விஷயம் அங்கு எனக்கு நடக்க வழியேயில்லை.

அங்கு எனக்கென்று ஒரு பணியாள் இருக்கிறான். பொதுவான தொலைபேசி ஒன்றும் என் மேஜைமீது இருக்கிறது. பார்க்க வருபவர்கள்—வாடிக்கை யாளர்கள் அல்லது அலுவலக ஊழியர்கள்—இப்படி எப்போதும் யாராவது வந்துகொண்டேயிருப்பார்கள். அது மட்டுமல்லாமல் அங்கு எல்லாவற்றிற் கும் மேலாக, நான் எப்போதும் வேலை செய்துகொண்டிருப்பதால் விழிப் புடன் இருப்பேன். இது போன்ற நிகழ்ச்சியை நான் எதிர்கொள்ளவேண்டி யிருந்தால் அது எனக்கு மகிழ்ச்சியை அளித்திருக்கும். எல்லாம் முடிந்துவிட் டது, உண்மையில், இனிமேல் அதைப் பற்றி நான் மேலே ஒன்றும் பேச விரும்பவில்லை; உங்களுடைய அபிப்பிராயத்தை, அதாவது ஒரு புத்தி சாலிப் பெண்மணியின் அபிப்பிராயத்தைக் கேட்க விரும்பினேன். நாம் இரு வரும் ஒரே மாதிரி அபிப்பிராயப்படுகிறோம் என்பதில் எனக்கு மிகவும் சந் தோஷம். இப்போது கைகொடுங்கள்—இது போன்ற கருத்து ஒற்றுமையைக் கைகுலுக்கிப் பலப்படுத்திக்கொள்ள வேண்டும்.'' இவள் என்னுடன் கை குலுக்குவாளா? மேற்பார்வையாளன் தன்னுடன் கைகுலுக்கவில்லை என்று எண்ணிய அவன், அவள் எண்ணத்தை எடைபோட அவளை முன்னைவிட வேறு மாதிரி பார்த்தான். அவன் எழுந்துவிட்டதால் அவளும் எழுந்து நின் றாள். க. சொல்லியதில் எதுவுமே அவளுக்குப் புரியாததால் அவள் சிறிது குழப்பமடைந்திருந்தாள். அந்தக் குழப்பத்தினால் அவள் தான் சொல்லவே நினைக்காததையும் அந்த நிலைமைக்குச் சிறிதும் பொருந்தாததையும் சொன் னாள், ''மிஸ்டர் க. இதை மிகவும் பெரிதாக எடுத்துக்கொள்ள வேண்டாம்'' என்று தொண்டை அடைக்கக் கூறினாள். எனவே கைகுலுக்கவும் மறந்துவிட் டாள். ''நான் இதை ஒரு பொருட்டாக எடுத்துக்கொண்டிருப்பதாக எனக்குத் தெரியவில்லை'' என்று க. திடீரென்று ஏற்பட்ட மனத்தளர்ச்சியுடன், அதே சமயம், அவளுடன் ஏற்பட்ட கருத்து ஒற்றுமையின் பயனின்மையை உணர்ந்து சொன்னான்.

பிறகு கதவருகில் சென்றபோது ''மிஸ் ப்யூர்ஸ்ட்னர் இருக்கிறாளா?'' என்று மேலும் கேட்டான். ''இல்லை'' என்று இந்தச் சாரமற்ற தகவலை அவனுக்குத் தெரிவித்தபோது சற்றுத் தாமதமான, புத்திசாலித்தனம் கலந்த அனுதாபத்துடன் புன்முறுவல் செய்தாள். ''அவள் நாடகம் பார்க்கப் போயி ருக்கிறாள். அவளிடம் உங்களுக்கு என்ன வேண்டும்? அவளிடம் நான் ஏதா வது சொல்ல வேண்டுமா?'' ''ஒன்றுமில்லை, அவளிடம் நான் சிறிது பேச வேண்டும்.'' ''அவள் எப்போது வருவாள் என்று எனக்குத் தெரியாதே. அவள் நாடகம் பார்க்கச் சென்றால் வழக்கமாக நேரம் கழித்துத்தான் வருவாள்.'' ''அதனாலென்ன, பரவாயில்லை'' என்று க. சொல்லிவிட்டு வெளியே செல் வதற்காக, ஏற்கனவே குனிந்திருந்த தலையைக் கதவை நோக்கித் திருப்பி னான். ''இன்று அவள் அறையை நான் ஆக்கிரமித்துக்கொண்டதற்காக அவளி டம் மன்னிப்புக் கேட்க விரும்பினேன், அவ்வளவுதான்.'' ''அது தேவை யில்லை, மிஸ்டர் க. நீங்கள் அவளைப் பற்றி இவ்வளவு அக்கறைப்படுகிறீர் கள், அவளுக்கு உண்மையில் ஒன்றுமே தெரியாது, அவள் அதிகாலையி லிருந்து வீட்டிலேயே இல்லை. ஏற்கனவே எல்லாவற்றையும் ஒழுங்குபடுத்தி யாகிவிட்டது, நீங்களே பாருங்களேன்'' என்று சொல்லிவிட்டு அவள் மிஸ் ப்யூர்ஸ்ட்னரின் அறைக் கதவைத் திறந்தாள். ''நன்றி, நீங்கள் சொன்னால் சரி

தான்'' என்று க. சொன்னாலும் திறந்த கதவருகில் சென்றான். அந்த இருண்ட அறைக்குள் நிலவொளி அமைதியாக வீசிக்கொண்டிருந்தது. பார்க்க முடிந்த வரை, உண்மையிலேயே ஒவ்வொன்றும் அதனதன் இடத்திலிருந்தன. ஜன் னல் பிடியில் ப்ளவுஸ் இப்போது தொங்கிக்கொண்டிருக்கவில்லை. படுக் கையிலிருந்த மெத்தைகள் கவனத்தை ஈர்க்கும் வகையில் அதிக உயரமாகத் தோன்றின. அவற்றின் ஒரு பகுதி நிலவொளியில் இருந்தது. ''அவள் அடிக்கடி நேரங்கழித்து வீட்டுக்கு வருகிறாள்'' என்று க. சொல்லிவிட்டு, திருமதி க்ரூபாஹ்தான் அதற்குப் பொறுப்பு என்பதுபோல் அவளைப் பார்த்தான். ''எல்லா இளம் பருவத்தினர்களையும் போல'' என்று திருமதி க்ரூபாஹ் மன்னிப்புக் கோரும் பாவனையில் சொன்னாள். ''உண்மைதான்'' என்றான் க., ''ஆனால் அது வரம்பை மீறிவிடலாம்.'' ''அப்படியும் ஆகிவிடலாம்'' என்றாள் திருமதி க்ரூபாஹ். ''நீங்கள் சொல்வது எவ்வளவு உண்மை, மிஸ்டர் க. குறிப்பாக இந்த விஷயத்தில் நான் நிச்சயமாக மிஸ் ப்யூர்ஸ்ட்னரைப் பற்றி அவதூறாகப் பேச விரும்பவில்லை. அவள் அன்புக்குகந்த ஒரு நல்ல பெண். மேலும் அவளுடைய நட்புணர்வு, ஒழுங்கு, காலந்தவறாமை, உழைப்பு, இவையெல்லாவற்றையும் நான் மிகவும் மதிக்கிறேன். ஆனால் ஒன்று மட்டும் உண்மை. அவள் இன்னும் கௌரவத்துடனும் ஓரளவு கட்டுப்பாட்டுடனும் இருக்க வேண்டும். இந்த மாதம் அவளை நான் ஏற்கெனவே இரு முறை ஒதுக் குப்புறமான வீதிகளில், வெவ்வேறு ஆண்களுடன் பார்த்திருக்கிறேன். இது எனக்கு மிகவும் சங்கடமாகத்தான் இருக்கிறது. ஆனால் கடவுள் சாட்சியாகச் சொல்கிறேன், இதை உங்களிடம் மட்டும்தான் கூறுகிறேன் மிஸ்டர் க. ஆனால் அவளிடமும் நான் இதைப் பற்றிப் பேசுவது தவிர்க்க முடியாதது. மேலும் அவள்மேல் சந்தேகப்படுவதற்கு அது மட்டும் காரணமில்லை.'' ''உங் கள் எண்ணம் தவறான பாதையில் செல்கிறது'' என்று க. தன் கடுங்கோபத் தைக் கிட்டத்தட்ட மறைக்க முடியாமல் கூறினான். ''அது மட்டுமல்லாமல், நான் அவளைப் பற்றிக் கூறியதை நீங்கள் நிச்சயமாகத் தவறாகப் புரிந்துக் கொண்டிருக்கிறீர்கள். நான் கூறியதன் அர்த்தம் அதுவல்ல. அவளிடம் நீங்கள் எதுவும் சொல்லக் கூடாது; உங்களை நான் எச்சரிக்கை செய்கிறேன்; நீங்கள் முழுக்கமுழுக்கத் தவறு செய்கிறீர்கள், அவளை எனக்கு நன்றாகத் தெரியும்; நீங்கள் சொன்னதில் எதுவுமே உண்மை இல்லை. ஒருவேளை நான் இப்படிச் சொன்னது வரம்பை மீறியதாக இருக்கலாம். நான் உங்களைத் தடுக்கப் போவதில்லை. அவளிடம் என்ன சொல்ல நினைக்கிறீர்களோ சொல்லுங் கள், வருகிறேன்.'' ''மிஸ்டர் க.'' என்று கெஞ்சியவாறு திருமதி க்ரூபாஹ் க.வின் பின்னால் கதவுவரை விரைந்து சென்றாள். அவன் கதவை அதற்குள் திறந்துவிட்டிருந்தான். ''நான் அதற்குள் அவளிடம் பேசப்போவதில்லை. நிச்சயமாக அதற்குமுன் நான் அவளைத் தொடர்ந்து கவனித்துவருவேன். விடுதியின் நல்ல பெயரைக் காப்பாற்றுவது ஒவ்வொரு குடித்தனக்காரரின் நலனைக் கருதித்தான். நான் எனக்குத் தெரிந்ததை உங்களிடம் மறைக்காமல் கூறினேன். என் முயற்சியில் இந்த நோக்கம் தவிர வேறு ஏதுமில்லை.'' ''நல்ல பெயரா?'' என்று க. கதவின் இடுக்கு வழியாக உரக்கக் கத்தினான். ''நல்ல பெயரைக் காப்பாற்ற வேண்டுமென்று நீங்கள் விரும்பினால் முதலில் நீங்கள் என்னைக் காலிசெய்யச் சொல்ல வேண்டும்.'' பிறகு கதவை அடித்துச் சாத்தி னான்; கதவு லேசாகத் தட்டப்பட்டதை அவன் பொருட்படுத்தவில்லை.

இருந்தாலும் அவனுக்குத் தூங்க மனமில்லாததால் இந்தச் சந்தர்ப்பத்தைப் பயன்படுத்திக்கொண்டு விழித்திருந்து, மிஸ் ப்யூர்ஸ்ட்னர் எப்போது வருகிறாள் என்று நிச்சயப்படுத்திக்கொள்ள முடிவு செய்தான். அது அவ்வளவு உகந்ததாக இல்லாவிட்டாலும், அவளிடம் ஒருசில வார்த்தைகள் பேசுவது அப்போது ஒருவேளை சாத்தியமாக இருக்கலாம். ஜன்னல் அருகில் படுத்துக் கொண்டு சோர்வடைந்த கண்களை மூடியபோது, திருமதி க்ரூபாஹைத் தண்டிக்க, மிஸ் ப்யூர்ஸ்ட்னரைத் தன்னுடன் சேர்த்துக்கொண்டு அந்த இடத்தைக் காலிசெய்யச் சம்மதிக்க வைக்கலாம் என்று ஒரு கணம் யோசிக்கவும் செய்தான். ஆனால் உடனே அது அவனுக்கே ஒரு அருவருக்கத்தக்க மிகையான எண்ணமாகப் பட்டது. அதே சமயம், காலை நடந்த நிகழ்ச்சியினால் தான் அங்கிருந்து வேறு இடத்திற்குக் குடிபோக நினைத்தோமோ என்ற சந்தேகமும் தன் மேலேயே அவனுக்கு எழுந்தது. அதைவிட அர்த்தம் இல்லாதது, எல்லாவற்றிற்கும் மேலாக, பயனற்றது, வெறுக்கத் தகுந்தது வேறு எதுவும் இருந்திருக்க முடியாது.

வெறிச்சோடியிருந்த தெருவைப் பார்த்துக்கொண்டிருந்தது அலுப்புத் தட்டியதும் முன்அறைக்குச் செல்லும் கதவைச் சிறிது திறந்துவைத்துவிட்டு சோபாவில் படுத்துக்கொண்டான். அங்கிருந்தபடியே விடுதிக்குள் நுழையும் ஒவ்வொருவரையும் பார்க்கிற வகையில் ஒரு சுருட்டைப் புகைத்துக் கொண்டே சுமார் பதினோரு மணிவரை அமைதியாகப் படுத்திருந்தான். அதற்குப் பிறகு மேலும் பொறுக்க முடியாமல் முன்அறைக்குச் செல்வதன் மூலம் மிஸ் ப்யூர்ஸ்ட்னரின் வருகையை அவனால் துரிதப்படுத்த முடியுமென்பதுபோல் அங்கு அடியெடுத்து வைத்தான். அவனுக்கு அவள்மீது அப்படி ஒன்றும் குறிப்பிடும்படியாக ஆசை என்று சொல்ல முடியாது. அவள் பார்ப்பதற்கு எப்படி இருப்பாள் என்றுகூட அவனுக்குச் சரியாக நினைவில்லை. ஆனால் அவன் இப்போது அவளுடன் பேச விரும்பினான். இந்த நாள் முடியும் சமயத்தில்கூட, அவள் இப்படித் தாமதமாக வருவதன்மூலம் அமைதியின்மையையும் குழப்பத்தையும் ஏற்படுத்தியது அவனுக்கு எரிச்சலைத் தந்தது. இன்று மாலை அவன் சாப்பிடாததற்கும், எண்ணியிருந்தபடி இன்று எல்சாவிடம் அவன் போகாததற்கும் அவள்தான் காரணம். இப்போதும் அவன் எல்சா வேலை செய்துவந்த ஒயின் விடுதிக்குச் சென்றால் இரண்டையும் ஈடுசெய்ய முடியும் என்பது உண்மை. மிஸ் ப்யூர்ஸ்ட்னரிடம் பேசிய பிறகும்கூட அதைச் செய்ய விரும்பினான்.

படிகள் அருகில் யாரோ வருவது கேட்டபோது மணி பதினொன்றரையைத் தாண்டியிருந்தது. க. தன் எண்ணங்களில் மூழ்கி, முன்அறையில் தன் சொந்த அறையில் இருப்பதைப் போல் ஓசையெழும்படியாக மேலும் கீழும் நடந்துகொண்டிருந்தவன், வேகமாகத் தன் அறைக் கதவுக்குப் பின் ஓடி ஒளிந்துகொண்டான். வந்தது மிஸ் ப்யூர்ஸ்ட்னர். அவள் கதவைத் தாளிட்டபோது, குளிரினால் வெடவெடத்துக்கொண்டே தன்னுடைய குறுகிய தோள்களைச் சுற்றியிருந்த பட்டுச் சால்வையை இழுத்துப் போர்த்திக் கொண்டாள். அடுத்த கணம் அவள் தன் அறைக்குச் சென்றுவிடுவாள். க. நிச்சயமாக நடு இரவில் அவள் அறைக்குள் நுழையக் கூடாது. அதனால் க. இந்த சமயத்தில்தான் அவளுடன் பேச வேண்டும், ஆனால் துரதிர்ஷ்டவசமாகத்

தன் அறையில் மின்சார விளக்கைப் போடத் தவறிவிட்டதால், இருண்ட அறையிலிருந்து அடியெடுத்து வைத்தால் அது அவளைத் தாக்குவதுபோல் தோன்றுவதோடு அவளை மிகவும் திடுக்கிட வைக்கவும் செய்யும். காலம் தாழ்த்தக் கூடாது என்பதால் என்ன செய்வதென்றே அறியாது கதவின் இடுக்கு வழியாக அவன் தாழ்ந்த குரலில் ''மிஸ் ப்யூர்ஸ்ட்னர்'' என்று அழைத்தான். அது அவளைக் கூப்பிடுவதுபோல் இல்லாமல் கெஞ்சுவது போலிருந்தது. ''யார் அது?'' என்று கேட்டுவிட்டு மிஸ் ப்யூர்ஸ்ட்னர் சுற்றுமுற்றும் வியப்புடன் பார்த்தாள். ''நான்தான்'' என்று க. சொல்லிவிட்டு முன்னால் அடியெடுத்து வைத்தான். ''ஓ! மிஸ்டர் க!'' என்று புன்சிரிப்புடன் மிஸ் ப்யூர்ஸ்ட்னர் முகமன் கூறினாள். அவன் தன் கையை நீட்டினான். ''உங்களிடம் நான் சில வார்த்தைகள் பேச வேண்டும் என்று இருந்தேன். அதற்கு இப்போது அனுமதிப்பீர்களா?'' ''இப்போதா?'' என்று மிஸ் ப்யூர்ஸ்ட்னர் கேட்டாள். ''இப்போதேவா? இது சற்று வினோதமாக இல்லை?'' ''ஒன்பது மணியிலிருந்து உங்களுக்காகக் காத்துக்கொண்டிருக்கிறேன்.'' ''ம்... நான் நாடகம் பார்க்கப்போயிருந்தேன். நீங்கள் காத்திருப்பீர்கள் என்று எனக்குத் தெரியவே தெரியாது.'' ''நான் உங்களுடன் பேச விரும்புவதற்குக் காரணம் இன்று நடந்தவைதான்.'' ''அப்படியா! இப்போது எனக்கு மிகவும் களைப்பாக இருக்கிறது என்பதைத் தவிர வேறு எந்த ஆட்சேபணையும் இல்லை. எனவே என் அறைக்குச் சிறிது நேரம் கழித்து வாருங்கள். எப்படியும் இங்கு நாம் பேச முடியாது, எல்லோரையும் எழுப்பிவிடுவோம், அது அவர்களைவிட நமக்கே இன்னும் சங்கடமாக இருக்கும். என் அறையின் விளக்கைப் போடும்வரை இங்கு காத்திருந்து பிறகு இங்கிருக்கும் விளக்கை அணைத்துவிடுங்கள்.'' க. அப்படியே செய்துவிட்டு மிஸ் ப்யூர்ஸ்ட்னர் தன் அறையிலிருந்து தாழ்ந்த குரலில், வரும்படி மீண்டும் கூப்பிடும்வரை காத்திருந்தான். ''உட்காருங்கள்'' என்று சொல்லி அவள், தாழ்வான, முதுகில்லாத சோபா ஒன்றைக் காண்பித்தாள். அவளோ களைப்பாக இருக்கிறது என்று அவனிடம் கூறியிருந்தாலும் கட்டிலின் விளிம்புக்கருகில் நிமிர்ந்து நின்றவாறிருந்தாள். நிறைய மலர்களால் அலங்கரிக்கப்பட்ட அவளுடைய சிறிய தொப்பியைக்கூட அவள் தன் தலையிலிருந்து எடுக்கவேயில்லை. ''என்ன வேண்டும் சொல்லுங்கள், நான் நிஜமாகவே ஆவலுடன் இருக்கிறேன்.'' அவள் மிகச் சாதாரணமாகத் தன் ஒரு காலைக் குறுக்காக வைத்துக்கொண்டு நின்றாள். ''இப்போதே பேசும் அளவுக்கு இந்த விஷயம் அவ்வளவு அவசரமானதல்ல என்று நீங்கள் ஒருவேளை சொல்லலாம், ஆனால்..'' என்று க. ஆரம்பித்தான். ''பீடிகைகளை நான் எப்போதும் கேட்பதில்லை'' என்றாள் மிஸ் ப்யூர்ஸ்ட்னர். ''அப்படியானால் என் வேலை சுலபமாகிறது'' என்றான் க. ''ஓரளவுக்கு நான் செய்த தவறு காரணமாக இன்று காலை உங்கள் அறையின் ஒழுங்கு சற்றுக் குலைக்கப்பட்டது. அது என்னுடைய விருப்பத்துக்கு மாறாக வெளியாட்கள் செய்த வேலை, இருந்தாலும் நான் சொன்னதுபோல் அதற்கு நான்தான் காரணம், அதற்காக நான் உங்களிடம் மன்னிப்புக் கேட்க விரும்பினேன்.'' ''என்னுடைய அறையா?'' என்று மிஸ் ப்யூர்ஸ்ட்னர் கேட்டுவிட்டு, அறையைப் பார்ப்பதற்கு பதிலாக க.வைக் கூர்ந்து கவனித்தாள். ''உண்மைதான்'' என்றான் க. இப்போதுதான் ஒருவரை ஒருவர் முதல்முறையாக நேருக்கு நேர்

பார்த்துக்கொண்டார்கள். ''அது நடந்த விதம் அப்படியொன்றும் பேசத் தகுந்த விஷயமல்ல.'' ''இருந்தாலும் இது சுவாரஸ்யமான விஷயந்தான்'' என்றாள் மிஸ் ப்யூர்ஸ்ட்னர். ''இல்லை'' என்றான் க. ''நான் ஒன்று சொல்ல விரும்புகிறேன். ரகசியங்களைத் துருவிக் கேட்க நான் விரும்பவில்லை. அது சுவாரஸ்யமற்ற விஷயந்தான் என்று நீங்கள் வற்புறுத்தினால், அதற்கு மாறாக நான் ஒன்றும் சொல்லப்போவதில்லை. குறிப்பிடும் வகையில் இங்கு தாறு மாறாக எதுவும் இருந்ததன் அறிகுறி தென்படாததால் நீங்கள் கோரியபடி உங்களை நான் மகிழ்ச்சியுடன் மன்னிக்கிறேன்.'' உள்ளங்கைகளை இடுப்பில் ஆழப் புதைத்தவாறு அவள் அந்த அறையை ஒருமுறை சுற்றி வந்தாள். புகைப் படங்களுடன் தொங்கிக்கொண்டிருந்த தட்டியின் அருகில் வந்தபோதுதான் அவள் நின்றாள். ''இதைப் பாருங்கள்'' என்று கத்தினாள். ''என்னுடைய புகைப்படங்களைத் தாறுமாறாகக் கலைத்துப்போட்டிருக்கிறார்கள். ஆனாலும் இது ரொம்பவும் மோசம். அப்படியானால் உண்மையில் என் அறையில் யாரோ ஒருவர் தகாத முறையில் இருந்திருக்க வேண்டும்.'' க. தலையசைத்துவிட்டு, தன்னுடைய பயனற்ற அர்த்தமற்ற துறுதுறுப்பை ஒரு போதும் கட்டுப்படுத்திக்கொள்ள முடியாத கமீனரை மனதுக்குள்ளேயே வைதான். ''நான் இல்லாதபோது என் அறையில் நுழையக் கூடாது என்று உங்களுக்குத் தடை விதிக்கும் நிர்ப்பந்தம் எனக்கு ஏற்பட்டிருப்பது வினோத மாக இருக்கிறது. இந்தத் தடையை நீங்களே உங்களுக்கு விதித்துக்கொண் டிருக்க வேண்டும்.'' ''நான் உங்களுக்கு முன்பே விளக்கினேனே'' என்று க. சொன்னதுமல்லாமல் புகைப்படங்களை நோக்கிச் செல்லவும் செய்தான். ''உங்கள் புகைப்படங்ளைத் தாறுமாறாகக் கலைத்த குற்றம் என்னுடைய தல்ல. நான் சொல்வதை நீங்கள் நம்பாததால் நான் ஒரு விஷயத்தைச் சொல் லத்தான் வேண்டும். விசாரணைக் குழு அழைத்துவந்த மூன்று வங்கி ஊழி யர்களில் ஒருவன்தான் புகைப்படங்களைக் கையில் எடுத்திருக்கக்கூடும். அவனை அடுத்த சந்தர்ப்பம் கிடைக்கும்போது வங்கியை விட்டு அனுப்பி விடப்போகிறேன்.'' மிஸ் ப்யூர்ஸ்ட்னரின் கண்கள் கேள்விக்குறியுடன் அவனைப் பார்த்ததால், ''ஆமாம், இங்கு ஒரு விசாரணைக் குழு வந்திருந்தது'' என்று மேலும் சொன்னான். ''உங்களை முன்னிட்டா?'' என்று கேட்டாள் அவள். ''ஆமாம்'' என்று பதில் சொன்னான் அவன். ''இருக்கவே முடியாது'' என்று உரக்கக் கூறிவிட்டுச் சிரித்தாள். ''நிஜமாகத்தான்'' என்றான் க. ''நான் குற்றம் செய்யாதவன் என்று நீங்கள் உண்மையிலேயே நினைக்கிறீர்களா?'' ''என்ன, குற்றம் செய்யாதவர் என்று...'' என்றாள் மிஸ் ப்யூர்ஸ்ட்னர், ''நான் ஒருக்கால் கடுமையான பின்விளைவுகளை ஏற்படுத்தக்கூடிய தீர்ப்பை உட னடியாகக் கூற மாட்டேன். அதுமட்டுமல்லாமல் எனக்கு உங்களைத் தெரி யாதே. விசாரணைக் குழுவை உடனடியாக அனுப்ப வேண்டுமென்றால் பெருங்குற்றவாளியாக இருக்க வேண்டும். நீங்கள் அமைதியாக இருப்பதைப் பார்த்தால் நீங்கள் சிறையிலிருந்து தப்பி வந்திருக்க மாட்டீர்கள் என்று நினைக்கிறேன். நீங்கள் சுதந்திரமான மனிதராக இருப்பதால் குறைந்தபட்சம் உங்களுடைய அமைதியான நடத்தையிலிருந்து நீங்கள் சிறையிலிருந்து தப்பி வந்திருக்க மாட்டீர்கள் என்று நினைக்கிறேன். நீங்கள் அது போன்ற கடுமை யான குற்றம் ஒன்றும் செய்தேயிருக்க முடியாது.'' ''ஆமாம்'' என்றான் க.

''நான் நிரபராதி என்றோ அல்லது முதலில் எண்ணியபடி அவ்வளவு பெரிய குற்றம் செய்யவில்லை என்றோ விசாரணைக் குழு உணர்ந்திருக்கலாம்.'' ''நிச்சயமாக அப்படியும் இருக்கலாம்'' என்றாள் மிஸ் ப்யூர்ஸ்ட்னர். மிகவும் கவனத்துடன் ''பார்த்தீர்களா'' என்றான் க. ''உங்களுக்குச் சட்டம் சம்பந்தப் பட்ட விஷயங்களில் அவ்வளவு அனுபவம் இல்லை.'' ''இல்லை, அது எனக்கு இல்லைதான்'' என்றாள் மிஸ் ப்யூர்ஸ்ட்னர். ''அதற்காக ஏற்கனவே நான் அடிக்கடி வருத்தப்பட்டிருக்கிறேன், ஏனென்றால் நான் எல்லாவற்றையும் தெரிந்துகொள்ள ஆசைப்படுகிறேன். முக்கியமாக, சட்டம் சம்பந்தப்பட்ட விஷயங்களில் எனக்கு மிகப் பெரும் ஆர்வம் உண்டு. நீதிமன்றத்துக்குத் தனக்கே உரித்தான ஈர்க்கும் சக்தி இருக்கிறது அல்லவா? ஆனால் இந்தத் துறை யில் தெரிந்துகொள்ள வேண்டியவற்றை முழுவதும் நிச்சயம் தெரிந்துகொள் வேன்; ஏனென்றால் அடுத்த மாதம் ஒரு வழக்கறிஞரின் அலுவலகத்தில் உதவி யாளராக வேலைக்குச் சேரப் போகிறேன்.'' ''ரொம்ப நல்லது'' என்றான் க., ''அப்போது என் வழக்கில் நீங்கள் எனக்குச் சிறிது உதவி செய்ய முடியும்.'' ''முடியலாம்'' என்றாள் மிஸ் ப்யூர்ஸ்ட்னர். ''ஏன் கூடாது?'' ''என் அறிவை மகிழ்ச்சியோடு நான் அதற்குப் பயன்படுத்துவேன்.'' ''நான் உண்மையாகத் தான் சொல்கிறேன்'' என்றான் க. ''இல்லாவிட்டாலும், நீங்கள் கூறுவது போலவே நான் சொல்வதிலும் பாதியாவது உண்மை இருக்கிறது. ஒரு வழக் கறிஞரின் உதவியை நாடும் அளவுக்கு இந்த விஷயம் அவ்வளவு பெரியதல்ல, ஆனால் ஒரு ஆலோசகரின் உதவி எனக்கு நிச்சயம் தேவைதான்.'' ''ம், ஆனால் நான் ஒரு ஆலோசகராக இருந்தால் வழக்கு எதைப் பற்றி என்று எனக்குத் தெரிய வேண்டும்'' என்றாள் மிஸ் ப்யூர்ஸ்ட்னர். ''அதுதான் ஒரு சிக்கல்'' என்றான் க. ''எனக்கே அது தெரியாது.'' ''அப்படியானால் நீங்கள் என்னுடன் சும்மா விளையாடியிருக்கிறீர்கள்'' என்றாள் மிஸ் ப்யூர்ஸ்ட்னர் பெருத்த ஏமாற்றத்துடன். ''அதற்காக இந்த நடு இரவைத் தேர்ந்தெடுக்கத் தேவையே இல்லை.'' புகைப்படங்களின் அருகே இவ்வளவு நேரமும் நெருக்கமாக நின்றுகொண்டிருந்த அவர்கள் நகர்ந்து சென்றனர். ''இல்லவே இல்லை மிஸ் ப்யூர்ஸ்ட்னர்'' என்றான் க. ''நான் விளையாடவில்லை. நீங்கள் என்னை இப்படி நம்ப மறுக்கிறீர்களே! எனக்குத் தெரிந்ததை நான் உங்களுக்கு ஏற்கனவே கூறிவிட்டேன். தெரிந்ததையும்விட அதிகமாகவே கூறியிருக்கி றேன், ஏனென்றால் அது விசாரணைக் குழுவே அல்ல, அதற்கான வேறு எந்தப் பெயரும் எனக்குத் தெரியாததால் நான் அதற்கு அப்படிப் பெயரிட்டேன். ஒரு விசாரணையும் நடக்கவேயில்லை, நான் வெறுமனே கைதுசெய்யப்பட் டேன். ஏதோ ஒரு குழுவால் கைதுசெய்யப்பட்டேன்.'' மிஸ் ப்யூர்ஸ்ட்னர் சோபாவில் உட்கார்ந்துகொண்டு மறுபடியும் சிரித்தாள். ''பிறகு என்ன நடந்தது?'' என்று அவள் கேட்டாள். ''கண்றாவி'' என்றான் க. ஆனால் அவன் அதைப் பற்றி இப்போது நினைக்கவே இல்லை. பதிலாக மிஸ் ப்யூர்ஸ்ட்னரின் தோற்றம் அவனை முழுவதும் கவர்ந்திருந்தது. அவள் தன் முகத்தை ஒரு கையால் தாங்கிக்கொண்டிருந்தாள். அவளுடைய முழங்கை சோபாவின் மெத்தையில் இருந்தது. அதே சமயம் அவளுடைய இன்னொரு கை மெது வாக அவளுடைய இடுப்பைத் தடவிக்கொண்டிருந்தது. ''மிகவும் பொதுப் படையாக சொல்கிறீர்கள்'' என்றாள் அவள். ''எது மிகவும் பொதுப்படை

யானது?'' என்று க. கேட்டான். பிறகு அந்தச் சம்பவத்தை நினைவுபடுத்திக் கொண்டு கேட்டான். ''எப்படி அது நடந்தது என்று நான் உங்களுக்குக் காட்ட வேண்டுமா?'' அவன் செய்துகாட்ட நினைத்தான். ஆனால் நகரவில்லை. ''நான் மிகவும் களைப்பாக இருக்கிறேன்'' என்றாள் மிஸ் ப்யூர்ஸ்ட்னர். ''நீங்கள் மிகவும் நேரம் கழித்து வந்தீர்கள்'' என்றான் க. ''கடைசியில் இது என்மேல் பழியுடன்தான் வந்து முடிகிறது. அதுவும், சரிதான், ஏனென்றால் நான் உங்களை உள்ளே விட்டிருக்கக் கூடாது. அப்படி செய்திருக்கத் தேவையே இல்லை என்று இப்போதுதான் தெரிகிறது.'' ''தேவைதான் என்பதை நீங்கள் இனிமேல்தான் பார்க்கப்போகிறீர்கள்'' என்றான் க. ''உங்கள் கட்டிலுக்குப் பக்கத்திலிருக்கும் சிறிய மேஜையை நான் இங்கு இழுத்துக்கொண்டுவந்து போடலாமா?'' ''உங்களுக்கென்ன பைத்தியமா பிடித்திருக்கிறது?'' என்றாள் மிஸ் ப்யூர்ஸ்ட்னர். ''அப்படி நீங்கள் செய்யக் கூடாது.'' ''அப்படியானால் நான் உங்களுக்கு அதைக் காண்பிக்க முடியாது'' என்று யாரோ அவனுக்கு அளவிட முடியாத கெடுதலைச் செய்துவிட்டது போல் க. படபடத்தான். ''சரி, நீங்கள் அதைச் செய்துகாட்டுவதற்குத் தேவை என்றால், அந்தச் சிறிய மேஜையை அங்கிருந்து இழுத்துக்கொள்ளுங்கள்.'' என்றாள் மிஸ் ப்யூர்ஸ்ட்னர். பிறகு சிறிது நேரம் கழித்து பலவீனமான குரலில் தொடர்ந்தாள். ''நான் மிகவும் களைத்துப்போயிருப்பதால் இதையெல்லாம் அனுமதிக்கிறேன்.'' க. அந்தச் சிறிய மேஜையை அறையின் நடுவில் போட்டு விட்டு அதன் பின்னால் உட்கார்ந்துகொண்டான். ''இந்த நபர்களெல்லாம் எங்கெங்கே இருந்தார்கள் என்று நீங்கள் சரியாகக் கற்பனை செய்துகொள்ள வேண்டும், அது மிகவும் சுவாரஸ்யமானது. நான்தான் மேற்பார்வையாளன், அதோ அந்தப் பெட்டியின் மேல் இரண்டு காவலாளிகள் உட்கார்ந்துகொண் டிருக்கிறார்கள். புகைப்படங்களின் அருகில் மூன்று இளைஞர்கள். அவ்வளவு முக்கியம் இல்லாவிட்டாலும் இன்னொரு விஷயம்: ஜன்னல் பிடியில் ஒரு வெள்ளை ப்ளவுஸ் தொங்கிக்கொண்டிருக்கிறது. இப்போதுதான் விசாரணை ஆரம்பமாகிறது. ஆ! என்னை மறந்துவிட்டேனே, மிகவும் முக்கியமான நபரான நான் இங்கே மேஜையின் முன் நிற்கிறேன். கால்மேல் கால்போட்டுக் கொண்டு, கையை நாற்காலியின் முதுகின் மேல் தொங்க விட்டுக்கொண்டு, ஒரு காட்டானைப் போல் மேற்பார்வையாளன் மிகவும் சௌகரியமாக உட்கார்ந்துகொண்டிருக்கிறான். இப்போது நிஜமாகவே விசாரணை ஆரம்ப மாகிறது. என்னை எழுப்புவதுபோல் மேற்பார்வையாளன் கூப்பிடுகிறான். பார்க்கப்போனால் அவன் கத்துகிறான். உங்களுக்கு நான் அதைத் தெளி வாக்க வேண்டுமென்றால் நானும் கத்த வேண்டும். மேலும் அவன் கத்திய தெல்லாம் என் பெயரை மட்டுமே.'' சிரித்தவாறு இதைக் கேட்டுக்கொண் டிருந்த மிஸ் ப்யூர்ஸ்ட்னர், க. கத்துவதைத் தடுப்பதற்காகத் தன் விரலை உதடுகளின் மேல் வைத்தாள். ஆனால் க. அதற்குள் முந்திக்கொண்டு விட் டான். க. தன் பாத்திரத்தில் மிகவும் ஒன்றிப்போய் மெதுவாகக் கத்தினான். ''யோசஃப் க!'' இருந்தாலும் அவன் பயமுறுத்தியபடி அவ்வளவு உரக்கக் கத்தவில்லை. ஆனாலும் அவனுடைய கத்தல் திடீரென்று வெளிவந்த பிறகு அது மெதுவாக அந்த அறையில் பரவியதுபோல் தோன்றுமளவுக்குச் சற்று உரக்கக் கத்தினான்.

அப்போது அடுத்த அறைக்குச் செல்லும் கதவில் யாரோ சிறிது நேரம் பலமாகவும், சீரான சிறிய இடைவெளி விட்டும் தட்டினார்கள். மிஸ் ப்யூர்ஸ்ட்னரின் முகம் வெளிறிவிட்டது; கையை நெஞ்சில் வைத்தாள். க.வும் மிகவும் திடுக்கிட்டுவிட்டான். ஏனென்றால், காலையில் நடந்த நிகழ்ச்சியைப் பற்றியும் அதை யாருக்காக நடித்துக்காட்டிக்கொண்டிருந்தானோ அந்தப் பெண்ணைப் பற்றியுமே நினைத்துக்கொண்டிருந்ததில் அவனால் சிறிது நேரம் வேறு எதைப் பற்றியுமே நினைக்க முடியவில்லை. தன்னைச் சுதாரித்துக் கொண்டவுடன் மிஸ் ப்யூர்ஸ்ட்னரிடம் ஓடி அவள் கையைப் பற்றினான். ‘‘எதற்கும் பயப்பட வேண்டாம்’’ என்று கிசுகிசுத்தான், ‘‘நான் எல்லாவற்றையும் சரிசெய்துவிடுகிறேன். ஆனால் அது யாராக இருக்க முடியும்? இங்கே பக்கத்தில் கூடம்தானே இருக்கிறது, அதில் யாருமே தூங்குவதில்லையே.’’ ‘‘இருக்கிறார்கள்’’ என்று மிஸ் ப்யூர்ஸ்ட்னர் க.வின் காதில் மெல்லக் கூறினாள், ‘‘நேற்றிலிருந்து திருமதி க்ரூபாஹின் மருமகன் இங்கு படுத்துக்கொள்கிறான். அவன் ஒரு கேப்டன். வேறு எந்த அறையும் காலியில்லை. நானும் மறந்து விட்டேன். நீங்கள் இப்படியா கத்த வேண்டும்! எனக்கு மிகவும் சங்கடமாக இருக்கிறது.’’ ‘‘அதற்குக் காரணமே இல்லை’’ என்று சொல்லிவிட்டு க. தலையணைமீது அவள் பின்னுக்குச் சாய்ந்தபோது அவள் நெற்றியில் முத்தமிட்டான். ‘‘போங்கள், போங்கள்’’ என்று கூறிவிட்டு அவள் வேகமாக எழுந்து நின்றாள். ‘‘தயவுசெய்து போங்கள், போய்விடுங்கள், உங்களுக்கு என்ன வேண்டும், கதவருகில் அவன் கேட்டுக்கொண்டிருக்கிறான். அவன் எல்லாவற்றையும் கேட்டுக்கொண்டிருக்கிறான். நீங்கள் இப்படி என்னைத் துன்புறுத்துகிறீர்களே!’’ ‘‘நீங்கள் சற்று சமாதானமானால் ஒழிய நான் போகப் போவதில்லை’’ என்றான் க. ‘‘அறையின் இன்னொரு மூலைக்கு வாருங்கள், அங்கே நாம் பேசுவதை அவனால் கேட்க முடியாது.’’ தன்னை அங்கே அழைத்துச் செல்ல அவள் அனுமதித்தாள். ‘‘இதனால் உங்களுக்குச் சங்கடம்தான், ஆனால் நிச்சயம் ஆபத்தேயில்லை என்பதை நீங்கள் யோசித்துப்பார்க்க மாட்டேன் என்கிறீர்கள்’’ என்றான். ‘‘குறிப்பாக, இந்த கேப்டன், தன்னுடைய மருமகனாக இருப்பதால் இந்த விஷயத்தில் ஒரு முடிவுக்கு வர வேண்டிய திருமதி க்ரூபாஹ் எப்படி என்மீது பெருமதிப்பு வைத்திருக்கிறாள், நான் சொல்வது எல்லாவற்றையும் மறுபேச்சில்லாமல் நம்புகிறாள் என்பதெல்லாம் உங்களுக்குத் தெரியும். மேலும் அவள் எனக்குக் கடமைப்பட்டிருக்கிறாள். ஏனென்றால் அவள் என்னிடமிருந்து ஒரு கணிசமான தொகை கடன் வாங்கியிருக்கிறாள். நமக்கு ஓரளவுக்குப் பயன் தரும் என்றாலும் நாம் இங்கு ஒன்றாக இருப்பதற்கு என்ன விளக்கம் கூறலாம் என்று நீங்கள் சொல்லும் ஆலோசனை ஒவ்வொன்றையும் நான் ஏற்றுக்கொள்கிறேன். நான் நிச்சயமாகக் கூறுகிறேன். அந்த விளக்கத்தை திருமதி க்ரூபாஹ் மற்றவர்கள் முன்னிலையில் மட்டுமல்லாமல் உண்மையிலேயே முழு மனதுடன் நம்பும்படி நான் செய்கிறேன். எந்த வகையிலும் எனக்கு நீங்கள் தாட்சண்யம் காட்ட வேண்டாம். நான் உங்களைத் திடீரென்று தாக்கினேன் என்று நீங்கள் சொல்ல விரும்பினால், அதே போல் திருமதி க்ரூபாஹிடம் சொல்கிறேன். என்மேல் இருக்கும் நம்பிக்கையை இழக்காமல் அவளும் அதை நம்புவாள், அந்த அளவுக்கு அவளுக்கு என்னிடம் பற்றுதல் உண்டு.’’ மிஸ் ப்யூர்ஸ்ட்னர்

மௌனமாகவும் சற்றே உடலைக் குறுக்கியும் தரையைப் பார்த்தவாறும் இருந்தாள். ‘‘நான் உங்களைத் தாக்கினேன் என்பதை திருமதி க்ரூபாஹ் ஏன் நம்பக் கூடாது?’’ என்று மேலும் கேட்டான், க. தன்முன் இருந்த அவள் தலைமுடியைப் பார்த்தான். அது இரண்டாகப் பிரிந்து, கீழே புஸ் என்று பொம்மி, நன்கு இறுக்கமாகச் சேர்த்துக் கட்டப்பட்டிருந்த சிகப்பு முடி. அவள் அவனை ஏறெடுத்துப் பார்ப்பாள் என்று எண்ணினான், ஆனால் அவள் அப்படியே இருந்த நிலையில் இருந்தபடியே சொன்னாள்: ‘‘மன்னித்துவிடுங்கள், கேப்டன் இங்கு இருப்பதனால் ஏற்படக்கூடிய விளைவுகளைவிட திடீரென்று கதவைத் தட்டியதால்தான் நான் மிகவும் திடுக்கிட்டுவிட்டேன். மேலும் நீங்கள் கத்திய பிறகு பெரும் அமைதி நிலவியது. அப்போது தட்டும் சத்தம் கேட்டது. அதனால்தான் நான் மிகவும் திடுக்கிட்டேன். நான் கதவின் அருகே உட்கார்ந்திருந்ததால், தட்டும் ஒலி கிட்டத்தட்ட என் பக்கத்திலேயே கேட்டது. உங்களுடைய ஆலோசனைகளுக்கு நன்றி, ஆனால் அவற்றை நான் ஏற்றுக்கொள்ள மாட்டேன். யார் கேட்டாலும் என் அறையில் நடக்கும் எல்லாவற்றுக்கும் நான் பொறுப்பு ஏற்றுக்கொள்ள முடியும். உங்கள் ஆலோசனையில் நல்ல எண்ணம் இருக்கிறது என்பது உண்மைதான் என்றாலும் உங்கள் ஆலோசனையால் எனக்கு எவ்வளவு தலைக்குனிவு ஏற்படும் என்பதை நீங்கள் யோசித்துப்பார்க்கவில்லையே என்று எனக்கு ஆச்சரியமாக இருக்கிறது. சரி, இப்போது போய்விடுங்கள், என்னைத் தனியாக இருக்க விடுங்கள். முன்னைவிட எனக்கு இப்போது அது மிகவும் தேவை. நீங்கள் கோரிய சில நிமிடம், இப்போது அரை மணிக்கும் மேலாக நீண்டுவிட்டது.’’ க. அவள் கையைப் பற்றினான், பிறகு அவள் மணிக்கட்டைப் பிடித்தான். ‘‘உங்களுக்கு என்மேல் கோபம் ஒன்றுமில்லையே?’’ அவள் அவன் கையை விலக்கிக்கொண்டு சொன்னாள், ‘‘இல்லை, இல்லை, எனக்கு ஒருபோதும் யார்மீதும் கோபம் இல்லை.’’ அவன் மறுபடியும் அவள் மணிக்கட்டைப் பற்றினான். இப்பொழுது அவள் அதை விலக்காமல் அப்படியே அவனைக் கதவை நோக்கி அழைத்துச் சென்றாள். அங்கிருந்து சென்றுவிட அவன் தீர்மானமாக முடிவு செய்துவிட்டான். ஆனால் அங்கே ஒரு கதவு இருந்ததை அவன் எதிர்பார்க்காததுபோல், கதவுக்கு முன்பு தயங்கி நின்றான். அந்தக் கணத்தை மிஸ் ப்யூர்ஸ்ட்னர் தன்னை விடுவித்துக்கொள்வதற்கும், கதவைத் திறப்பதற்கும், முன் அறைக்கு நழுவிச் செல்வதற்கும் பயன்படுத்திக் கொண்டு, பிறகு க.வை மெல்ல அழைத்தாள். ‘‘தயவுசெய்து உடனே வாருங்களேன், இதோ பாருங்கள்’’ அவள் கேப்டனின் கதவைச் சுட்டிக்காட்டினாள். அதன் அடியிலிருந்து விளக்கொளி வந்தது, ‘‘அவன் விளக்கைப் போட்டுக் கொண்டு நம்மைப் பற்றிப் பேசிக்கொண்டிருக்கிறான்.’’ ‘‘இதோ வருகிறேன்’’ என்று க. சொல்லிவிட்டு முன்னால் ஓடி, அவளைப் பிடித்து உதட்டில் முத்தமிட்டான். பிறகு தாகத்தால் துடிக்கும் மிருகம் வெகுநேரம் தேடி, கடைசியாகக் கண்டுபிடித்த ஊற்று நீரைத் தன் நாக்கினால் வேகவேகமாய்க் குடிப்பது போல் அவள் முகம் முழுவதும் முத்தமிட்டான். கடைசியாக அவள் கழுத்தில், தொண்டைமீது முத்தமிட்டு அங்கேயே வெகுநேரம் தன் உதடுகளை வைத்திருந்தான். கேப்டனின் அறையிலிருந்து வந்த சப்தம் அவனைத் தலை தூக்கிப் பார்க்கச் செய்தது. ‘‘நான் இப்பொழுது போகிறேன்’’ என்றான்

அவன். அவன் மிஸ் ப்யூர்ஸ்ட்னரை அவளுடைய முதல் பெயராலேயே அழைக்க விரும்பினான். ஆனால் அது அவனுக்கு என்னவென்று தெரிய வில்லை. அவள் களைப்போடு தலையசைத்துவிட்டுப் பாதி திரும்பியவாறே எதுவும் நடக்காததுபோல் தன் கையை அவன் முத்தமிட விட்டு, குனிந்த வாறே தன் அறைக்குள் சென்றாள். அடுத்த சில நிமிடங்களில் க. தன் படுக்கை யில் இருந்தான். வெகு விரைவில் அவன் தூங்கிவிட்டான். தூங்குவதற்கு முன்பு சிறிது நேரம் தன் நடத்தையைப் பற்றி யோசித்துப்பார்த்தான். தான் நடந்துகொண்ட விதம் அவனுக்குத் திருப்தியைக் கொடுத்தது. தான் இன்னும் அதிகமாக திருப்திப்படவில்லையே என்பதைக் குறித்து வியப்படைந்தான். கேப்டன் காரணமாக மிஸ் ப்யூர்ஸ்ட்னர் பற்றி அவன் மிகவும் கவலைப் பட்டான்.

இரண்டாவது அத்தியாயம்

முதல் விசாரணை

அடுத்த ஞாயிற்றுக்கிழமை அவன் விஷயம் சம்பந்தமாக ஒரு சிறு விசாரணை நடைபெறும் என்று தொலைபேசி மூலம் க.வுக்குத் தெரிவிக்கப் பட்டது. இந்த விசாரணைகள் ஒவ்வொரு வாரமும் இல்லாவிட்டாலும் அடிக்கடியாவது ஒன்றன் பின் ஒன்று தவறாமல் தொடர்ந்து வரும் என்பது அவன் கவனத்துக்குக் கொண்டுவரப்பட்டது. ஒரு பக்கம் பார்க்கப்போனால் எல்லோருடைய நலனுக்காகவும் இந்த வழக்கு துரிதமாக ஒரு முடிவுக்குக் கொண்டுவரப்பட வேண்டுமாம். இன்னொரு பக்கம் பார்த்தால் எல்லா வகையிலும் விசாரணைகள் செம்மையாக நடைபெற வேண்டுமாம். ஆனால் இவ்வாறு செம்மையாக இருக்க வேண்டும் என்னும் முனைப்பால் அனாவசியமாக நீண்ட காலம் நீடிக்கவும் கூடாதாம். அதனால் இதைப் போன்று குறுகிய ஆனால் தொடர்ச்சியான விசாரணைகள் ஒரு தீர்வாகத் தேர்ந்தெடுக்கப்பட்டிருக்கின்றனவாம். க.வின் அலுவலக வேலை தடைப்படக் கூடாது என்பதற்காக ஞாயிற்றுக்கிழமை விசாரணை நாளாகத் தீர்மானிக்கப்பட்டிருக்கிறதாம். அவன் இதற்கு ஒப்புக்கொள்ள வேண்டுமாம். அவன் அதற்குப் பதிலாக வேறு ஒரு நாளை விரும்பினால், முடிந்தவரை அவன் விருப்பம் நிறைவேற்றப்படுமாம். உதாரணத்துக்கு, விசாரணைகளை இரவிலும் வைத்துக்கொள்ள முடியும். ஆனால் க. அவ்வளவு தெம்புடன் இருக்க மாட்டானாம். எதுவாக இருந்தாலும், க. ஆட்சேபிக்காதவரை ஞாயிற்றுக்கிழமையே வைத்துக்கொள்ளலாம். அவன் விசாரணைக்கு நிச்சயமாக வர வேண்டும் என்பதில் சந்தேகமேயில்லையாம்; அதை அவன் கவனத்துக்கு இப்போது தான் கொண்டுவர வேண்டும் என்பது அவசியமில்லையாம். அவன் வர வேண்டிய கட்டடத்தின் எண்ணை அவனுக்குத் தெரிவித்தார்கள். அந்தக் கட்டடம் க. இதுவரை சென்றிராத, தொலைவிலிருந்த புறநகரின் தெரு ஒன்றில் இருந்தது.

இந்த அறிவிப்பைக் கேட்டவுடன் க. பதில் சொல்லாமல் தொலைபேசியை வைத்தான். அதே சமயம், ஞாயிற்றுக்கிழமை அங்கே செல்ல வேண்டும் என்று முடிவும் செய்தான்; அப்படிச் செய்வது அவசியம். வழக்கு தொடங்கிவிட்டது, அதை அவன் எதிர்கொண்டுதான் ஆக வேண்டும். இந்த முதல் விசாரணையே கடைசி விசாரணையாகவும் இருக்க வேண்டும். தொலைபேசி அருகில் அவன் யோசித்தவாறு நின்றிருந்தான். அப்போது தொலைபேசியில் பேச விரும்பிய உதவி இயக்குநரின் குரல் அவனுக்குப் பின்னால் கேட்டது. ஆனால் க. அவர் வழியை அடைத்துக்கொண்டிருந்தான். அவனிடமிருந்து எதையும் தெரிந்துகொள்வதற்கென்று இல்லாமல் வெறுமனே க.வைத் தொலைபேசி அருகிலிருந்து நகர்த்துவதற்காக "ஏதாவது

மோசமான செய்தியா?'' என்று உதவி இயக்குநர் சாதாரணமாகக் கேட்டார். ''இல்லை, இல்லை'' என்று க. சொல்லிவிட்டு க. ஒதுங்கி நின்றான். ஆனால் அங்கிருந்து போய்விடவில்லை. உதவி இயக்குநர் ரிசீவரை எடுத்துக்கொண்டு, தொலைபேசித் தொடர்பு கிடைப்பதற்காகக் காத்துக்கொண்டிருக்கும் நேரத்தில் ரிசீவருக்கு மேலே தலையை நிமிர்த்திச் சொன்னார், ''மிஸ்டர் க. உங்களை ஒன்று கேட்கலாமா? ஞாயிற்றுக்கிழமை காலை என்னுடைய உல்லாசப் படகில் ஒரு விருந்து கொடுக்கிறேன், அதற்கு நீங்கள் வருவீர்களானால் எனக்கு மிக்க மகிழ்ச்சியாயிருக்கும். நிறைய பேர் வருவார்கள், நிச்சயம் உங்களுக்குத் தெரிந்தவர்களும் இருப்பார்கள். அவர்களில் அரசு வழக்கறிஞர் ஹாஸ்டெரரும் ஒருவர். உங்களுக்கு வர விருப்பமா? வாருங்களேன்.'' உதவி இயக்குநர் சொன்னதைக் கவனித்துக் கேட்க க. முயன்றான். ஏனென்றால், அது அவனுக்கு ஒரு சாதாரண விஷயமல்ல. அவனுடன் சுமுகமான உறவு கொண்டிராத உதவி இயக்குநரின் அழைப்பு, அவருடைய ஒரு சமரச முயற்சி. மேலும் அவருடைய அழைப்பு, வங்கியில் க.வுக்கு எவ்வளவு முக்கியத்துவம் இருந்தது என்பதையும், அவனுடைய நட்பை அல்லது குறைந்தபட்சம் அவனுடைய பாரபட்சமற்ற குணத்தை வங்கியில் இரண்டாவது ஸ்தானத்திலிருந்த அதிகாரி எவ்வளவு மதித்தார் என்பதையும் காண்பித்தது. உதவி இயக்குநர் தொலைபேசித் தொடர்பு கிடைப்பதற்காகக் கருவியைக் காதில் வைத்துக் கொண்டு காத்துக்கொண்டிருக்கும் நேரத்தில்தான் சொன்னார் என்றாலும், அந்த அழைப்பே அவர் தன் நிலையிலிருந்து ஒரு படி தாழ்ந்து விட்டார் என்பதைக் காட்டியது. க. அதைத் தொடர்ந்து அவருக்கு இரண்டாவது முறையாகத் தலைக்குனிவு ஏற்படும் வகையில் சொன்னான், ''மிக்க நன்றி, ஆனால் எனக்கு ஞாயிற்றுக்கிழமை துரதிர்ஷ்டவசமாக நேரமில்லை; ஏற்கனவே தவிர்க்க முடியாத வேலை ஒன்று இருக்கிறது.'' ''அடடே'' என்று கூறிய உதவி இயக்குநர் அப்போதுதான் தொலைபேசித் தொடர்பு கிடைத்ததால் பேசத் துவங்கினார். அவர் நீண்ட நேரம் பேசிக் கொண்டிருந்தாலும், க. தன்னுடைய குழப்பத்தால் முழு நேரமும் அக்கருவியின் அருகிலேயே நின்றுகொண்டிருந்தான். உதவி இயக்குநர் பேசி முடித்த பிறகுதான் அவன் திடுக்கிட்டு வெறுமனே தான் அங்கு நின்றுகொண்டிருந்ததற்கு மன்னிப்புக் கேட்கும் வகையில் கூறினான், ''நான் ஒரு இடத்துக்குச் செல்ல வேண்டுமென்று எனக்கு இப்போதுதான் தொலைபேசியில் சொன்னார்கள்; ஆனால் எத்தனை மணிக்கு என்று சொல்ல மறந்துவிட்டார்கள்.'' ''திரும்பவும் கேட்டுவிடுங்களேன்'' என்றார் உதவி இயக்குநர். ''அது ஒன்றும் அவ்வளவு முக்கியமல்ல'' என்று க. சொன்னதால் அவன் ஏற்கனவே கூறிய நொண்டிச்சாக்கு மேலும் பலவீனமாயிற்று. உதவி இயக்குநர் போவதற்கு முன்பு வேறு சில விஷயங்களைப் பற்றிப் பேசினார். விருப்பமில்லாவிட்டாலும் க. பதில் சொன்னான். ஆனால் அவன் முக்கியமாக, ஞாயிற்றுக்கிழமை காலை ஒன்பது மணிக்கு—வேலை நாளில் எல்லா நீதிமன்றமும் அப்பொழுதுதான் வழக்கமாக வேலை செய்யத் தொடங்கும் என்பதால்—அவர்கள் சொன்ன இடத்திற்குச் செல்வதுதான் மிகவும் நல்லது என்பதைப் பற்றியே எண்ணிக்கொண்டிருந்ததால் உதவி இயக்குநரின் கேள்விகளுக்கு மனம் ஒட்டாமலேயே பதில் சொல்லிக்கொண்டிருந்தான்.

ஞாயிற்றுக்கிழமை மந்தமாக இருந்தது. முந்திய நாள் இரவு வெகு நேரம் வழக்கமான நண்பர்களுடன் உணவகத்தில் உல்லாசமாகப் பொழுதைக் கழித்ததாலும் அதிக நேரம் தூங்க வேண்டியிருந்தும் தூங்காததாலும் க. மிகவும் சோர்வாக இருந்தான். அவசரஅவசரமாக உடையணிந்துகொண்டு, காலை உணவுகூடச் சாப்பிடாமல், அந்த வாரம் முழுவதும் போட்டிருந்த பல்வேறு திட்டங்களை ஒழுங்குபடுத்தவும் நேரம் இல்லாமல் அவர்கள் குறிப்பிட்ட புறநகருக்கு ஓடினான். யோசிக்கவும், சுற்றுமுற்றும் பார்ப்பதற்கும் அவனுக்கு நேரம் இல்லாவிட்டாலும் அவன் விஷயத்தில் சம்பந்தப்பட்ட ஊழியர்கள் ராபன்ஷ்டைனர், குலிஷ், கமீனர் மூவரும் வியக்கத் தக்க வகையில் க.வின் கண்களில் பட்டார்கள். க.வின் பாதையில் முதல் இருவரும் ஒரு டிராமில் குறுக்கே கடந்து சென்றார்கள். கமீனரோ க. ஒரு காபி ஹோட்டலைக் கடந்து சென்ற அதே நேரத்தில் அதன் திறந்த மாடியில் கைப்பிடிச் சுவரின்மீது குனிந்து என்ன நடக்கிறது என்று தெரிந்துகொள்ளும் ஆவலுடன் பார்த்துக்கொண்டிருந்தான். தங்களுடைய மேலதிகாரி ஓடுவதைப் பார்த்து எல்லோரும் ஆச்சரியப்பட்டார்கள். அவன் வண்டியில் செல்வதை ஏதோ ஒரு வீம்பு தடுத்தது. தன்னுடைய இந்த விஷயத்தில் எந்த உதவியையும், அந்நிய மனிதர்களிடமிருந்து வரும் மிகச் சிறிய உதவியாக இருந்தாலும், வெறுத்தான். அது மட்டுமல்லாமல் யாருடைய உதவியையும் நாடி அதற்காகச் சற்றே பரிச்சயமானவர்களிடமும்கூடத் தன் நிலைமையைப் பகிர்ந்துகொள்ள அவன் விரும்பவில்லை. குறித்த நேரத்திற்குச் சரியாக வருபவன் என்ற எண்ணத்தை விசாரணைக் குழுவினரிடம் ஏற்படுத்தித் தன்னைத் தாழ்த்திக்கொள்ள அவன் சிறிதும் விரும்பவில்லை. இருந்தாலும், அவனை எந்தக் குறிப்பிட்ட நேரத்திற்கும் வரச் சொல்லவில்லை என்றாலும், முடிந்தவரை ஒன்பது மணி அளவுக்கு அங்கு சென்றடைவதற்காக இப்போது ஓடினான்.

தூரத்திலிருந்தே ஏதாவதொரு அடையாளத்தினாலோ—எது என்று அவனாலேயே நினைத்துப்பார்க்க முடியவில்லை—வெகு தூரத்திலிருந்தே நுழைவாயிலில் தெரியும் நடமாட்டத்தினாலோ அந்தக் கட்டடத்தை அடையாளம் கண்டுகொள்ள முடியும் என்று அவன் நினைத்திருந்தான். அந்தக் கட்டடம் இருக்க வேண்டிய யூலியஸ் தெருவின் ஆரம்பத்தில் அவன் சில வினாடிகள் நின்றான். அந்தத் தெருவின் இரு பக்கமும் உயரமான, சாம்பல் நிறமுள்ள, ஏறக்குறைய ஒரே மாதிரி தோற்றம்கொண்ட, ஏழைகள் வாடகைக்குக் குடியிருக்கும் வீடுகள் இருந்தன; இப்போது ஞாயிற்றுக்கிழமை காலை வேளையில் பெரும்பாலான ஜன்னல்களில் முழுக்கைச் சட்டை அணிந்த ஆண்கள் சாய்ந்து நின்றுகொண்டோ புகைத்துக்கொண்டோ, அல்லது சிறு குழந்தைகளை ஜாக்கிரதையாகவும் மென்மையாகவும் ஜன்னல் விளிம்பில் நிறுத்திப் பிடித்துக்கொண்டோ இருந்தார்கள். மற்ற ஜன்னல்களிலெல்லாம் படுக்கை, தலையணை, போர்வைகள் போன்றவை உயரமாக அடுக்கி வைக்கப்பட்டிருந்தன; அவற்றுக்கு மேல் ஒவ்வொரு ஜன்னலிலும் அவ்வப்போது ஒரு பெண்ணின் கலைந்த தலை தெரிந்தது. சந்திலிருந்தவர்கள் எதிர் வாடையில் இருந்தவர்களிடம் இரைந்து பேசிக்கொண்டிருந்தார்கள். அது அவன் தலைக்கு மேலே பெருத்த சிரிப்பாகத் தோன்றியது. அந்தத் தெரு முழுவதும், தெருவின் மட்டத்திற்குக் கீழே, சீரான இடைவெளிகளில் சில படிகளில்

சென்றடையக் கூடிய வகையில், பலவிதப் பலசரக்குக் கடைகள் இருந்தன; அங்கு பெண்கள் உள்ளே சென்றுகொண்டும் வெளியே வந்துகொண்டும் அல்லது படிகளில் நின்று அரட்டையடித்துக்கொண்டும் இருந்தார்கள். ஜன்னல்களில் இருந்தவர்களுக்குத் தன் பழங்களை விற்க முயன்றுகொண் டிருந்த ஒரு பழ வியாபாரி, க.வைப் போலவே கவனக்குறைவாகத் தன் வண்டியுடன் இந்தப் படிகளில் கிட்டத்தட்டத் தடுக்கி விழுந்திருப்பான். அந்தச் சமயம், வசதியுள்ளவர்கள் வசிக்கும் பகுதிகளில் உபயோகித்துப் பழசாகிப்போன ஒரு கிராமபோன் நாராசமாக ஒலிக்க ஆரம்பித்தது.

அவனுக்கு நிறைய நேரம் இருந்ததுபோல் அல்லது அங்கிருந்த ஏதோ ஒரு ஜன்னலில் விசாரணைக் குழு நீதிபதி க. அங்கு வந்து சேர்ந்துவிட்டதைத் தெரிந்துகொண்டதுபோல் க. அந்தச் சந்தின் உள்ளே மெதுவாக முன்னேறிச் சென்றான். அப்போது மணி ஒன்பது அடித்துச் சில நிமிடங்கள் ஆகியிருக்கும். அந்தக் கட்டடம் சற்றுத் தூரத்திலேயே இருந்தது. அது அசாதாரணமான விதத்தில் விசாலமாக இருந்தது; குறிப்பாக நுழைவாயில் உயரமாகவும் அகல மாகவும் இருந்தது. அங்கு முற்றத்தைச் சுற்றி இருந்த பலவகைக் கிடங்கு களைச் சேர்ந்த லாரிகள் செல்வதற்காக அப்படிக் கட்டப்பட்டிருக்க வேண் டும். அந்தக் கிடங்குகள் இப்போது தாளிடப்பட்டுப் பல கம்பெனிகளின் பெயர்களைத் தாங்கி இருந்தன. அவற்றில் சிலவற்றை, வங்கியின் மூலம் அவனுக்குத் தெரிந்திருந்தது. தன் வழக்கத்துக்கு மாறாக, அங்கு கண்களுக்குப் பட்டவற்றையெல்லாம் தெளிவாக மனத்தில் வாங்கிக்கொண்டு சிறிது நேரம் முற்றத்தின் நுழைவாயிலில் நின்றான். அவன் அருகில் ஒருவன் வெறுங் காலோடு ஒரு பெட்டியின்மீது உட்கார்ந்துகொண்டு, பத்திரிகை ஒன்றைப் படித்துக்கொண்டிருந்தான். ஒரு தள்ளுவண்டியின் மீது இரு சிறுவர்கள் சீ-சா ஆடிக்கொண்டு இருந்தார்கள். ஒரு அடிகுழாயின் முன், இரவு உடையில், பலவீனமான ஓர் இளம் பெண் நின்றவாறு, அவளுடைய தகரப் பாத்திரத் தில் தண்ணீர் விழுந்தபடியிருக்க, க.வைத் தலைதூக்கிப் பார்த்துக்கொண் டிருந்தாள். முற்றத்தின் ஒரு மூலையில் இரண்டு ஜன்னல்களுக்கிடையே ஒரு கயிறு இழுத்துக் கட்டப்பட்டு, அதன்மேல் உலர்த்துவதற்கென்று வைத்திருந்த துணிகள் தொங்கிக்கொண்டிருந்தன. அதன் கீழ் ஒருவன் நின்றுகொண்டு, அவ்வப்போது இரைந்தபடி, நடந்துகொண்டிருந்த வேலையை மேற்பார்வை யிட்டுக்கொண்டிருந்தான்.

க. விசாரணைக் குழு இருக்குமிடத்திற்குச் செல்வதற்காக மாடிப் படி களை நோக்கித் திரும்பினான்; ஆனால் மறுபடியும் அவன் நகராமல் நின் றான்; ஏனென்றால் இந்த மாடிப் படிகளைத் தவிர முற்றத்தில் இன்னும் மூன்று வெவ்வேறு மாடிப் படிகள் இருந்தன. மேலும், முற்றத்தின் முடிவில் ஒரு சிறு வழி இன்னுமொரு முற்றத்திற்குச் செல்வதுபோல் தோன்றியது. விசா ரணை அறை இருக்குமிடத்தைத் தனக்குச் சரியாகச் சொல்லவில்லை என்று க. கோபப்பட்டான். அவனை ஒரு அசாதாரணமான அலட்சியத்தோடு, அல் லது கவனக்குறைவோடு நடத்தியிருக்கிறார்கள். அதை மிகவும் தெளிவாகவும் உரக்கவும் எடுத்துச்சொல்ல வேண்டும் என்று எண்ணினான். இறுதியில் அவன் அந்தப் படிகளில்தான் ஏறினான். நீதிமன்றம் குற்றத்தால் ஈர்க்கப்படும் என்று காவலாளி வில்லெம் கூறியதை அவன் நினைவில் கொண்டுவந்தான்.

அதனால் அவன் எதேச்சையாகத் தேர்ந்தெடுத்த படிகளின் முடிவில்தான் விசாரணைக் குழு இருக்க வேண்டும் என்று முடிவுசெய்தான்.

மேலே ஏறிச் சென்ற படிகளில், விளையாடிக்கொண்டிருந்த பல குழந்தைகளின் வரிசையினூடே அவன் நுழைந்து சென்றதால், அவை தொந்தரவுக்கு உள்ளாகிக் கோபத்துடன் அவனைப் பார்த்தன. ''அடுத்த முறை மறுபடியும் இங்கே வர நேரிட்டால், இவர்களைக் கவர மிட்டாய்கள் கொண்டுவர வேண்டும், அல்லது அடிப்பதற்குத் தடி கொண்டுவர வேண்டும்'' என்று தனக்குள்ளேயே சொல்லிக்கொண்டான். முதல் மாடியை அடைவதற்குச் சற்று முன்பு, எங்கிருந்தோ உருண்டு வந்த ஒரு பந்து நிற்கும்வரை அவன் சிறிது நேரம் காத்திருக்கவும் வேண்டியிருந்தது. அதே சமயத்தில் அவனுடைய கால்சட்டையை, வளர்ந்து முற்றிய சோம்பேறிகளின் முகங்களைக் கொண்ட இரு சிறுவர்கள் பிடித்துக்கொண்டனர். அவர்களை உதறி விட வேண்டுமென்றால் அவர்களுக்கு வலிக்கும்படி ஏதாவது செய்தாக வேண்டும். ஆனால் அவர்கள் கத்துவார்கள் என்று அவன் பயந்தான்.

தேடும் வேலை உண்மையிலேயே முதல் மாடியில் ஆரம்பித்தது. விசாரணைக் குழுவைப் பற்றி விசாரிக்க முடியாததால், அவன் தச்சு வேலை செய்யும் 'லன்ஸ்' என்ற ஒருவனைக் கற்பனையில் உருவாக்கிக்கொண்டான். திருமதி க்ரூபாஹின் மருமகனான கேப்டனின் பெயர் 'லன்ஸ்' ஆக இருப்பதால், அந்தப் பெயர் அவன் மனத்தில் தோன்றியது. எல்லா அறைகளிலும் எட்டிப் பார்க்கும் சந்தர்ப்பத்தை ஏற்படுத்திக்கொள்ள, இங்கு தச்சு வேலை செய்யும் லன்ஸ் வசிக்கிறானா என்று எல்லா வீடுகளிலும் கேட்க விரும்பினான். ஆனால் அப்படி எட்டிப் பார்ப்பது பெரும்பாலும் எளிதாகவே இருந்தது என்பது தெரிந்தது. ஏனென்றால் கிட்டத்தட்ட எல்லாக் கதவுகளும் திறந்தேயிருந்தன; குழந்தைகள் உள்ளேயும் வெளியேயும் ஓடிக்கொண்டிருந்தன. சாதாரணமாக எல்லாமே ஒரு ஜன்னல் வைத்த அறைகளாயிருந்தன; அதிலேயே சமைக்கவும் செய்தார்கள். பல பெண்கள் கைக்குழந்தைகளைத் தூக்கிக்கொண்டு மற்றொரு கையால் அடுப்படியில் வேலை செய்தனர். வெறும் 'ஏப்ரன்' மட்டும் அணிந்துகொண்டிருப்பதைப் போன்று தோற்றமளித்த பருவமடையாத பெண்கள் இங்கும்அங்கும் சுறுசுறுப்பாக ஓடிக்கொண்டிருந்தார்கள். எல்லா அறைகளிலும் படுக்கைகள் இன்னும் விரித்தபடியே இருந்தன. அவற்றில் நோயாளிகள் அல்லது இன்னும் தூங்கிக்கொண்டிருப்பவர்கள் அல்லது ஆடைகளைக் கழற்றாமலேயே படுத்திருப்பவர்கள் கிடந்தார்கள். மூடியிருந்த வீடுகளின் கதவுகளை க. தட்டிவிட்டுத் தச்சு வேலை செய்யும் லன்ஸ் அங்கு வசிக்கிறானா என்று விசாரித்தான். பெரும்பாலும் ஒரு பெண்தான் கதவைத் திறந்து, அவனுடைய கேள்வியைக் கேட்டுவிட்டு, அறைக்குள் படுக்கையிலிருந்து எழுந்த யாரோ ஒருவரிடம் திரும்பி, ''தச்சு வேலை செய்யும் லன்ஸ் இங்கு வசிக்கிறானா என்று அவர் கேட்கிறார்,'' என்பாள், ''தச்சு வேலை செய்யும் லன்ஸா?'' என்று கேட்பார், படுக்கையிலிருந்து எழுந்தவர். இங்கு விசாரணைக் குழு நிச்சயமாக இல்லை என்பதால் தன் வேலை முடிந்துவிட்டது என்றாலும் ''ஆமாம்'' என்று க. பதில் சொல்வான். தச்சன் லன்ஸைக் கண்டுபிடிப்பது க.வுக்கு மிகவும் முக்கியமான விஷயம் என்று பலர் எண்ணியதால், வெகு நேரம் யோசித்துவிட்டு லன்ஸ்

என்று அழைக்கப்படாத ஒரு தச்சனைக் குறிப்பிட்டனர், அல்லது கிட்டத் தட்ட 'லன்ஸ்' என்ற பெயரைப்போல் ஒலித்த ஒரு பெயரைக் குறிப்பிட் டனர், அல்லது அருகில் வசித்தவர்களை விசாரித்தனர், அல்லது அங்கிருந்து வேறொரு வீட்டுக்கு அவனை அழைத்துச் சென்றனர். ஏனென்றால், அங்கு அப்படிப்பட்ட ஒருவன் ஏற்கனவே இருக்கும் வாடகைக்காரருக்கு வாடகை கொடுத்துக்கொண்டு வசிப்பவன் என்றோ, அல்லது அங்கிருந்தவர்கள் தங் களைவிடச் சரியான பதில் கூற முடியும் என்றோ அவர்கள் எண்ணினார்கள். இறுதியில் க. தானாக விசாரிக்கத் தேவையே இல்லாமல், இந்த வகையில் அந்த மாடி முழுவதும் இழுத்துச் செல்லப்பட்டான். அவனுடைய திட்டம் முதலில் பயனுள்ளதாகத் தோன்றினாலும் இப்போது அதற்காக வருந்தினான். ஐந்தாவது மாடிக்குச் செல்வதற்கு முன்பு, தேடுவதைக் கைவிட முடிவுசெய்து, அவனை மேலே அழைத்துச் செல்ல விரும்பிய, சகஜமாகப் பழகிய ஒரு இளம் தொழிலாளியிடம் விடைபெற்றுக்கொண்டு, கீழே சென்றான். ஆனால் இந்தப் பிரயோசனமற்ற வேலை அவனுக்கு மறுபடியும் கோபத்தை உண்டு பண்ண, அவன் மறுபடியும் திரும்பிச்சென்று ஐந்தாவது மாடியிலிருந்த முதல் கதவைத் தட்டினான். அந்தச் சிறிய அறையில் அவன் முதலில் பார்த்தது ஒரு பெரிய சுவர்க் கடிகாரம்; அதில் ஏற்கனவே பத்து மணி ஆகியிருந்தது. இங்கு 'லன்ஸ்' என்று அழைக்கப்படும் ஒரு தச்சன் வசிக்கிறானா என்று கேட்டான். "உள்ளே வாருங்கள்" என்று குழந்தைகளின் துணிகளை ஒரு வாளியில் வைத் துத் துவைத்துக்கொண்டிருந்த, பளிச்சிடும் கரிய கண்களைக் கொண்ட ஒரு இளம்பெண் கூறிவிட்டு, ஈரமான கையால், திறந்திருந்த பக்கத்து அறையின் கதவைக் காண்பித்தாள்.

க.வுக்கு ஒரு கூட்டத்துக்குள் நுழைவதுபோல் தோன்றியது. பலதரப் பட்ட நபர்களின் நெரிசல்—அவன் உள்ளே நுழைந்ததை யாரும் லட்சியம் செய்யவில்லை—இரண்டு ஜன்னல்கள் கொண்ட சுமாரான அந்த அறை முழு வதும் நிரம்பியிருந்தது. அந்த அறையின் கூரையை முட்டுவதுபோல் சுற்றிலும் படிகள் கொண்ட காலரி இருந்தது. அதிலும் கூட்டம் நிரம்பியிருந்தது; அங்கு ஜனங்கள் தலையும் முதுகும் கூரையை இடிக்குமாறு, குனிந்தவாறுதான் நிற்க முடிந்தது. க.வுக்கு அங்கே மிகவும் மூச்சுத்திணறியதால் திரும்பவும் வெளியே சென்று தன்னை ஒருக்கால் தவறாகப் புரிந்துகொண்டிருக்கலாம் என்று எண் ணிய அவன் அந்தப் பெண்ணிடம், "நான் தச்சன் லன்ஸ் என்பவனைப் பற்றி யல்லவா கேட்டேன்?" என்றான். அவள், "ஆமாம், தயவுசெய்து உள்ளே செல்லுங்கள்" என்றாள். அவள் அவனருகில் சென்று கதவின் கைப்பிடியைப் பற்றி "நீங்கள் உள்ளே சென்ற பிறகு கதவைச் சாத்திவிட வேண்டும், உங்க ளுக்குப் பிறகு யாரும் உள்ளே செல்ல அனுமதியில்லை" என்று கூறியிரா விட்டால், அவள் சொன்னபடி ஒருக்கால் அவன் செய்திருக்க மாட்டான். "அது சரிதான், ஆனால் அறை ஏற்கனவே நிரம்பிவிட்டதே" என்றான் க. இருந்தாலும் அவன் திரும்பவும் அறைக்குள் சென்றான்.

கதவை ஒட்டிப் பேசிக்கொண்டிருந்த இருவருக்கிடையில்—ஒருவன் இரண்டு கைகளையும் நீட்டிப் பணம் எண்ணுவதுபோல் பாவனை செய்து கொண்டிருந்தான்; இன்னொருவன் அவன் கண்களைக் கூர்ந்து கவனித்துக் கொண்டிருந்தான்—ஒரு கை நுழைந்து க.வைப் பற்றியது. அது சிவந்த கன்னங்

களுடன் குள்ளமாக இருந்த ஒரு இளைஞனின் கை. ''வாருங்கள், வாருங்கள்'' என்றான் அவன். அந்த இளைஞன், தன்னை இட்டுச்செல்ல அனுமதித்தான் க. உள்ளே அலைபாய்ந்துகொண்டிருந்த நெரிசலுக்கு இடையே, ஒரு கூட்டத்தை இரண்டு கோஷ்டிகளாகப் பிரிப்பதற்கென்றே இருந்தது போன்ற, குறுகிய, இடைஞ்சல் ஏதுமில்லாத ஒரு பாதை தெரிந்தது. அதை உறுதிப்படுத்துவதுபோல் வலது பக்கமும் இடது பக்கமும் முதல் சில வரிசைகளில் எவருடைய முகமும் அவனை நோக்கி இல்லை என்பதையும் அவன் கவனித்தான். மாறாக, தங்கள் கட்சியைச் சார்ந்தவர்களுடன்தான் கைகளை அசைத்துப் பேசிக்கொண்டிருந்த அவர்களுடைய முதுகுகளை அவன் பார்த்தான். அவர்களில் பெரும்பாலானோர் பழமையான, நீண்ட, தொளதொளவென்று கீழே தொங்கும் கருப்பு நிற, விடுமுறைக் கால ஆடைகளை அணிந்துகொண்டிருந்தனர். அவர்களின் உடைகள்தான் க.வைக் குழப்பமடையச் செய்தன. இல்லாவிட்டால் இது முழுவதையும் ஒரு மாவட்டத்தின் அரசியல் கூட்டமாகக் கருதியிருப்பான்.

க. அழைத்துச் செல்லப்பட்ட அந்தக் கூடத்தின் மறுகோடியில், கூடத்தைப் போலவே கூட்டம் நிரம்பி வழிந்த மிகவும் தாழ்வான மேடையில் ஒரு சிறு மேஜை குறுக்காகப் போடப்பட்டிருந்தது. கிட்டத்தட்ட அதன் விளிம்பருகில் குள்ளமான, பருத்த, மேல்மூச்சு கீழ்மூச்சு வாங்கிக்கொண்டிருந்த ஒருவன் நாற்காலியின் முதுகின் மேல் முழங்கையை ஊன்றியவாறு கால்களைக் குறுக்கே மாற்றி நின்றுகொண்டிருந்த இன்னொருவனிடம் இந்த மாபெரும் சிரிப்புச் சத்தத்திற்கிடையில் பேசிக்கொண்டிருந்தான். யாரோ ஒருவரைப் பரிகசிக்கும் தோரணையில் சில சமயம் கையைப் பலமாக ஆட்டினான். க.வை அழைத்துச் சென்ற இளைஞன், க. வந்திருப்பதை மேடையிலிருந்தவர்களிடம் சொல்ல முடியாமல் தவித்தான். ஏற்கனவே இரு முறை எம்பி நின்று ஏதோ சொல்வதற்கு முயற்சிசெய்தும் மேடை மேல் இருந்தவன் அவனைக் கவனிக்கவேயில்லை. மேடையின் மேல் இருந்தவர்களில் ஒருவன் இளைஞனைச் சுட்டிக்காட்டியபோதுதான் அந்த மனிதன் திரும்பி, குனிந்து, இளைஞன் தாழ்ந்த குரலில் சொன்ன செய்தியைக் கேட்டான். பிறகு அவன் தன் கடிகாரத்தைப் பையிலிருந்து எடுத்துச் சட்டென்று க.வைப் பார்த்தான். ''நீங்கள் ஒரு மணி நேரம் ஐந்து நிமிடங்களுக்கு முன்பே வந்திருக்க வேண்டும்'' என்றான். க. ஏதோ பதில் சொல்ல நினைத்தான். ஆனால் அதற்கு அவனுக்கு நேரம் கிடைக்கவில்லை, ஏனென்றால் மேலேயிருந்தவன் பேசிய உடனே, அறையின் வலது பாதியில் ஒரு முணுமுணுப்பு ஒருமித்து எழுந்தது. ''நீங்கள் ஒரு மணி நேரம் ஐந்து நிமிடங்களுக்கு முன்பே வந்திருக்க வேண்டும்,'' என்று குரலை உயர்த்தி அவன் மறுபடியும் கூறிவிட்டுச் சட்டென்று தலையைச் சற்றுத் தாழ்த்திக் கூடத்தைப் பார்த்தான். உடனே முணுமுணுப்பு வலுவடைந்து, பிறகு அந்த மனிதன் மேலும் ஒன்றும் பேசாததால் சிறுகச் சிறுகக் குறைந்து நின்றுவிட்டது. க. நுழைந்தபோது இருந்ததைவிட இப்போது அறையில் சத்தம் குறைந்திருந்தது. காலரியில் இருந்தவர்கள் மட்டும் தங்கள் சளசளப்பை நிறுத்தவில்லை. அரை இருட்டிலும், புகையிலும், தூசியிலும் பார்க்க முடிந்தவரை, அவர்கள் கீழே இருந்தவர்களைவிட மோசமாக உடை அணிந்திருந்ததுபோல் தோன்றினார்கள். கூரை இடித்துத் தலை புண்

ணாகிவிடாமலிருக்க, பலர் தலையணையைக் கொண்டுவந்து தலைக்கும் கூரைக்கும் இடையே வைத்துக்கொண்டிருந்தனர்.

பேசுவதைவிட அதிகமும் கவனிக்க வேண்டும் என்று க. முடிவு செய்தான். அதனால் தான் மிகவும் தாமதித்து வந்ததாகச் சொன்னதை எதிர்த்து வாதாடுவதை விடுத்து, ''நான் மிகவும் தாமதமாக வந்திருக்கலாம், ஆனால் இப்போது நான் வந்திருக்கிறேனே'' என்று மட்டும் சொன்னான். அதைத் தொடர்ந்து மறுபடியும் அறையின் வலது பாதியிலிருந்து கரகோஷம் எழும்பியது. மிகச் சுலபமாக இந்த ஜனங்களை வென்றுவிடலாம் என்று க. நினைத்தான். அவனுக்குப் பின்னால் இருந்த கூடத்தின் இடது பாதியில் நிலவிய அமைதிதான் அவனை உறுத்தியது. அங்கிருந்து இங்குமங்குமாகக் கைதட்டல் மட்டும்தான் கிளம்பியது. என்ன சொன்னால் எல்லோரையும் ஒரே சமயத்தில் தன் பக்கம் இழுக்க முடியும் என்று யோசித்தான்; அது முடியாவிட்டால், குறைந்தபட்சம் தற்காலிகமாக மற்ற கோஷ்டியையும் கவர என்ன சொல்ல வேண்டும் என்று யோசித்தான்.

''உண்மை, ஆனால் உங்களை இப்போது விசாரணை செய்யும் கட்டாயம் எனக்கு இனி இல்லை'' என்றான் அந்த மனிதன். ஆனால், இப்போது தவறாகப் புரிந்துகொண்டதால், மறுபடியும் முணுமுணுப்பு எழுந்தது. அந்த மனிதன் தன் கையால் சைகைசெய்து அவர்களை அடக்கிவிட்டு மேலும் சொன்னான், ''இருந்தாலும் விதிவிலக்காக இன்றே விசாரணை செய்கிறேன். இதுபோல் தாமதம் இனிமேல் மறுபடியும் ஏற்படக் கூடாது. இப்படி வாருங்கள்.'' மேடையிலிருந்து யாரோ ஒருவன் கீழே குதித்தான். அவன் இருந்த இடம் க.வுக்காகக் காலியானதால், அவன் ஏறி அந்த இடத்துக்குச் சென்றான். மேஜையை ஒட்டினாற்போல் அவன் நெருங்கி நின்றான். மேடையில் அவனுக்குப் பின்னால் இருந்த கூட்டம் பெரிதாக இருந்ததால் விசாரணை நீதிபதியையேகூட மேடையிலிருந்து கீழே தள்ளிவிடாமலிருக்க க. அந்தக் கூட்டத்தைத் தடுத்துக்கொண்டு நிற்க வேண்டியிருந்தது.

துவக்க நிலை நீதிபதி அதைப் பற்றிக் கவலைப்படவில்லை. அதற்குப் பதிலாக மிகவும் சௌகரியமாகத் தன் நாற்காலியில் உட்கார்ந்துகொண்டே, அவனுக்குப் பின்னால் இருந்தவனிடம் கடைசியாக ஏதோ சொல்லிவிட்டு, மேஜையின் மேலிருந்த ஒரே பொருளான, ஒரு சிறு குறிப்புப் புத்தகத்தை எடுத்தான். பல முறை பக்கங்கள் புரட்டப்பட்டதால் அது, தன் உருவத்தை முற்றிலும் இழந்து பள்ளிக்கூட நோட்டுப் போலப் பழசாக இருந்தது. ''சரி'' என்று துவக்கநிலை நீதிபதி கூறிவிட்டு, நோட்டின் பக்கங்களைப் புரட்டிவிட்டு முடிவாகக் கூறும் தொனியில் ''வீடுகளுக்கு வர்ணம் அடிக்கும் தொழிலாளிதானே நீங்கள்?'' என்று கேட்டான். ''அல்ல'' என்றான் க. ''ஆனால் நான் ஒரு பெரிய வங்கியின் மேலாளர்'' என்றான். இந்தப் பதிலைத் தொடர்ந்து கீழே வலது பக்கத்திலிருந்து சிரிப்பொலி எழுந்தது. அவர்களெல்லாம் நன்றாக வாய்விட்டுச் சிரித்ததால் க.வும் சேர்ந்து சிரிக்கும்படி ஆயிற்று. அப்படிச் சிரிக்கும்போது அவர்கள் கைகளை முழங்காலில் ஊன்றித் தங்களைத் தாங்கிக்கொண்டு, கடுமையான இருமலால் உலுக்கப்படுவதுபோல் குலுங்கிக்குலுங்கிச் சிரித்தார்கள். காலரியில் இருந்தவர்களிலும் ஒன்றிரண்டு பேர் சிரித்தனர். இதனால் மிகவும் கோபமுற்ற துவக்கநிலை நீதிபதி, கீழே

இருப்பவர்களை உண்மையில் ஒன்றும் செய்ய முடியாததைப்போல் தோன்றியதால், காலரியில் இருப்பவர்களை எச்சரிப்பதன் மூலம் தன் இயலாமையை ஈடுகட்டக் குதித்தெழுந்து அவர்களை அச்சுறுத்தினான். மற்ற சமயங்களில் கண்களுக்கு எளிதாகப் புலப்படாத அவனுடைய புருவங்கள் அப்போது ஒன்றோடொன்று அடர்ந்து, கறுத்து, கண்களுக்கு மேலாகப் பெரிதாக நெரிந்தன.

கூடத்தின் இடது பக்கத்திலிருந்தவர்களோ இன்னும் அமைதியாகத்தான் இருந்தார்கள். அங்கு அவர்கள் வரிசையாக நின்றுகொண்டு தங்கள் முகங்களை மேடையை நோக்கித் திருப்பி, அங்கிருந்தவர்கள் மேடையிலிருந்து மற்றவர்களுடன் பரிமாறிக்கொண்ட வார்த்தைகளை, மறுகோஷ்டியினர் எழுப்பிய சத்தத்தை எவ்வளவு அமைதியுடன் கேட்டார்களோ, அவ்வளவு அமைதியுடன் கேட்டதுமல்லாமல் தங்கள் வரிசையிலிருந்த ஒன்றிரண்டு நபர்கள் அவ்வப்போது மறுகோஷ்டியினருடன் சேர்ந்துகொண்டதையும் பொறுத்துக்கொண்டார்கள். இடது கோஷ்டியினர் மற்ற கோஷ்டியைவிடக் குறைந்த எண்ணிக்கையில் இருந்தார்கள்; அடிப்படையில் அவர்கள் வலது கோஷ்டியினரைப்போல முக்கியத்துவம் இல்லாதவர்களாக இருக்கலாம், ஆனால் அவர்களுடைய அமைதியான நடத்தை அவர்கள் முக்கியத்துவம் பெற்றவர்கள்போல் தோன்றச் செய்தது. க. இப்போது பேச ஆரம்பித்தபோது இடது கோஷ்டியினருக்கு ஏற்ற வகையில் பேசுகிறோம் என்று உறுதியாக எண்ணினான்.

''மதிப்புக்குரிய துவக்கநிலை நீதிபதி அவர்களே! நான் வீடுகளுக்கு வர்ணம் அடிப்பவன்தானா என்று நீங்கள் கேட்ட கேள்வி—உண்மையில் நீங்கள் கேட்கவே இல்லை, என் மண்டையில் அடிப்பதுபோல் சொன்னீர்கள்—என் மீது தொடரப்பட்டிருக்கும் விசாரணையின் தன்மைக்கு எடுத்துக்காட்டாக இருக்கிறது. இது ஒரு விசாரணையே அல்ல என்று நீங்கள் மறுக்கலாம், அப்படிச் சொல்வீர்களானால் நீங்கள் சொல்வது மிகவும் சரி. ஏனென்றால், நான் அதை ஒரு விசாரணை என்று எடுத்துக்கொண்டால்தான் அது விசாரணையாக இருக்க முடியும். ஓரளவுக்கு அனுதாபத்தினால்தான் நான் இப்போதைக்கு அதை ஏற்றுக்கொள்கிறேன். ஒருவர் இந்த விசாரணையை ஒரு பொருட்டாக எடுத்துக்கொள்ள வேண்டும் என்றால் அனுதாபம் காரணமாகவே அவ்வாறு செய்ய முடியும். இது ஒரு கேவலமான விசாரணை என்று நான் கூற மாட்டேன், இருந்தாலும் நீங்கள் உங்களையே புரிந்துகொள்ள வேண்டும் என்பதால் விசாரணை என்ற வார்த்தையை உங்கள் முன் வைக்க விரும்புகிறேன்.''

க. தன் பேச்சை நிறுத்திவிட்டுக் கீழே கூடத்தில் இருந்தவர்களைப் பார்த்தான். அவன் கூறியது, கூற எண்ணியதைவிடக் கடுமையாக இருந்தது, இருந்தாலும் அது சரிதான். அவன் பேச்சுக்கு அவ்வப்போது கைதட்டல் கிடைத்திருக்க வேண்டும். இருந்தும் எல்லாம் மிகவும் அமைதியாக இருந்தது. அடுத்து என்ன நிகழப்போகிறது என்று எல்லோரும் ஆவலுடன் காத்துக்கொண்டிருந்தது தெளிவாகத் தெரிந்தது. எல்லாவற்றிற்கும் ஒரு முடிவு காணக்கூடிய கொந்தளிப்பு அந்த அமைதியில் உருவாகிக்கொண்டிருந்தது. அந்தச் சமயம் கூடத்தின் கோடியிலிருந்த கதவு திறந்ததும் துணிகளைத் துவைக்கும் இளம் பெண்—ஒருவேளை அவள் தன் வேலையை முடித்துவிட்டிருக்கலாம்—

உள்ளே அடியெடுத்து வைத்ததும், அவள் எவ்வளவு ஜாக்கிரதையாக உள்ளே வந்தாலும், ஒன்றிரண்டு பேர் திரும்பி அவளைப் பார்த்ததும், அங்கிருந்த சூழலைக் குலைத்தது. துவக்கநிலை நீதிபதியின் நிலைமை மட்டும்தான் க.வுக்கு மிகுந்த சந்தோஷத்தைத் தந்தது. ஏனென்றால் க.வின் வார்த்தைகளால் அவன் உடனே பாதிக்கப்பட்டவனாகத் தோன்றினான். காலரியில் இருந்தவர்களை எச்சரிப்பதற்காக எழுந்து நின்றவனைக் க.வின் பேச்சு திடுக்கிட வைத்ததால், நின்றபடியே அதை இந்தக் கணம்வரை கேட்டான். இப்போது ஏற்பட்ட இடைவெளியில் அவன் தன்னை யாரும் கவனிக்கக் கூடாது என்பது போன்ற பாவனையில் மெதுவாக அமர்ந்தான். தன் முகத்தின் இறுக்கத்தைத் தளர்த்தவோ என்னவோ, அவன் மறுபடியும் அந்தச் சிறு நோட்டுப் புத்தகத்தை எடுத்தான்.

''அதனால் ஒன்றும் உபயோகமில்லை'' என்று க. தொடர்ந்து கூறினான், ''நீதிபதி அவர்களே, உங்கள் நோட்டுப் புத்தகமும் நான் கூறுவதை உறுதிப்படுத்துகிறது.'' தன்னுடைய உறுதியான வார்த்தைகளை அந்நியர்களின் கூட்டத்தின் மத்தியில் கேட்ட மனநிறைவில் நோட்டுப் புத்தகத்தை நீதிபதியிடமிருந்து சட்டென்று பிடுங்கவும் துணிந்தான். அதைத் தொடவும் கூச்சப்படுவதுபோல் விரல்களின் நுனியால் மத்தியிலிருந்த தாளைப் பிடித்து உயரத் தூக்கியதால், நெருக்கமாக எழுதப்பட்ட, புள்ளிகள் விழுந்த, ஓரங்கள் மஞ்சளாயிருந்த நோட்டுத் தாள்கள் இரு பக்கமும் தொங்கின. ''இவைதான் விசாரணை நீதிபதியின் தஸ்தாவேஜுகள்'' என்று சொல்லிவிட்டு அந்த நோட்டுப் புத்தகம் மேஜையின்மீது விழுமாறு விட்டான். ''அதிலிருப்பதைப் படித்துப் பாருங்கள், மதிப்புக்குரிய நீதிபதி அவர்களே. நான் இரண்டு விரல்களால்தான் தொட முடிகிற, ஆனால் கையில் எடுக்க விரும்பாத நோட்டுப் புத்தகம். குற்றப் பட்டியல் அடங்கிய, ஆனால் நான் படிக்க வாய்ப்பில்லாத இந்த நோட்டுப் புத்தகத்தைப் பற்றி எனக்குப் பயமில்லை.'' அந்தச் சிறு நோட்டுப் புத்தகம் மேஜையின் மேல் விழுந்த கணத்தில் நீதிபதி அதைப் பிடித்து, அதைச் சற்று ஒழுங்குபடுத்த முயன்று, பிறகு மறுபடியும் அதில் எழுதியிருப்பதைப் படிக்கத் தொடங்கியது தன்னை மிகவும் தாழ்த்திக்கொண்டதற்கான அறிகுறியாக இருக்க வேண்டும்; இல்லையென்றாலும் குறைந்தபட்சம் அந்த அர்த்தத்தில்தான் அது எடுத்துக்கொள்ளப்பட வேண்டும்.

முதல் வரிசையில் இருந்தவர்களுடைய முகங்கள் க.வை நோக்கி மிகுந்த ஆவலுடன் திரும்பி இருந்ததால் அவன் சிறிது நேரம் கீழே இருந்தவர்களைப் பார்த்தான். அங்கிருந்தவர்கள் எல்லோரும் சந்தேகத்துக்கிடமின்றி வயதானவர்கள்; சிலருக்கு வெள்ளைத் தாடி இருந்தது. க. பேச ஆரம்பித்த கணத்திலிருந்து உறைந்துபோன இவர்கள், நீதிபதிக்குத் தலைக்குனிவு நேர்ந்தபோதும் உறைந்த நிலையிலிருந்து மாறாத இவர்கள், இவர்களா இந்தக் கூட்டத்தின் மீது செல்வாக்குச் செலுத்தக்கூடிய முக்கியமான நபர்கள்?

''எனக்கு நேர்ந்திருப்பது'', என்று க. முன்பைவிடச் சற்றுத் தாழ்ந்த குரலில் பேச்சைத் தொடர்ந்து, முதல் வரிசையில் இருந்தவர்களின் முகங்களை அடிக்கடி பார்த்தான்; அச்செயல் அவனுடைய பேச்சுக்கு ஒருவிதத் தடுமாற்றத்தையும் அவசரத்தையும் கொடுத்தது. ''எனக்கு நேர்ந்திருப்பது ஒரு தனி மனிதனுக்கு மட்டும் ஏற்பட்ட நிகழ்வு; நான் அதை ஒரு பொருட்டாக

எடுத்துக்கொள்ளாததால் அது அவ்வளவு முக்கியமல்ல. ஆனால் அது பலர் மேல் தொடரப்படும் வழக்குகளின் தன்மைக்கு ஒரு உதாரணம். அவர் களுக்காகத்தான் பேசுகிறேனே தவிர, எனக்காக அல்ல.''

அவன் தன்னையறியாமல் தன் குரலை உயர்த்தியிருந்தான். கூட்டத்தில் எங்கோ ஒருவர் கைகளை உயர்த்திக் கைதட்டி உரத்த குரலில் ''சபாஷ்! அது சரிதான்! சபாஷ்! சபாஷ்!'' என்றார். முதல் வரிசையில் இருந்தவர்களில் இங்குமங்கும் சிலர் தாடியை நீவிவிட்டுக்கொண்டிருந்தார்கள். யாரும் இந் தக் கரகோஷத்தினால் திரும்பிப் பார்க்கவில்லை. க.வும் அதற்கு முக்கியத் துவம் கொடுக்கவில்லை, இருந்தாலும் உற்சாகமடைந்தான். எல்லோரும் கை தட்ட வேண்டும் என்பது இனிமேல் தேவையில்லை என்று அவன் கருதி னான்; பொதுவாக எல்லோரும் இந்த விஷயத்தைப்பற்றி எண்ணிப்பார்க்க ஆரம்பித்தால் போதும்; தன் பேச்சு வன்மையால் அவ்வப்போது ஒருவர் கவரப்பட்டால் போதும்.

''பேச்சு மூலம் கிடைக்கும் வெற்றியை நான் விரும்பவில்லை'' என்று இந்த எண்ணங்களினால் உந்தப்பட்டுக் கூறினான். ''அதை நான் பெரும்பா லும் அடைய முடியாது. திரு. நீதிபதி அவர்கள் உண்மையில் என்னைவிட நன்றாகப் பேசுகிறார், அது அவருடைய வேலையின் அம்சம். எனக்கு வேண்டி யதெல்லாம் எல்லோரும் அறிந்த ஒரு அவல நிலையைப்பற்றிய வெளிப் படையான விவாதம். இதை நன்றாகக் கேளுங்கள்: சுமார் பத்து நாள்களுக்கு முன்பு நான் கைதுசெய்யப்பட்டேன். அது சம்பந்தப்பட்ட சம்பவங்களை நினைத்தால் எனக்குச் சிரிப்புத்தான் வருகிறது, ஆனால் பேச்சு இப்போது அதைப் பற்றி இல்லை. அதிகாலையில் நான் படுக்கையில் இருக்கும்போது திடீரென்று கைதுசெய்யப்பட்டேன். ஒருவேளை என்னைப் போலவே நிரப ராதியான வேறு ஒரு பெயிண்டரைக் கைதுசெய்யும்படி கட்டளை வந்திருக்க வேண்டும்—ஏனென்றால் நீதிபதி அவர்கள் சொன்னதை வைத்துப் பார்த்தால் அப்படி நடக்க ஏது இருக்கிறது—இருந்தாலும் என்னைத் தேர்ந்தெடுத்தார் கள். என் அறைக்கு அடுத்த அறையை இரண்டு நாகரிகமற்ற காவலாளிகள் ஆக்கிரமித்துக்கொண்டார்கள். நான் ஒரு பயங்கரக் கொள்ளைக்காரனாக இருந்திருந்தால், அவர்கள் இதைவிட மேலான முன்னெச்சரிக்கையுடன் நடந்துகொண்டிருக்க முடியாது. மேலும், அந்த இரண்டு காவலாளிகளும் ஒழுக்கங்கெட்ட போக்கிரிகள். வளவளவென்று பேசிக்கொண்டே இருந்தார் கள், லஞ்சம் கேட்டார்கள். ஏதோ சாக்குச் சொல்லி என்னுடைய துணிகளை யும் உடைகளையும் பறித்துக்கொள்ள முயன்றார்கள். என்னுடைய காலை உணவையும் வெட்கமில்லாமல் தின்றுவிட்டு எனக்குச் சிற்றுண்டி வாங்கி வருவதாகச் சொல்லிப் பணம் கேட்டார்கள். அது மட்டுமல்ல. நான் மூன்றா வது அறைக்கு ஒரு மேற்பார்வையாளன் முன் அழைத்துச் செல்லப்பட்டேன். அது நான் பெருமதிப்பு வைத்திருக்கும் ஒரு பெண்மணியின் அறை. என்னை முன்னிட்டு, ஆனால் நான் செய்யாத ஒரு குற்றத்துக்காக, அந்த அறை இந்தக் காவலாளிகளாலும், மேற்பார்வையாளனாலும் அசுத்தப்படுத்தப்படுவதை நான் பார்த்துக்கொண்டிருக்க வேண்டியிருந்தது, அமைதியாக இருப்பது அவ் வளவு சுலபமாக இல்லை. இருந்தாலும் சற்றுச் சிரமத்தின்பேரில் என்னால் அப்படி இருக்க முடிந்தது. மிக அமைதியாகவே மேற்பார்வையாளனை—

அவன் இங்கு இருந்திருந்தால் ஆமோதித்திருப்பான்—எதற்காக நான் கைது செய்யப்பட்டேன் என்று நான் கேட்டேன்; நான் குறிப்பிட்ட பெண்மணி யின் நாற்காலியில் உட்கார்ந்துகொண்டு, அறிவற்ற, அகம்பாவமே உரு வெடுத்தது போலிருந்த அந்த மேற்பார்வையாளன் என்ன சொன்னான் தெரி யுமா? அவனை இன்னும் என் கண் முன்னால் பார்க்க முடிகிறது. நண்பர் களே, உண்மையில் அவன் பதிலளிக்கவேயில்லை. ஒருவேளை அவனுக்கு ஒன்றும் தெரியாமல் இருந்திருக்கலாம். அவன் என்னைக் கைதுசெய்துவிட்ட திருப்தியில் இருந்தான். அவன் மேலும் ஒன்று செய்தான். அந்தப் பெண்மணி யின் அறைக்கு, என்னுடைய வங்கியிலிருந்து கடை நிலை ஊழியர் மூவரை அழைத்துவந்திருந்தான். அவர்கள் அந்தப் பெண்மணிக்குச் சொந்தமான புகைப்படங்களைத் தொட்டுத் தடவிப் பார்த்துக் கலைத்துவிட்டார்கள். அந்த ஊழியர்கள் அங்கு இருந்ததற்கு இன்னொரு காரணமும் இருக்கத்தான் செய் தது. என்னுடைய விடுதியின் சொந்தக்காரியும், அவளுடைய வேலைக்காரி யும் நான் கைதுசெய்யப்பட்ட செய்தியைப் பரப்பி, சமூகத்தில் எனக்கிருந்த மதிப்பைக் குலைத்து, குறிப்பாக வங்கியில் என்னுடைய பதவியை ஆட்டங் காணச் செய்வார்கள் என்று அவர்கள் நம்பினார்கள். அவற்றில் எதையும் அவர்கள் கடுகளவும் சாதிக்க முடியவில்லை. என்னுடைய விடுதியின் சொந் தக்காரி—அவள் ஒரு அப்பாவி; அவள் பெயரை இங்கு நான் பெருமதிப் புடன்தான் குறிப்பிடுகிறேன்—திருமதி க்ரூபாஹ ுக்குப் புரிந்துகொள்ளும் சக்தியிருந்ததால், யாருடைய கட்டுப்பாடும் இல்லாமல் தெருவில் திரியும் இளைஞர்களின் திடீர்த் தாக்குதலுக்கும் இதற்கும் வித்தியாசமில்லை என்ப தைத் தெரிந்துகொண்டாள். நான் மறுபடியும் கூறுகிறேன், இவையெல்லாம் எனக்கு வெறும் சங்கடத்தையும் சற்று எரிச்சலையும் ஏற்படுத்தியிருக்கின் றன; ஆனால் இது கெடுதலான விளைவுகளைக்கூட ஏற்படுத்தியிருக்கலாம் இல்லையா?''

க. இங்கு நிறுத்திவிட்டு, மௌனமாக இருந்த நீதிபதியைத் திரும்பிப் பார்த்த அதே சமயத்தில், அவன் கூட்டத்திலிருந்த யாருக்கோ கண்களினால் ஜாடை காட்டியதுபோல் அவனுக்குப் பட்டது. க. புன்னகைத்துவிட்டுச் சொன்னான், ''இப்போது எனக்கு அருகிலிருக்கும் திருவாளர் நீதிபதி அவர் கள் உங்களில் யாரோ ஒருவருக்கு ரகசியமாக ஜாடைகாட்டுகிறார். ஆக, இங்கே மேடையிலிருந்து கட்டுப்படுத்தப்படுபவர்கள் உங்கள் மத்தியில் இருக்கிறார்கள். இந்தச் சைகை, இப்போது கைதட்டல் அல்லது 'ஸ்' என்ற சத்தம்—இதில் எதை எழுப்புவதற்கான சமிக்ஞை என்று எனக்குத் தெரியாது. நான் இந்த விஷயத்தை முன்கூட்டியே வெளிப்படுத்திவிட்டதால் இந்தச் சைகையின் அர்த்தத்தைத் தெரிந்துகொள்ளும் முயற்சியைத் தெரிந்தே கை விடுகிறேன். எப்படியிருந்தாலும் எனக்கு எல்லாம் ஒன்றுதான். அங்கு கீழே இதற்காகவே பணம் கொடுத்து ஏற்பாடு செய்யப்பட்டிருக்கும் நீதிமன்ற ஊழி யர்களைப் பார்த்து ரகசியமாகச் சைகைகாட்டுவதற்குப் பதிலாக, சத்தமாக ஒருமுறை 'இப்போது 'ஸ்' என்று சத்தம் செய்யுங்கள்' என்றும், அடுத்த முறை 'இப்போது கைதட்டுங்கள்' என்றும் வார்த்தைகளால் கட்டளையிட நான் திருவாளர் நீதிபதி அவர்களுக்கு வெளிப்படையாக அதிகாரம் அளிக் கிறேன்.''

சங்கடத்தாலோ அல்லது பொறுமையின்மையாலோ நீதிபதி நாற்காலியில் முன்னும்பின்னும் நெளிந்தான். அவனுக்குப் பின்னாலிருந்து அவனுடன் ஏற்கனவே பேசிக்கொண்டிருந்தவன் இப்போது பொதுவாக அவனுக்குத் தைரியம் ஊட்டுவதற்காகவோ அல்லது ஒரு குறிப்பிட்ட ஆலோசனை சொல்வதற்காகவோ மறுபடியும் குனிந்தான். கீழே இருந்தவர்கள் தாழ்ந்த குரலில், ஆனால் ஆர்வத்துடன், பேசிக்கொண்டிருந்தார்கள். முன்பு முற்றிலும் முரணான கருத்துக்கள் கொண்டிருப்பதுபோல் தோன்றிய இரண்டு கட்சியினரும் இப்போது ஒன்றாகக் கலந்து, சிலர் க.வைச் சுட்டிக்காட்டினார்கள். சிலர் நீதிபதியைச் சுட்டிக்காட்டினார்கள். அறையில் பனிபோல் படர்ந்திருந்த புகை மிகவும் தொல்லை தந்தது; தள்ளி நின்றிருந்தவர்களைச் சரியாகப் பார்க்க முடியாதவாறு அது மறைக்கவும் செய்தது. குறிப்பாக, காலரியில் இருந்தவர்களுக்கு அது சங்கடமாக இருந்திருக்க வேண்டும்; நீதிபதியை ஓரக்கண்ணால், கூச்சத்துடன் கவனித்தவாறே, என்ன நடக்கிறது என்பதைச் சரியாகத் தெரிந்துகொள்ள அவர்கள் மற்றவர்களிடம் தாழ்ந்த குரலில் கேள்விகள் கேட்க வேண்டியதாயிற்று. அவர்கள் தாங்கள் பேசுவதைக் கைகளால் லேசாக மறைத்துக்கொண்டார்கள், அல்லது தாழ்ந்த குரலில் பதில் சொன்னார்கள். ''நான் சொல்ல வேண்டியது இன்னும் அதிகமில்லை'' என்று க. கூறிவிட்டு, அடிப்பதற்கு மணி இல்லாததால், கைமுஷ்டியினால் மேஜைமீது குத்தினான். அதன் அதிர்ச்சியில் நீதிபதியின் தலையும் அவனது ஆலோசகரின் தலையும் உடனே விலகின. ''எனக்கும் இந்த விஷயத்துக்கும் நெருங்கிய சம்பந்தம் இல்லாததால் நான் கவலை இல்லாமல் நீதி கூறுகிறேன். நீதிமன்றம் என்று கூறப்படும் இந்த இடம் உங்களுக்கு முக்கியமானதாக இருந்தால், நான் சொல்வதை நீங்கள் கேட்டால், உங்களுக்குப் பெரும் நன்மை விளையும். நான் கூறப்போவதைப் பற்றி விவாதிப்பதைப் பிறகு வைத்துக்கொள்ளுங்கள், ஏனென்றால் எனக்கு நேரமில்லை. நான் இங்கிருந்து சீக்கிரமே சென்றுவிடுவேன்.''

உடனே அங்கு அமைதி நிலவியது; அந்த அளவுக்கு க. அந்தக் கூட்டத்தை வசப்படுத்தியிருந்தான். ஆரம்பத்திலிருந்ததுபோல் யாரும் கண்டபடி கத்தவில்லை, யாரும் கைதட்டக்கூட இல்லை. ஆனால் அவன் கூறியதை எல்லோரும் நம்பிவிட்டதைப் போல் அல்லது நம்பப்போகிறவர்களைப் போல் காணப்பட்டார்கள்.

''எனக்குச் சந்தேகமே இல்லை'', என்று ஆரம்பித்தான் க. தாழ்ந்த குரலில், ஏனென்றால், அந்தக் கூட்டம் அவனை ஆவலோடு உன்னிப்பாகக் கேட்டது அவனுக்குச் சந்தோஷத்தைக் கொடுத்தது. இந்த அமைதியில் எழுந்த ஒரு சலசலப்பு, பலத்த கரகோஷத்தைவிட அவனுக்குக் குதூகலமளித்தது. ''இந்த நீதிமன்றத்தின் எல்லா நடவடிக்கைகளுக்கும் பின்னால்—என் விஷயத்தில் என்னைக் கைதுசெய்தது, இன்று இங்கு நடத்திய விசாரணை, இவற்றுக்குப் பின்—ஒரு பெரும் அமைப்பு இருக்கிறது என்பதில் எனக்குச் சந்தேகமே இல்லை. இந்த அமைப்பு லஞ்சம் வாங்கும் காவலாளிகளையும், விட்டேற்றியாக வேலை செய்யும் மேற்பார்வையாளர்களையும், நிலைமைகள் சாதகமாக இருக்கும்போது பணிவுடனிருக்கும் நீதிபதிகளையும் வேலைக்கு அமர்த்தியிருக்கிறது; அது மட்டுமின்றி மிக உயர்ந்த மேல்மட்ட நீதிபதிகளையும், அவர்களைச் சார்ந்த, எண்ணிக்கையில் அடங்காத, அத்தியாவசியமான ஆதர

வாளர்கள், வேலைக்காரர்கள், எழுத்தர்கள், காவல்துறையினர், உதவியாளர்கள், ஒரு தூக்கிலிடும் பணியாள்கூட—இந்த வார்த்தையைச் சொல்ல நான் கூச்சப்படவில்லை—போன்றோரையும் வேலைக்கு அமர்த்தியிருக்கிறது. இந்தப் பெரும் அமைப்பு எதற்காக? ஒரு குற்றமும் செய்யாதவர்கள் கைது செய்யப்பட்டு அவர்கள்மேல் அர்த்தமில்லாத, மேலும் என்னுடைய விஷயத்தில் நடப்பதுபோல், பெரும்பாலும் பிரயோஜனமில்லாத விசாரணையைத் துவக்கிவைப்பதற்குத்தான். இப்படி அனைத்தும் அர்த்தமில்லாதிருக்கும்போது, அலுவலர்களின் மிகவும் மோசமான லஞ்ச ஊழல்களை எப்படித் தவிர்க்க முடியும்? அது முடியாத காரியம்; மிக உயர்மட்ட நீதிபதிகூட சாதிக்க முடியாத காரியம். அதனால்தான் காவலாளிகள், கைதுசெய்யப்பட்டவர்களை உரித்துத் துணிகளைத் திருடுகிறார்கள். அதனால்தான் மேற்பார்வையாளர்கள் எந்த அந்நியர் வீட்டிலும் தாராளமாக நுழைகிறார்கள். அதனால்தான் குற்றமற்றவர்கள், விசாரிக்கப்படுவதற்கு பதில் குழுமி இருக்கும் எல்லோருக்கும் முன்பாக இழிவுபடுத்தப்படுகிறார்கள். கைதுசெய்யப்பட்டவர்களின் பொருள்களை வைக்கும் அரசுப் பண்டகசாலையைப் பற்றித்தான் காவலாளிகள் கூறியிருக்கிறார்கள்; கைதுசெய்யப்பட்டவர்கள் கஷ்டப்பட்டு உழைத்துச் சம்பாதித்த சொத்துகள்—திருடர்களான அரசுப் பண்டகசாலை அலுவலர்கள் இன்னும் அவற்றைத் திருடியிருக்கவில்லையென்றால்—வீணாகிக் கொண்டிருக்கும். இந்த அரசுப் பண்டகசாலைகளை நான் பார்க்க வேண்டும் என்ற விருப்பம் சில சமயம் எனக்கு ஏற்படுகிறது.''

க.வின் பேச்சு கூடத்தின் கடைசியிலிருந்து எழுந்த ''க்ரீச்'' என்ற சத்தத்தினால் தடைப்பட்டது. அது என்னவென்று பார்ப்பதற்காக அவன் தன் கைகளைக் கண்களின் மேல் குவித்தான். ஏனென்றால் மங்கலான சூரிய ஒளி புகையைப் பளிச்சென்று ஆக்கி அவன் கண்களைக் கூச வைத்தது. அவன் முதலில் நுழைந்தபோதே பெரும் இடைஞ்சல் ஏற்படுத்துவாள் என்று அவன் சந்தேகித்த அந்த சலவைக்காரிதான் அது. இப்போது அவள்தான் காரணமா இல்லையா என்று தெரியவில்லை. கதவின் மூலைக்கு ஒருவன் அவளை இழுத்துச் சென்று, இறுகக் கட்டிப்பிடிப்பதை க. பார்த்தான். ஆனால் கத்தியது அவளில்லை, அந்த மனிதன்தான்; அவன் தன் வாயை அகலத் திறந்து மோட்டு வளையைப் பார்த்தான். அவர்கள் இருவரையும் சுற்றி ஒரு சிறு கூட்டம் வட்டமாகச் சூழ்ந்திருந்தது. க. கூட்டத்தில் ஏற்படுத்தியிருந்த தீவிரம் இந்த வகையில் குலைக்கப்பட்டதுபற்றி அருகில் காலரியிலிருந்தவர்கள் மிகவும் சந்தோஷப்பட்டார்கள் என்பதுபோல் தெரிந்தது. க.வுக்கு முதலில் தோன்றிய எண்ணம் உடனேயே அவர்களை நோக்கி ஓட வேண்டும் என்பதுதான். மேலும், அந்த இடத்தில் ஒழுங்கை நிலைநாட்டுவது அல்லது குறைந்தபட்சம் அந்த ஜோடியைக் கூடத்திலிருந்து வெளியே அனுப்புவது மற்றவர்களுக்கும் முக்கியமான விஷயமாக இருக்கும் என்று மிக நிச்சயமாக எண்ணினான். ஆனால் அவனுக்கு முன்னால் இருந்த சில வரிசைகளில் இருந்தவர்கள் சற்றும் அசையாமல் இருந்ததோடு, யாருமே, க. தங்களைக் கடந்துசெல்ல விடவில்லை. அதற்கு மாறாக அவர்கள் அவனைத் தடுத்தார்கள். வயது முதிர்ந்தவர்கள் கைகளை நீட்டித் தடுத்தார்கள். ஏதோ ஒரு கை—திரும்பிப் பார்க்க அவனுக்கு நேரம் இல்லை—அவன் பின்னாலிருந்து அவனுடைய காலரைப்

பற்றியது. இப்போது க. உண்மையில் அந்த ஜோடியைப் பற்றி நினைக்கவில்லை, தன்னுடைய சுதந்திரத்தை யாரோ கட்டுப்படுத்துவது போலவும், அவன் கைதுசெய்யப்பட்டதை மற்றவர்கள் உண்மையாகவே எடுத்துக்கொண்டுவிட்டது போலவும் உணர்ந்து மேற்கொண்டு எதைப் பற்றியும் கவலைப்படாமல் மேடையிலிருந்து கீழே குதித்தான். இப்போது நேருக்கு நேர் அந்தக் கும்பலைப் பார்த்தவாறு நின்றான். அவன் அவர்களைச் சரியாகக் கணித்திருந்தானா? தன் பேச்சின் விளைவில் அவன் அளவுக்கு மீறி நம்பிக்கை வைத்துவிட்டானோ? அவன் பேசிக்கொண்டிருந்தபோது அவர்கள் கபட நாடகம் ஆடிக்கொண்டிருந்தார்களோ? இப்போது பேச்சு முடிவுக்கு வரும்போது தாங்கள் நடித்தது போதும் என்றாகிவிட்டதோ? அவனைச் சுற்றி எத்தனை விதமான முகங்கள்! சிறு கரும் கண்கள் இங்குமங்கும் தாவின, குடிகாரர்களுக்கு இருப்பதுபோல் கன்னங்கள் தொங்கியிருந்தன. நீண்ட தாடிகள் விறைப்பாகவும் அடர்த்தியற்றும் இருந்தன. அந்த தாடிகளைப் பற்றினால் அவை தாடிகளைப் பற்றுவதுபோல் இல்லாமல் மிருகங்களின் கூர்மையான நகங்களைப் பற்றுவதுபோல் இருக்கும். தாடிகளின் கீழ்—க. கண்டுபிடித்த முக்கியமான விஷயம் இதுதான்—அவர்கள் அணிந்திருந்த கோட்டுகளின் கழுத்துப் பட்டையில் பல வித அளவுகளிலும் நிறங்களிலும் தகுதி இலச்சினைகள் பளபளத்தன. கண்களுக்கெட்டியவரை எல்லோருக்கும் இந்தத் தகுதி இலச்சினைகள் இருந்தன. வலது புறமும் இடது புறமும் இரண்டு கோஷ்டிகளைப்போல் தோன்றியவர்கள் எல்லோரும் ஒரே கும்பலைச் சேர்ந்தவர்கள்தான். மேலும், அவன் சட்டென்று திரும்பிப் பார்த்தபோது, நீதிபதியின் கழுத்துப் பட்டையிலும் அதே போன்ற இலச்சினையைப் பார்த்தான்; அவன் தன் தொடைமீது கை வைத்துக்கொண்டு அமைதியாகக் கீழே பார்த்துக்கொண்டிருந்தான். க.வினுடைய இந்தக் கண்டுபிடிப்பு வெடித்துக்கிளம்புவதுபோல் க. தன் இரு கைகளையும் உயரத் தூக்கி, ‘‘ஆக, நீங்கள் எல்லோரும் அரசாங்க ஊழியர்கள் என்று தெரிகிறது. எந்த லஞ்ச ஊழல் கூட்டத்தை எதிர்த்துப் பேசினேனோ அது சந்தேகமில்லாமல் நீங்கள்தான். நீங்களெல்லோரும் என் பேச்சைக் கேட்பவர்கள் போலவும், இங்கு நடப்பவற்றை மோப்பம் பிடிப்பவர்கள் போலவும் குழுமியிருக்கிறீர்கள். நீங்கள் ஒப்புக்குக் கோஷ்டிகளாகப் பிரிந்திருக்கிறீர்கள். என்னை எடைபோடுவதற்காக ஒரு கட்சி கைதட்டியது. உண்மையில், ஒன்றும் அறியாதவனை ஏய்ப்பது எப்படி என்று கற்றுக்கொள்வதுதான் உங்கள் ஆசை. நீங்கள் ஒன்றும் எந்தப் பயனுமின்றி இங்கு இருக்கவில்லை என்று நான் நினைக்கிறேன். ஒன்று, நீங்கள் நிரபராதியைக் காப்பாற்றுவீர்கள் என்று யாரோ ஒருவர் எதிர்பார்த்திருக்கலாம் என்பது உங்களுக்குப் பெரும் வேடிக்கையாக இருந்திருக்கிறது அல்லது...’’—‘‘பக்கத்தில் வராதே, அடித்துவிடுவேன்’’ என்று க. தனக்கு மிகவும் அருகில் நெருங்கிவந்துவிட்ட, நடுங்கிக்கொண்டிருந்த ஒரு தொண்டு கிழவனைப் பார்த்துக் கத்தினான்—‘‘உண்மையிலேயே ஓரளவுக்கு நீங்கள் பாடம் கற்றுக்கொண்டிருக்கிறீர்கள். எவ்வாறாயினும் உங்கள் தொழிலில் நீங்கள் வெற்றிபெற என்னுடைய வாழ்த்துகள்.’’ மேஜையின் விளிம்பில் இருந்த தன் தொப்பியை அவன் சட்டென்று எடுத்துக்கொண்டு எங்கும் நிலவிய அமைதியில்—முழுமையாக ஏற்பட்ட எதிர்பாராத திகைப்பில்

உண்டான அமைதி—எல்லோரையும் தள்ளிக்கொண்டு வெளி வாயிலை நோக்கிச் சென்றான். நீதிபதி, க.வைவிட வேகமாகப் போனதுபோல் தோன்றினான். ஏனென்றால் கதவருகில் அவன் அவனுக்காகக் காத்திருந்தான். "ஒரு நிமிஷம்" என்றான் அவன். க. நின்றான், ஆனால் அவன் நீதிபதியைப் பார்க்காமல் கதவைப் பார்த்தான்; கதவின் தாழ்ப்பாளை அவன் ஏற்கனவே பற்றியிருந்தான். "உங்கள் கவனத்துக்கு ஒன்று கொண்டுவர விரும்புகிறேன்" என்றான் நீதிபதி, "அதாவது, இதை நீங்கள் இன்னும் புரிந்துகொள்ளாமல் இருக்கலாம், கைதுசெய்யப்பட்டவர்களுக்கு விசாரணையில் இருக்கும் அனுகூலத்தை நீங்களாகவே இன்று குலைத்துக்கொண்டுவிட்டீர்கள்." க. கதவை நோக்கிச் சிரித்தான், "கழிசடைகளே" என்று கத்தினான், "இந்த விசாரணையையெல்லாம் நீங்களே வைத்துக்கொள்ளுங்கள்" என்று கூறிவிட்டுக் கதவைத் திறந்துகொண்டு, விரைந்து மாடிப்படிகளில் இறங்கிச் சென்றான். அவனுக்குப் பின்னால் மறுபடியும் உயிர்பெற்றெழுந்த கூட்டம் சத்தம் எழுப்பியது; அவர்கள் அங்கு நடந்த சம்பவங்களைப் பற்றி மாணவர்களைப் போல் விவாதிக்கத் தொடங்கினார்கள்.

மூன்றாவது அத்தியாயம்

காலியான விசாரணைக்கூடம், மாணவன், அரசாங்க அலுவலகங்கள்

அடுத்த வாரம் முழுவதும், ஒவ்வொரு நாளும் புதிய தகவல் ஏதாவது வரும் என்று க. எதிர்பார்த்திருந்தான். விசாரணை வேண்டாம் என்று தான் தவிர்த்ததை அப்படியே எடுத்துக்கொண்டிருப்பார்கள் என்று அவனால் நம்ப முடியவில்லை. அவன் எதிர்பார்த்த தகவல் சனிக்கிழமை மாலைவரை உண்மையில் வராததால், அதே வீட்டுக்கு, அதே நேரத்துக்கு வரச்சொல்லித் தனக்கு மௌனமான உத்தரவு வந்திருப்பதாக அவன் எடுத்துக்கொண்டான். ஆகையால், ஞாயிற்றுக்கிழமையன்று மறுபடியும் அவன் அங்கு சென்றான். இம்முறை நேராகப் படிகள் வழியாகவும், வராந்தாக்கள் வழியாகவும் சென்றான். அவனை அடையாளம் கண்டுகொண்ட சிலர், தங்கள் வீட்டு வாசலில் நின்றபடி அவனுக்கு வணக்கம் கூறினார்கள். இனி யாரையும் அவன் கேட்கத் தேவையில்லாததால் விரைவில் சரியான வாயிலை வந்தடைந்தான். அவன் தட்டியவுடன் கதவு திறக்கப்பட்டது. கதவருகில் நின்றுகொண்டிருந்த, ஏற்கெனவே பார்த்திருந்த அந்தப் பெண்மணியைத் திரும்பிக்கூடப் பார்க்காமல், சட்டென்று அடுத்த அறைக்குச் செல்ல எண்ணினான். "இன்று விசாரணை கிடையாது" என்றாள் அவள். "ஏதனால் இன்று விசாரணை இல்லை யாம்?" என்று கேட்டான்; அதை அவன் நம்ப விரும்பவில்லை. ஆனால் அவள் அதை நிரூபிப்பதுபோல் பக்கத்து அறையின் கதவைத் திறந்து அவனுக்குக் காட்டினாள். அது உண்மையிலேயே காலியாக இருந்தது. அப்படிக் காலியாக இருந்ததால் முந்தைய ஞாயிற்றுக்கிழமையைவிட இன்னும் மோசமாகத் தோற்றமளித்தது. மேடையில் அதே இடத்தில் இருந்த மேஜையின் மீது சில புத்தகங்கள் இருந்தன. "இந்தப் புத்தகங்களைப் பார்க்கலாமா?" என்று க. கேட்டான். பார்க்க வேண்டும் என்ற ஆவலினால் அவன் கேட்கவில்லை; ஆனால் இங்கு வந்தது முழுவதும் பயன் இல்லாமல் போய்விடக் கூடாது என்பதற்காகத்தான் கேட்டான். "கூடாது" என்று அவள் கூறிவிட்டு, கதவைச் சாத்தினாள், "அதற்கு அனுமதியில்லை. இந்தப் புத்தகங்கள் நீதிபதிக்குச் சொந்தமானவை." "அப்படியா?" என்று க. கூறிவிட்டுத் தலையசைத்தான், "இவையெல்லாம் சட்ட நூல்களாக இருக்கலாம். மேலும் அறியாமை யாலும், அநீதியாகவும் ஒருவனைத் தண்டிப்பது இந்த நீதிமன்றத்தின் இயல் புக்கு ஒத்ததுதான்." "அப்படியும் இருக்கலாம்" என்றாள் அவள், அவனைச் சரியாகப் புரிந்துகொள்ளாமல். "சரி, அப்படியானால் நான் போகிறேன்" என்றான் க. "நீதிபதியிடம் நான் ஏதாவது செய்தி கூற வேண்டுமா?" என்று கேட் டாள் அந்தப் பெண். "அவனை உங்களுக்குத் தெரியுமா?" என்று க. கேட் டான். "நிச்சயமாக" என்றாள் அந்தப் பெண், "என் கணவர் நீதிமன்றத்தில்

ஒரு ஊழியர்.'' முன்பு வெறும் குளிக்கும் தொட்டி மட்டும் இருந்த அந்த அறை இப்போது எல்லாச் சாமான்களும் நிரம்பிய வசிக்கும் அறையாக மாறி யிருந்ததை க. இப்போதுதான் முதல் முறையாகக் கவனித்தான். அந்தப் பெண் அவனுடைய ஆச்சரியத்தைக் கவனித்துவிட்டுக் கூறினாள், ''இங்கு நாங்கள் வாடகையில்லாமல்தான் வசிக்கிறோம். ஆனால் விசாரணை இருக்கும் நாளில் அறையைக் காலிசெய்ய வேண்டும். என்னுடைய கணவரின் வேலை யில் பல வசதிக் குறைகள் இருக்கின்றன.'' ''இந்த அறையைப் பார்த்து நான் அவ்வளவு ஆச்சரியப்படவில்லை'' என்று கூறிவிட்டு க. அவளைக் கோப மாகப் பார்த்தான், ''அதைவிட, நீங்கள் திருமணமானவர் என்பதை எண்ணித் தான் ஆச்சரியப்படுகிறேன்.'' ''போன விசாரணையின்போது நடந்த அந்தச் சம்பவத்தையும் அது உங்கள் பேச்சைத் தடைசெய்ததையுமா மறைமுக மாகக் குறிப்பிடுகிறீர்கள்?'' என்று அந்தப் பெண் கேட்டாள். ''சந்தேகமில் லாமல்'' என்றான் க. ''இன்றோ அது முடிந்துவிட்ட, நான் கிட்டத்தட்ட மறந்துவிட்ட சம்பவம்; ஆனால் அப்போது அது எனக்குப் பெரும் கோபத்தை ஏற்படுத்தியது. அதோடு நீங்கள் திருமணமானவர் என்று நீங்களே இப்போது கூறுகிறீர்கள்.'' ''உங்கள் பேச்சு தடைபடுத்தப்பட்டது உங்களுக்குப் பாதக மாக இல்லை. அதற்குப் பிறகும் ஒவ்வொருவரும் உங்களைப் பற்றிச் சற்றும் சாதகமில்லாத வகையில்தான் பேசிக்கொண்டிருந்தார்கள்.'' ''இருக்கலாம்'' என்றான் க. தன் கவனத்தைத் திருப்பியவாறே. ''ஆனால் அதன் காரணமாக, உங்கள் செயலை மன்னிக்க முடியாது.'' ''என்னைத் தெரிந்தவர்கள் எல்லோ ருடைய முன்னிலையிலும் நான் மன்னிக்கப்பட்டுவிட்டேன்'' என்றாள் அந்தப் பெண், ''என்னை அப்போது கட்டியணைத்தவன், நீண்ட நாளாக என் பின்னால் சுற்றிக்கொண்டிருக்கிறான். பொதுவாக நான் கவர்ச்சியாக இல்லா மல் இருக்கலாம். ஆனால் இவனுக்கு நான் கவர்ச்சியாகத்தான் இருக்கிறேன். எனக்கு இதிலிருந்து பாதுகாப்புக் கிடையாது. என் கணவரும் வேறு வழி யில்லை என்று இருக்கிறார். அவர் தன்னுடைய வேலையில் இருக்க வேண்டுமென்றால் இதைப் பொறுத்துக்கொள்ள வேண்டும், ஏனென்றால் இவன் ஒரு மாணவன், மேலும் இவன் பெரும் பதவிக்கு வரக்கூடும், எப் போதும் இவன் என் பின்னாலேயே சுற்றிக்கொண்டிருக்கிறான். நீங்கள் வரு வதற்குச் சிறிது நேரத்திற்கு முன்புதான் அவன் இங்கிருந்து போனான்.'' ''இங்குள்ள மற்ற விஷயங்கள் போல்தான் இதுவும் இருக்கிறது'' என்றான் க., ''இதைக் கேட்டு நான் ஆச்சரியப்படவில்லை.'' ''இங்கு நடக்கும் விஷயங்கள் சிலவற்றை நீங்கள் திருத்தப்போகிறீர்களா?'' என்று அவளுக்கும் க.வுக்கும் ஏதோ தீங்கு வரப்போவதைப் பற்றிக் கூறுவதுபோல் அவனிடம் மெதுவாக வும், யோசனையில் ஆழ்ந்தவாறும் கேட்டாள். ''அதை உங்கள் பேச்சிலிருந்தே முடிவுகட்டிவிட்டேன். உங்கள் பேச்சு எனக்கு மிகவும் பிடித்திருந்தது. நான் உங்கள் பேச்சின் ஒரு பகுதியைத்தான் கேட்டேன். தொடக்கத்தைக் கேட்க வில்லை; கடைசிப் பகுதியின்போது அந்த மாணவனுடன் தரையில் படுத் திருந்தேன்—இங்கே ஒன்றும் சரியில்லை'' என்று சிறிது மௌனத்திற்குப் பிறகு கூறிவிட்டு க.வின் கையைப் பிடித்துக்கொண்டாள். ''இங்கு இருப்ப வற்றை உங்களால் திருத்த முடியும் என்று நீங்கள் நம்புகிறீர்களா?'' க. புன் னகை செய்துவிட்டு அவளுடைய மென்மையான கைகளிலிருந்த தன் கையை

விடுவித்துக்கொள்ளாமல் மெதுவாகத் திரும்பினான். ''திருத்துவது என் வேலை அல்ல. உதாரணத்திற்கு, திருத்துவதைப் பற்றி நீங்கள் நீதிபதியிடம் கூறினால் உங்களை எல்லோரும் கேலிசெய்து சிரிப்பார்கள் அல்லது தண்டிப் பார்கள். உண்மையில், நானாகவே விரும்பி இந்த விஷயத்தில் நிச்சயம் தலை யிட்டிருக்க மாட்டேன். மேலும் இந்த நீதிமன்றத்தைத் திருத்தி அமைக்கும் தேவையைப் பற்றி நான் எப்போதும் கவலைப்பட்டதில்லை. ஆனால் நான் கைதுசெய்யப்பட்டிருக்கிறேன் என்று கூறப்படுவதால்—நான் கைதுசெய்யப் பட்டிருக்கிறேனாம்—இந்த விஷயத்தில் அதுவும் என் நலனுக்காகவே தலை யிட வேண்டியதாக இருக்கிறது. அதே சமயம் நான் உங்களுக்கு எந்த வகையி லாவது உதவிபுரிய முடியுமானால் நிச்சயம் அதை சந்தோஷமாகச் செய் வேன். மனிதாபிமானத்தினால் மட்டுமல்ல, நீங்களும் எனக்கு உதவி செய்ய முடியும் என்பதால்தான்.'' ''அதை எப்படி நான் செய்ய முடியும்?'' என்று கேட்டாள் அவள். ''உதாரணமாக, நீங்கள் அங்கே மேஜைமீது இருக்கும் புத்த கங்களைக் காண்பிக்கலாம்.'' ''நிச்சயமாக'' என்று அவள் கூறிவிட்டு அவனை அவசரமாகத் தன் பின்னே இழுத்துக்கொண்டு சென்றாள். அவையெல்லாம் அடிக்கடி கையாளப்பட்ட பழைய புத்தகங்கள். காலிகோ அட்டை போட்டி ருந்த ஒரு புத்தகம் நடுவில் கிட்டத்தட்ட உடைந்துவிட்டிருந்தது. அட்டை யின் துண்டுகளெல்லாம் காலிகோ நார்களால்தான் ஒன்றாக ஒட்டிக்கொண் டிருந்தன. ''இங்கே, எல்லாம் எவ்வளவு அழுக்காக இருக்கிறது?'' என்றான் க. தலையை அதிருப்தியுடன் ஆட்டியவாறே. புத்தகங்களை எடுக்குமுன் அந்தப் பெண் தன் ஏப்ரனினால் மேலாகத் தூசியைத் துடைத்தாள். க. மேலே இருந்த புத்தகத்தைத் திறந்தான். அதில் விரசமான படமொன்று காட்சியளித் தது. ஒரு ஆணும் ஒரு பெண்ணும் நிர்வாணமாக ஒரு சோபாவில் உட்கார்ந் திருந்தார்கள். ஓவியனின் கீழ்த்தரமான நோக்கத்தைத் தெளிவாகத் தெரிந்து கொள்ள முடிந்தது. ஆனால் அவனுக்குச் சற்றும் திறமையில்லாத காரணத் தால், தவறான கோணத்தில் வரையப்பட்டிருந்த அந்த ஓவியத்தில், பெருத்த உடல்களுடன்கூடிய ஒரு ஆணும் ஒரு பெண்ணும் அளவுக்கு மீறிப் படம் முழுவதையும் ஆக்கிரமித்தவாறு விறைப்பாக உட்கார்ந்துகொண்டு கஷ்டப் பட்டுத் திரும்பி ஒருவரை ஒருவர் பார்த்தவாறிருந்தனர். க. அந்த புத்தகத்தை மேற்கொண்டு புரட்டவில்லை. ஆனால் இரண்டாவது புத்தகத்தின் முதல் பாகத்தைத் திறந்தான். அது கீழ்க்கண்ட தலைப்புள்ள நாவல்: 'தன் கணவன் ஹன்ஸிடம் கிரேட்ட பட நேர்ந்த கொடுமைகள்.' ''இவைதான் இங்கு படிக் கப்படும் சட்ட நூல்கள்.'' என்றான் க. ''இப்படிப்பட்ட மனிதர்கள்தான் என்னைப் பற்றித் தீர்ப்பளிக்க வேண்டுமாம்.'' ''நான் உங்களுக்கு உதவி செய்கிறேன்'' என்றாள் அந்தப் பெண். ''செய்கிறீர்களா? உங்களுக்கு அபாயம் ஏதும் நேராமல் உண்மையாகவே உங்களால் உதவிசெய்ய முடியுமா? உங்கள் கணவனுக்கு மேலதிகாரியின் தயவு அதிகம் தேவை என்று முன்பு கூறினீர்கள் இல்லையா?'' ''இருந்தாலும் உங்களுக்கு நான் உதவி செய்கிறேன்'' என்றாள் அந்தப் பெண். ''வாருங்கள், அதைப் பற்றி நாம் பேச வேண்டும். எனக்கு ஏற் படக்கூடிய கெடுதலைப் பற்றிப் பேசாதீர்கள். எதற்குப் பயப்பட வேண் டுமோ அதற்குத்தான் பயப்படுவேன், வாருங்கள்.'' மேடையைக் காண் பித்துப் படிக்கட்டின் மேல் தன்னுடன் உட்காரும்படி கேட்டுக்கொண்டாள்.

''உங்களுக்கு அழகிய கரிய விழிகள்'' என்றாள் அவள் உட்கார்ந்த பிறகு. கீழ்ப் படியிலிருந்து க. வின் முகத்தைப் பார்த்தாள், ''எனக்கும் அழகிய கண்கள் என்று சொல்கிறார்கள், ஆனால் உங்கள் கண்கள் இன்னும் அழகாக இருக் கின்றன. நீங்கள் முதல் முறை இங்கே வந்தபோதே எனக்கு உங்களைப் பிடித்து விட்டது. அதனால்தான் விசாரணை நடக்கும் இந்த அறைக்கு வந்தேன். நான் சாதாரணமாக இங்கு வருவதில்லை. பிறகு கூட்டம் நடக்கும் இதே அறைக் குள் நான் எப்போதும் அப்படிச் செய்ததேயில்லை, மேலும் அப்படிச் செய் வதற்கு எனக்கு அனுமதியும் இல்லை.'' 'இதற்குத்தான் போலிருக்கிறது' என்று எண்ணினான் க. 'இவள் தன்னை எனக்கு அளிக்கிறாள். இங்கு சுற்றியிருக்கும் எல்லோரையும் போலவே இவளும் சீர்கெட்டவள். நீதிமன்றத்தின் அதிகாரி கள் இவர்களுக்குப் புளித்துப்போய்விட்டார்கள். அது புரிந்துகொள்ளக் கூடிய ஒன்றுதான். ஆகையால் வரும் எந்த அந்நியனின் கண்களும் அழகா யிருக்கின்றன என்று முகஸ்துதிசெய்து வரவேற்கிறாள்.' தன் எண்ணங்களை வெளிப்படையாகப் பேசிவிட்டதைப் போலவும், அதன் மூலம் அவளுக்குத் தன் நடத்தையை விளக்கிவிட்டது போலவும், க. எதுவும் பேசாமல் எழுந்து நின்றான். ''நீங்கள் எனக்கு உதவி செய்ய முடியும் என்று நான் நம்பவில்லை'' என்றான் அவன். ''எனக்கு உண்மையில் உதவிசெய்ய வேண்டுமென்றால் உயர் அதிகாரிகளுடன் தொடர்பு இருக்க வேண்டும். ஆனால் நீங்களோ கணக் கில்லாமல் சுற்றி வரும் கீழ்நிலை ஊழியர்களை மட்டும்தான் தெரிந்துவைத் துக்கொண்டிருக்கிறீர்கள், மேலும் அவர்கள் மூலம் நீங்கள் பல காரியங்களை யும் சாதித்துக்கொள்ள முடியும்; அதைப் பற்றி எனக்குச் சந்தேகமே இல்லை. ஆனால் அவர்கள் மூலம் சாதித்துக்கொள்ளக்கூடிய பெரும் காரியம்கூட வழக் கின் இறுதி முடிவைப் பொறுத்தவரை முற்றிலும் முக்கியத்துவம் அற்றது. நீங்கள் அதனால் சில நண்பர்களையும்கூட இழந்துவிடலாம். அதற்கு நான் காரணமாக விரும்பவில்லை. இதுவரை இவர்களுடன் உங்களுக்குள்ள உற வைத் தொடருங்கள். உங்களுக்கு அது தவிர்க்க முடியாததென்று எனக்குத் தோன்றுகிறது. நான் இதை வருத்தத்துடன்தான் கூறுகிறேன். உங்கள் பாராட்டை எந்த வகையிலாவது ஈடுசெய்ய வேண்டுமென்பதாலும், குறிப் பாக என்னை இப்போது இவ்வளவு வருத்தத்துடன் பார்க்கும்போது—அதற்கு உங்களுக்கு காரணமேயில்லை என்றாலும்—உங்களை எனக்குப் பிடித்திருக் கிறது. நான் இறுதிவரை எதிர்த்துப் போராட வேண்டிய கூட்டத்தைச் சேர்ந் தவர் நீங்கள். நீங்கள் இந்தக் கூட்டத்தில் மிகவும் சந்தோஷமாகத்தான் இருக்கி றீர்கள். நீங்கள் மாணவனையும் விரும்புகிறீர்கள். அப்படி விரும்பாவிட் டாலும் குறைந்தபட்சம் உங்கள் கணவனைவிட அவன் மேல் என்று நினைக் கிறீர்கள். அதை உங்கள் வார்த்தைகளிலிருந்து சுலபமாகத் தெரிந்துகொள்ள முடிந்தது.'' ''இல்லை'' என்று அவள் கத்தினாள், உட்கார்ந்துகொண்டே க.வின் கையைப் பற்றினாள். அவன் தன் கையை அவளிடமிருந்து அப்படி யொன்றும் வேகத்துடன் இழுத்துக்கொள்ளவில்லை. ''நீங்கள் இப்போது இங் கிருந்து போகக் கூடாது, நீங்கள் என்னைப் பற்றித் தவறான அபிப்பிராயத் துடன் இங்கிருந்து போகக் கூடாது! நீங்கள் உண்மையாகவே இங்கிருந்து போய்விட முடியுமா? என்னுடன் இன்னும் சிறிது நேரம் இங்கே தங்கி என்னை சந்தோஷப்படுத்த விரும்பாத அளவுக்கு நான் அவ்வளவு தரம்

கெட்டவளா?'' ''நீங்கள் என்னைத் தவறாகப் புரிந்துகொண்டிருக்கிறீர்கள்'' என்று க. கூறிவிட்டு உட்கார்ந்தான். ''நான் இங்கு தங்குவது உங்களுக்கு மிகவும் முக்கியமானதென்றால், நான் சந்தோஷமாகத் தங்குகிறேன், எனக்கு நேரம் இருக்கிறது, இன்று விசாரணை இருக்கும் என்று எதிர்பார்த்துதானே நான் இங்கு வந்தேன். உங்களைக் கேட்டுக்கொள்ள விரும்பியது என்னவென்றால் என்னுடைய வழக்கில் எனக்காக நீங்கள் எதுவும் செய்ய வேண்டாம். வழக்கின் முடிவு என்ன என்பதுபற்றி எனக்கு ஒரு சிறிதும் அக்கறை இல்லை என்பதையும், கூறப்படும் தீர்ப்பை எள்ளி நகையாடப்போகிறேன் என்பதையும் நீங்கள் எண்ணிப்பார்த்தால் உங்களிடம் நான் கேட்டுக்கொண்டது மன வருத்தத்தைக் கொடுக்காது. அதாவது, வழக்கு உண்மையிலேயே ஒரு முடிவுக்கு வரும் என்றால்தான்; அதுவே மிகவும் சந்தேகம்தான். நான் உண்மையில் நினைப்பது என்னவென்றால் இந்த விசாரணை, சோம்பேறித்தனத்தாலோ, மறதியாலோ அல்லது ஒருவேளை அதைவிட அதிகாரிகளின் பயத்தாலோ, ஏற்கனவே தடைப்பட்டுவிட்டது, அல்லது கூடிய விரைவில் தடைப்பட்டுவிடப்போகிறது என்பதுதான்; இன்னும் சாத்தியமானது என்னவென்றால், ஏதாவதொரு பெரும் லஞ்சம் கிடைக்கும் என்னும் நம்பிக்கையில் வழக்கை பாவனைக்குத் தொடர்ந்து நடத்தலாம். அது பயனற்றது என்று இப்போதே என்னால் கூற முடியும், ஏனென்றால், நான் யாருக்கும் லஞ்சம் கொடுக்கப்போவதில்லை. ஒருபோதும் எவரிடமும் எந்த விதக் குயுக்தியினாலும்—இவர்கள் இந்தக் குயுக்தியில் கைதேர்ந்தவர்கள்—என்னை லஞ்சம் கொடுக்குமாறு செய்ய முடியாது என்று நீங்கள் நீதிபதியிடமோ அல்லது முக்கியமான செய்திகளைப் பரப்பும் வேறு எவரிடமோ கூறினால் எனக்கு மிகவும் சந்தோஷமாகவே இருக்கும். அதை உங்களால் செய்யவும் முடியலாம். அதனால் எந்த விதப் பயனும் இருக்க முடியாது என்பதை நீங்கள் அவர்களிடம் வெளிப்படையாகக் கூறிவிடலாம். மேலும், அவர்களாகவே இப்போது ஒருவேளை இதைத் தெரிந்துகொண்டிருக்கலாம். அப்படியில்லாவிட்டாலும் இப்போது அவர்கள் தெரிந்துகொள்ள வேண்டும் என்பது எனக்கு அவ்வளவு முக்கியமில்லை. அப்படி அவர்கள் தெரிந்துகொள்வதால் வேலை ஒருவேளை குறையலாம். எனக்கும் சில தொல்லைகள் ஏற்படாமல் இருக்கலாம். ஆனால் இந்தத் தொல்லைகள் ஒவ்வொன்றும் மற்றவர்களுக்கு ஒரு அடி என்று தெரிந்தால் நான் அவற்றை மகிழ்ச்சியுடன் ஏற்றுக்கொள்வேன். அப்படி அடி விழுமாறு நான் பார்த்துக்கொள்கிறேன். உங்களுக்கு உண்மையிலேயே நீதிபதியைத் தெரியுமா?'' ''நிச்சயமாக'' என்றாள் அவள், ''உங்களுக்கு உதவிசெய்கிறேன் என்று கூறியபோது அவரைத்தான் நான் முதலில் நினைத்தேன். அவர் ஒரு வெறும் கீழ்நிலை நீதிபதிதான் என்று எனக்குத் தெரியாது, ஆனால் நீங்கள் அப்படிச் சொல்வதால் அப்படித்தான் இருக்க வேண்டும். இருந்தாலும் அவர் மேலிடத்துக்குச் சமர்ப்பிக்கும் அறிக்கைகளுக்கு மதிப்பு இருக்கத்தான் செய்கிறது. மேலும் அவர் நிறைய அறிக்கைகள் எழுதுகிறார். இங்குள்ள ஊழியர்கள் சோம்பேறிகள் என்று நீங்கள் சொல்கிறீர்கள், ஆனால் எல்லோரும் அப்படி அல்ல, குறிப்பாக இந்த நீதிபதி அப்படி அல்ல, நிறையவே எழுதுகிறார். உதாரணத்திற்கு, சென்ற ஞாயிற்றுக்கிழமை விசாரணை மாலைவரை நீடித்தது. எல்லோரும் சென்றுவிட்டார்கள். ஆனால் நீதி

பதி மட்டும் கூடத்தில் தங்கினார், நான் அவருக்கு ஒரு விளக்கை எடுத்துச் செல்ல வேண்டியிருந்தது. என்னிடம் வெறும் ஒரு சிறிய சமையலறை விளக்குத்தான் இருந்தது. ஆனால் அதுவே அவருக்குத் திருப்தி தந்தது. உடனே எழுதத் தொடங்கினார். அதற்குள் என் கணவரும் வந்துவிட்டார். அவருக்கு அந்த ஞாயிற்றுக்கிழமை விடுமுறையாக இருந்தது. நாங்கள் அறைக்கலன்களை எடுத்து அறையை மறுபடியும் மாற்றியமைத்தோம். பிறகு பக்கத்து வீட்டுக்காரரெல்லாம் வந்திருந்தார்கள். மெழுகுவர்த்தியின் வெளிச்சத்தில் நாங்கள் பேசிக்கொண்டிருந்தோம். சுருக்கமாகச் சொன்னால் நீதிபதி இருந்ததை மறந்து நாங்கள் தூங்கப் போய்விட்டோம். இரவு வெகு நேரம் ஆகியிருக்க வேண்டும். திடீரென்று விழித்துக்கொண்டேன். என் படுக்கையருகில் நீதிபதி நின்றுகொண்டு விளக்கு வெளிச்சம் என் கணவர் மேல் படாதபடி கையால் வெளிச்சத்தை மறைத்துக்கொண்டிருந்தார். அது தேவையில்லாத முன்னெச்சரிக்கை. ஏனென்றால் என் கணவர் வெளிச்சம்கூட எழுப்ப முடியாத அளவுக்குத் தூங்குவார். நான் மிகவும் திடுக்கிட்டுப்போனதால் கிட்டத்தட்டக் கத்தியேவிட்டேன். ஆனால் நீதிபதி மிகவும் நட்புணர்ச்சி கொண்டவராக இருந்தார். என்னை எச்சரிக்கையாக இருக்கும்படி கூறினார். மேலும் இதுவரை எழுதிக்கொண்டு இருந்ததாக என்னிடம் தாழ்ந்த குரலில் கூறினார். இப்போது என்னிடம் விளக்கைத் திருப்பித்தர வந்ததாகவும், நான் தூங்கிக் கொண்டிருந்த காட்சியை ஒருபோதும் மறக்க முடியாது என்றும் கூறினார். இதனாலெல்லாம் நான் சொல்ல விரும்புவது என்னவென்றால், நீதிபதி உண்மையிலேயே நிறைய அறிக்கைகள் எழுதுகிறார். குறிப்பாக உங்களைப் பற்றி, ஏனென்றால் குறுக்கு விசாரணை சந்தேகமில்லாமல் ஞாயிற்றுக்கிழமை அமர்வில் எடுத்துக்கொள்ளப்பட்ட முக்கியமான விஷயங்களில் ஒன்று. அது போன்ற நீண்ட அறிக்கைகள் நிச்சயமாக அர்த்தமில்லாமல் இருக்க முடியாது. அது மட்டுமல்லாமல், நீதிபதி என்னை அடைய முயல்கிறார் என்பதையும்— அவர் இப்போதுதான் என்னைக் கவனித்திருக்க வேண்டும்—நான் இப்போது அவரை என் சொல்லுக்குக் கட்டுப்பட வைக்க முடியும் என்பதையும் நீங்கள் இந்த நிகழ்ச்சியிலிருந்து தெரிந்துகொண்டிருக்கலாம். நான் அவருக்கு எவ்வளவு முக்கியமானவள் என்பதற்கு இன்னும் பல சாட்சியங்கள் இருக்கின்றன. நேற்று அவர் அவருடைய நம்பிக்கைக்குப் பாத்திரமான சக ஊழியரான மாணவர் ஒருவர் மூலம் பட்டுக் காலுறைகளை அன்பளிப்பாக எனக்கு அனுப்பியிருந்தார். நான் அந்த விசாரணைக்கூடத்தைச் சுத்தம் செய்கிறேன் என்பதற்காக அனுப்பியிருந்தாராம். ஆனால், அது வெறும் சாக்கு, ஏனென்றால் அந்த வேலை என்னுடைய கடமை. மேலும் அதற்காக என் கணவருக்குச் சம்பளம் கிடைக்கிறது. அவை மிக அழகிய காலுறைகள், பாருங்களேன்.''

அவள் தன் கால்களை நீட்டி, ஆடையை முழங்கால்வரை தூக்கிக் காலுறைகளைத் தானே பார்த்துக்கொண்டாள், ''ரொம்ப அழகான காலுறைகள். உண்மையில் மிகவும் உயர்ந்த ரகம்; மேலும் என் அந்தஸ்துக்கு மீறியவை.''

திடீரென்று பேசுவதை நிறுத்திக்கொண்டு அவனை அமைதிப்படுத்த விரும்பியவள்போல் கையை க.வின் கைமேல் வைத்துத் தணிந்த குரலில் கூறினாள், ''உஷ்... பெர்ட்ஹோல்ட் நம்மைப் பார்த்துக்கொண்டிருக்கிறான்.'' க. மெள்ளத் தன் பார்வையை நிமிர்த்தினான். விசாரணைக்கூடத்தில் கத

வருகில் ஒரு இளைஞன் நின்றுகொண்டிருந்தான். அவன் குள்ளமாக இருந்தான், அவனுடைய கால்கள் நேராக இல்லை. அவன் பரவலாக வளர்ந்திருந்த தன் சிகப்புக் குறுந்தாடியை இடைவிடாமல் விரல்களால் வருடுவதின்மூலம் தனக்கு ஒரு மதிப்பை ஏற்படுத்திக்கொள்ளப் பார்த்தான். க. அவனைப் பற்றித் தெரிந்துகொள்ளும் ஆவலுடன் பார்த்தான். தனக்குப் புதிரான சட்டவியலின் மாணவன் ஒருவனை இப்போதுதான் முதன்முதலில், ஓரளவுக்கு ஒரு மனிதன் என்ற முறையில் சந்திக்க நேர்ந்தது. அவன் என்றாவது ஒரு நாள் உயர் அதிகாரி பதவிக்கு வரக்கூடும். அந்த மாணவனோ க.வைப் பற்றி கவலைப்பட்டவனாகவே தெரியவில்லை; அவன் ஒரு கணம் தாடியிலிருந்து தன் விரலை எடுத்துவிட்டு அவளைப் பார்த்துச் சைகைசெய்துவிட்டு, ஜன்னலருகே சென்றான். அவள் க. அருகில் குனிந்து முணுமுணுத்தாள், ‘‘என்மேல் கோபப்படாதீர்கள், நான் உங்களைப் பல முறை கேட்டுக்கொள்கிறேன், என்னைப் பற்றி மோசமாகவும் நினைக்காதீர்கள். நான் இப்போது அவனிடம் போக வேண்டும். அந்த அருவருப்பான மனிதனிடம் போக வேண்டும். அவனுடைய கோணலான கால்களைப் பாருங்களேன். ஆனால் சீக்கிரம் திரும்பி வந்துவிடுகிறேன். பிறகு நீங்கள் என்னை அழைத்துச் சென்றால் உங்களுடன் வருகிறேன். நீங்கள் எங்கு போக விரும்பினாலும் அங்கு வருகிறேன். என்னை நீங்கள் என்ன வேண்டுமானாலும் செய்துகொள்ளலாம். இங்கிருந்து முடிந்த வரை நீண்ட காலம், சொல்லப்போனால் திரும்பி வராமலேயே சென்றுவிட்டால் நான் சந்தோஷமாக இருப்பேன்.’’ அவள் க.வின் கையைத் தடவி விட்டாள், பிறகு குதித்தெழுந்து ஜன்னலை நோக்கி ஓடினாள். க. தன்னையும் அறியாமல் அவள் கையைப் பற்ற முயன்றபோது வெறுமையில் அவன் கை நீண்டது. அவன் வெறுமையைத்தான் ரந்தித்தான். அவள் உண்மையிலேயே அவனைக் கவர்ந்தாள். அவளுடைய கவர்ச்சிக்கு இணங்கக் கூடாது என்பதற்குத் தகுந்த காரணம் கிடைக்கவில்லை. நீதிமன்றத்துக்காக அவள் அவனைத் தன் வலையில் பிடித்துப்போடுகிறாள் என்று மேலெழுந்தவாரியாகத் தோன்றிய எதிர்ப்புணர்வை அவன் சுலபமாகத் தள்ளிவிட்டான். எந்த வகையில் அவள் அவனைச் சிக்கவைக்க முடியும்? தன்னைப் பொறுத்தவரை அந்த நீதிமன்றம் முழுவதையும் ஒரே நொடியில் நொறுக்கிவிடும் அளவுக்கு அவன் இன்னும் சுதந்திரமாகத்தானே இருக்கிறான்? இந்தச் சிறிதளவு நம்பிக்கைகூட அவனுக்குத் தன்மேல் இல்லையா? அவனுக்கு உதவியளிக்கிறேன் என்று அவள் கேட்டுக்கொண்டது உண்மையாகத்தான் பட்டது, அந்தச் சொல்லுக்கு மதிப்பு இருக்கவும் செய்யலாம். அவளை அந்த நீதிபதியிடமிருந்தும் அவனைச் சேர்ந்த கூட்டத்திடமிருந்தும் பறித்து எடுத்துச்சென்று தன்னுடையவளாக ஆக்கிக்கொள்வதைவிட வேறு சிறந்த பழிவாங்கல் இருக்க முடியாது என்றே சொல்லலாம். அவ்வாறு செய்தால் க.வைப் பற்றிப் பொய்யான அறிக்கைகளை நீதிபதி இரவு வெகு நேரம் கஷ்டப்பட்டு எழுதிவிட்டுப் பிறகு அவளுடைய படுக்கை காலியாக இருப்பதைக் காணும் நிலைமை ஏற்படலாம். காலியாக ஏன் இருக்கும் என்றால் அவள் க.வுக்குச் சொந்தமானவள், ஜன்னலருகிலிருக்கும் இவள், சொரசொரப்பான கனமான துணியால் தைக்கப்பட்ட அழுக்கான சாம்பல் நிற ஆடையிலிருக்கும் இந்த வாளிப்பான, வளைந்து கொடுக்கும் கதகதப்பான உடல் க.வுக்கே முற்றிலும் சொந்தமானது.

இந்த வகையில் அவன் அந்தப் பெண்ணைப் பற்றிய சந்தேகங்களை ஒதுக்கிவைத்த பிறகு, ஜன்னலுக்கருகில் அவர்களிருவரும் மெல்லிய குரலில் வெகு நேரம் பேசிக்கொண்டு இருந்தது அவனுக்குச் சலிப்பைத் தந்ததால் அவன் தன் விரல் மூட்டுகளினால் மேஜையின்மீது தட்டினான். பிறகு தன்னுடைய முஷ்டியினாலும் குத்தினான். மாணவன் அந்தப் பெண்ணின் தோள்களுக்கு மேல் தன் தலையைத் தூக்கி க.வை ஒரு கணம் பார்த்தான், ஆனால் அதனால் சற்றும் பாதிக்கப்படாதவனாக, சொல்லப்போனால் அவளை இன்னும் நன்றாக இறுக்கக் கட்டியணைத்துக்கொண்டான். அவன் சொல்வதைக் கவனமாகக் கேட்பதைப்போல் அவள் தன் தலையை ஆழமாகத் தோளில் புதைத்துக்கொண்டாள். அவள் குனிந்தபோது, தன் பேச்சு பெருமளவில் தடைப்படாமல் அவள் கழுத்தில் அவன் சத்தமாக முத்தமிட்டான். அவள் முறையிட்டதுபோல் அவளுக்கு அந்த மாணவன் இழைத்த கொடுமை, இதனால் க.வுக்கு உறுதியாகி அவன் எழுந்து நின்று அறையில் மேலும் கீழும் நடந்தான். கடைக்கண்ணால் மாணவனைப் பார்த்தவாறே அவனை முடிந்த வரை சீக்கிரம் இங்கிருந்து எப்படி விரட்ட முடியும் என்று யோசித்தான். க.வின் பயனற்ற அர்த்தமற்ற நடை அவ்வப்போது தரை அதிரும் அளவுக்குச் சீர்கெட்டுவிட்டிருந்தது. அதனால் ஏற்பட்ட இடையூறு காரணமாகவே அந்த மாணவன் பேச ஆரம்பித்தது க.வுக்கு வரவேற்கத் தக்கதாகவே இருந்தது. "உங்களுக்குப் பொறுமையில்லை என்றால் இங்கிருந்து போய்விடலாம். நீங்கள் முன்னமேயே இங்கிருந்து போய்விட்டிருக்க வேண்டும், உடனேயே போய்விட்டிருக்க வேண்டும்." அவனுடைய இந்தச் சொற்களில் அவனுக்கு இருந்திருக்கக்கூடிய கடுங்கோபமெல்லாம் வெடித்திருக்க வேண்டும். எதுவாயிருந்தாலும், யாராலும் விரும்பப்படாத, குற்றம் சாட்டப்பட்ட ஒருவனிடம் எதிர்கால நீதிமன்ற அதிகாரி பேசும்போது இருக்கும் அகம்பாவமும் அவனிடம் இருந்தது. க. அவனை நெருங்கி நின்றபடியே புன்முறுவலுடன் கூறினான், "நான் பொறுமையில்லாமல்தான் இருக்கிறேன், உண்மைதான், ஆனால் நீங்கள் எங்களை விட்டுச் சென்றால் இந்தப் பொறுமையின்மை எளிதில் அகன்றுவிடும். ஒருவேளை நீங்கள் இங்கு கல்வி கற்பதற்காக வந்திருந்தால்—நீங்கள் ஒரு மாணவன் என்று நான் கேள்விப்பட்டேன்—மகிழ்ச்சியுடன் இந்த இடத்தை உங்களுக்கே விட்டுவிட்டு இந்தப் பெண்ணுடன் போய்விடுகிறேன். மேலும், நீதிபதியாவதற்கு முன்பு நீங்கள் நிறையக் கற்க வேண்டியிருக்கும். உங்களுடைய நீதிமன்றத்தைப் பற்றி எனக்கு இன்னும் அவ்வளவு சரியாகத் தெரியாதுதான், இருந்தாலும் ஏற்கனவே வெட்கம், மானம் இல்லாமல் உங்களுக்குக் கைவந்த முரட்டுப் பேச்சினால் மட்டும் நீங்கள் எதையும் சாதித்துவிடவில்லை என்று நான் நினைக்கிறேன்." க.வின் இழிவுபடுத்தும்படியான இந்தப் பேச்சுக்கு அந்தப் பெண்ணிடம் விளக்கம் தரும் வகையில் அந்த மாணவன் கூறினான், "இவ்வளவு சுதந்திரமாக இவன் சுற்றிவரும்படியாக விட்டிருக்கக் கூடாது. அது ஒரு பெரும் தவறு. நீதிபதியிடம் நான் சொல்லிவிட்டேன். விசாரணைகளுக்கு இடையில் அவனை அவன் அறையிலாவது அடைத்து வைத்திருக்க வேண்டும். சிலசமயம் நீதிபதியை என்னால் புரிந்துகொள்ள முடியவில்லை." "பயனற்ற பேச்சு" என்று க. கூறிவிட்டுத் தன் கையை அந்தப் பெண்ணை நோக்கி நீட்டினான், "வாருங்கள்." "அப்படியா"

என்றான், மாணவன், ''இல்லை, இவள் உங்களுக்குக் கிடைக்க மாட்டாள்.'' பிறகு அவன் தோற்றத்துக்கு மீறிய பலத்துடன் அவளை ஒரு கையில் தூக்கிக் கொண்டு கனிந்த பார்வையுடன் அவளைப் பார்த்தவாறே குனிந்து கதவை நோக்கி ஓடினான். க.வுக்கு அவன் ஓரளவு பயப்பட மாட்டான் என்பதை இந்தச் சமயத்தில் மறுக்க முடியாது. இருந்தாலும் சுதந்திரமாக இருந்த மற் றொரு கையால் அந்தப் பெண்ணின் கையைத் தடவியும் அழுத்தியும் க.வின் கோபத்தை மேலும் தூண்டிவிடவும் அவன் துணிந்தான். க. அவனைப் பிடித்து, தேவை இருந்தால் அவன் கழுத்தை நெரிக்கவும் தயாராக அவனுக் குப் பின்னால் சிறிது தூரம் ஓடினான். அப்போது அந்தப் பெண் கூறினாள், ''இதனால் ஒரு பயனுமில்லை. நீதிபதி என்னை அழைத்துவரும்படி சொல்லி யிருக்கிறார். நான் உங்களோடு வரக் கூடாது. இந்தக் குட்டிப் பிசாசு என்னை விடாது.'' ''அது மட்டுமல்ல, நீங்கள் விடுபட விரும்பவில்லை'' என்று க. கத்தி விட்டு, கையை மாணவன் தோள்மீது வைத்தான்; அதை மாணவன் தாவிக் கடிக்க முயன்றான். ''வேண்டாம்!'' என்று அந்தப் பெண் கத்திவிட்டு, க.வை இரு கைளாலும் தள்ளினாள். ''வேண்டாம், வேண்டாம். அது மட்டும் வேண் டாம். என்ன நினைத்துக்கொண்டிருக்கிறீர்கள்? என் கதி அவ்வளவுதான். அவனை விட்டுவிடுங்கள். ஐயோ, தயவுசெய்து அவனை விட்டுவிடுங்கள். நீதிபதியின் கட்டளையை நிறைவேற்றுவதற்காகத்தான் அவன் என்னை அவ ரிடம் தூக்கிக்கொண்டு போகிறான்.'' ''அப்படியானால் அவன் போய்த் தொலையட்டும், உங்களை இனிமேல் நான் பார்க்க விரும்பவில்லை'' என் றான் க. ஏமாற்றத்தால் ஏற்பட்ட கோபத்தோடு. பிறகு மாணவனின் முதுகில் கை வைத்து அவனைத் தள்ளினான். அவன் சிறிது தடுமாறினான். ஆனால் தான் கீழே விழவில்லை என்ற சந்தோஷத்தோடு உடனே தன் சுமையுடன் குதித்து ஓடினான். க. மெதுவாக அவர்களைப் பின்தொடர்ந்தான். சந்தேக மில்லாமல் இவர்களிடம் ஏற்பட்ட முதல் தோல்வி அது என்பதை அவன் உணர்ந்தான். அதனால் கவலைப்படுவதற்கு உண்மையில் காரணமேயில்லை. சண்டையைத் தேடிச் சென்றதால்தான் அவன் தோல்வியைச் சந்தித்தான். தன் வீட்டில் தங்கி ஒழுங்கான வாழ்க்கையை நடத்தியிருந்தால் இவர்கள் ஒவ் வொருவரையும்விட ஆயிரம் மடங்கு மேம்பட்டவனாக இருந்திருப்பான். ஒவ்வொருவரையும் தன் வழியிலிருந்து உதைத்து அப்புறப்படுத்த முடிந்திருக் கும். இந்தப் பரிதாபத்துக்குரிய மாணவன், இந்தப் பெருத்துவிட்ட குழந்தை, இந்தக் கோணலான தாடிக்காரன், எல்சாவின் படுக்கையின் முன்பு மண்டி யிட்டுக் கூப்பிய கைகளுடன் அவளுடைய தயவுக்காகக் கெஞ்சினால் அது எவ்வளவு கோமாளித்தனமான காட்சியாக இருந்திருக்கும் என்று கற்பனை செய்துபார்த்தான். ஏதாவதொரு சந்தர்ப்பம் ஏற்பட்டால் இந்த மாணவனை ஒருமுறை எல்சாவிடம் அழைத்துச்செல்ல வேண்டுமென்று க. முடிவுசெய்யும் அளவுக்கு இந்தக் கற்பனை க.வுக்கு மகிழ்ச்சியை அளித்தது. அந்தப் பெண் எந்த இடத்துக்கு தூக்கிச் செல்லப்படுகிறாள் என்று பார்க்க விரும்பி ஆவ லோடு க. கதவை நோக்கி விரைந்தான். அந்த மாணவன் அவளைத் தன் கை களில் சுமந்துகொண்டு தெருவைக் கடந்து நிச்சயமாகப் போகப்போவ தில்லை. அந்த வழி அவன் எதிர்பார்த்ததைவிட மிகச் சிறியதாக இருந்தது. வீட்டுக்கு எதிரேயே குறுகிய மரப்படிக் கட்டு கூரைப்பரணை நோக்கிச் சென்

றதோ என்னவோ; ஏனென்றால் அது முடியும் இடத்தைப் பார்க்க முடியாமல் படிக்கட்டு வளைந்து சென்றது. அந்த மாணவன் மெதுவாகவும் முனகிக் கொண்டும் அந்தப் பெண்ணை அந்தப் படிகள் வழியாகத் தூக்கிச் சென்றான். ஏனென்றால் இதுவரை ஓடியதால் களைப்படைந்துவிட்டிருந்தான். அவள் தன் கை அசைத்துக் கீழேயிருந்த க.விடமிருந்து விடைபெற்றுக்கொண்டாள். அதே சமயம், இது போல் கடத்திச்செல்லப்படுவதற்குத் தான் காரணமில்லை என்பதை அவனுக்குத் தெரியப்படுத்தவதற்காகத் தோள்களை மேலும்கீழும் அசைத்துச் சைகைசெய்தாள். ஆனால் அவளுடைய சைகையில் பெரும் வருத்தம் ஏதும் புலப்படவில்லை. ஒரு அந்நியப் பெண்ணைப் பார்ப்பது போல் க. உணர்ச்சியற்ற முகத்துடன் அவளைப் பார்த்தான். தான் ஏமாந்து விட்டோம் என்பதையோ அல்லது அந்த ஏமாற்றத்தை எளிதில் மறந்துவிட லாம் என்பதையோ அவன் காட்டிக்கொள்ள விரும்பவில்லை.

இருவரும் அதற்குள் சென்று மறைந்துவிட்டிருந்தார்கள். ஆனால் க. இன்னும் கதவருகில் நின்றுகொண்டிருந்தான். அந்தப் பெண் அவனை ஏமாற் றியது மட்டுமில்லாமல், தான் நீதிபதியிடம் தூக்கிச்செல்லப்படுவதாகப் பொய்யும் சொல்லியிருக்கிறாள் என்று அவன் எடுத்துக்கொள்ள வேண்டி யிருந்தது. நீதிபதி ஒன்றும் பரணறையில் உட்கார்ந்து காத்துக்கொண்டிருக்கப் போவதில்லை. எவ்வளவு நேரம் பார்த்துக்கொண்டிருந்தாலும் மரப் படி களும் விளக்கம் தரப்போவதில்லை. அப்போது படியருகில் க. ஒரு சிறிய அறிவிப்பைக் கவனித்தான். அதனருகில் சென்று படித்தான். அதில் ''நீதிமன்ற அலுவலகத்துக்குச் செல்லும் வழி'' என்று பழக்கமில்லாத, குழந்தைத்தனமான கையெழுத்தில் எழுதியிருந்தது, இந்த வாடகை வீட்டின் பரணறையிலா நீதிமன்றத்தின் அலுவலகங்கள் இருக்கின்றன? அது மரியாதையை உண்டாக் கக் கூடிய அமைப்பாக இல்லை. மிகவும் ஏழ்மை மிக்க குடித்தனக்காரர்கள் தங்களுக்குத் தேவையில்லாத பொருள்களைத் தூக்கி எறியும் இடத்தில் அலு வலகங்களை வைத்திருக்கும் நீதிமன்றத்துக்கு எவ்வளவு பணவசதி இருக்கும் என்று கற்பனைசெய்து பார்ப்பது குற்றம்சாட்டப்பட்ட ஒருவனுக்கு ஆசு வாசத்தைக் கொடுத்தது. நீதிமன்றத்தின் தேவைகளுக்குச் செலவு செய்வதற்கு முன்பே அலுவலர்கள் விழுந்து வாரிக்கொள்ளும் அளவுக்குப் பணம் இருக் கிறது என்பதை முற்றிலும் மறுக்க முடியாது. க.வின் முந்தைய அனுபவத்தை வைத்துப் பார்த்தால் அது மிகவும் சாத்தியமானது. ஆனால், நீதிமன்றத்தின் இந்தக் கீழ்த்தரமான நிலை குற்றம்சாட்டப்பட்ட ஒருவனுக்குக்கூடக் கேவல மாகத்தான் பட்டது. ஆனால் இந்த நிலைமை, அடிப்படையில் நீதிமன்றத் தின் ஏழ்மை நிலையைவிட மேல் என்று பட்டது. முதல் விசாரணைக்குப் பரணறைக்கு வரும்படி க.வைக் கூப்பிடுவதற்கு வெட்கப்பட்டதால்தான் அவனை வீட்டிலேயே தொந்தரவு செய்தார்கள் என்பதும் இப்போதுதான் க.வுக்குப் புரிந்தது. பரணறையில் உட்கார்ந்துகொண்டிருக்கும் நீதிபதியுடன் ஒப்பிட்டுப் பார்க்கும்போது, தான் வங்கியில் முன்அறை கொண்ட பெரும் அறையில் உட்கார்ந்துகொண்டு மிகப் பெரும் ராட்சத ஜன்னல் கண்ணாடி வழியாக சுறுசுறுப்பான ஜனநடமாட்டம் நிறைந்த சதுக்கத்தைப் பார்க்க முடிந்தது எவ்வளவு மேலான நிலை! லஞ்சம் அல்லது கையாடல் மூலமாக அவனுக்கு மேல்வரும்படி இல்லைதான். மேலும், வேலையாள் மூலம் எந்தப்

பெண்ணையும் அவன் தன் அலுவலகத்துக்குத் தூக்கிக் கொண்டுவரச் செய்ய முடியாது. க. குறைந்தபட்சம் இந்தப் பிறவியில் இம்மாதிரி வசதிகளை மகிழ்ச்சியுடன் துறக்க விரும்பினான்.

க. இன்னும் அந்த அறிவிப்பின் அருகில் நின்றுகொண்டிருந்தபோது படிகளின் வழியாக ஒருவன் ஏறி வந்து, திறந்திருந்த கதவின் வழியாக வரவேற்பறையைப் பார்த்து—அதன் வழியாக விசாரணைக்கூடத்தைப் பார்க்க முடியும்—பிறகு கடைசியாகக் க.விடம் இங்கு சிறிது நேரத்துக்கு முன்பு அவன் ஒரு பெண்ணைப் பார்த்தானா என்று கேட்டான். ‘‘நீங்கள் நீதிமன்றப் பணியாள் அல்லவா?’’ என்று க. கேட்டான். ‘‘ஆமாம்’’ என்றான் அவன். ‘‘ஓ, நீங்கள்தான் குற்றம்சாட்டப்பட்ட க. இப்போது நானும் உங்களை அடையாளம் கண்டுகொண்டேன். வாருங்கள்’’ என்று கூறிவிட்டுத் தன் கையை நீட்டினான். க. இதை எதிர்பார்க்கவேயில்லை. ‘‘இன்று விசாரணை இருப்பதாக அறிவிக்கவில்லை’’ என்றான் நீதிமன்றப் பணியாள், க. மௌனமாக இருப்பதைப் பார்த்துவிட்டு. ‘‘எனக்குத் தெரியும்’’ என்று க. சொல்லிவிட்டு நீதிமன்றப் பணியாள் அணிந்திருந்த சீருடை அல்லாத, சாதாரணக் கோட்டைக் கவனித்தான். அதில் சில சாதாரணப் பொத்தான்களுடன், மேற்பார்வையாளனின் பழைய கோட்டிலிருந்து எடுக்கப்பட்டவை போன்று தோற்றமளித்த, அலுவலகத்தின் தனித்த இலச்சினையாகக் காட்சியளித்த தங்க முலாம் பூசிய இரண்டு பொத்தான்களும் இருந்தன. ‘‘சிறிது நேரத்துக்கு முன்பு நான் உங்கள் மனைவியிடம் பேசினேன். அவள் இப்போது இங்கு இல்லை. மாணவன் அவளை நீதிபதியிடம் தூக்கிக்கொண்டு போயிருக்கிறான்.’’ ‘‘பார்த்தீர்களா’’ என்றான் நீதிமன்றப் பணியாள், ‘‘எப்போது பார்த்தாலும் அவளை என்னிடமிருந்து பறித்துக்கொண்டு போய்விடுகிறார்கள். இன்று ஞாயிற்றுக்கிழமைதானே, அதனால் நான் ஒரு வேலையும் செய்ய வேண்டியதில்லை. ஆனால் என்னை இங்கிருந்து அப்புறப்படுத்த வேண்டும் என்பதற்காகவே தேவையில்லாத வேலை கொடுத்து என்னை இங்கிருந்து அனுப்பிவிடுகிறார்கள். என்னை வெகு தூரமும் அனுப்புவதில்லை, அதனால் நான் கொஞ்சம் முயன்றால் சரியான நேரத்துக்குத் திரும்பிவந்துவிட முடியும். அதனால் என்னால் எவ்வளவு வேகமாக ஓட முடியுமோ அவ்வளவு வேகமாக ஓடி நான் அனுப்பப்பட்ட அலுவலகத்தின் கதவிடுக்கின் வழியாக செய்தியை ஒரே மூச்சில் கத்திவிட்டு—யாரும் கொஞ்சம்கூடப் புரிந்துகொண்டிருக்க முடியாது—திரும்பவும் ஓடி வருகிறேன். ஆனால் அந்த மாணவன் என்னைவிட இன்னும் அதிவேகமாக வந்திருக்கிறான். ஆனால் அவன் அதிகத் தொலைவிலிருந்து வர வேண்டியதில்லை. அவன் மாடிப்படி வழியாகக் கீழே இறங்கி வர வேண்டியதுதான். நான் இந்த அளவுக்கு இவர்கள் தயவை எதிர்பார்க்காமல் இருந்திருந்தால் அந்த மாணவனை அப்போதே சுவரில் அழுத்தி நசுக்கியிருப்பேன். இங்கே இந்த அறிவிப்பின் அருகிலேயே செய்திருப்பேன். அப்படிச் செய்வதாக எப்போதும் கனவுகண்டுகொண்டேயிருக்கிறேன். இங்கே தரையின்மீது நன்றாக நசுக்கப்பட்டுக் கைகளைப் பரப்பி, விரல்கள் விரிந்து, கோணலான கால்கள் ஒரு வட்டமாகத் திருகப்பட்டு, சுற்றிலும் ரத்தம் தெறிக்க அவன் கிடக்கிறான். இதுவரை அது ஒரு கனவாகவே இருந்து வந்திருக்கிறது.’’ ‘‘இதற்கு வேறு வழி ஒன்றுமே இல்லையா?’’ என்று க.

புன்முறுவலுடன் கேட்டான். ''எனக்கு ஒன்றும் தெரியவில்லை'' என்றான் நீதிமன்றப் பணியாள். ''இப்போது இன்னும் மோசமாகத்தான் ஆகப்போகிறது. இதுவரை அவன் அவளைத் தன் இடத்துக்கு மட்டுமே தூக்கிச் சென்றான். இப்போது, நான் வெகு காலமாகவே எதிர்பார்த்திருந்தது போலவே, அவளை நீதிபதியிடமும் தூக்கிச் செல்கிறான்.'' ''அதில் உன் மனைவிக்குப் பங்கே இல்லையா?'' என்று க. கேட்டான். இந்தக் கேள்வியைக் கேட்கும் போது அவன் தன்னைக் கட்டுப்படுத்திக்கொள்ள வேண்டியிருந்தது. அந்த அளவுக்கு அவனும் பொறாமைப்பட்டான். ''நிச்சயமாக'' என்றான் நீதிமன்றப் பணியாள், ''பெருமளவுக்கு அவளும் பொறுப்புதான். அவள்தான் அவனிடம் தொற்றிக்கொண்டாள். அவனைப் பொறுத்தவரை அவன் எல்லாப் பெண்கள் பின்னாலும் ஓடுகிறான். இந்தக் கட்டடத்திலேயே அவன் ஏற்கனவே ஐந்து குடித்தனங்களுக்குள் நுழைந்து அங்கிருந்து வெளியே எறியப்பட்டிருக்கிறான். இந்தக் கட்டடத்திலேயே சந்தேகமில்லாமல் என் மனைவிதான் மிகவும் அழகானவள். நானோ அதைத் தடுக்க முடியாத நிலையிலிருக்கிறேன்.'' ''இது போல நடந்தால் அதற்கு வேறு வழி இல்லைதான்'' என்றான் க. ''ஏன் இல்லாமல்?'' என்று கேட்டான் நீதிமன்றப் பணியாள். ''இந்தக் கோழை மாணவன் என் மனைவியைத் தொட விரும்பும்போது ஒருமுறை நன்றாக விளாசியிருந்தால் மீண்டும் அப்படிச் செய்ய அவன் துணிந்திருக்க மாட்டான். ஆனால் நான் அதைச் செய்யக் கூடாது; மேலும் மற்ற எவரும் இந்த உதவியை எனக்காகச் செய்ய மாட்டேன் என்கிறார்கள். ஏனென்றால் எல்லோரும் அவனுடைய செல்வாக்குக்குப் பயப்படுகிறார்கள். உங்களைப் போன்ற ஒருவரால்தான் அதைச் செய்ய முடியும்.'' ''அதெப்படி என்னால் முடியும்?'' என்று க. கேட்டான், வியப்புடன். ''உங்கள்மீது குற்றம்சாட்டப்பட்டிருக்கிறது அல்லவா?'' என்றான் நீதிமன்றப் பணியாள். ''ஆமாம்'' என்றான் க. ''வழக்கின் முடிவை நிர்ணயிக்கும் சக்தி அவனிடம் இல்லாவிட்டாலும் ஆரம்ப விசாரணைகளின் முடிவைப் பாதிக்கக்கூடிய சக்தி உண்மையில் இருக்கலாம் என்பதால்தான் நான் இன்னும் அதிகம் பயப்பட வேண்டும்.'' ''உண்மைதான்'', என்றான் நீதிமன்றப் பணியாள், க.வின் கருத்தும் தன்னுடையதைப் போலவே சரியாக இருந்ததுபோல். ''இங்கே நாங்கள் முடிவு காண முடியாத வழக்குகளை நடத்துவதில்லை.'' ''நீங்கள் சொல்லுவதை நான் ஒப்புக்கொள்ள மாட்டேன்'' என்றான் க. ''என் வழக்குக்கு முடிவு காண முடியாது என்றாலும் சந்தர்ப்பம் கிடைத்தால் அந்த மாணவனுக்குப் பாடம் கற்பிக்க நான் தயங்க மாட்டேன்.'' ''நான் உங்களுக்கு மிகவும் கடமைப்பட்டிருப்பேன்'' என்றான் நீதிமன்றப் பணியாள், சற்று சம்பிரதாயமாக. தன்னுடைய மிகப் பெரிய ஆசை நிறைவேறும் என்று அவன் உண்மையில் நம்பியதாகத் தெரியவில்லை. ''உங்களுடைய மற்ற சில அலுவலர்களுக்கும், சொல்லப்போனால் எல்லோருக்குமே இதே பாடம்தான் தேவைப்படும் என்று நான் நினைக்கிறேன்'' என்று க. தொடர்ந்து கூறினான். ''ஆமாம், ஆமாம்'' என்றான் நீதிமன்றப் பணியாள், இது எல்லோருக்கும் தெரிந்த ஒரு விஷயம்போல். அவனுக்குக் க.விடம் நட்புணர்வு இருந்திருந்தாலும் அவன் இதுவரை அப்படிப் பார்த்ததில்லை. ''இதனால்தான் உங்களைப் போன்றவர்கள் கொதித்தெழுகிறார்கள்'' என்று தொடர்ந்தான். ஆனால் அந்த உரையா

டல் அவனைச் சற்றுச் சங்கடப்படுத்தியதுபோல் இருந்ததால் பேச்சை மாற்று வதற்காகச் சொன்னான், ''இப்போது நான் அலுவலகத்தில் ஆஜராக வேண் டும், நீங்களும் வாருங்களேன்?'' ''அங்கே எனக்கு ஒரு வேலையுமில்லை'' என்றான் க. ''நீங்கள் அலுவலகத்தைப் பார்க்கலாம். உங்களைப் பற்றி யாரும் கவலைப்பட மாட்டார்கள்.'' ''அது என்ன பார்க்க வேண்டிய விஷயமா?'' என்றான் க. தயங்கியவாறே. ஆனால் அவனுடன் செல்ல வேண்டும் என்ற பெரும் ஆவல் இருந்தது. ''உங்களுக்குப் பிடிக்குமென்று நான் நினைத்தேன்'' என்றான் நீதிமன்றப் பணியாள். ''நல்லது'' என்றான் க. இறுதியாக, ''நானும் உடன் வருகிறேன்.'' அவன் நீதிமன்றப் பணியாளைவிட வேகமாகப் படி களின் வழியாக மேலே விரைந்தான்.

உள்ளே அடியெடுத்து வைக்கும்போது அவன் கிட்டத்தட்ட விழுந் திருப்பான், ஏனென்றால் கதவுக்குப் பின் இன்னும் ஒரு படி இருந்தது. ''பொதுமக்களைப் பற்றி யாரும் கவலைப்படுவதேயில்லை'' என்றான் அவன். ''ஆமாம், கொஞ்சம்கூடக் கவலைப்படுவதேயில்லை'' என்றான் நீதிமன்றப் பணியாள்.''இங்கே பார்வையாளர் அறை இருக்கும் நிலைமை யைச் சற்றுப் பாருங்கள்'' என்றான் நீதிமன்றப் பணியாள். அது ஒரு நீளமான தாழ்வாரம். அதிலிருந்து ஒழுங்காகச் செய்யப்படாத கதவுகள் வழியே கூரைப் பரணில் இருந்த தனித்தனி அலுவலகப் பிரிவுகளுக்குப் போக முடியும். வெளிச்சம் நேரடியாக உள்ளே வருவதற்கு வழி இல்லாவிட்டாலும் முழு இருட்டாகவும் இல்லை. ஏனென்றால் பல பிரிவுகளின் கதவுகளுக்கிடையே மரத்தினாலான தடுப்புக்கு பதிலாக, கூரைவரை குறுக்கும்நெடுக்கும் மரச் சட்டங்கள் வலைபோல் அடிக்கப்பட்டிருந்தன. அவை வழியாக, மேஜை அருகே அமர்ந்து எழுதிக்கொண்டோ அல்லது மரச்சட்டத் தடுப்புக்கு அருகே நின்றுகொண்டு வழியில் செல்பவர்களைக் கவனித்துக்கொண்டோ இருந்த ஒவ்வொரு அலுவலரையும் பார்க்க முடிந்தது. அன்று ஞாயிற்றுக்கிழமை. அதனால்தானோ என்னவோ ஒரு சிலரே அந்தத் தாழ்வாரத்தில் இருந்தனர். அவர்கள் மிகவும் எளிமையானவர்கள் போல் தோன்றினர். வராந்தாவின் இரண்டு பக்கங்களிலும் இரண்டு வரிசைகளாகப் போடப்பட்டிருந்த நீண்ட மர பெஞ்சுகளில் அவர்கள் ஏறக்குறைய ஒரே சீரான இடைவெளிகளில் அமர்ந்திருந்தனர். அவர்களில் பலரது முகபாவத்தையும், உட்கார்ந்த விதத் தையும், தாடியின் பாணியையும், இன்னும் பல தெளிவாகக் கூற முடியாத சிறுசிறு விவரங்களையும் வைத்துப் பார்த்தால் அவர்கள் உயர்மட்டத்தைச் சேர்ந்தவர்களாகத் தெரிந்தபோதும், எல்லோருமே அக்கறையில்லாமல் உடையணிந்திருந்தனர். அங்கு கோட்டுகளையும் தொப்பிகளையும் தொங்க விடுவதற்கான வசதிகள் இல்லாததால், தங்கள் தொப்பிகளை பெஞ்சுக்குக் கீழே வைத்திருந்தனர். அநேகமாக ஒருவர் அவ்வாறு வைத்ததைப் பார்த்து மற்றவர்களும் அப்படியே செய்திருக்க வேண்டும். முதலில் கதவுக்கு அருகில் உட்கார்ந்திருந்தவர்கள் க.வையும் நீதிமன்றப் பணியாளையும் கண்டவுடன் வணக்கம் சொல்வதற்காக எழுந்ததும், அவர்களைப் பார்த்து அடுத்து அமர்ந் திருந்தவர்களும் தாங்களும் வணக்கம் செலுத்த வேண்டும் என்று நினைத்த தால், அவர்கள் இருவரும் கடந்து செல்லச்செல்ல எல்லோரும் ஒவ்வொருவ ராக எழுந்து நின்றனர். அவர்கள் முழுவதுமாக நிமிர்ந்து நிற்கவேயில்லை;

முதுகு குனிந்து, முழங்கால் மடித்துத் தெருப் பிச்சைக்காரர்கள் போல் நின்றிருந்தனர். க. தனக்குப் பின்னால் சிறிது தள்ளி வந்துகொண்டிருந்த நீதி மன்றப் பணியாளுக்காகச் சற்று நின்று சொன்னான், "இவர்கள் எவ்வளவு ஒடுக்கப்பட்டிருக்க வேண்டும்." "ஆமாம்" என்றான் நீதிமன்றப் பணியாள், "எல்லோரும் குற்றம்சாட்டப்பட்டவர்கள்." "உண்மையாகவா!" என்றான் க. "அப்படியானால் அவர்கள் என்னைப் போன்றவர்கள்." பிறகு அவன் அருகில் நின்றிருந்த உயரமான, ஒல்லியான, ஏற்கெனவே தலை ஏறக்குறைய நரைத்துவிட்டிருந்த மனிதனிடம் திரும்பி, "எதற்காக நீங்கள் இங்கு காத்துக் கொண்டிருக்கிறீர்கள்?" என்று மரியாதையுடன் கேட்டான். எதிர்பாராத இந்தக் கேள்வி அந்த மனிதனைக் குழம்ப வைத்தது. அவன் உலக அனுபவம் பெற்றவனாக, பிற சமயங்களில் தன்னைக் கட்டுப்படுத்திக்கொள்ளத் தெரிந்த வனாக, மற்றவர்களைவிட உயர்ந்த நிலையைப் பெற்றிருந்து அதை எளிதில் விட்டுக்கொடுக்காதவனாகச் சந்தேகமில்லாமல் தோன்றினாலும், அவனு டைய குழப்பம் மேலும் பரிதாபமாகத் தோன்றியது. ஆனால் இங்கோ, இவ் வளவு மிக எளிய கேள்விக்குக்கூட அவனால் பதில் சொல்ல முடியவில்லை. மற்றவர்களெல்லாம் தனக்கு உதவி செய்யக் கடமைப்பட்டிருப்பது போல வும், அப்படி உதவி செய்யாவிட்டால் யாரும் அவனிடமிருந்து பதில் எதிர் பார்க்கக் கூடாது என்பது போலவும் அவன் மற்றவர்களைப் பார்த்தான். அந்த சமயம் நீதிமன்றப் பணியாள் அவனருகே சென்று அவனை அமைதிப்படுத்த வும், தைரியமூட்டவும், "நீங்கள் யாருக்காகக் காத்துக்கொண்டிருக்கிறீர்கள் என்றுதானே அவர் கேட்கிறார். பதில் சொல்லுங்களேன்" என்று கூறினான். அவனுக்கு நன்றாகப் பரிச்சயமாகியிருந்த நீதிமன்றப் பணியாளனின் குரல் எல்லாவற்றையும்விடப் பலனளித்தது. "நான் காத்திருப்பது..." என்று ஆரம்பித்து அவன் தடுமாறினான். கேட்ட கேள்விக்கு மிகவும் தெளிவாகப் பதில் சொல்வதற்காகத்தான் இதுபோல் அவன் ஆரம்பித்தான்; ஆனால் அவனால் தொடர்ந்து பேச முடியவில்லை. காத்துக்கொண்டிருந்தவர்களில் சிலர் அவர்களை நெருங்கிச் சுற்றி நின்றார்கள். "நகருங்கள், நகருங்கள், வழியை விட்டு நகருங்கள்" என்று நீதிமன்றப் பணியாள் அவர்களிடம் கூறினான். அவர்கள் சிறிது பின்வாங்கினார்கள். ஆனால் முன்பு உட்கார்ந் திருந்த இடத்துக்குப் போகவில்லை. இதற்கிடையில் கேள்வி கேட்கப்பட்ட வன் சமாளித்துக்கொண்டு ஒரு புன்சிரிப்புடன் பதில் சொன்னான். "நான் ஒருசில மாதங்களுக்கு முன் என் வழக்கில் சில சாட்சியங்களுக்காகச் சில கோரிக்கைகளைச் சமர்ப்பித்திருந்தேன்; இப்போது அவற்றின் முடிவுக்காகக் காத்துக்கொண்டிருக்கிறேன்." "நீங்கள் மிகவும் சிரமம் எடுத்துக்கொள் வதாகத் தெரிகிறது" என்றான் க. "ஆமாம்" என்றான் அவன். "அது என் னுடைய விஷயமாயிற்றே." "ஒவ்வொருவரும் நீங்கள் நினைப்பதுபோல் நினைப்பதில்லை" என்றான் க. "உதாரணத்துக்கு, நானும் குற்றம்சாட்டப் பட்டவன்தான், ஆனால் கடவுள்மேல் ஆணையாக நான் சாட்சியத்திற்கான எந்தக் கோரிக்கையையும் சமர்ப்பிக்கவில்லை அல்லது அது போன்ற வேறு காரியத்தையும் செய்யவில்லை. அப்படிச் செய்யத் தேவையென்று எண்ணு கிறீர்களா?" "எனக்கு அவ்வளவு சரியாகத் தெரியவில்லை" என்றான் அவன். மறுபடியும், இன்னும் தடுமாற்றத்துடன், க. தன்னிடம் விளையாடுகிறான்

என்று அவனுக்குத் தோன்றியதால் புதிதாக மீண்டும் ஏதாவது தவறாகக் கூறி விடப் போகிறோமோ என்ற பயத்தில் தான் முதலில் கூறிய பதிலைத் திரும்பவும் அப்படியே கூற விரும்பியிருப்பான், ஆனால் க.வின் பொறுமை யிழந்த பார்வையினால் அவன் "என்னைப் பொறுத்தவரை கோரிக்கைகளைச் சமர்ப்பித்திருக்கிறேன்" என்று மட்டுமே கூறினான். "நான் குற்றம்சாட்டப் பட்டவன் என்று நீங்கள் நம்பவேயில்லை, அல்லவா?" என்று க. கேட்டான். "ஐயோ, நிச்சயமாக நம்புகிறேன்" என்று அவன் கூறிவிட்டு ஒரு பக்கமாகச் சிறிது நகர்ந்தான். ஆனால் அவன் பதிலில் நம்பிக்கைக்கு பதிலாக பயம்தான் இருந்தது. "அப்படியானால் நீங்கள் என்னை நம்பவில்லை?" என்று க. கேட்டு விட்டு அந்த மனிதனின் ஒதுக்கப்பட்ட நிலையினால் தன்னையறியாமல் உந்தப்பட்டு அவனை வலிந்து நம்பவைக்க விரும்புவதுபோல் அவன் கையைப் பற்றினான். ஆனால் க. அவனுக்கு வலி ஏற்படுத்த விரும்பாமல், லேசாகத்தான் அவனைப் பற்றினான். அப்படியிருந்தும் அந்த மனிதன் க. தன்னை இரண்டு விரல்களாலல்லாமல் பழுக்கக் காய்ச்சிய இடுக்கியால் பற்றியதுபோல் கத்தினான். இந்தக் கோமாளித்தனமான கத்தல் க.வுக்கு இறுதியில் வெறுப்பைத்தான் தந்தது. க. குற்றம்சாட்டப்பட்டவன் என்று மற்றவர்கள் எவ்வளவுக்கு நம்பவில்லையோ அவ்வளவுக்கு நல்லது. ஒரு வேளை அவன் க.வை நீதிபதி என்றுகூட எண்ணியிருக்கலாம், விடைபெறும் வகையில் க. அவனை வாஸ்தவமாகவே இறுகப் பற்றி பெஞ்சின் மீது தள்ளி விட்டு நகர்ந்தான். "குற்றம்சாட்டப்பட்டவர்களில் பலர் தொட்டாற் சுருங்கியாக இருக்கிறார்கள்" என்றான் நீதிமன்றப் பணியாள். அவர்கள் நகர்ந்த பிறகு கத்துவதை நிறுத்திவிட்டிருந்த அந்த மனிதனைச் சுற்றி, காத்துக் கொண்டிருந்தவர்களில் அநேகமாக எல்லோரும் நின்றபடி நடந்த நிகழ்ச்சி யைப் பற்றிச் சரியாகத் தெரிந்துகொள்ளக் கேள்விகளால் அவனைத் துளைத் துக்கொண்டிருப்பதுபோலத் தோன்றினார்கள். க.வை நோக்கி ஒரு காவலாளி இப்போது வந்தான். அவன் ஒரு வாள் வைத்துக்கொண்டிருந்ததால் மற்றவர் களிடமிருந்து வேறுபட்டிருந்தான். வாள் உறையின் வண்ணத்தைக் கொண்டு பார்த்தால் அது அலுமினியத்தால் செய்யப்பட்டதுபோல் தோன்றியது. க. அதைக் கண்டு வியப்படைந்து கைகளால் அதைத் தொட்டுப் பார்த்தான். கூச் சலைக் கேட்டு வந்திருந்த காவலாளி நடந்த நிகழ்ச்சியைப் பற்றி விசாரித் தான். நீதிமன்றப் பணியாள் ஒருசில வார்த்தைகள் கூறி அவனைச் சமாதா னப்படுத்த முயன்றான். ஆனால் அந்தக் காவலாளி தானே சென்று பார்க்க வேண்டுமென்று சல்யூட் செய்துவிட்டு, மூட்டுப் பிடிப்பால் பாதிக்கப்பட்ட தாலோ என்னவோ குறுகிய அடிகள் வைத்து மிகவும் வேகமாக அங்கிருந்து சென்றான்.

க. அவனைப் பற்றியோ அல்லது வழியில் இருந்த கூட்டத்தைப் பற்றியோ மேலும் கவலைப்படவில்லை; ஏனென்றால் தாழ்வாரத்தைப் பாதி தூரம் கடந்தபோது வலது புறம் ஒரு கதவில்லாத வழிமூலம் திரும்ப முடியும் என்பதைக் கவனித்துவிட்டிருந்தான். நீதிமன்றப் பணியாளிடம் அது சரியான வழிதானா என்று கேட்டு அவன் "ஆமாம்" என்று தலையசைத்த பிறகு அங்கு திரும்பத்தான் செய்தான். எப்போதும் ஒன்றிரண்டு அடிகள் நீதிமன்றப் பணி யாளுக்கு முன் செல்ல வேண்டியிருந்தது அவனுக்குச் சங்கடமாக இருந்தது.

அந்த மாதிரி இடத்தில் அவன் கைதுசெய்யப்பட்டு நடத்திச் செல்லப்படுகிறான் என்ற தோற்றத்தை அது கொடுக்கும். அதனால் அவன் அடிக்கடி நீதிமன்றப் பணியாளுக்காக நின்றான், ஆனால் அவனும் உடனே பின்தங்கியே நின்றான். தன் சங்கடத்துக்கு ஒரு முற்றுப்புள்ளி வைக்க இறுதியில் க. கூறினான், ''இங்கு எப்படியிருக்கிறது என்று பார்த்துவிட்டதால், நான் இங்கிருந்து போக விரும்புகிறேன்.'' ''நீங்கள் இன்னும் எல்லாவற்றையும் பார்க்கவில்லை'' என்றான் நீதிமன்றப் பணியாள், முற்றிலும் இயல்பான தொனியில். ''எல்லாவற்றையும் பார்க்க நான் விரும்பவில்லை'' என்றான் க. ''மேலும், களைப்பாக இருப்பதால், நான் போக விரும்புகிறேன். வாசல் எங்கே?'' ''நீங்கள் ஒன்றும் வழிதவறிவிடவில்லையே?'' என்று ஆச்சரியப்பட்டு நீதிமன்றப் பணியாள் கேட்டான். ''நீங்கள் இங்கிருந்து அந்தக் கடைசி வரை சென்று பிறகு வலது புறம் திரும்பித் தாழ்வாரம் வழியாக நேராகச் செல்ல வேண்டும்.'' ''நீங்களும் என்னுடன் வாருங்கள்'' என்றான் க. ''எனக்கு வழிகாட்டுங்கள். இங்கு நிறைய வழிகள் இருப்பதால் நான் வழிதவறிவிடுவேன்.'' ''இங்கிருப்பது ஒரே வழிதான்'' என்றான் நீதிமன்றப் பணியாள், கண்டிக்கும் தோரணையில். ''நான் உங்களுடன் மறுபடியும் திரும்பிச் செல்ல முடியாது. நான் எனக்குத் தரப்பட்டிருக்கும் செய்தியைக் கொண்டு செல்ல வேண்டும். மேலும் உங்களால் நிறைய நேரம் வீணாகிவிட்டது.'' நீதிமன்றப் பணியாள் பொய்சொல்வதைக் கையும்களவுமாகக் கண்டுபிடித்துவிட்டதுபோல் ''என்னுடன் வாருங்கள்'' என்று க. சற்றுக் கடினமான தொனியில் கூறினான். ''அதற்காக அப்படிக் கத்தாதீர்கள்'' என்று நீதிமன்றப் பணியாள் தாழ்ந்த குரலில் கூறினான். ''இங்கு எல்லா இடத்திலும் அலுவலகங்கள் இருக்கின்றன. நீங்கள் தனியாகத் திரும்பிச் செல்ல விரும்பாவிட்டால் என்னுடன் இன்னும் சிறிது தூரம் வாருங்கள். அல்லது என்னுடைய செய்தியைக் கூறிவிட்டு வரும்வரை இங்கேயே காத்திருந்தால் நான் மகிழ்ச்சியுடன் உங்களுடன் வருகிறேன்.'' ''முடியவே முடியாது'' என்றான் க. ''காத்திருக்க முடியாது. நீங்கள் இப்போது என்னுடன் வந்துதானாக வேண்டும்.'' க. தான் இருந்த அறையை இன்னும் சுற்றிப்பார்க்கவேயில்லை. சுற்றியிருந்த மரக் கதவுகளில் ஒன்று இப்போது திறந்தபோதுதான் அவன் முதல்முறையாக அதைப் பார்த்தான். க. இரைந்து பேசியதைக் கேட்டு அங்கிருந்த ஒரு பெண் ''உங்களுக்கு என்ன வேண்டும்?'' என்று கேட்டாள். அவளுக்குப் பின்னால், தூரத்தில் அரை இருட்டில் அவர்களை நோக்கி வந்துகொண்டிருந்த ஒரு மனிதனைப் பார்க்க முடிந்தது. க. நீதிமன்றப் பணியாளைப் பார்த்தான். க.வைப் பற்றி யாரும் கவலைப்பட மாட்டார்கள் என்று அவன் கூறியிருந்தான். ஆனால் இப்போது ஏற்கனவே இருவர் வந்துவிட்டனர். இன்னும் கொஞ்சம் போனால், அலுவலர்கள் எல்லோரும் அவனைக் கவனிக்கவும் அவன் அங்கு வந்ததன் காரணத்தைக் கேட்கவும் தொடங்கிவிடுவார்கள். அவன் குற்றம் சாட்டப்பட்ட ஒருவன் என்பதும், அடுத்த விசாரணையின் தேதியைத் தெரிந்துகொள்ள விரும்பினான் என்பதும்தான் தெளிவான, மற்றவர்கள் ஏற்றுக்கொள்ளக்கூடிய ஒரே காரணம். ஆனால் அந்தக் காரணத்தை அவன் சொல்ல விரும்பவில்லை. ஏனென்றால் அது, குறிப்பாக, உண்மைக்கு ஒத்ததாக இல்லை. ஏனென்றால் ஒருவித ஆவலினால் உந்தப்பட்டுத்தான் அவன்

அங்கு வந்திருந்தான்; என்றாலும் நீதிமன்றத்தின் வெளித் தோற்றம் எவ்வளவு வெறுக்கத் தக்கதாக இருக்கிறதோ அவ்வளவு வெறுக்கத் தக்கதாக அதன் உட்புறமும் இருக்கிறதா என்பதை உறுதிப்படுத்திக்கொள்ளும் உந்துதலினால் தான் அவன் இங்கு வந்திருந்தான் என்பது அவ்வளவு ஏற்றுக்கொள்ளத் தக்கதாக இருக்காது. தான் நினைத்தது சரியென்றே அவனுக்குப் பட்டது. அவன் மேலும் உள்ளே செல்ல விரும்பவில்லை. அவன் இதுவரை பார்த்ததே அவனை மூச்சுமுட்ட வைத்தது, இப்போது எந்த ஒரு கதவுக்குப் பின்னாலிருந்தும் ஒரு மேலதிகாரி தோன்றக்கூடும்; அவன் எந்த ஒரு மேலதிகாரியையும் சந்திக்கும் மனநிலையில் இப்போது இல்லை. அவன் இங்கிருந்து சென்றுவிட விரும்பினான்; நீதிமன்றப் பணியாளுடனோ அல்லது வேறு வழியில்லை என்றால் தனியாகவேோ நிச்சயமாக இங்கிருந்து சென்றுவிட விரும்பினான்.

ஆனால் அவன் அங்கு மௌனமாக நின்றுகொண்டிருந்தது மற்றவர்களின் கவனத்தைக் கவர்ந்திருக்க வேண்டும். ஏனென்றால் அந்தப் பெண்ணும் நீதிமன்றப் பணியாளும் அவனைப் பார்த்த பார்வை, அடுத்த நிமிடம் ஏதோ ஒரு பெரிய மாற்றம் அவனிடம் ஏற்படத்தான் போகிறது என்பது போலவும், அதைக் காணத் தவறக் கூடாது என்று அவர்கள் விரும்பியது போலவும் இருந்தது. முன்பு தூரத்தில் பார்த்த மனிதன் இப்போது கதவருகில் நின்றிருந்தான். அவன் தாழ்வான கதவின் மேல் குறுக்குச் சட்டத்தை இறுகப் பற்றிக்கொண்டு பொறுமையற்ற பார்வையாளன்போல் பாதங்களின் நுனியில் முன்னும் பின்னும் லேசாக ஆடிக்கொண்டிருந்தான். க.வின் இந்த நடத்தைக்கு அவனுடைய சுகவீனம்தான் காரணம் என்று அந்தப் பெண்தான் முதலில் தெரிந்துகொண்டவளாய் ஒரு நாற்காலியைக் கொண்டுவந்து ''தயவுசெய்து உட்காருங்கள்'' என்று சொன்னாள். க. உடனே உட்கார்ந்துகொண்டு, இன்னும் சௌகரியமாக உட்கார்ந்துகொள்வதற்காகத் தன்னுடைய முழங்கையை நாற்காலியின் கைகள்மீது வைத்துக்கொண்டான். ''உங்களுக்குச் சிறிது மயக்கமாகத்தான் இருக்கிறது... இல்லையா?'' என்று அவள் அவனைக் கேட்டாள். அவளுடைய முகம் இப்போது அவன் முன் நெருங்கியிருந்தது. பல பெண்களுக்கு அவர்களுடைய அழகான இளமைப் பருவத்தில் இருப்பதைப்போல அவளுடைய முகத்திலும் ஒரு இறுக்கம் தெரிந்தது. ''அதைப் பற்றி நீங்கள் கவலைப்பட வேண்டாம்'' என்றாள் அவள், ''இங்கு அது ஒரு சாதாரணமான விஷயம்தான். அநேகமாக ஒவ்வொருவருக்கும் இங்கு முதல்முறையாக வரும்போது இப்படி ஏற்படுவதுண்டு. நீங்கள் இங்கு முதல்முறையாக வந்திருக்கிறீர்கள் அல்லவா? அப்படியானால் இது ஒன்றும் அசாதாரணமானதல்ல. இங்கு வெயில் கூரைமீது நேராக விழுவதால் சூடேறிய மரம் மூச்சுத் திணறச் செய்துவிடுகிறது. காற்றை இறுக்கமானதாக ஆக்கிவிடுகிறது. மற்றபடி பெரும் அனுகூலங்கள் இருந்தாலும், இதனால் இந்த இடம் அலுவலகங்களுக்கு அவ்வளவு ஏற்றதல்ல. ஏறக்குறைய எல்லா நாட்களிலும் வழக்கு சம்பந்தப்பட்டவர்கள் பெருமளவில் வந்துபோய்க்கொண்டிருப்பதால் இந்தக் காற்று சுவாசிக்க அநேகமாக லாயக்கில்லாமல் போய்விட்டது. மேலும், இங்கு பலவிதமான துணிகளை உலர்வதற்காகத் தொங்கப்போடுகிறார்கள்—குடித்தனக்காரார்கள் அப்படிச் செய்வதை முற்றிலும் தடுக்க முடிவதில்லை.

இதை நீங்கள் எண்ணிப்பார்க்கும்போது, உங்களுக்கு ஏற்பட்ட தலைச்சுற்றலைப் பற்றி நீங்கள் வியப்படைய மாட்டீர்கள். ஆனால் போகப்போக இந்தக் காற்று நமக்கு நன்றாகப் பழக்கமாகிவிடுகிறது. நீங்கள் இரண்டாவது அல்லது மூன்றாவது முறை இங்கு வந்தால் இந்த இறுக்கத்தைச் சற்றும் சட்டைசெய்ய மாட்டீர்கள். இப்போது உங்களுக்குச் சற்றுப் பரவாயில்லை, இல்லையா?'' க. பதில் சொல்லவில்லை. இப்படி திடீரென்று ஏற்பட்ட பலகீனத்தால் இங்கு உள்ளவர்களிடம் மாட்டிக்கொண்டது அவனுக்கு மிகவும் சங்கடமாக இருந்தது. மேலும் தன் தலைச்சுற்றலுக்கான காரணத்தைத் தெரிந்துகொண்டதால், அது சரியாவதற்குப் பதிலாக இன்னும் சற்று மோசமாகத்தான் ஆயிற்று. அதை உடனே கவனித்துவிட்ட அந்தப் பெண், சிறிது காற்றோட்டம் ஏற்படுத்துவதற்காக, சுவரில் சாய்த்துவைக்கப்பட்டிருந்த ஒரு குறுக்குச் சட்டத்தை எடுத்து க.வுக்கு நேரே மேலே பொருத்தப்பட்டிருந்த கூரை ஜன்னலைத் தள்ளித் திறந்தாள். அந்த ஜன்னலுக்கு அப்பால் வானம்தான் தெரிந்தது. ஆனால், ஜன்னலைத் திறந்தபோது, தூசு நிறைய விழுந்ததால் அந்தப் பெண் உடனே ஜன்னலை மூடிவிட்டு, தன் கைக்குட்டையால் க.வின் கைகளைச் சுத்தம் செய்ய வேண்டியிருந்தது. ஏனென்றால், அப்படித் தானே செய்துகொள்ள இயலாத அளவுக்குக் க. களைத்திருந்தான். இங்கிருந்து போவதற்குத் தேவையான சக்தி வரும்வரை அங்கேயே பேசாமல் மகிழ்ச்சியுடன் அமர்ந்திருப்பான். மற்றவர்கள் அவனைப் பற்றி எவ்வளவு குறைவாகக் கவலைப்படுகிறார்களோ அவ்வளவு விரைவில் அவனால் வெளியே போய்விட முடியும். அதற்கு மாறாக அந்தப் பெண் கூறினாள், ''நீங்கள் இங்கே இருக்க முடியாது, இங்கே வருவோர் போவோருக்கு நாம் தடையாக இருப்போம்...'' 'யாருடைய நடமாட்டத்துக்கு நான் தடையாக இருக்கிறேன்' என்று தன் பார்வையால் க. கேட்டான். ''வேண்டுமென்றால் உங்களை நான் நோயாளிகள் அறைக்கு அழைத்துச்செல்கிறேன்'' என்று சொல்லிவிட்டு, ''தயவுசெய்து சற்று உதவி செய்யுங்கள்'' என்று அவள் கதவருகில் இருந்த மனிதனிடம் கூறினாள். அவனும் உடனே நெருங்கி வந்தான். ஆனால், க. நோயாளி அறைக்குச் செல்ல விரும்பவில்லை. குறிப்பாக, அங்கிருந்து வேறு எங்காவது அழைத்துச்செல்லப்படுவதை எப்படியும் அவன் தவிர்க்க விரும்பினான். அவன் எந்த அளவுக்கு அவர்களுடன் போக வேண்டியிருக்குமோ அந்த அளவுக்குக் கோபம்தான் வரும். அதனால் அவன், இப்போது ''யார் உதவியும் இன்றி என்னால் போக முடியும்'' என்று கூறிவிட்டு, சௌகரியமாக இவ்வளவு நேரம் அவன் உட்கார்ந்து பழகிவிட்டதால் நடுக்கத்துடன் எழுந்து நின்றான். ஆனால், அவனால் நேராக நிற்க முடியவில்லை. ''முடியவில்லை'' என்று தலையை ஆட்டியவாறே கூறிவிட்டுப் பெருமூச்சு விட்டுக்கொண்டே மறுபடியும் அமர்ந்தான். எது எப்படி இருந்தாலும், க.வைச் சுலபமாக வெளியே அழைத்துச் செல்லக்கூடிய நீதிமன்றப் பணியாளைப் பற்றிய நினைவு அவனுக்கு வந்தது. ஆனால், அவனோ வெகு நேரத்துக்கு முன்பே அங்கிருந்து சென்றுவிட்டதுபோல் தோன்றியது. க. தனக்கு முன் நின்றுகொண்டிருந்த பெண்ணுக்கும், அந்த மனிதனுக்கும் இடையே பார்த்தான். ஆனால், நீதிமன்றப் பணியாள் அங்கு இல்லை.

''இவருடைய தலைச்சுற்றலுக்கு இங்குள்ள புழுக்கம்தான் காரணமாதலால், நோயாளி அறைக்கு அவரை முதலில் அழைத்துச்செல்வதற்குப் பதிலாக, இந்த அலுவலகங்களை விட்டே வெளியே அழைத்துச்செல்வதுதான் மிகவும் சிறந்ததாகவும், அவருக்கும் மிகவும் பிடித்ததாகவும் இருக்கும் என்று நான் நினைக்கிறேன்'' என்றான் அந்த மனிதன். அவன் மற்றவர்களைவிட நேர்த்தியாக உடையணிந்திருந்தான். குறிப்பாக, அவனுடைய சாம்பல் நிற அரைக்கோட்டு மற்றவர்களின் கவனத்தை ஈர்த்தது. அதன் அடிப்பாகம் நீளமாகவும் கச்சிதமாகவும் வெட்டப்பட்டு, இரண்டு முனைகளாக முடிந்தது. ''அதுதான் சரி'' என்று க. கத்தினான், கட்டுக்கடங்காத மகிழ்ச்சியால் அந்த மனிதனின் பேச்சை ஏறக்குறைய குறுக்கே விழுந்து தடுப்பதுபோல். ''நிச்சயமாக எனக்கு எல்லாம் உடனே சரியாகிவிடும், நான் அவ்வளவு பலகீனமாக இல்லை, தாங்கிக்கொள்ளத் தோளுக்கடியில் சிறிது ஆதாரம்தான் எனக்குத் தேவை. நான் உங்களுக்கு அதிகத் தொந்தரவு கொடுக்க மாட்டேன். மேலும், என்னைக் கதவுவரை அழைத்துக்கொண்டுவிட்டால் போதும். அது வெகு தூரம் இல்லை, பிறகு நான் படிகள்மீது சிறிது நேரம் உட்காருகிறேன்; எனக்குப் பழைய தெம்பு வந்துவிடும், ஏனென்றால் இது போன்று எனக்கு நேர்ந்ததேயில்லை. இது எனக்கே ஆச்சரியமாக இருக்கிறது. நானும் ஒரு அலுவலகத்தில் வேலை செய்பவன்தான். எனக்கு அலுவலகக் காற்று பழக்கப்பட்டதுதான். ஆனால் இங்கு மிகவும் மோசமாக இருப்பதுபோல் தோன்றுகிறது. நீங்களும் அதைத்தான் சொல்கிறீர்கள். தயவுசெய்து என்னைச் சிறிது தூரம் அழைத்துச்செல்லுங்கள், எனக்குச் சிறிது மயக்கமாக இருக்கிறது. நானாகவே எழுந்து நின்றால் இன்னும் மோசமாகிவிடுகிறது.'' பிறகு, அவர்கள் தன்னைக் கைகளுக்கடியில் சுலபமாகப் பற்றுவதற்கு ஏற்றவாறு தன் கைகளைத் தூக்கினான்.

ஆனால் அந்த மனிதன், அவன் கேட்டதைச் செய்யாமல் அமைதியாகக் கைகளைக் கால்சட்டைப் பாக்கெட்டுகளில் வைத்துக்கொண்டு உரக்கச் சிரித்தான். ''பார்த்தீர்களா'' என்றான். அவன் அந்தப் பெண்ணிடம், ''நான் எவ்வளவு சரியாகச் சொன்னேன், இங்குதான் அவருக்கு உடல்நலமில்லை, மற்றபடி ஒன்றுமில்லை.'' அந்தப் பெண்ணும் புன்னகை செய்தாள். ஆனால், அவன் க.வை அளவுக்கு மீறிக் கேலிசெய்துவிட்டதுபோல், அவள் உடனே அவன் கரத்தில் தன் விரல் நுனிகளால் லேசாகத் தட்டினாள். ''நீங்கள் நினைப்பதுபோல் அல்ல'' என்று இன்னும் சிரித்துக்கொண்டே கூறினான் அவன். ''உண்மையிலேயே நான் அவரை வெளியே அழைத்துச்செல்லத்தான் போகிறேன்.'' ''அப்படியானால் நல்லது'' என்று கூறியவாறே, அந்தப் பெண் தன் அழகான தலையை ஒரு கணம் தாழ்த்தி ஆமோதித்தாள். ''இந்தச் சிரிப்பைப் பெரிதாக எடுத்துக்கொள்ளாதீர்கள்'' என்று அந்தப் பெண், மறுபடியும் கவலையுற்றவளாக, வெறித்துப் பார்த்தவாறு, எந்த வித விளக்கமும் தேவையில்லை என்பதுபோல் இருந்த க.விடம் கூறினாள். ''இவர்—உங்களை அறிமுகப்படுத்தி வைக்கலாமா? (அவன் சைகையினால் அனுமதியளித்தான்)—இவர்தான் தகவலாளர். காத்துக்கொண்டிருக்கும் கட்சிக்காரர்களுக்கெல்லாம் அவர்களுக்குத் தேவையான தகவல்களை இவர்தான் கொடுப்பார். எங்களுடைய நீதிமன்றத்தைப் பற்றி மக்களுக்கு அதிகம் தெரியாததால் அதைப்

பற்றிய தகவல்களை ஓயாமல் கேட்கிறார்கள். எல்லாக் கேள்விகளுக்கும் இவருக்கு பதில் தெரியும். வேண்டுமானால் நீங்கள் இவரை ஒரு முறை பரிசோதித்துப்பார்க்கலாம். அது ஒன்றுதான் இவருக்கு அனுகூலமாக இருக்கிறது என்று நினைக்காதீர்கள், இவருடைய நேர்த்தியான உடைகள்கூட அனுகூலம் தான். தகவலாளர்தான் மற்ற எல்லோரைக் காட்டிலும் முன்னதாகவும், தொடர்ந்தும் கட்சிக்காரர்களுடன் பழகுவதால், அவர்களிடையே நல்லெண்ணத்தை ஏற்படுத்துவதற்காக அவர் நேர்த்தியாக உடையணிந்திருக்க வேண்டும் என்று அலுவலர்களாகிய நாங்கள் தீர்மானித்தோம். மற்ற எல்லோரும்—என்னைப் பார்க்கும்போதே நீங்கள் தெரிந்துகொள்ளலாம்—துரதிருஷ்டவசமாக மிகவும் மோசமாகவும் பழைய பாணியிலும் உடையணிந்திருக்கிறோம், ஆடைகளுக்காகச் செலவுசெய்வதில் அர்த்தமேயில்லை; ஏனென்றால் நாங்கள் ஏறக்குறைய இடைவிடாமல் அலுவலகங்களிலேயே இருக்கிறோம். இங்கேயே நாங்கள் தூங்கவும் செய்கிறோம். ஆனால், நான் கூறியது போல், தகவலாளருக்கு அழகான உடைகள் தேவை என்று நாங்கள் கருதினோம். ஆனால், எங்கள் நிர்வாகத்திலிருந்து—இந்த விஷயத்தில் எங்கள் நிர்வாகம் ஒரு மாதிரி—நேர்த்தியான உடைகள் கிடைக்காததால் நாங்களே பணம் திரட்டி—கட்சிக்காரர்களும் பணம் கொடுத்தார்கள்—இதையும் மற்ற பல அழகான உடைகளையும் இவருக்கு வாங்கித் தந்தோம். நல்லெண்ணத்தை உண்டுபண்ணுவதற்கு இப்போது எல்லாம் தயாராக இருக்கும் போது, இவர் தன் சிரிப்பினால் அதை மறுபடியும் கெடுத்துவிடுகிறார்; மக்களை மிரள வைக்கிறார்.'' ''உண்மைதான்'' என்றான் அவன் விஷமமாக. ''ஆனால் நீங்கள் ஏன் அவருக்கு நம்முடைய அந்தரங்கங்களையெல்லாம் எடுத்துச்சொல்கிறீர்கள்—சொல்லப்போனால் திணிக்கிறீர்கள்—என்று எனக்குப் புரியவில்லை. ஏனென்றால், அதைப் பற்றித் தெரிந்துகொள்ள அவர் விரும்பவேயில்லை. வேண்டுமானால் பாருங்கள். எப்படி அவர் தெளிவாகத் தன் விஷயங்களைப் பற்றியே எண்ணிக்கொண்டு உட்கார்ந்திருக்கிறார்'' என்று அவன் கூறியதை மறுத்துப் பேச க.வுக்கு மனமில்லை. அந்தப் பெண்ணின் நோக்கம் நல்லதாக இருந்திருக்கலாம். அவன் கவனத்தைத் திருப்புவதற்காகவோ அல்லது அவன் தன்னைச் சுதாரித்துக்கொள்ளச் சந்தர்ப்பம் கொடுக்கவோ அவள் ஒருவேளை எண்ணியிருக்கலாம். ஆனால் அவள் கையாண்ட முறைதான் பலிக்கவில்லை. ''உங்கள் சிரிப்பைப் பற்றி நான் அவரிடம் விளக்கிக் கூற வேண்டியிருந்தது'' என்றாள் அந்தப் பெண். ''அது அவரைப் புண்படுத்தும் வகையிலிருந்தது.'' ''இங்கிருந்து இறுதியில் அவரை நான் வெளியே அழைத்துச் செல்லும்போது இதைவிட இன்னும் எரிச்சலூட்டும் ஏளனச் சொற்களை அவர் தாங்கிக்கொள்ள நேரிடும்.'' க. ஒன்றும் பேசவில்லை, நிமிர்ந்து பார்க்கவில்லை. அந்த இருவரும் அவனைப் பற்றி, ஒரு வஸ்துவைப் போல விவாதித்ததை அவன் பொறுத்துக்கொண்டான், உண்மையில் அது தான் அவனுக்கு மிகவும் பிடித்திருந்தது. ஆனால் திடீரென்று தகவலாளனின் கையைத் தன் ஒரு கையின் மீதும், அந்தப் பெண்ணின் கையை மற்றொரு கையின் மீதும் உணர்ந்தான். ''சரி எழுந்திருங்கள், நோயாளியே'' என்றான் தகவலாளன். ''உங்கள் இருவருக்கும் மிக்க நன்றி'' என்றான் க., மகிழ்ச்சி கலந்த ஆச்சரியத்துடன். அவன் மெதுவாக எழுந்து நின்று, அந்த இருவ

ருடைய கைகளையும் தானே பிடித்து, எந்த இடங்களில் தன்னை மிகவும் தாங்கிப் பிடிக்கத் தேவையாக இருந்ததோ அந்த இடங்களில் வைத்துக் கொண்டான். அவர்கள் தாழ்வாரத்தை அணுகியபோது, அந்தப் பெண் க.வின் காதில் தாழ்ந்த குரலில் கூறினாள் "தகவலாளரைப் பற்றி நல்ல வார்த்தை சொல்வது எனக்கு மிகவும் முக்கியமான விஷயம்போல் உங்களுக்குத் தோன்றலாம், மற்றவர்களும் அதை நம்பலாம். ஆனால் நான் உண்மையைத்தான் சொல்கிறேன். அவருக்குக் கல்நெஞ்சமில்லை. உடல்நலம் இல்லாத கட்சிக்காரர்களை வெளியே அழைத்துச்செல்வது அவருடைய கடமை அல்ல, இருந்தாலும் நீங்களே பார்ப்பதுபோல் அவர் அப்படிச் செய்கிறார். எங்களில் எவரும் கல்நெஞ்சக்காரராய் இல்லாமல் இருக்கலாம், நாங்கள் எல்லோரும் மகிழ்ச்சியுடன் உதவிசெய்ய விரும்பலாம், ஆனால் நீதிமன்ற அலுவலர்கள் என்பதால் நாங்கள் கல்நெஞ்சக்காரர்கள் போலவும், யாருக்கும் உதவிசெய்ய விரும்பாதவர்கள் போலவும் சுலபத்தில் ஒரு தோற்றத்தைப் பெற்றுவிடுகிறோம். எனக்கும் இதுதான் சங்கடத்தைத் தருகிறது." "இங்கு சற்று நேரம் உட்கார விரும்புகிறீர்களா?" என்று தகவலாளன் கேட்டான். அவர்கள் இப்போது தாழ்வாரத்திற்கு, ஏற்கனவே க. பேசிக்கொண்டிருந்த, அதே குற்றம் சாட்டப்பட்டவன் முன்பு வந்துவிட்டிருந்தார்கள். க. அவன் எதிரில் இப்போது கிட்டத்தட்ட வெட்கமடைந்தான். முன்பு க. அவன் எதிரில் எப்படி நிமிர்ந்து நின்றிருந்தான்! இப்போது அவனை இருவர் தாங்கிப்பிடிக்க வேண்டியிருந்தது. அவனுடைய தொப்பியைத் தகவலாளன் விரல்களை விரித்துத் தாங்கிக்கொண்டிருந்தான். க.வின் தலைமுடி கலைந்திருந்தது. வியர்வை படர்ந்த நெற்றியின் மீது முடி தொங்கிக்கொண்டிருந்தது. ஆனால், குற்றம்சாட்டப்பட்டவன் இவற்றில் எதையுமே கவனித்ததாகத் தெரியவில்லை. தன்னைத் தவிர்ப்பதுபோல், தன்னைத் தாண்டிப் பார்த்துக்கொண்டிருந்த தகவலாளனின் முன்பு ஒடுங்கி நின்றவாறு, தான் இங்கு வந்திருந்ததன் காரணத்தை மன்னிப்புக் கோரும் பாவனையில் கூற முயன்றான். "என்னுடைய மனுக்களுக்கு இன்றே பதில் கொடுக்க முடியாது என்பது எனக்குத் தெரியும்" என்றான் அவன். "இருந்தாலும் நான் இங்கு வந்திருக்கிறேன், இங்கே காத்துக்கொண்டிருக்கலாம் என்று நினைத்தேன், இன்று ஞாயிற்றுக் கிழமை, எனக்கு நிறைய நேரம் இருக்கிறது, இங்கு என்னால் யாருக்கும் தொந்தரவு இல்லை." "நீங்கள் இந்த அளவுக்கு மன்னிப்புக்கோர வேண்டாம்" என்றான் தகவலாளன். "நீங்கள் கொண்டிருக்கும் அக்கறை மிகவும் பாராட்டத் தக்கது. நீங்கள் உண்மையில், தேவையில்லாமல் இங்கு இடத்தை அடைத்துக் கொண்டிருக்கிறீர்கள். இருந்தாலும், எனக்குத் தொல்லையில்லாதவரை, உங்கள் காரியம் ஒழுங்காக நடக்க வேண்டும் என்பதற்காக நீங்கள் செய்ய வேண்டியதை நான் தடுக்கவே மாட்டேன். தங்கள் கடமையைக் கேவலமாகப் புறக்கணிப்பவர்களைப் பார்த்த பிறகு, உங்களைப் போன்றவர்களிடம் பொறுமையுடனிருக்கத் தெரிந்துகொள்கிறோம், உட்காருங்கள்." "கட்சிக்காரர்களுடன் பேச எப்படித் தெரிந்துவைத்துக்கொண்டிருக்கிறார்." என்று அந்தப் பெண் மெதுவாகச் சொன்னாள். க. தலையை அசைத்தான். ஆனால், தகவலாளன் மறுபடியும் அவனை "நீங்கள் இங்கு கீழே உட்கார்ந்துகொள்ள விரும்புகிறீர்களா?" என்று கேட்டபோது அவன் உடனே திடுக்கிட்டு நிமிர்ந்தான். "இல்லை" என்றான் க., "நான் உட்கார விரும்பவில்லை." அவன் அதை

முடிந்தவரை திண்ணமாகத்தான் கூறினான். ஆனால், உண்மையில் கீழே உட்கார்ந்தால் அவனுக்கு மிகவும் நன்றாக இருந்திருக்கும். கடற்பயணத்தில் சுகவீனப்பட்டவன்போல் அவன் இருந்தான். கொந்தளிக்கும் கடலில் சிக்குண்ட கப்பலில் இருப்பதுபோல் அவன் உணர்ந்தான். தண்ணீர், மரச்சுவர்கள்மீது தாக்குவது போலவும், அந்தத் தாழ்வாரத்தின் ஆழத்திலிருந்து புரண்டுவரும் தண்ணீரினால் உண்டாகும் உறுமல் போன்ற ஒலி எழும்பி வருவது போலவும், அங்கு காத்துக்கொண்டிருந்த கட்சிக்காரர்கள் இரண்டு பக்கங்களிலும் அமிழ்த்தப்படுவது போலவும், மேலே தூக்கப்படுவது போலவும் அவனுக்குத் தோன்றியது. அவனை அழைத்துச்சென்ற அந்தப் பெண்ணும் மனிதனும் அமைதியாக இருந்தது மேலும் புரிந்துகொள்ள முடியாமல் இருந்தது. அவன் அவர்களின் தயவில்தான் இருந்தான்; அவர்கள் அவனைத் தங்கள் பிடியிலிருந்து விட்டால், அவன் ஆதரவற்றுக் கீழே விழ வேண்டியதுதான். அவர்களுடைய சிறிய கண்களின் கூர்மையான பார்வைகள் இங்குமங்கும் தாவின. அவர்களுடைய ஒரே சீரான அடிகளை, அவர்களுடன் நடந்து செல்லாமலேயே க.வினால் உணர முடிந்தது. ஏனென்றால், ஒவ்வொரு அடியாக அவன் தூக்கியே செல்லப்பட்டான். அவர்கள் அவனுடன் பேசினார்கள் என்பதை இறுதியில் அவன் கவனித்தான், ஆனால் அவர்களை அவனால் புரிந்துகொள்ள முடியவில்லை, எங்கும் வியாபித்திருந்த இரைச்சலை மட்டும்தான் அவனால் கேட்க முடிந்தது. அதன் ஊடே, சைரனிலிருந்து எழும்பியது போன்ற சீரான உச்சஸ்தாயியில் ஓசை ஒன்று ஒலித்துக்கொண்டிருந்தது. தலையைத் தொங்க விட்டவாறே, ‘‘இன்னும் உரக்கப் பேசுங்கள்’’ என்று தாழ்ந்த குரலில் கூறி விட்டு அதற்காக வெட்கப்படவும் செய்தான். ஏனென்றால் அவனால் புரிந்துகொள்ள முடியாவிட்டாலும், அவர்கள் சத்தமாகத்தான் பேசினார்கள் என்பது அவனுக்குத் தெரியும். அப்போது, அவன் எதிரிலிருந்த சுவரைப் பிளந்து எறிந்ததுபோல், அவன்மீது சில்லென்ற காற்று வீசியது. ‘‘முதலில் இங்கிருந்து அவன் போக வேண்டும் என்று சொன்னான். ஆனால் இங்குதான் வெளியே போகும் வழி இருக்கிறது என்று நூறு தடவை சொன்னாலும் அசைய மாட்டேன் என்கிறான்’’ என்று அவனருகில் யாரோ கூறினார்கள். அந்தப் பெண் திறந்துவிட்ட வெளிவாயில் கதவுக்கு முன், தான் நின்றுகொண்டிருந்ததை க. கவனித்தான். தன்னுடைய எல்லாச் சக்திகளும் சுதந்திரத்தை முன்கூட்டியே உணரும் பொருட்டு ஒரே சமயத்தில் திரும்பி வந்துவிட்டதுபோல் அவன் உணர்ந்தான். உடனே அவன் மாடிப்படியில் இறங்க அடியெடுத்து வைத்து, அங்கிருந்து, தன்னை அழைத்து வந்தவர்களிடம் விடைபெற்றுக்கொண்டான்; அவர்களும் அவனுக்கு விடைகொடுத்தனர். ‘‘மிக்க நன்றி’’ என்று மறுபடியும் கூறிவிட்டு இருவருடைய கைகளையும் திரும்பத்திரும்பக் குலுக்கினான். அலுவலகத்தின் காற்றை சுவாசித்துப் பழக்கமானதால் மாடிப்படிகளிலிருந்து வந்த, அதைவிடச் சுத்தமான காற்று அவர்களுக்கு அவ்வளவாகப் பிடிக்காததுபோல் அவனுக்குத் தோன்றிய போதுதான், அவன் அவர்களுடைய கைகளை விட்டான். அவர்களால் பதிலளிக்கக்கூட முடியவில்லை. க. மிக வேகமாகக் கதவை மூடியிருக்காவிட்டால் அந்தப் பெண் கீழே விழுந்துவிட்டிருக்கலாம். பிறகு, ஒரு வினாடி அசையாமல் நின்றுவிட்டு, க. தன் பையிலிருந்த சின்னக் கண்ணாடியின் உதவியால் தலைமுடியைச் சரிசெய்துகொண்டு, மாடிப்படியின் அடுத்த

குறட்டிலிருந்து தொப்பியை எடுத்துக்கொண்டு—தகவலாளன் அதை அங்கு வீசியிருக்க வேண்டும்—புத்துணர்ச்சியுடன் நீண்ட அடியெடுத்துக் குதித்துக் குதித்து, படிகள் வழியே கீழே ஓடியதில் ஏற்பட்ட இந்தப் பெரும் மாற்றம் சிறிது அச்சத்தைத் தந்தது. சாதாரணமாக, நல்ல திடமான அவன் ஆரோக் கியம் இவ்வாறு எதிர்பாராத வகையில் குலைந்ததில்லை. பழைய சோதனை யைக் கஷ்டமில்லாமல் அவன் தாங்கிக்கொண்டதால், அவனுடைய உடல் ஒருவேளை புரட்சிசெய்து ஒரு புதிய சோதனையை அவனுக்காகத் தயார் செய்கிறதா? எவ்வளவு சீக்கிரம் முடியுமோ அவ்வளவு சீக்கிரம் ஒரு மருத்து வரைப் பார்க்க வேண்டுமென்ற எண்ணத்தை அவன் முற்றிலும் தள்ளிவிட வில்லை. இந்த விஷயத்தில் தனக்குத் தானே அவன் ஆலோசனை வழங்கிக் கொள்ள முடியும். இனி வரும் ஞாயிற்றுக் கிழமைகளை இந்த ஞாயிற்றுக்கிழ மையைவிட நல்ல முறையில் செலவிட அவன் முடிவுசெய்தான்.

நான்காவது அத்தியாயம்

மிஸ் ப்யூர்ஸ்ட்னரின் சிநேகிதி

அடுத்த சில நாட்கள் மிஸ் ப்யூர்ஸ்ட்னருடன் ஒரு சில வார்த்தைகள் கூட க.வினால் பேச முடியவில்லை. அவளை அணுக அவன் பல வழிகளில் முயற்சி செய்தான். ஆனால், அவள் அவற்றையெல்லாம் ஒவ்வொரு முறையும் தடுத்துவிட்டாள். அவன் அலுவலகத்திலிருந்து நேராக வீட்டுக்கு வந்து, விளக்கைப் போடாமல், தன் அறையில் சோபாவின் மீது உட்கார்ந்து கொண்டு, வேறு ஏதும் செய்யாமல் முன்அறையைக் கவனித்துக்கொண்டிருப்பான். வேலைக்காரி கடந்து செல்லும்போது, அவன் அறை பார்ப்பதற்குக் காலியாக இருக்கிறதென்று அவள் கதவைச் சாத்தினால், சிறிது நேரம் கழித்து அவன் எழுந்து கதவை மறுபடியும் திறந்து வைப்பான். மிஸ் ப்யூர்ஸ்ட்னர் அலுவலகத்துக்குப் போகும்போது, முடிந்தால் அவளைத் தனியாகச் சந்திப்பதற்காக, ஒவ்வொரு நாள் காலையும் அவன் ஒரு மணி நேரம் முன்னதாகவே எழுந்தான். ஆனால் இந்த முயற்சிகளில் எதுவும் பலனளிக்கவில்லை. பிறகு, அவளுடைய அலுவலகத்திற்கும் வீட்டுக்கும் கடிதம் எழுதித் தன்னுடைய நடத்தைக்குத் தகுந்த காரணங்கள் இருக்கின்றன என்று மறுபடியும் விளக்க முயன்றான். எந்தப் பரிகாரமும் செய்வதற்குத் தயாராக இருப்பதாகக் கூறினான். அவள் கிழிக்கும் கோட்டை இனி எப்போதும் தாண்டுவதில்லை என்றும் வாக்களித்தான், அவளுடன் ஒரு முறை பேசுவதற்குச் சந்தர்ப்பம் அளிக்குமாறு கேட்டுக்கொண்டான், குறிப்பாக, அவளுடன் முன்கூட்டிக் கலந்தாலோசிக்காமல் திருமதி க்ரூபாஹிடமும் எந்தவித நடவடிக்கையும் தான் எடுக்க மாட்டேன் என்றும் கூறினான், இறுதியில் அடுத்த ஞாயிற்றுக்கிழமை முழுவதும் தான் தன் அறையில் அவளிடமிருந்து ஏதாவது ஒரு தகவலுக்காகக் காத்திருப்பதாக எழுதினான். அவளுடைய எல்லா நிபந்தனைகளுக்கும் உட்படுவதாக வாக்களித்திருந்தும் ஏன் அவனுடைய கோரிக்கையை நிறைவேற்ற முடியாது என்று அவனுக்கு விளக்கவாவது வேண்டும். அந்தக் கடிதங்கள் திரும்பி வரவில்லை, ஆனால் அவற்றுக்குப் பதிலும் வரவில்லை. அதற்கு பதிலாக ஞாயிற்றுக்கிழமையன்று தெளிவான அர்த்தம்கொண்ட நிகழ்ச்சி ஒன்று நடந்தது. அதிகாலையிலேயே க. சாவித்துளை வழியாக முன்னறையில் ஒரு புது வித நடமாட்டத்தைக் கவனித்தான். அது விரைவிலேயே என்னவென்று தெளிவாகிவிட்டது. இதுவரை தனி அறையில் வசித்துக் கொண்டிருந்த ஒரு பிரெஞ்சு மொழி ஆசிரியை மிஸ் ப்யூர்ஸ்ட்னரின் அறைக்குக் குடிவந்தாள். மோன்டாக் என்ற அந்த ஜெர்மானியப் பெண் வெளிறிய தோற்றத்துடன் பலவீனமாக இருந்தாள்; சிறிது நொண்டவும் செய்தாள். முன் அறையில் அவள் மணிக் கணக்காகக் காலைத் தேய்த்துத்தேய்த்து நடப்பதைக் காண முடிந்தது. ஒரு அழுக்குத் துணியோ அல்லது ஒரு போர்வையோ அல்லது

ஒரு புத்தகமோ அல்லது வேறு ஏதாவதோ மறந்து வைத்துவிட்டதால் அவற்றை எடுத்துக்கொண்டு, புது அறைக்குத் திரும்பத்திரும்பச் செல்ல வேண்டியிருந்தது.

திருமதி க்ரூபாஹ் க.வுக்குக் காலை உணவைக் கொண்டுவந்தபோது—க. கோபப்படும்படி நடந்துகொண்ட நாளிலிருந்து அவள் வேலைக்காரியை எந்த ஒரு சிறு வேலையையும் செய்ய விடுவதில்லை—ஐந்து நாட்களுக்குப் பிறகும் அவளிடம் பேசாமலிருக்க முடியவில்லை. காப்பியை ஊற்றிக் கொண்டே, ''முன்அறையில் இன்று ஏன் இவ்வளவு சத்தம்?'' என்று கேட்டான். ''இதை ஆட்களை வைத்துச் செய்ய முடியாதா? அதுவும் ஞாயிற்றுக் கிழமைதான் அறையைச் சுத்தம்செய்ய வேண்டுமா?'' க. தலையை உயர்த்தித் திருமதி க்ரூபாஹைப் பார்க்காவிட்டாலும் அவள் நிம்மதியுடன் பெருமூச்சு விட்டதை அவனால் கவனிக்க முடிந்தது. அவள் க.வின் இந்தக் கடுமையான கேள்விகளையும் அவனுடைய மன்னிப்பாகவோ அல்லது மன்னிப்பதற்கான முதல் கட்டமாகவோ எடுத்துக்கொண்டாள். ''அறையைச் சுத்தம் செய்யவில்லை'' என்றாள் அவள். ''மிஸ் மோன்டாக் மிஸ் ப்யூர்ஸ்ட்னரின் அறைக்குக் குடிபோகிறாள், அவ்வளவுதான். அதனால் தன் சாமான்களை எடுத்துச் செல்கிறாள்.'' அவள் மேற்கொண்டு ஒன்றும் பேசாமல் தான் கூறியதை க. எப்படி எடுத்துக்கொள்வான் என்றும், மேற்கொண்டு பேச அனுமதிப்பானா என்றும் தெரிந்துகொள்ளக் காத்திருந்தாள். ஆனால், க. அவளைச் சோதிப்பதற்காக யோசித்தபடியே காப்பியை ஸ்பூனால் கலக்கிக்கொண்டு மௌனமாக இருந்தான். பிறகு அவளை நிமிர்ந்து பார்த்துக் கேட்டான் ''நீங்கள் முன்பு மிஸ் ப்யூர்ஸ்ட்னர்மீது கொண்டிருந்த சந்தேகம் தீர்ந்துவிட்டதா?'' இந்தக் கேள்வியை எதிர்பார்த்திருந்த திருமதி க்ரூபாஹ், ''மிஸ்டர் க.'' என்று இரு கைகளையும் அவன் முன்பு நீட்டி, அவற்றைச் சேர்த்தவாறு உரக்கக் கூறினாள், ''அன்று நான் ஏதோ ஒரு சந்தர்ப்பத்தில் கூறியதை நீங்கள் பெரிதாக எடுத்துக்கொண்டீர்கள். உங்களையோ அல்லது மற்ற எவரையுமோ புண்படுத்த வேண்டுமென்று நான் கடுகளவும் நினைக்கவில்லை. என்னை இவ்வளவு காலமாக உங்களுக்கும் தெரியுமாதலால், நான் சொல்வதுதான் உண்மை என்று நீங்கள் நம்ப வேண்டும். நான் கடந்த சில நாட்களாக எவ்வளவு துன்பப்பட்டேன் என்பது உங்களுக்குத் தெரியவே தெரியாது. என் குடித்தனக்காரர்களை நான் தூற்றினேனாம்! நீங்கள், மிஸ்டர் க. அதை நம்பினீர்களே! பிறகு உங்களைக் காலிசெய்யச் சொல்லி இருக்கலாம் என்று கூறினீர்களே! உங்களையா காலிசெய்யச் சொல்வது!'' அவளுடைய கடைசி வாக்கியம் கண்ணீரில் மூழ்கியது; அவள் தன் முகத்தை ஏப்ரனில் புதைத்துக் கொண்டு சத்தமாகத் தேம்பினாள்.

''பரவாயில்லை. அழாதீர்கள் திருமதி க்ரூபாஹ்'' என்று க. கூறிவிட்டு ஜன்னல் வழியாக வெளியே பார்த்தான். அவன் மிஸ் ப்யூர்ஸ்ட்னரைப் பற்றியும், அவள் தன் அறையில் வேறொரு பெண் ஒருத்தியைக் குடியிருக்க அழைத்துக்கொண்டது பற்றியும் யோசித்துக்கொண்டிருந்தான். அறைப் பக்கம் அவன் திரும்பிக்கொண்டே இன்னும் அழுதுகொண்டிருந்த திருமதி க்ரூபாஹிடம் ''சரிசரி, அழாதீர்கள்'' என்று மறுபடியும் கூறினான். ''அன்றைக்கு நானும் அவ்வளவு மோசமான அர்த்தத்தில் கூறவில்லை. நாம் இரு

வரும் ஒருவரை ஒருவர் தவறாகத்தான் புரிந்துகொண்டுவிட்டோம். வெகு நாளைய நண்பர்களுக்குக்கூட இதுபோல் ஏற்படக்கூடும்.'' க. உண்மையாகவே சமரசமாகிவிட்டானா என்று பார்ப்பதற்காகத் திருமதி க்ரூபாஹ் ஏப்ரனைக் கண்களிலிருந்து சற்று விலக்கினாள். ''நான் சொல்வது உண்மைதான்'' என்றான் க. பிறகு திருமதி க்ரூபாஹின் நடத்தையிலிருந்து கேப்டன் அவளிடம் எதைப் பற்றியும் கூறவில்லை என்று முடிவுகட்டி, மேலும் கூறத் துணிந்தான், ''ஒரு அந்நியப் பெண்ணின் பொருட்டு உங்களை நான் விரோதித்துக் கொள்வேன் என்று நீங்கள் உண்மையிலேயே நம்புகிறீர்களா?'' ஒருவழியாக மனம்விட்டுப் பேசலாம் என்று உணர்ந்தவுடன், சற்றும் பொருத்தமில்லாமல் ஏதோ ஒன்றைக் கூறத் தொடங்கியது அவளுடைய துரதிருஷ்டம். ''உண்மைதான் மிஸ்டர் க.'' என்று திருமதி க்ரூபாஹ் கூறினாள், ''நானும் என்னை அடிக்கடி கேட்டுக்கொள்வேன், ஏன் மிஸ்டர் க. மிஸ் ப்யூர்ஸ்ட்னரைப் பற்றி இவ்வளவு அக்கறை எடுத்துக்கொள்கிறார், அவருடைய ஒவ்வொரு கடுமையான வார்த்தையும் என் தூக்கத்தைக் கெடுக்கிறது என்று தெரிந்தும் ஏன் அவள் பொருட்டு என்னிடம் சண்டைபோடுகிறார்? என்னுடைய கண்களாலேயே பார்த்ததைத் தவிர மிஸ் ப்யூர்ஸ்ட்னரைப் பற்றி நான் வேறு ஒன்றும் கூறவில்லையே.'' இதற்குக் க. ஒன்றும் சொல்லவில்லை. அவள் பேசத் தொடங்கியபோதே அவளை அந்த அறையிலிருந்து விரட்டியிருக்க வேண்டும், ஆனால் அப்படிச் செய்ய அவன் விரும்பவில்லை. அவன் காப்பியைக் குடித்துக்கொண்டே இருந்ததிலும், திருமதி க்ரூபாஹ் தான் அங்கு இருக்கத் தேவையில்லை என்று உணரச் செய்ததிலும் அவன் திருப்தியடைந்தான். வெளியே மிஸ் மோன்டாக் முன்அறையைக் கடந்தபோது, அவள் இழுத்து இழுத்து நடந்த காலடியைக் கேட்க முடிந்தது. ''உங்களுக்குக் கேட்கிறதா?'' என்று க. கேட்டுவிட்டுக் கதவைச் சுட்டிக்காட்டினான். ''ஆமாம்'' என்று கூறி திருமதி க்ரூபாஹ், பெருமூச்சு விட்டாள், ''அவளுக்கு உதவிசெய்ய விரும்பினேன், கூட வேலைக்காரியையும் உதவிசெய்ய விடலாம் என்றிருந்தேன், ஆனால் அவள் பிடிவாதக்காரி, எல்லாவற்றையும் தானே எடுத்துச் செல்ல விரும்புகிறாள். மிஸ் ப்யூர்ஸ்ட்னரை என்னால் புரிந்துகொள்ள முடியவில்லை. மிஸ் மோன்டாக் இங்கு குடியிருப்பது எனக்குப் பெரும் சுமையாக இருக்கிறது. ஆனால் மிஸ் ப்யூர்ஸ்ட்னரோ அவளைத் தன் அறையிலேயே வசிக்கக் கூப்பிட்டுக்கொண்டிருக்கிறாள்.'' ''அதைப் பற்றி நீங்கள் கவலைப்படக் கூடாது'' என்று க. கூறிவிட்டுக் கோப்பையில் மீதம் தங்கியிருந்த சர்க்கரைக் கட்டியை நொறுக்கினான். ''அதனால் உங்களுக்கு ஏதாவது நஷ்டமா?'' ''இல்லை'' என்றாள் திருமதி க்ரூபாஹ், ''அந்த விஷயத்தைப் பொறுத்தவரை எனக்கு மிகவும் சந்தோஷம்தான். அதனால் எனக்கு ஒரு அறை காலியாகிறது, அதில் என் மருமகனை, அதாவது, கேப்டனை வசிக்க விடலாம். கடந்த சில நாட்களாக அருகிலிருக்கும் வரவேற்பறையில் அவனைக் குடியிருக்க விட்டதால் அவன் உங்களுக்குத் தொந்தரவாக இருந்திருக்கக்கூடுமோ என்று நான் ஏற்கெனவே பயந்துகொண்டிருந்தேன். அவன் மற்றவர்களை அவ்வளவாகப் பொருட்படுத்துவதில்லை.'' ''எப்படியெல்லாம் உங்களுக்குத் தோன்றுகிறது!'' என்று கூறிவிட்டு க. எழுந்து நின்றான், ''அதைப் பற்றிப் பேச வேண்டாம். மிஸ் மோன்டாக் இப்படிக் குறுக்கும்

நெடுக்கும் போய்க்கொண்டிருப்பதை—இப்போது மறுபடியும் அவள் திரும்பிப்போய்க்கொண்டிருக்கிறாள்—என்னால் பொறுத்துக்கொள்ள முடியாததால் என்னைச் சின்னச்சின்ன விஷயங்கள்கூட பாதிக்கின்றன என்று நீங்கள் எண்ணுவதுபோல் தோன்றுகிறது.'' திருமதி க்ரூபாஹ் செயலிழந்தவளாக உணர்ந்தாள். ''மிஸ்டர் க., அவள் மற்ற சாமான்களையெல்லாம் பிறகு எடுத்துச் செல்லலாம் என்று நான் கூறட்டுமா? நீங்கள் சொன்னால் நான் உடனே அப்படிச் செய்கிறேன்.'' ''ஆனால் அவள் மிஸ் ப்யூர்ஸ்ட்னரின் அறைக்குக் குடிபோக வேண்டுமே!'' என்றான் க. ''ஆமாம்'' என்றாள் திருமதி க்ரூபாஹ். க. என்ன சொன்னான் என்று அவள் முழுதும் புரிந்துகொள்ளவில்லை. ''சரி, அப்படியானால் அவளுடைய பொருள்களை அவள் எடுத்துச் செல்லத்தான் வேண்டும்.'' திருமதி க்ரூபாஹ் வெறுமனே தலையசைத்தாள். அவளுடைய மௌனமான, என்ன செய்வதென்று அறியாத நிலை—பார்ப்பதற்கு வீறாப்புப் போலவே தோன்றிய நிலை—க.வுக்கு மேலும் எரிச்சலூட்டியது; அவன் தன் அறையில் ஜன்னலுக்கும் கதவுக்குமாக மேலும்கீழும் நடக்கத் தொடங்கியது, திருமதி க்ரூபாஹ் அங்கிருந்து வெளியே செல்லும் வாய்ப்பைத் தடுத்தது; இல்லையென்றால், அவள் அங்கிருந்து போயிருப்பாள்.

க. மறுபடியும் கதவருகில் வந்தபோது, யாரோ கதவைத் தட்டினார்கள். கதவைத் தட்டியது வேலைக்காரி; மிஸ் மோன்டாக் மிஸ்டர் க.வுடன் சில வார்த்தைகள் பேச விரும்புவதாகவும், அவருக்காக அவள் உணவறையில் காத்துக்கொண்டிருப்பதாகவும் அதனால் அங்கு அவர் வருமாறு கேட்டுக்கொண்டதாகவும் அவள் கூறினாள். க. சிந்தனையில் மூழ்கியவாறே வேலைக்காரி கூறியதைக் கேட்டான்; பிறகு, திடுக்கிட்டு நின்ற திருமதி க்ரூபாஹின் பக்கம் கிட்டத்தட்ட ஏளனப் பார்வையுடன் திரும்பினான். மிஸ் மோன்டாக்கிடமிருந்து இந்த அழைப்பு வரும் என்பதை க. ஏற்கனவே எதிர்பார்த்திருந்தான் என்றும், அது இந்த ஞாயிறு முற்பகல் திருமதி க்ரூபாஹின் குடித்தனக்காரர்களிடம் அவன் வதைபட வேண்டியிருந்த நிலைக்கு மிகவும் ஏற்றதாக இருந்தது என்றும் அவன் பார்வை கூறுவதுபோல் தோன்றியது. உடனே வருகிறேன் என்ற பதிலுடன் வேலைக்காரியைத் திருப்பி அனுப்பிவிட்டு, கோட்டை மாற்றிக்கொள்வதற்காக உடைகள் இருக்கும் பீரோவை நோக்கிச் சென்றான். பிறருக்குத் தொல்லையாக இருக்கும் நபரைப் பற்றி மெதுவாகப் புலம்பிக்கொண்டிருந்த திருமதி க்ரூபாஹுக்கு பதிலளிக்கும் வகையில், காலைச் சிற்றுண்டிப் பாத்திரங்களை உடனே எடுத்துச் செல்லுமாறு கேட்டுக்கொண்டான். ''நீங்கள் எதையுமே தொடவில்லையே'' என்றாள் திருமதி க்ரூபாஹ். ஏதோ ஒருவகையில் எல்லாவற்றிலும் மிஸ் மோன்டாக் சம்பந்தப்பட்டு வெறுப்பு ஏற்படுத்துவதுபோல் அவனுக்குத் தோன்றியதால் ''சரிசரி, எடுத்துக்கொண்டு போங்கள்'' என்று உரக்கக் கூறினான்.

முன்அறை வழியாக அவன் சென்றபோது மிஸ் ப்யூர்ஸ்ட்னரின் அறையின் மூடியிருந்த கதவைப் பார்த்தான். ஆனால் அவள் அறைக்கு அவன் அழைக்கப்படவில்லை, மாறாக உணவறைக்கு அழைக்கப்பட்டிருந்தான். அவன் உணவறையின் கதவைத் தட்டாமல், சடாரென்று வேகமாகத் திறந்தான்.

அது ஒரு நீண்ட குறுகலான, ஒரே ஒரு ஜன்னல் வைத்த அறை, கதவின் இரு புறமும் இருந்த மூலைகளில் இரண்டு அலமாரிகளைக் கோணலாக வைக்க முடிந்த அளவுக்குத்தான் இடம் இருந்தது. எஞ்சிய இடத்தையெல் லாம் நீண்ட உணவு மேஜை முழுவதுமாக அடைத்துக்கொண்டிருந்தது; அது கதவின் அருகில் தொடங்கி பெரிய ஜன்னல்வரை நீண்டு சென்றது. அதனால் ஜன்னல் ஏறக்குறைய நெருங்க முடியாமல் இருந்தது. மேஜைமேல் பலருக்கு உணவு பரிமாறப்பட்டிருந்தது. ஏனென்றால், ஞாயிற்றுக்கிழமையன்று ஏறக் குறைய எல்லாக் குடித்தனக்காரர்களும் இங்கு மதிய உணவு சாப்பிடு வார்கள்.

க. உள்ளே நுழைந்தபோது மிஸ் மோன்டாக் ஜன்னலருகிலிருந்து, மேஜையின் பக்கத்தை ஒட்டினாற்போல் க.வை நோக்கி வந்தாள். அவர்கள் ஒருவரையொருவர் மௌனமாக எதிர்கொண்டார்கள். பிறகு, மிஸ் மோன் டாக் எப்போதும்போல், தலையை வழக்கத்துக்கு மாறான விறைப்புடன் வைத்துக்கொண்டு கூறினாள். ‘‘என்னைப் பற்றி உங்களுக்குத் தெரியுமா என் பது எனக்குத் தெரியாது.’’ க. அவளை உற்றுப் பார்த்தான், ‘‘நிச்சயமாகத் தெரியும்’’ என்றான் அவன். ‘‘நீங்கள் நீண்ட காலம் திருமதி க்ரூபாஹின் விடுதியில் வசித்துவருகிறீர்கள்.’’ ‘‘நீங்கள் இங்கு குடியிருப்பவர்களைப் பற்றி அதிகம் கவலைப்படுவதில்லை என்று எண்ணுகிறேன்’’ என்றாள் மிஸ் மோன் டாக். ‘‘சரிதான்’’ என்றான் க. ‘‘நீங்கள் உட்காருங்களேன்’’ என்று சொன்னாள் மிஸ் மோன்டாக். அவர்கள் இருவரும் மௌனமாக மேஜையின் கடைசியில் இருந்த இரண்டு நாற்காலிகளை வெளியே இழுத்து எதிரெதிரே அமர்ந்து கொண்டனர். ஆனால் மிஸ் மோன்டாக் உடனே மறுபடியும் எழுந்தாள், ஏனென்றால் அவள் தன் கைப்பையை ஜன்னலில் விட்டுவிட்டிருந்தாள், அதை எடுத்துவரச் சென்றாள்; அவள் அறை முழுக்கக் காலை இழுத்துஇழுத்து நடந்தாள். கைப்பையை லேசாக ஆட்டிக்கொண்டே திரும்பி வந்த பிறகு அவள் கூறினாள், ‘‘என் சிநேகிதி சொன்னதன் பேரில்தான் நான் உங்களுடன் சில வார்த்தைகள் பேச விரும்புகிறேன், அவளே வர விரும்பினாள், ஆனால் இன்று அவளுக்குச் சிறிது உடல்நலமில்லை. நீங்கள் அவளை மன்னிக்க வேண் டும் என்றும், அவளுக்குப் பதிலாக இங்கு வந்திருக்கும் நான் சொல்வதைக் கேட்க வேண்டும் என்றும் அவள் கேட்டுக்கொண்டிருக்கிறாள். நான் உங்க ளுக்குக் கூறப்போவதைவிட அவள் உங்களிடம் வேறு எதையும் கூறியிருக்க முடியாது. மாறாக, நான் இதில் சம்பந்தப்படாதவள் என்பதால், அவளைக் காட்டிலும் என்னால் உங்களிடம் இன்னும் அதிகம் கூற முடியும் என்று நினைக்கிறேன். என்ன அப்படித்தானே?’’

‘‘இதற்குப் பிறகும் சொல்வதற்கு என்ன இருக்கிறது?’’ என்று பதிலளித் தான் க., மிஸ் மோன்டாக்கின் கண்கள் தன் உதடுகளையே இடைவிடாமல் பார்த்துக்கொண்டிருந்தது அவனுக்குப் போதுமென்றாகிவிட்டது. அந்த வகையில் அவன் சொல்ல வந்ததை அவள் முன்கூட்டியே தெரிந்துகொள்ள முயன்றதுபோல் இருந்தது. ‘‘நான் மிஸ் ப்யூர்ஸ்ட்னரிடம் நேராகப் பேச வேண்டும் என்று கேட்டுக்கொண்டதை அவள் அனுமதிக்கவில்லை என்று தெரிகிறது.’’ ‘‘அது சரிதான்.’’ என்றாள் மிஸ் மோன்டாக், ‘‘ஆனால் நீங்கள் கூறுவதுபோல் இல்லை, நீங்கள் மிகவும் கடுமையான வார்த்தைகளை உப

யோகப்படுத்துகிறீர்கள். பொதுவாக ஒருவருடன் ஒருவர் பேசுவது என்பது ஒருவர் அனுமதித்தோ, அனுமதிக்காமலோ நிகழ்வதில்லை. ஆனால் இப் படிப் பேசிக்கொள்வது தேவையில்லை என்று கருதப்படலாம், இந்த விஷயத் திலும் அப்படித்தான். நீங்கள் கூறியதைக் கேட்ட பிறகு, நான் இப்போது மனம் விட்டுப் பேச முடியும். நீங்கள் என்னுடைய சினேகிதியிடம் எழுத்து மூலமோ அல்லது நேரிலேயோ பேச வேண்டும் என்று கேட்டிருந்தீர்கள். இப்படிப் பேசிக்கொள்வதால் என்ன பயன் என்பது என் சினேகிதிக்குத் தெரி யும், குறைந்தபட்சம் அப்படித்தான் நான் எடுத்துக்கொள்ள வேண்டும், அத னால் அந்த உரையாடல், உண்மையில் நடக்கும் பட்சத்தில், ஒருவருக்கும் அதனால் பலன் கிடைக்கப்போவதில்லை என்று எனக்குத் தெரியாத கார ணங்களால், அவள் நிச்சயமாக நம்புகிறாள். மேலும், எது எப்படியிருந்தாலும் உங்களுக்கும் இந்த சம்பாஷணை முக்கியமானதாக இருக்க முடியாதென்று நேற்றுதான் அவள் என்னிடம், அதுவும் பேச்சுவாக்கில் கூறினாள். ஏனென் றால் இது போன்ற எண்ணம் உங்களுக்கு எதேச்சையாகத்தான் தோன்றி யிருக்க வேண்டுமாம். இதிலெல்லாம் அர்த்தமேயில்லை என்று ஏற்கெனவே நீங்கள் புரிந்துகொண்டிருக்காவிட்டாலும், கூடிய சீக்கிரமே, விசேஷமான விளக்கம் ஒன்றும் இல்லாமலேயே, நீங்களாகவே தெரிந்துகொள்வீர்களாம். அது சரியாக இருக்கலாம், இருந்தாலும் விஷயத்தை முழுக்கமுழுக்கத் தெளி வாக்குவதில் அனுகூலம் இருக்கிறதென்று நான் எண்ணுகிறேன் என்றும், உங்களுக்குத் தெளிவான பதில் அனுப்ப வேண்டும் என்றும் நான் அவளுக்கு பதிலளித்தேன். அந்த வேலையை நான் செய்கிறேன் என்று முன்வந்தேன். சிறிது தயங்கிவிட்டு என் சினேகிதி இதற்கு இணங்கினாள். நீங்கள் விரும் பியபடியே நான் நடந்துகொண்டிருப்பதாக நினைக்கிறேன். ஏனென்றால், மிகச் சிறிய விஷயத்திலும் சிறு குழப்பம் இருந்தாலும், அதனால் எப்போதும் துன்பம்தான். மேலும், அதை இந்த விஷயத்தில் இருப்பதைப்போல், சுலப மாகத் தவிர்க்க முடியுமாதலால் அதை உடனே செய்துவிட வேண்டும்.''

''மிக்க நன்றி'' என்று உடனே க. கூறினான். பிறகு, மெதுவாக எழுந்து நின்று மிஸ் மோன்டாக்கைப் பார்த்தான். பின், மேஜையைத் தாண்டிப் பார்வை யைச் செலுத்தினான், பிறகு, ஜன்னல் வழியே வெளியே பார்த்தான்—எதிரே யிருந்த வீட்டின் மேல் வெயில் அடித்துக்கொண்டிருந்தது. பிறகு, கதவை நோக்கிச் சென்றான். அவன்மேல் முழு நம்பிக்கை இல்லாததுபோல், மிஸ் மோன்டாக் அவனைத் தொடர்ந்து சில அடிகள் எடுத்துவைத்தாள். ஆனால், கதவுக்கு முன் இருவரும் பின்வாங்க வேண்டியிருந்தது. ஏனென்றால், கதவைத் திறந்துகொண்டு கேப்டன் லன்ஸ் உள்ளே நுழைந்தான். முதல்முறை யாக, க. அவனைக் கிட்டத்தில் பார்த்தான். அவன் உயரமாக இருந்தான், சுமார் நாற்பது வயதிருக்கும். அவன் முகம் சதைப்பிடித்து வெயிலில் காய்ந்து பழுப்பு நிறமாக இருந்தது. அவன் லேசாகக் குனிந்து வணங்கினான், க.வை யும் சேர்த்துத்தான். பிறகு, மிஸ் மோன்டாக்கை அணுகி மிக்க மரியாதை யுடன் அவள் கையில் முத்தமிட்டான். அவனுடைய அசைவுகளிலெல்லாம் ஒரு கச்சிதம் தெரிந்தது. மிஸ் மோன்டாக்கை அவன் பண்போடு நடத்தியது, க. அவளை நடத்திய விதத்திலிருந்து மிகவும் மாறுபட்டிருந்தது. இருந்தா லும், மிஸ் மோன்டாக் க.விடம் கோபமாக இருந்ததாகத் தெரியவில்லை.

ஏனென்றால், அவள் அவனைக் கேப்டனுக்கு அறிமுகப்படுத்த விரும்பியது போல் க.வுக்குத் தோன்றியது. ஆனால், அவள் தன்னை அறிமுகப்படுத்தி வைப்பதைக் க. விரும்பவில்லை; கேப்டனுடனோ அல்லது மிஸ் மோன்டாக் குடனோ எந்த வகையிலும் நட்புடன் இருந்திருக்க முடியாது. க.வைப் பொறுத்தவரை கேப்டன் அவள் கையில் இட்ட முத்தம், அவர்கள் இருவரை யும்—எந்த வகையிலும் தீங்கோ அல்லது தன்னலமோ கருதாதவர்கள் அவர்கள் என்ற வெளித்தோற்றத்தின் மூலம்—மிஸ் ப்யூர்ஸ்ட்னரை அவன் அணுக முடியாதவாறு தடுக்க விரும்பிய காட்சியாகப் பிணைத்தது. அது மட்டுமில்லாமல் மிஸ் மோன்டாக் இரு புறமும் கூரான, நல்லதொரு கத்தி யைப் போன்ற வழியைத் தேர்ந்தெடுத்திருக்கிறாள் என்று அவன் திட்ட வட்டமாக உணர்ந்தான். மிஸ் ப்யூர்ஸ்ட்னருக்கும் க.வுக்கும் இருந்த உறவின் அர்த்தத்தை அவள் மிகைப்படுத்தினாள். எல்லாவற்றையும்விட, அவளுடன் பேச வேண்டும் என்று அவன் கோரியதை மிகைப்படுத்தி, அதே சமயம், அதன் மூலம் அவன்தான் எல்லாவற்றையும் மிகைப்படுத்துவதுபோல் தோன்றச் செய்தாள். அவள் ஏமாறத்தான் போகிறாள். க. எதையும் மிகைப்படுத்த விரும்பவில்லை. மிஸ் ப்யூர்ஸ்ட்னர் ஒரு சாதாரண தட்டச்சர் என்றும், அவள் வெகு நாட்கள் அவனுக்கு இணங்காமலிருக்க முடியாது என்றும் க.வுக்குத் தெரியும். மிஸ் ப்யூர்ஸ்ட்னரைப் பற்றித் திருமதி க்ரூபாஹிடமிருந்து தெரிந்து கொண்டதை அவன் இங்கு வேண்டுமென்றே கணக்கில் எடுத்துக்கொள்ள வில்லை. அவர்களுக்கு வணக்கம் கூறாமலேயே அந்த அறையை விட்டு அவன் அகன்றபோது, இவற்றையெல்லாம் எண்ணிப்பார்த்தான். அவன் நேராகத் தன் அறைக்குச் செல்ல எண்ணினான், ஆனால் அவனுக்குப் பின்னால் உணவறையிலிருந்து எழும்பிய மிஸ் மோன்டாக்கின் சிறு சிரிப்பொலி, கேப்டனும் மிஸ் மோன்டாக்கும் எதிர்பாராத வகையில், தான் ஏதாவது செய்ய வேண்டும் என்ற எண்ணத்தை அவனுள் தூண்டியது. அவன் சுற்று முற்றும் பார்த்துவிட்டு, சுற்றியிருந்த அறை எதிலிருந்தாவது ஏதாவது இடைஞ்சலை எதிர்பார்க்க ஏது இருக்கிறதா என்று உற்றுக் கேட்டான். எங்கும் அமைதியாக இருந்தது; உணவறையிலிருந்து உரையாடலும் சமைய லறைக்குச் செல்லும் வழியிலிருந்து திருமதி க்ரூபாஹின் குரலும்தான் கேட்டுக்கொண்டிருந்தன. சந்தர்ப்பம் சாதகமாகத் தோன்றியது. மிஸ் ப்யூர்ஸ்ட்னரின் அறைக் கதவுக்குச் சென்று க. லேசாகத் தட்டினான். எவ்வகை யான சந்தடியும் கேட்காததால், மறுபடியும் தட்டினான், ஆனால் அதற்கும் ஒரு பதிலும் வரவில்லை. தூங்கிக்கொண்டிருக்கிறாளா? அல்லது உண்மை யில் உடல்நலமில்லையா? அல்லது அவ்வளவு லேசாகத் தட்டுவது அவனாகத் தான் இருக்க முடியும் என்று யூகித்து, அதனால் வீட்டில் இல்லாததுபோல் விருப்பத்துக்கு மாறாக பாவனை செய்கிறாளா என்று க. நினைத்து, இன்னும் பலமாகத் தட்டினான். அப்படித் தட்டியும் பலன் கிடைக்காததால், இறுதி யில், ஒரு தவறான, மேலும் பலனில்லாத செயல் செய்கிறோம் என்ற எண்ணத் துடன், ஜாக்கிரதையாகக் கதவைத் திறந்தான். அறையில் ஒருவரும் இல்லை. மேலும், க. முன்பு பார்த்திருந்த அறையைப் போலவே அது இல்லை. இப் போது சுவரையொட்டி இரண்டு கட்டில்கள் அடுத்தடுத்துப் போடப்பட் டிருந்தன. கதவுக்கு அருகிலிருந்த மூன்று நாற்காலிகள் மீதும் உடைகளும்,

துவைக்க வேண்டிய துணிகளும், குவிந்திருந்தன; ஒரு அலமாரி திறந்திருந்தது. உணவறையில் மிஸ் மோன்டாக் க.வைத் தன் வழிக்குக் கொண்டுவரப் பேசிக்கொண்டிருந்த வேளையில், மிஸ் ப்யூர்ஸ்ட்னர் உண்மையில் வெளியே போய்விட்டிருந்திருக்க வேண்டும். க. அதனால் மிகவும் அதிர்ச்சி அடைந்து விடவில்லை, மிஸ் ப்யூர்ஸ்ட்னரை அவ்வளவு சுலபமாகச் சந்திப்போம் என்று அவன் எதிர்பார்க்கவும் இல்லை. மிஸ் மோன்டாக்குக்கு எதிர்ப்புத் தெரிவிக்க வேண்டும் என்ற வீம்பினால்தான் அவன் இப்படிச் செய்தான். அவன் திரும்பவும் கதவைச் சாத்திய சமயம், உணவறையின் திறந்த கதவின் வழியாக மிஸ் மோன்டாக்கும் கேப்டனும் பேசிக்கொண்டிருப்பதைக் கண்டபோது அவனுக்கு மிகவும் தர்மசங்கடமாக இருந்தது. க. கதவைத் திறந்தபோதிருந்தே அவர்கள் அங்கு நின்றுகொண்டிருந்திருக்க வேண்டும். க.வை அவர்கள் கவனித்ததுபோல் காட்டிக்கொள்வதைத் தவிர்த்தார்கள். ஒரு உரையாடலின் போது சுற்றியிருப்பவற்றால் கவரப்பட்டு அங்குமிங்கும் யதேச்சையாகப் பார்ப்பதுபோல் அவர்கள் தாழ்ந்த குரல்களில் பேசிக்கொண்டே க.வின் நடவடிக்கைகளைக் கவனித்தார்கள். ஆனால், அவர்களுடைய பார்வைகள் க.வுக்குப் பெரும் சுமையாக இருந்தன. அவன் சுவரை ஒட்டினாற்போல் விரைந்து தன் அறைக்கு வந்து சேர்ந்தான்.

ஐந்தாம் அத்தியாயம்

கசையடி தருபவன்

சில நாட்களுக்குப் பின், ஒரு நாள் மாலை அலுவலகத்தில் க. தன் அறைக்கும் மாடிக்கும் இடையே இருந்த வராந்தாவில் சென்றுகொண்டிருந்த போது—அன்று அலுவலகத்திலிருந்து வீடு சென்றவர்களில் அவன்தான் கிட்டத்தட்டக் கடைசி; அஞ்சல் பிரிவில் மட்டும் இன்னும் இரு வேலையாட்கள் சிறு மின்சார விளக்கின் சிறு ஒளிவட்டத்தில் வேலை செய்துகொண்டிருந்தனர்—ஒரு கதவின் பின் முனகல் சத்தம் கேட்டது. அந்தக் கதவுக்குப் பின் இருந்த அறைக்குள் அவன் சென்று பார்த்ததேயில்லை, இருந்தாலும் அங்கு தட்டுமுட்டுச் சாமான்கள் போடப்பட்டிருக்கும் என்று யூகித்திருந்தான், ஆச்சரியப்பட்டு அவன் நின்று இன்னொரு முறை கவனித்துக் கேட்டான், தான் கேட்டதை உறுதிசெய்துகொள்வதற்காக. சிறிது நேரம் எல்லாம் அமைதியாக இருந்தது, பிறகு மறுபடியும் முனகல் சத்தம் கேட்டது. முதலில் இரண்டு வேலையாட்களில் ஒருவனை அழைத்துவர எண்ணினான். ஒரு வேளை ஒரு சாட்சி தேவையாக இருக்கலாம். ஆனால், அடக்க முடியாத ஆவல் அவனைப் பற்றிக்கொண்டதால் அவன் கதவை மெதுவாகத் திறந்தான். அவன் சரியாக யூகித்திருந்தபடி அது தட்டுமுட்டுச் சாமான்கள் போடப்பட்டிருந்த அறைதான். உபயோகிக்க முடியாத பழைய அச்சிடப்பட்ட தாள்கள், மண்ணாலான காலி மைப் புட்டிகள் கதவுக்குப் பின்னால் இங்குமங்குமாக இறைந்து கிடந்தன. அறையிலோ கூரை தாழ்வாக இருந்ததால் மூன்று மனிதர்கள் குனிந்து நின்றுகொண்டிருந்தார்கள். அலமாரியில் பொருத்தி வைக்கப்பட்டிருந்த ஒரு மெழுகுவர்த்தி எரிந்துகொண்டிருந்தது. ‘‘இங்கு என்ன செய்துகொண்டிருக்கிறீர்கள்?’’ என்று க. படபடப்பினால் குளறியபடி, ஆனால் தாழ்ந்த குரலில் கேட்டான். அவர்களில் ஒருவன் சந்தேகமில்லாமல் மற்றவர்கள்மீது அதிகாரம் செலுத்திக்கொண்டு இருந்ததால் க.வின் பார்வையை முதலில் ஈர்த்தான். அவன் கழுத்திலிருந்து மார்புவரை மூடப்படாத, கையில்லாத, கருத்த தோலாலான உடையை அணிந்திருந்தான். அவன் பதில் கூறவில்லை. ஆனால் மற்ற இருவரும் கதறினார்கள், ‘‘ஐயா! எங்களைப் பற்றி நீங்கள் நீதிபதியிடம் குறைகூறியதால் எங்களுக்குக் கசையடி கொடுக்கப் போகிறார்கள்.’’ அவர்கள் உண்மையில் காவலாளிகள் ஃபிரன்ஸூம் வில்லெமும் என்று இப்போதுதான் க. அடையாளம் கண்டுகொண்டான். மூன்றாமவன் அவர்களை அடிப்பதற்காகக் கையில் கசை வைத்திருந்ததையும் இப்போதுதான் பார்த்தான். ‘‘நான் சொல்வதைக் கேளுங்கள்’’ என்று க. கூறிவிட்டு அவர்களை வெறித்துப் பார்த்தான், ‘‘நான் புகார் செய்யவில்லை, ஆனால் என் அறையில் என்ன நடந்தது என்பதை மட்டும்தான் கூறினேன். மேலும் குற்றம்கூற முடியாத வகையில் ஒன்றும் நீங்கள் நடந்துகொள்ள

வில்லை.'' ஃபிரன்ஸ் மூன்றாமவனிடமிருந்து தன்னைக் காத்துக்கொள்ள வில்லெம்மின் பின் செல்ல எத்தனித்தபோது, வில்லெம் கூறினான், ''ஐயா, எங்களுடைய சம்பளம் எவ்வளவு குறைவானது என்று நீங்கள் அறிந்திருந் தால் எங்களைப் பற்றிய உங்கள் அபிப்பிராயம் மேம்பட்டதாக இருந்திருக் கும். நான் என் குடும்பத்தைக் காப்பாற்ற வேண்டியிருக்கிறது, ஃபிரன்ஸ் திரு மணம் செய்துகொள்ள விரும்புகிறான். அதனால், முடிந்த அளவு எந்த வகை யிலும் சம்பாதிக்க வேண்டியிருக்கிறது. வேலை செய்தால் மட்டும், அதுவும் மிகவும் கடினமான வேலை செய்தால்கூட, அது சாத்தியப்படவில்லை. உங்க ளுடைய உடைகள் என்னைக் கவர்ந்தன, உண்மைதான். காவலாளிகள் அது போல் நடந்துகொள்வதற்கு அனுமதி கிடையாதுதான். அது நியாயமில்லை தான், ஆனால் உடைகளைக் காவலாளிகள் எடுத்துக்கொள்வதுதான் வழக் கம். எப்போதும் அப்படித்தான் இருந்திருக்கிறது, என்னை நம்புங்கள். கைது செய்யப்படும் அளவுக்கு துரதிர்ஷ்டம் பிடித்தவனுக்கு இது போன்ற பொருள் களினால் பிரயோசனமில்லை என்பது புரிந்துகொள்ளக்கூடியதுதானே? இருந்தாலும் இவற்றையெல்லாம் அவர் வெளிப்படையாகக் கூறிவிட்டால் எங்களுக்குத் தண்டனைதான் கிடைக்கும்.'' ''நீங்கள் இப்போது கூறியதைப் பற்றி எனக்குத் தெரியாது. மேலும், நீங்கள் தண்டிக்கப்பட வேண்டும் என்று நான் எந்த வகையிலும் கோரவில்லை; எனக்குக் கொள்கைதான் முக்கியமாக இருந்தது.'' வில்லெம் மற்ற காவலாளியிடம் திரும்பி, ''ஃபிரன்ஸ், நாம் தண்டிக்கப்பட வேண்டும் என்பது ஐயாவுக்குத் தெரியவே தெரியாது.'' ''இவர்களுடைய பேச்சைக் கேட்டு மனமிரங்கிவிடாதீர்கள்'' என்று மூன்றா மவன் க.விட ம் கூறினான். ''இந்தத் தண்டனை எவ்வளவு தவிர்க்க முடியா ததோ அவ்வளவு நியாயமானதும்கூட.'' ''அவன் சொல்வதைக் கேட்காதீர் கள்'' என்று வில்லெம் கூறியதும் அவன் கையில் கசையடி ஒன்று விழுந்தது. அவன் அடிபட்ட கையை உடனே வாயில் வைத்துக்கொண்டபோது அவன் பேச்சுத் தடைபட்டது. பிறகு தொடர்ந்தான், ''நீங்கள் எங்களைக் காட்டிக் கொடுத்ததால்தான் எங்களுக்குத் தண்டனை கிடைக்கிறது. இல்லாவிட் டால், நாங்கள் என்ன செய்தோம் என்று தெரியவந்திருந்தாலும், எங்களுக்கு ஒன்றும் நடந்திருக்காது. இது நியாயமா? நாங்கள் இருவரும் நீண்ட காலம் உழைப்பின் மூலம் நல்ல பெயர் எடுத்திருந்தோம்—அதிலும் முக்கியமாக நான். நீங்களே அலுவலக ரீதியாகப் பார்த்தாலும் நாங்கள் நன்றாகவே காவல் பணியை நிறைவேற்றியிருக்கிறோம் என்று கண்டிப்பாக ஒப்புக்கொள் வீர்கள். முன்னுக்குவர வேண்டிய வாய்ப்பு எங்களுக்கு இருந்தது, நிச்சயமாக சீக்கிரமே இவனைப் போல் கசையடி கொடுப்பவனாக ஆகியிருப்போம். யாராலும் காட்டிக்கொடுக்கப்படாத அதிர்ஷ்டம் இவனுக்கு இருந்தது, ஏனென்றால் இது போன்ற புகார்கள் வருவது உண்மையில் மிகவும் அரிது. ஆனால், ஐயா, இப்போது எல்லாம் போய்விட்டது, எங்கள் தொழிலில் முன்னேறுவதற்கு முற்றுப்புள்ளி வைத்தாகிவிட்டது. காவல் காப்பதைவிட இன்னும் மிகவும் கீழான வேலைகளை நாங்கள் செய்ய வேண்டியிருக்கும். அது மட்டுமல்லாமல் இப்போது வலி தாங்க முடியாதபடி அடியையும் வாங்கிக்கொள்ள வேண்டும்.'' ''இந்தக் கசை அவ்வளவு வலி தருமா?'' என்று க. கேட்டுவிட்டுக் கசையடி கொடுப்பவன் தனக்கு முன் சுற்றிக்கொண்டிருக்

கும் கசையை நோட்டம்விட்டான். ''நாங்கள் எங்கள் ஆடைகளை எல்லாம் கழற்றிவிட வேண்டும்'' என்றான் வில்லெம். ''அப்படியா?'' என்று க. கூறி விட்டுத் தண்டனையாளனைக் கூர்ந்து கவனித்தான். அவன் ஒரு மாலுமி போல, வெயிலினால் பழுப்பேறியவனாக இருந்தான்; மேலும் அவன் முகம் முரட்டுத்தனமாகவும், திடகாத்திரமாகவும் இருந்தது. ''இவர்களை அடிப் பதைத் தவிர்க்க வழியே இல்லையா?'' என்று க. அவனைக் கேட்டான். ''இல்லை'' என்று தண்டனையாளன் கூறிவிட்டுப் புன்சிரிப்புடன் தலையை ஆட்டினான். ''ஆடைகளைக் கழற்றுங்கள்'' என்று காவலாளிகளுக்கு அவன் ஆணையிட்டான். பிறகு க.விடம் கூறினான், ''நீங்கள் அவர்கள் சொல்வதை எல்லாம் நம்பக் கூடாது. அவர்கள் அடிவாங்கப்போகிறோம் என்ற பயத்தில் ஏற்கனவே சற்று மூளை கலங்கியிருக்கிறார்கள். உதாரணத்துக்கு இவன்..'' அவன் வில்லெம்மைச் சுட்டிக் காட்டினான். ''தன் வேலையில் எப்படி முன் னேறியிருக்க முடியும் என்பதுபற்றிச் சொன்னது மிகவும் கேலிக்குரியது. பாருங்கள், எவ்வளவு பருத்து இருக்கிறான்... முதலில், கொடுக்கும் அடிகள் இவனுடைய கொழுப்பில் உறைக்கவே உறைக்காது... எப்படி இவன் இவ் வளவு பருமனாக ஆகியிருக்கிறான் என்று உங்களுக்குத் தெரியுமா? கைதி களின் காலைச் சிற்றுண்டியையெல்லாம் சாப்பிட்டுவிடுவது இவனுடைய வழக்கம். உங்களுடைய காலை உணவையும் இவன் சாப்பிட்டுவிடவில் லையா? நான் எப்போதோ கூறிவிட்டேன். இது போன்ற வயிற்றைக் கொண்ட ஒருவன் ஒருபோதும் கசையடி கொடுப்பவனாக ஆக முடியாது, அது சாத்தியமே இல்லை.'' ''கசையடி கொடுப்பவர்களில் அப்படிப்பட்ட வர்களும் இருக்கிறார்கள்'' என்று வில்லெம் அழுத்தமாகக் கூறிவிட்டு, தன் கால்சட்டை பெல்ட்டை அவிழ்த்து விட்டான். ''இல்லை'' என்று தண்ட னையாளன் கூறிவிட்டு வில்லெம் நடுங்கும் வகையில் கசையால் அவன் கழுத் தைத் தடவினான். ''நீ உடைகளைக் கழற்ற வேண்டுமே தவிர, நாங்கள் பேசு வதைக் கேட்க வேண்டியதில்லை.'' ''அவர்களை நீ விட்டுவிட்டால் நான் உனக்கு நல்ல வெகுமதி கொடுப்பேன்'' என்று க. கூறிவிட்டு, தண்டனை யாளனை மறுபடியும் பார்க்காமல்—இதுபோன்ற பேரமெல்லாம் இரு தரப் பிலும் ரகசியமான பார்வையுடன் நடத்துவதுதான் மிகச் சிறந்தது—தன் னுடைய பர்ஸை வெளியில் எடுத்தான். ''பிறகு என்னையும் நீங்கள் காட்டிக் கொடுப்பீர்கள், இந்த மாதிரி கசையடியும் வாங்கிக்கொடுப்பீர்கள், வேண் டவே வேண்டாம்.'' ''நன்றாக யோசித்துப்பார்'' என்றான் க. ''இவர்கள் இரு வரும் தண்டிக்கப்பட வேண்டும் என்று நான் விரும்பியிருந்தால், பணம் கொடுத்து இவர்களை இப்போது விடுவிக்க நினைக்க மாட்டேன். சும்மா கத வைச் சாத்திவிட்டு மேற்கொண்டு எதையும் பார்க்கவும், கேட்கவும் விரும்பா மல் வீட்டுக்குப் போய்விட முடியும். ஆனால் அப்படி நான் செய்யவில்லை, அதைவிட உண்மையாகவே இவர்களை விடுவிப்பது எனக்கு மிகவும் முக்கி யம். இவர்கள் தண்டிக்கப்பட வேண்டியவர்கள் என்றோ, அல்லது தண்டிக்கப் படக்கூடும் என்றோ எனக்குச் சிறிது தோன்றியிருந்தாலும், அவர்களுடைய பெயர்களை நான் கூறியிருக்க மாட்டேன். இவர்களை நான் குற்றவாளி களாகக் கருதவே மாட்டேன், இவர்கள் வேலைசெய்யும் அமைப்புத்தான் குற்றவாளி. அங்கிருக்கும் மேலதிகாரிகள்தான் குற்றவாளிகள்.'' ''அதுதான்

சரி'' என்று இரண்டு காவலாளிகளும் கூவினார்கள்; உடனே அவர்களுடைய துணியில்லாத முதுகுகளில் ஒரு அடி விழுந்தது. ''இங்கே உன்னுடைய கசை ஓர் உயர் நீதிபதியின் மேல் விழுமாறு இருந்திருந்தால்...'' என்று கூறியவாறே க. மறுபடியும் உயர எழும்பவிருந்த கசையைக் கீழே அழுத்தியவாறு, ''நீ அடித்து நொறுக்குவதை உண்மையில் நான் தடுத்திருக்கவே மாட்டேன்'' என்றான், ''மாறாக, அந்த நல்ல காரியத்துக்காக உன்னை ஊக்குவிப்பதற்காக உனக்கு நான் பணம் கொடுத்திருப்பேன்.'' ''நீங்கள் கூறுவது நம்பத் தகுந்தது தான்'' என்றான் தண்டனையாளன். ''ஆனால் நான் லஞ்சம் வாங்க மாட்டேன். அடி கொடுப்பதற்காக என்னை நியமித்திருக்கிறார்கள், அதனால் அடி கொடுக்கத்தான் போகிறேன்.'' க. தலையிட்டதால் நல்ல முடிவு ஏற்படும் என்று எதிர்பார்த்ததாலோ என்னவோ, இதுவரை ஒதுங்கியேயிருந்த காவலாளி ஃபிரன்ஸ்—அவன் கால்சட்டை மட்டுமே அணிந்திருந்தான்—கதவருகில் சென்று மண்டியிட்டு, க.வின் கரத்தைப் பற்றிக்கொண்டு தாழ்ந்த குரலில் கெஞ்சினான். ''எங்கள் இருவரையும் காப்பாற்ற முடியாவிட்டால் என்னையாவது விடுவிக்க முயற்சி செய்யுங்கள். வில்லெம் என்னைவிட வயதில் மூத்தவன். தோல் தடித்தவன். மேலும், ஏற்கனவே சில வருடங்களுக்கு முன் ஒரு முறை லேசான தண்டனையும் வாங்கியிருக்கிறான், ஆனால் நானோ இதுவரை இப்படி அவமானப்பட்டதில்லை, நல்லதிலும் கெட்டதிலும் எனக்குக் குரு போலிருக்கும் வில்லெம்மால்தான் நான் இதுபோல் நடந்துகொண்டேன். கீழே, வங்கியின் முன், பாவம், என்னை மணந்துகொள்ளப் போகும் பெண் என்ன நடக்கப்போகிறது என்று தெரிந்துகொள்ளக் காத்துக்கொண்டிருக்கிறாள். இதற்காக நான் மிகவும் வெட்கப்படுகிறேன்.'' வியர்வை வெள்ளம்போல் ஓடி வழிந்துகொண்டு இருந்த தன் முகத்தை க.வின் கோட்டில் துடைத்துக்கொண்டான். ''இனியும் நான் காத்துக்கொண்டிருக்கப் போவதில்லை'' என்று தண்டனையாளன் கூறிவிட்டு, வில்லெம் ஒரு மூலையில் பதுங்கிக்கொண்டு தலையைச் சிறிதும் அசைக்கக்கூட தைரியம் இல்லாமல் ஓரக்கண்ணால் பார்த்துக்கொண்டு இருக்க, கசையை இரண்டு கைகளாலும் பற்றி, ஃப்ரன்ஸின் மேல் ஓங்கி அடித்தான். அப்போது ஃப்ரன்ஸ் அலறிய அலறல் ஒரு மனிதனிடமிருந்து எழுவது போலல்லாமல் தாறுமாறாகக் கையாளப்பட்ட இசைக்கருவியிலிருந்து எழுவதுபோல் இருந்தது. வராந்தா முழுவதும் ஒலித்த சத்தம் அந்தக் கட்டடம் முழுவதிலும் கேட்டிருக்க வேண்டும். ''கத்தாதே'' என்று க. கத்தினான். அவனால் தன்னைக் கட்டுப்படுத்திக் கொள்ள முடியவில்லை. பதற்றம் மிகுந்து அவன், வேலையாட்கள் வரக் கூடிய திசையில் திரும்பிப் பார்த்தபோது கிட்டத்தட்ட நினைவிழந்திருந்த ஃப்ரன்ஸை பலமாக இல்லாமல், ஆனால் தரையில் விழுமளவுக்கு இடித்துத் தள்ளிவிட்டதால் அவன் கீழே விழுந்து, வலியால் கைகளால் தரையைப் பிறாண்டினான். எனினும் அடிகளிலிருந்து அவனால் தப்ப முடிய வில்லை, தரையில் கிடந்தபோதும் கசை அவனைத் தாக்கியது. அதனடியில் அவன் துடிதுடித்துப் புரள, அதன் முனை ஒரே கதியில் மேலும்கீழும் எழும்பி விழுந்தது. இதற்கிடையில் தொலைவில் ஒரு பணியாளும், அவனுக்குப்பின் சற்றுத் தள்ளி மற்றொரு பணியாளும் தென்பட்டனர். க. கதவை உடனே வேகமாக அடித்துச் சாத்திவிட்டு, முற்றத்தை நோக்கியிருந்த ஜன்னலருகே

சென்று அதைத் திறந்தான். அலறல் முழுக்க நின்றுவிட்டிருந்தது. பணியாட்களை அருகே வர விடாமல் தடுப்பதற்காக அவன் உரக்கக் கூறினான், ‘‘இங்கே நான்தான் இருக்கிறேன்.’’ ‘‘வணக்கம் மேலாளர் ஐயா!’’ என்று பதில் வந்தது, ‘‘ஏதாவது நடந்ததா?’’ ‘‘இல்லை, இல்லை’’ என்று பதிலளித்தான் க. ‘‘முற்றத்தில் ஒரு நாய் ஊளையிட்டுக்கொண்டிருக்கிறது.’’ அப்படியும் பணியாட்கள் நகராமலிருக்கவே அவன் மேலும் கூறினான், ‘‘நீங்கள் உங்கள் வேலையைக் கவனியுங்கள்.’’ பணியாட்களுடன் பேச்சைத் தவிர்க்க, ஜன்னல் வழியாக எட்டிப் பார்த்தவாறு நின்றான். சிறிது நேரம் கழித்து, அவன் மறுபடியும் வராந்தாவைப் பார்த்தபோது அவர்கள் சென்றுவிட்டிருந்தார்கள். ஆனால் க. ஜன்னல் அருகேயே நின்றுகொண்டிருந்தான். தட்டுமுட்டுச் சாமான்கள் இருந்த அறைக்குச் செல்லவும் அவன் விரும்பவில்லை. வீட்டுக்குப் போகவும் விரும்பவில்லை. அவன் பார்த்துக்கொண்டிருந்தது ஒரு சிறிய சதுரமான முற்றம், சுற்றிலும் அலுவலகங்கள் இருந்தன, எல்லா ஜன்னல்களும் ஏற்கனவே இருட்டாக இருந்தன, மேல்வரிசையில் இருந்தவைதான் நிலவொளியைப் பிரதிபலித்தன. க. தன் பார்வையால் முற்றத்தின் ஒரு மூலையிலிருந்த இருளைத் துளைக்கப் பெரிதும் முனைந்தான். அங்கே சில கைவண்டிகள் ஒன்றினுள் ஒன்றாகத் தள்ளி விடப்பட்டிருந்தன, அடி கொடுப்பதைத் தன்னால் தடுக்க முடியவில்லை என்பது அவனை வாட்டியது. ஆனால், அவன் அப்படிச் செய்ய முடியாமல் போனது அவன் தவறல்ல. ஃப்ரன்ஸ் மட்டும் அலறாமல் இருந்திருந்தால்—உண்மைதான், அவனுக்கு மிகவும் வலித்திருக்க வேண்டும், ஆனால், இது போன்ற முக்கியமான சமயத்தில் தன்னைக் கட்டுப்படுத்திக்கொள்ள வேண்டும்—அவன் மட்டும் அலறாமல் இருந்திருந்தால் க. தண்டனையாளனின் மனத்தை மாற்றக் குறைந்தபட்சம் ஏதாவதொரு வழியைக் கண்டுபிடித்திருக்கக்கூடும். கடைநிலை ஊழியர்கள் எல்லோரும் தரங்கெட்டவர்களாக இருக்கும்போது, மனிதத் தன்மையே இல்லாத வேலையைச் செய்யும் தண்டனையாளன் மட்டும் ஏன் விதிவிலக்காக இருக்க வேண்டும்? பண நோட்டுக்களைக் கண்டவுடன் எப்படி அவனுடைய கண்கள் பிரகாசித்தன என்று க. நன்றாகக் கவனித்திருந்தான். சந்தேகமில்லாமல், அவன் தண்டனை அளிக்கும் வேளையில் மிக்க கடமையுணர்வைக் காட்டியதே லஞ்சத் தொகையை இன்னும் சிறிது உயர்த்தத்தான். க. எதைச் செய்யவும் தயங்கியிருக்க மாட்டான், ஏனென்றால் அவர்களை விடுவிப்பது அவனுக்கு உண்மையிலேயே முக்கியமான விஷயமாயிருந்தது; நீதிமன்றத்தின் சீரழிவை எதிர்த்து அவன் போராட ஆரம்பித்துவிட்டதால், இந்தப் பக்கத்திலிருந்தும் அதைத் தாக்க வேண்டியிருந்தது இயற்கைதான். ஆனால் ஃப்ரன்ஸ் அலற ஆரம்பித்த கணத்திலிருந்து, எல்லாம் சந்தேகமில்லாமல் கெட்டுவிட்டது. க. தட்டுமுட்டுச் சாமான் போட்டிருந்த அறையிலிருப்பவர்களுடன் பேரம் பேசுகையில் பணியாட்களோ இன்னும் மற்ற எவரெவரோ உள்ளே நுழைந்து அவனைக் கையும்களவுமாகப் பிடிப்பதை அவன் விரும்பவில்லை. இப்படிப்பட்ட தியாகத்தைக் க.விடமிருந்து யாரும் உண்மையில் கோர முடியாது. அப்படித் தியாகம் செய்வதுதான் அவனுடைய நோக்கமாக இருந்திருந்தால், அவன் வேலை இன்னும் சுலபமானதாக இருந்திருக்கும். க. தானாகவே தன் உடைகளைக் கழற்றிவிட்டு, காவலாளிகளுக்குப் பதில் தன்னையே தண்ட

னையாளனுக்கு அர்ப்பணித்திருக்கலாம். மேலும், தண்டனையாளன் அவர்களுக்குப் பதிலாக அவனை நிச்சயமாக ஏற்றுக்கொண்டிருக்க மாட்டான், ஏனென்றால், அப்படிச் செய்வதால் அனுகூலம் ஒன்றும் இல்லை என்பது மட்டுமல்லாமல், தன் கடமையிலிருந்து மிகவும் தவறிவிட்டவனாகவும் ஆகி விடுவான். உண்மையில் இரு மடங்கு தவறிவிட்டவனாகிவிடுவான். ஏனென்றால், க.வின்மீது வழக்குத் தொடரும்வரை, நீதிமன்றத்தின் எல்லா அதிகாரிகளையும் பொறுத்தவரை, அவன் எவ்விதத் துன்பத்திற்கும் ஆளாக்கப்படாதவனாக இருக்க வேண்டும். இருந்தபோதிலும் இங்குகூட வேறு மாதிரியான விதிமுறைகள் இருக்கக்கூடும் அல்லவா? எப்படியிருந்தாலும் கதவைச் சாத்துவதைத் தவிர க. வேறு ஒன்றும் செய்திருக்க முடியாது. அதனால் க.வுக்கு இனிமேல் எந்த விதத் தீங்கும் நிகழாது என்று நிச்சயமாகக் கூற முடியாது. மேலும், முடிவில் ஃப்ரன்ஸை அவன் தள்ளிவிட்டது வருந்தத் தக்கது; அதற்கு அவனுடைய படபடப்புத்தான் காரணம்.

தொலைவில் பணியாட்களின் காலடிச் சத்தம் கேட்டது; அவர்களின் கவனத்தைக் கவராமல் இருக்க ஜன்னலைச் சாத்திவிட்டுப் பிரதான மாடிப் படிகள் இருக்கும் திசையில் சென்றான். தட்டுமுட்டுச் சாமான் அறையின் கதவருகில் சிறிது நேரம் நின்று உற்றுக் கேட்டான். முற்றிலும் அமைதியாக இருந்தது. அந்த மனிதன் காவலாளிகளை அடித்துக் கொன்றுவிட்டிருக்கலாம்; அவர்கள் முழுக்கமுழுக்க அவன் ஆதிக்கத்தில் இருந்தார்கள். க. கையைக் கதவுப் பிடியின் மேல் வைக்க நீட்டிவிட்டான். ஆனால், மறுபடியும் கையை இழுத்துக்கொண்டான். எந்த உதவியையும் இனிமேல் அவனால் ஒருவருக்கும் செய்ய முடியாது, மேலும் பணியாட்கள் எந்த நேரமும் வந்துவிடலாம்; இருந்தாலும், இந்த விஷயத்தை வெளிக்கொண்டுவந்து உண்மையிலேயே இதற்குப் பொறுப்பான உயர் அதிகாரிகளை—அவர்களில் ஒருவருக்காவது அவன் முன்னே வர தைரியம் இல்லை—தன் சக்திக்கு எட்டியவரை தகுந்த முறையில் தண்டிக்க உறுதி எடுத்துக்கொண்டான். வங்கியின் பின் படிக்கட்டுகள் வழியாகக் கீழே சென்று, மிகவும் கவனத்தோடு போவோர் வருவோரைப் பார்த்தபோது, யாருக்காகவும் காத்துக்கொண்டிருக்கும் வகையில் எந்தப் பெண்ணும் இருப்பதாகக் கண்ணுக்கு எட்டியவரை சுற்றுவட்டாரத்தில் தென்படவில்லை. தனக்காகத் தன் மணப்பெண் காத்துக்கொண்டிருக்கிறாள் என்று ஃப்ரன்ஸ் கூறியது நிச்சயமாக, ஆனால் மன்னித்துவிடக்கூடிய பொய் என்று நிரூபிக்கப்பட்டுவிட்டது; பெரும் இரக்கத்தை ஏற்படுத்துவதுதான் அதன் ஒரே குறிக்கோள்.

மறுநாளும் க.வின் எண்ணங்களை விட்டு அந்தக் காவலாளிகள் அகலவில்லை. வேலையில் முழுக் கவனம் செலுத்த முடியவில்லை. வேலையை முடிப்பதற்காக, முந்தைய நாள் போலவே அவன் அலுவலகத்தில் இன்னும் சிறிது நேரம் தங்க வேண்டியிருந்தது. வீட்டுக்குச் செல்லும் வழியில், தட்டு முட்டுச் சாமான் அறையைத் தாண்டிச் சென்றபோது, பழக்கத்துக்குக் கட்டுண்டவன்போல் அந்த அறைக் கதவைத் திறந்தான். வெறும் இருட்டுதான் இருக்கும் என்று எதிர்பார்த்திருந்ததற்கு பதிலாக, அவன் கண்முன் தெரிந்தது அவனைக் குழப்பமடையச் செய்தது. முதல் நாள் மாலை அவன் அந்தக் கதவைத் திறந்தபோது எவற்றைப் பார்த்தானோ அவையெல்லாம் மாறாமல்

அப்படியே இருந்தன. வாயில்படிக்குப் பின்னால், அச்சடித்த காகிதக் கட்டு கள், மைப்புட்டிகள், கசையுடன் தண்டனையாளன், ஆடைகளை முற்றிலும் களைந்துவிட்ட காவலாளிகள், அலமாரிமீது மெழுகுவர்த்தி; காவலாளிகள் முறையிடவும் கத்தவும் தொடங்கினார்கள்: ''ஐயா!'' உடனே க. கதவை அடித்துச் சாத்திவிட்டு முஷ்டியால் அதன் மேல் குத்தினான், அதை மேலும் அழுத்தி மூடிவிடுவதைப் போல். கிட்டத்தட்ட அழுதவாறே பணியாட்க ளிடம் ஓடினான். நகல் எடுக்கும் கருவியை அமைதியாக இயக்கிக்கொண் டிருந்த அவர்கள் திடுக்கிட்டு வேலையை நிறுத்தினார்கள். ''தட்டுமுட்டுச் சாமான்கள் உள்ள அறையைத் தயவுசெய்து முழுதும் காலிசெய்துவிடுங்கள்!'' மறுநாள் அதைச் செய்ய வேலையாட்கள் தயாராயிருந்தனர். க. சரியென்று தலையசைத்தான். அவன் எண்ணியிருந்தபடி இப்போது மாலையில் இவ் வளவு நேரம் கழித்து இனிமேல் அவர்கள் அந்த வேலையைச் செய்யும்படி அவன் கட்டுப்படுத்த முடியாது. அவர்களோடு சிறிது நேரம் அவன் உட்கார்ந் தான். நகல்கள் சரியாக எடுக்கப்பட்டிருக்கின்றனவா என்று பார்ப்பது போன்ற தோற்றத்தை ஏற்படுத்த முடியும் என்ற எண்ணத்தில், அவற்றை இப்படியும்அப்படியும் கலைத்து வைத்தான்; பிறகு, அவனுடன் இங்கிருந்து வெளியேறப் பணியாட்களுக்கு தைரியம் இல்லை என்று அவன் உணர்ந்த போது சோர்வுற்று, வெறுமையான மனத்துடன் வீடு சென்றான்.

ஆறாம் அத்தியாயம்

மாமா, லேனி

ஒருநாள் பிற்பகல்—க. தபால்களை அனுப்பும் நேரத்துக்கு முன்பு வேலையில் மிகவும் மும்முரமாக இருந்தான்—ஆவணங்களை உள்ளே கொண்டுவரும் இரு பணியாட்களைத் தள்ளிக்கொண்டு, கிராமத்தில் சிறு நிலச்சுவான்தாராக இருந்த க.வின் மாமா கார்ல், அறையினுள் நுழைந்தார். வெகு காலத்துக்கு முன்பு மாமாவின் வருகையைக் கற்பனைசெய்துபார்த்த போது திடுக்கிட்டதைவிட, இப்போது அவரைக் கண்டபோது குறைவாகவே திடுக்கிட்டான். மாமா வருவது நிச்சயம் என்று ஒரு மாதமாகவே க.வுக்கு உறுதியாகத் தெரியும். அவர் எப்படிச் சிறிது கூனிக்கொண்டு, நசுங்கியிருந்த பனாமாத் தொப்பியை இடது கையில் வைத்துக்கொண்டு, வலது கையைத் தொலைவிலிருந்தே நீட்டியவாறு வந்து, எதைப் பற்றியும் சிறிதும் யோசித்துப் பார்க்காத வேகத்தோடு, குறுக்கேயிருந்த எல்லாவற்றையும் தட்டிவிட்டு, அவன் வேலை பார்க்கும் மேஜைமுன் நின்று அவனுக்குக் கைகொடுப்பார் என்று அப்போதே மனக்கண்ணால் பார்த்துவிட்டிருந்தான். மாமாவுக்கு எப்போதும் அவசரம். ஏனென்றால், நகருக்கு வந்தால் எப்போதும்போல் தங்கும் ஒரே நாளில் தான் எடுத்துக்கொண்ட காரியங்கள் எல்லாவற்றையும் முடித்துவிட வேண்டும் என்ற விபரீத எண்ணம் அவரை விரட்டியடித்துக்கொண்டிருக்கும். அவற்றையும் தவிர எதேச்சையாக எவருடனும் பேசும் வாய்ப்பையோ, விவகாரங்களையோ, கேளிக்கைகளையோ அவர் நழுவ விடவும் மாட்டார். ஒருகாலத்தில் அவர் க.வின் காப்பாளராக இருந்ததால், அவருக்குக் கடமைப்பட்டிருந்த க. இப்போது எல்லா விஷயங்களிலும் அவருக்கு முடிந்தவரை உதவியாக இருக்க வேண்டியிருந்ததுடன் அவர் வரும்போதெல்லாம் தன்னுடன் தங்கியிருப்பதை அனுமதிக்கவும் வேண்டியிருந்தது. ‘‘நாட்டுப்புறத்துப் பிசாசு’’ என்று அவரைக் குறிப்பிடுவது அவனுக்கு வழக்கம்.

வணக்கம் கூறிய உடனேயே—க.வின் அழைப்புக்கு இணங்கிச் சாய்வு நாற்காலியில் அமர்ந்துகொள்ள அவருக்கு நேரமில்லை—அவனுடன் தனியாகச் சிறிது நேரம் பேச வேண்டுமென்றார். ‘‘இது மிகவும் அவசியம்’’ என்றார் அவர், கஷ்டப்பட்டு வார்த்தைகளை விழுங்கிக்கொண்டே. ‘‘என் மன அமைதிக்கு அது மிகவும் அவசியம்.’’ ஒருவரையும் உள்ளே விடக் கூடாது என்று பணியாட்களைப் பணித்துவிட்டு க. உடனே அறையை விட்டு அவர்களை வெளியே அனுப்பினான். ‘‘நான் கேள்விப்பட்டது உண்மைதானா யோசஃப்?’’ என்று அவர்கள் வெளியேறிய உடன் மாமா உரக்கக் கேட்டார். மேஜையின் மீது உட்கார்ந்துகொண்டு இன்னும் சௌகரியமாக உட்கார்ந்துகொள்வதற்காகப் பலவகைத் தாள்களை, அவை என்ன என்றுகூடக் கவனிக்கா

மல், தனக்குக் கீழே போட்டுக்கொண்டார். க. மௌனம் சாதித்தான், அவனுக் குத் தெரியும் என்ன நடக்கப்போகிறதென்று. ஆனால் கடுமையான வேலையி லிருந்து திடீரென்று விடுபட்டு ஒரு சுகமான சோம்பல் உணர்வுக்கு ஆட் பட்டுத் தெருவின் எதிர்ச் சாரியைப் பார்த்தான். அவனுடைய இருக்கையி லிருந்து, அதனுடைய ஒரு சிறிய முக்கோண வடிவமான பகுதியைத்தான் பார்க்க முடிந்தது; அது இரண்டு கடைகளுக்கு இடையேயிருந்த ஜன்னலற்ற வீடுகளின் சுவரின் ஒரு பகுதி. "நீ பாட்டுக்கு வெளியே பார்த்துக்கொண்டிருக் கிறாய்" என்று மாமா இரண்டு கரங்களையும் உயரத் தூக்கிக் கூவினார். "அடக் கடவுளே! யோசஃப் எனக்கு பதில் சொல்! அது உண்மைதானா, அது எப்படி உண்மையாக இருக்க முடியும்?" "ஐயோ... மாமா" என்று கூறிவிட்டு க. எங்கெல்லாமோ சென்ற தன் எண்ணங்களிலிருந்து தன்னை விடுவித்துக் கொண்டான். "இப்போது உங்களுக்கு என்ன வேண்டும்?" "யோசஃப்" மாமா அவனை எச்சரித்தபடியே கூறினார், "எனக்குத் தெரிந்தவரை நீ உண்மையையே எப்போதும் கூறியிருக்கிறாய். நீ இப்போது கடைசியாகக் கூறிய வார்த்தைகளை ஒரு மோசமான அறிகுறி என்று எடுத்துக்கொள்ள வேண்டுமா?" "உங்களுக்கு என்ன வேண்டுமென்று என்னால் ஊகிக்க முடி கிறது" என்றான் க. பணிவாக. "உண்மையில் நீங்கள் என்னுடைய வழக்கைப் பற்றிக் கேள்விப்பட்டிருக்கிறீர்கள்." "உண்மைதான்" என்று மெதுவாகத் தலையசைத்துக்கொண்டே பதில் அளித்தார் மாமா, "உன் வழக்கைப் பற்றிக் கேள்விப்படத்தான் செய்தேன்." "அப்படியானால் யாரிடமிருந்து?" என்று க. கேட்டான். "எர்னா எனக்கு எழுதியிருந்தாள்" என்றார் மாமா. "அவ ளுக்கு உன்னுடன் எந்த வகையான தொடர்பும் கிடையாது, துரதிர்ஷ்டவச மாக நீ அவளைப் பற்றி ஒன்றும் அதிகம் கவலைப்படுவதில்லை, இருந்தாலும் அவள் அதைப் பற்றித் தெரிந்துவைத்திருக்கிறாள். இன்றுதான் எனக்குக் கடிதம் கிடைத்தது, அதனால்தான் உடனே இங்கு வந்தேன். வேறு எந்தக் காரணத்தா லும் அல்ல, ஆனால் அதுவே போதுமான காரணம் என்று தோன்றுகிறது. உன்னைப் பற்றி எழுதியிருக்கும் பகுதியை உரக்கப் படிக்கிறேன்." கடிதத் தைத் தன் பர்ஸிலிருந்து வெளியே எடுத்தார். "இதோ அவள் எழுதியிருக் கிறாள்: 'யோசஃப்பை வெகு நாட்களாக நான் பார்க்கவேயில்லை. போன வாரம் நான் ஒருமுறை வங்கிக்குச் சென்றிருந்தேன், ஆனால் யோசஃப் மிக வும் வேலையாக இருந்ததால் அவனைப் பார்க்க விடவில்லை. ஏறக்குறைய ஒரு மணி நேரம் காத்திருந்துவிட்டுப் பிறகு வீடு செல்ல வேண்டியிருந்தது. ஏனென்றால் எனக்கு பியானோ பாடம் இருந்தது. அவனுடன் பேசியிருந் தால் நன்றாக இருந்திருக்கும், கூடிய விரைவில் அதற்கு ஒரு சந்தர்ப்பம் ஏற் படலாம். என்னுடைய பிறந்த நாளன்று ஒரு பெரிய பெட்டி நிறைய சாக் லேட்டுகள் எனக்கு அனுப்பியிருந்தான். அது அவன் பாசத்தையும், அக்கறை யையும் காண்பிக்கிறது. முன்பு உங்களுக்கு எழுதுவதற்கு மறந்துவிட்டேன். ஆனால், இப்போது நீங்கள் என்னைக் கேட்பதால் எனக்கு அதைப் பற்றி நினைவுக்கு வருகிறது. உங்களுக்குத் தெரிந்திருக்கும், சாக்லேட்டுகள் விடுதி யில் வந்த உடனேயே பறந்துவிடும். சாக்லேட்டுகளை அன்பளிப்பாகப் பெற்றிருக்கிறோம் என்று அறிந்துகொள்ள ஆரம்பிக்கும்போதே அவை மறைந்துவிடும். ஆனால், யோசஃப் சம்பந்தமாக நான் உங்களுக்கு இன்னும்

ஒன்று கூற விரும்புகிறேன். நான் கூறியபடி வங்கியில் அவனிடம் என்னை யாரும் அழைத்துச் செல்லவில்லை, ஏனென்றால், அந்த நேரத்தில்தான் அவன் ஒரு நபருடன் வேலை விஷயமாகப் பேசிக்கொண்டிருந்தான். நான் சிறிது நேரம் அமைதியாகக் காத்திருந்த பிறகு, அவர்கள் பேசிக்கொண்டிருப்பது இன்னும் வெகு நேரம் தொடருமா என்று ஒரு பணியாளைக் கேட்டேன். அது சாத்தியம்தான் என்று அவன் கூறினான், ஏனென்றால் மேலாளர் ஐயா மீது தொடர்ந்துள்ள வழக்கைப் பற்றியதாக இருக்கலாம் என்றான். அது எந்த விதமான வழக்கு என்று நான் கேட்டேன். ஒருவேளை அவன் தவறாகப் புரிந்துகொண்டிருப்பானோ என்றும் கேட்டேன். ஆனால், அவன், தான் தவறாகப் புரிந்துகொள்ளவில்லை என்றும், அது ஒரு வழக்குதான், மேலும், அவ்வளவு சாதாரணமான வழக்கல்ல, அதற்கு மேல் தனக்கு ஒன்றும் தெரியாது என்றும் கூறினான். மேலாளருக்கு உதவி செய்ய விரும்பினான். ஏனென்றால் அவர் ஒரு நல்ல, நேர்மையான மனிதர், ஆனால் அதை எப்படிச் செய்வது என்றுதான் அவனுக்குத் தெரியவில்லை. யாராவது செல்வாக்கு மிகுந்த நபர்கள் இந்த விஷயத்தில் அக்கறைகாட்டுவது நல்லது என்று நினைத்தான். அது நிச்சயம் நடக்கத்தான் போகிறது என்றும், இறுதியில் ஒரு நல்ல முடிவு ஏற்படத்தான் போகிறது என்றும், ஆனால் மேலாளரின் மனநிலையை வைத்துப் பார்த்தால், தற்சமயம் வழக்கு மிகவும் மோசமான நிலையில் இருக்கிறது என்றும் கூறினான். அவனுடைய பேச்சுக்கு நான் அதிக முக்கியத்துவம் கொடுக்கவில்லைதான். மேலும், அந்த அப்பாவிப் பணியாளைக் கவலைப் படாமல் இருக்கச் சொன்னேன். இதெல்லாம் வெற்றுப் பேச்சு என்று கூறி, மற்றவரிடம் இதைப் பற்றிப் பேச வேண்டாம் என்றும் கேட்டுக்கொண் டேன். இருந்தாலும், அப்பா, நீங்கள் அடுத்த முறை இங்கு வரும்போது இந்த விஷயத்தை விசாரித்துப்பார்ப்பது நல்லது என்று எனக்குப்படுகிறது. சரியான தகவலைத் தெரிந்துகொள்ளவும், உண்மையில், தேவையிருந்தால் உங்களுக்கு அறிமுகமான பெரும் பதவியில் இருக்கும் செல்வாக்கு மிகுந்த நபர்கள் மூலம் இந்த விஷயத்தில் தலையிடவும் உங்களுக்குச் சுலபமாக முடியும். அப்படிச் செய்யத் தேவை ஏற்படாமல் இருந்தால்—உண்மையில் தேவை இல்லாமல் தான் இருக்க வேண்டும்—உங்களுடைய மகள் உங்களை மகிழ்ச்சியுடன் அணைத்துக்கொள்ளும் சந்தர்ப்பத்தைக் கூடிய சீக்கிரம் அளிப்பாள்.' ''நல்ல பெண்'' என்று உரக்கப் படித்து முடித்தவுடன் கூறிவிட்டு, கண்களில் ததும்பிய கண்ணீரைத் துடைத்துக்கொண்டார். க. தலையை ஆட்டினான், அவன் கடந்த சில நாளில் ஏற்பட்ட தொல்லைகள் காரணமாக எர்னாவை முழு வதும் மறந்துவிட்டிருந்தான்; உண்மையில் மாமாவிடமும், மாமியிடமும் அவனைக் காட்டிக்கொடுக்காமலிருக்கும் நோக்கத்துடன்தான் அவள் சாக் லேட்டைப் பற்றிய கதைகளைக் கற்பனைசெய்திருந்தாள். அது அவனை நெகிழச் செய்தது. இனிமேல் அவளுக்குத் தவறாமல் நாடகங்களுக்கான டிக் கெட்டுகள் அனுப்ப வேண்டும் என்று அவன் செய்த முடிவு போதுமான ஈடு இல்லைதான். ஆனால் விடுதிக்குச் சென்று ஒரு இளம் பதினெட்டு வயது பள்ளி மாணவியுடன் பேசிக்கொண்டிருக்கும் மனநிலையில் அவன் இப் போது இல்லை. அந்தக் கடிதத்தினால் எல்லா அவசரத்தையும் படபடப்பை யும் மறந்துவிட்டு அதை இன்னும் ஒரு முறை படிக்கும் தோரணையில்

இருந்த மாமா ‘‘இப்போது என்ன சொல்கிறாய்?’’ என்று கேட்டார். ‘‘ஆமாம், மாமா’’ என்றான் க., ‘‘அது உண்மைதான்.’’ ‘‘உண்மை’’ என்று கத்தினார் மாமா, ‘‘எது உண்மை? எப்படி அது உண்மையாக இருக்க முடியும்? அது எந்த வகையான வழக்கு? நிச்சயம் கிரிமினல் வழக்கு அல்லவே?’’ ‘‘கிரிமினல் வழக்குதான்’’ என்று பதிலளித்தான் க. ‘‘அப்படி இருந்தும் இங்கு அமைதியாக உட்கார்ந்துகொண்டு கிரிமினல் வழக்கைத் தலைமேல் சுமந்துகொண்டிருக்கிறாய்?’’ என்று கத்தினார் மாமா, போகப்போக உரக்கப் பேசிக்கொண்டே. ‘‘நான் எவ்வளவுக்கெவ்வளவு அமைதியாக இருக்கிறேனோ அது அவ்வளவுக்கவ்வளவு நல்ல முடிவைத் தரும்’’ என்ற க. களைப்புடன், ‘‘நீங்கள் பயப்படாதீர்கள்’’ என்றான். ‘‘நீ அப்படிச் சொல்வதால் எனக்கு நிம்மதி ஏற்பட்டுவிடாது’’ என்று கத்தினார் மாமா, ‘‘யோசஃப், இதோ பார் யோசஃப், உன்னைப் பற்றி, உன் உறவினர்களைப் பற்றி, நமக்கு இருக்கும் நல்ல பெயரைப் பற்றி யோசித்துப்பார். நாங்கள் பெருமைப்படும் வகையில் இதுவரை நீ இருந்திருக்கிறாய். நீ எங்களுக்கு இழிவைத் தேடித்தரக் கூடாது, உன்னுடைய போக்கு...’’ அவர் க.வைத் தலையைச் சாய்த்துப் பார்த்தார், ‘‘எனக்குப் பிடிக்கவில்லை. இன்னும் சுயபுத்தியுடன் இருக்கும், குற்றம்சாட்டப்பட்டுள்ள எந்த ஒரு நிரபராதியும் இதுபோல் நடந்துகொள்ள மாட்டான். விஷயம் என்னவென்று சீக்கிரம் சொன்னால் நான் உனக்கு உதவ முடியும். நிச்சயமாக வங்கி சம்பந்தப்பட்ட விஷயமாகத்தான் இருக்க வேண்டும். அல்லவா?’’ ‘‘இல்லை’’ என்று க. கூறிவிட்டு எழுந்து நின்றான், ‘‘மாமா, நீங்கள் மிகவும் இரைந்து பேசுகிறீர்கள். பணியாள் கதவருகில் நின்றுகொண்டு ஒட்டுக்கேட்டுக்கொண்டிருக்கலாம். எனக்கு அது சங்கடமாக இருக்கிறது. நாம் இங்கிருந்து போய்விடுவது நல்லது. அப்போது உங்களுடைய கேள்விகளுக்கு முடிந்தவரை பதில் சொல்கிறேன். நம் குடும்பத்துக்கு நான் பதில் சொல்லியாக வேண்டுமென்று எனக்கு நன்றாகத் தெரியும்.’’ ‘‘சரியாகச் சொன்னாய்!’’ என்று கத்தினார் மாமா, ‘‘ரொம்பச் சரி, சீக்கிரம் யோசஃப், சீக்கிரம் புறப்படு!’’ ‘‘நான் என் உதவியாளனுக்கு இன்னும் சில வேலைகள் கொடுக்க வேண்டும்’’ என்று க. கூறிவிட்டு, தொலைபேசி மூலம் தன் உதவியாளனை உள்ளே வருமாறு அழைத்தான். அவன் சில நொடிகளில் உள்ளே நுழைந்தான். அவனைக் கூப்பிட்டதில் சந்தேகமே இல்லை என்றிருந்தும்கூட மாமா, தன்னுடைய படபடப்பில் க. அவனை உள்ளே வருமாறு அழைத்தான் என்று கையினால் சைகை செய்தார். க. மேஜையின் முன் நின்றுகொண்டு, அமைதியாக ஆனால், கவனமாகக் கேட்டுக்கொண்டிருந்த இளைஞனிடம், பலவகைக் குறிப்புகளின் உதவியுடன், தாழ்ந்த குரலில், தான் இல்லாத சமயம் இன்று இன்னும் என்னென்ன செய்து முடிக்க வேண்டும் என்று விளக்கிக் கூறினான். அகல விரிந்த கண்களுடனும், படபடப்பினால் உதடுகளைக் கடித்துக்கொண்டும் மாமா அங்கு நின்றுகொண்டிருந்ததால், அவர் அவன் கவனத்தைக் கலைத்தார். அவர் அங்கு நடந்த எதையும் ஊன்றிக் கேட்கவில்லை என்றாலும் கேட்பவர்போல் இருந்த தோற்றமே அவன் கவனத்தைக் கலைப்பதற்குப் போதுமானதாக இருந்தது. ஆனால், அத்துடன் நிற்காமல் அவர் அறையில் மேலும்கீழும் நடந்துகொண்டு, அவ்வப்போது ஜன்னலின் முன்போ அல்லது ஒரு படத்தின் எதிரேயோ நின்றுகொண்டு, ‘‘இதை என்

னால் புரிந்துகொள்ளவே முடியவில்லை!'' அல்லது ''இது எப்படித்தான் முடியப்போகிறது என்று சொல்லு!'' என்று பலவகைப்பட்ட வாக்கியங்களை வெடித்துக்கொண்டிருந்தார். இளைஞன் இவற்றையெல்லாம் கவனிக்காதது போல் பாவனைசெய்தான். க. பணித்தவற்றை அமைதியாகக் கடைசிவரை கேட்டுவிட்டு, அவற்றில் சிலவற்றைக் குறிப்பெடுத்துக்கொண்டு, க.வுக்கும் மாமாவுக்கும் குனிந்து வணக்கம் செய்துவிட்டுச் சென்றான். ஆனால், மாமாவோ அவனுக்குத் தன் முதுகைக் காட்டிக்கொண்டு, ஜன்னலின் வெளியே பார்த்தவாறு நீட்டிய கைகளால் திரையைப் பற்றிக் கசக்கிக்கொண் டிருந்தார். கதவு சாத்தப்பட்ட கணத்திலேயே மாமா கத்தினார், ''ஒருவழி யாகத் தலையாட்டி பொம்மை போனான், இப்போது நாமும் போகலாம்.'' முன்கூடத்தில்—அங்கே சில அலுவலர்களும் பணியாட்களும் அங்கங்கே நின்றுகொண்டிருந்தார்கள், அப்போது உதவி இயக்குநரும் குறுக்கே நடந்து சென்றார்—மாமா வழக்கைப் பற்றிக் கேள்விகள் கேட்பதை நிறுத்தச் செய்வ தற்குத் துரதிருஷ்டவசமாக ஒரு வழியும் இல்லை. அங்குமிங்கும் நின்றிருந்த வர்களின் வணக்கங்களுக்கு அவன் பதிலுக்கு லேசாகக் கையசைத்து வணக்கம் செலுத்திக்கொண்டு சென்றபோது, ''இதோ பார், யோசஃப்'' என்று ஆரம்பித் தார் மாமா, ''அது என்ன வழக்கு என்று இப்போது எனக்கு ஒளிவுமறைவு இல்லாமல் சொல்லிவிடு.'' க. பட்டும்படாமலும் சில வார்த்தைகளைக் கூறி னான், சிறிது சிரிக்கவும் செய்தான், பிறகு மாடிப்படிகளில் சென்றபோதுதான் மாமாவிடம் முதன்முறையாக, மற்றவர்கள் முன்பு வெளிப்படையாகத் தான் பேச விரும்பவில்லை என்று கூறினான். ''உண்மைதான்'' என்றார் மாமா, ''ஆனால் இப்போது சொல்லு.'' குனிந்த தலையுடன் ஒரு சுருட்டை அவசர அவசரமாகச் சிறுகச்சிறுக இழுத்துக்கொண்டே அவர் கவனித்துக் கேட்கலா னார். க. கூறினான், ''மாமா, முக்கியமாக, வழக்கமான நீதிமன்றத்தில் நடக் கும் வழக்கே அல்ல இது.'' ''அது ரொம்பவும் மோசமாயிற்றே'' என்றார் மாமா. ''எப்படி?'' என்று க. கேட்டுவிட்டு மாமாவைப் பார்த்தான். ''அது மோசமான விஷயம் என்பது என் அபிப்பிராயம்'' என்று மறுபடியும் கூறி னார் மாமா. அவர்கள் வீதிக்குச் செல்லும் வெளிப்படிகளில் நின்றுகொண் டிருந்தார்கள்; அங்கு வரவேற்பாளன் அவர்கள் பேச்சை ஒட்டுக்கேட்பது போல் தோன்றியதால், க. மாமாவைக் கீழே இழுத்துச் சென்றான்; தெருவி லிருந்த கலகலப்பான போக்குவரத்தில் அவர்கள் கலந்துவிட்டார்கள். க.வுடன் ஒட்டிக்கொண்ட மாமா, வழக்கைப் பற்றி அதற்குமேல் அவ்வளவாக நச் சரிக்கவில்லை, சொல்லப்போனால் இருவரும் சிறிது நேரம் மௌனமாகவே நடந்தனர். மாமா, அவர் பின்னால் சென்றுகொண்டிருந்தவர்களெல்லாம் திடுக்கிட்டு ஒதுங்கிச் செல்லும் வகையில் திடீரென்று நின்றுவிட்டு, ''எப் படித்தான் இது நடந்தது?'' என்று இறுதியாகக் கேட்டார். ''இது போன்ற விஷயங்களெல்லாம் திடீரென்று நடப்பதேயில்லை, இவையெல்லாம் நீண்ட காலமாகக் குமுறிக்கொண்டிருக்கும். அதற்கான அறிகுறிகளெல்லாம் இருந் திருக்க வேண்டும், எனக்கு ஏன் நீ எழுதவில்லை? உனக்காக நான் எது வேண்டு மானாலும் செய்வேன் என்று உனக்குத் தெரியும், ஓரளவுக்கு நான் இன்னும் உன்னுடைய காப்பாளன், அதில் இன்றுவரை நான் பெருமையுடன் இருந் தேன். இப்போதுகூட நிச்சயமாக உனக்கு நான் உதவி செய்வேன். ஆனால்

வழக்கு ஏற்கனவே நடந்துகொண்டிருப்பதால் அப்படிச் செய்வது மிகவும் கஷ்டமாக இருக்கும். எது எப்படி இருந்தாலும் நீ இப்போது சில நாள் விடுப்பு எடுத்துக்கொண்டு எங்களுடன் கிராமத்தில் வந்து தங்கினால் மிகவும் நல்லது. நீ சற்று மெலிந்துவிட்டிருக்கிறாய். இப்போதுதான் நான் அதைக் கவனிக்கிறேன். கிராமத்தில் நீ உடம்பைத் தேற்றிக்கொள்ளலாம். அதுவும் ஒருவகையில் நல்லதுதான். உனக்கு நிச்சயமாகக் கஷ்டமான நேரம் காத்துக்கொண்டிருக்கிறது. மேலும், அப்படிச் செய்வதால் நீ நீதிமன்றத்தின் பிடியிலிருந்து ஓரளவுக்கு விலகியிருக்க முடியும். இங்கோ அவர்களுக்கு அதிகாரத்தை நிலை நாட்ட எல்லா வகையான வழிகளும் இருக்கின்றன, அவை தேவைக்கேற்ற படி தாமாகவே உனக்கெதிராகப் பிரயோகப்படுத்தப்படும்; நீ கிராமத்தில் இருந்தால் அவர்கள் தங்கள் அதிகாரத்தை உள்ளூர் அதிகாரிகள் மூலம்தான் பிரயோகிக்க முடியும், அல்லது, எழுத்து மூலமாகவோ, தந்தி வாயிலாகவோ, தொலைபேசி மூலமாகவோ உன்மேல் பிரயோகிக்க முயல்வார்கள். அது நிச்சயம் விளைவைப் பலகீனப்படுத்தும், உன்னை நிச்சயம் விடுவிக்காது, ஆனால், அதனால் உனக்குச் சிறிது அவகாசம் கிடைக்கும்." மாமாவின் சொற் பொழிவின் எண்ணக் கோர்வையில் சிறிது ஈர்க்கப்பட்டுக் க. கூறினான், "நான் இங்கிருந்து செல்வதை அவர்கள் தடுக்கலாம்." "அப்படிச் செய்வார்கள் என்று நான் நினைக்கவில்லை" என்று யோசனையில் ஆழ்ந்தவாறே மாமா கூறினார், "நீ இங்கிருந்து போய்விடுவதால் அவர்களுடைய அதிகாரம் அவ்வளவு ஒன்றும் குறைந்துவிடாது." "நான் நினைத்தேன்..." என்று க. கூறி விட்டு, மாமா மேலும் அங்கே நின்றுகொண்டே இருப்பதைத் தவிர்ப்பதற்காக அவருடைய கையைப் பற்றி, "இந்த விஷயத்துக்கு நான் தருவதைவிடக் குறைவான முக்கியத்துவம் நீங்கள் கொடுப்பீர்கள் என்று நினைத்தேன். ஆனால் இப்போது நீங்களோ இதை இவ்வளவு பெரிதாக எடுத்துக்கொள்கிறீர்கள்" என்றான். "யோசஃப்" என்று மாமா கத்திவிட்டு அங்கேயே நிற்பதற்காக அவர் தன்னை அவனிடமிருந்து விடுவித்துக்கொள்ள முயன்றார், ஆனால் க. அவரை விடவில்லை. "நீ மாறிவிட்டாய், உனக்கு எப்போதும் சரியாகப் புரிந்துகொள்ளும் சக்தி இருக்குமே, அது போயும்போயும் இப்போது உன்னைக் கைவிட்டுவிட்டதா? வழக்கில் தோற்றுவிட உத்தேசமா? அதற்கு என்ன அர்த்தம் தெரியுமா? உன்னை எல்லோரும் மறந்துவிடுவார்கள். எல்லா உறவினர்களும் மிகவும் பாதிக்கப்பட்டுவிடுவார்கள் அல்லது குறைந்தபட்சம் தலைநிமிரவே முடியாதபடி அவமானத்துக்கு ஆட்படுத்தப்பட்டுவிடுவார்கள். யோசஃப், சுதாரித்துக்கொள். நீ இப்படி விட்டேற்றியாக இருக்கிறாய். எனக்குப் பைத்தியம் பிடித்துவிடும்போல் இருக்கிறது. இது போன்ற வழக்கில் மாட்டிக்கொண்டால், அதில் ஏற்கனவே தோற்றுவிட்டது போலத்தான் என்று சொல்வார்களே, அதை உன்னைப் பார்க்கும்போது கிட்டத்தட்ட நம்பிவிட வேண்டியதுதான்."

"மாமா" என்றான் க. "இந்தப் படபடப்பினால் பயனே இல்லை. நீங்கள்தான் இப்படி இருக்கிறீர்கள். உண்மையில் நான்தான் அப்படியிருக்க வேண்டும். இப்படிப் படபடப்பதால் வழக்கை வென்றுவிட முடியாது. உங்களுடைய அனுபவங்கள் என்னை ஆச்சரியப்பட வைத்தாலும் நான் எப்போதும்—இப்போதும்—அவற்றுக்குப் பெருமதிப்புக் கொடுப்பதுபோல் என்னு

டைய உலக அனுபவங்களுக்கும் நீங்கள் சிறிது மதிப்புக்கொடுங்கள். நமது குடும்பமும் இந்த வழக்கினால் கஷ்டத்துக்கு உள்ளாக வேண்டியிருக்கும் என்று நீங்கள் கூறுவதால்—இதை என்னால் புரிந்துகொள்ளவே முடிய வில்லை, ஆனால் அது ஒரு பெரிய விஷயம் அல்ல—நீங்கள் சொல்வதை யெல்லாம் மகிழ்ச்சியுடன் நான் செய்கிறேன். கிராமத்திற்குச் சென்று தங்கு வது மட்டும் நீங்கள் சொல்லுவதை வைத்துப் பார்த்தாலும் அவ்வளவு அனு கூலமானது என்று நான் நினைக்கவில்லை, ஏனென்றால் அது தப்பியோடு வதையும் குற்ற உணர்வையும்தான் குறிக்கும். இங்கே எனக்கு அதிகமான தொல்லைதான், இருந்தாலும் இந்த விஷயத்தை இங்கிருந்தால்தான் என் னால் நன்றாகக் கவனிக்க முடியும்.'' ''உண்மைதான்'' என்று இறுதியில் இரு வரும் ஒருவரை ஒருவர் நன்றாகவே புரிந்துகொண்டுவிட்டது போன்ற தொனியில் மாமா கூறினார். ''நீ இங்கேயே இருந்தால் உன்னுடைய விட்டேற்றித்தனத்தால் காரியம் கெட்டுப்போய்விடும் என்று நான் நினைத்து, உனக்குப் பதிலாக நான் இந்தக் காரியத்தில் செயல்படுவது மேல் என்று எண் ணியதால் அந்த யோசனையைக் கூறினேன். ஆனால் நீயே முழுமூச்சுடன் இந்த விஷயத்தைக் கவனிப்பாயென்றால் அது நிச்சயமாக எல்லாவற்றையும் விட மேலானது.'' ''அப்படியானால் இந்த விஷயத்தில் நாம் ஒத்துப்போகி றோம் போலிருக்கிறது'' என்றான் க., ''நான் இப்போது முதலில் என்ன செய்ய வேண்டும் என்பதுபற்றி உங்களுக்கு யோசனை ஏதும் உண்டா?'' ''இந்த விஷயத்தைப் பற்றி நான் இன்னும் சிறிது சிந்திக்கத்தான் வேண்டும்'' என்றார் மாமா. ''நான் இதுவரை ஏறக்குறைய தொடர்ந்து இருபது வருடங்கள் கிராமத்தில் இருந்திருக்கிறேன், அதனால் என்னுடைய உள்ளுணர்வு இந்த வழியில்தான் வேலை செய்யும். பல்வேறு முக்கிய மனிதர்களுடன் எனக் கிருந்த தொடர்புகள்—ஒருவரை ஒருவர் நன்றாகத் தெரிந்துவைத்துக்கொண் டிருந்தும்—தாமாகவே காலப்போக்கில் நலிந்துவிட்டன. நான் கிராமத்தில் இருப்பதால் இப்படியாகிவிட்டது, அது உனக்கே தெரியும். இவ்வாறு உனக்கு ஏற்பட்டிருப்பது போன்ற சந்தர்ப்பங்களில்தான் நாம் அதைக் கவனிக்கிறோம். எர்னாவின் கடிதத்திலிருந்து இது போன்ற விஷயம் ஏதாவது இருக்க வேண்டுமென்று உள்ளூர உணர்ந்திருந்தாலும், மேலும் இன்று உன் னைக் கண்டபோது ஏறக்குறைய நிச்சயப்படுத்திக்கொண்டாலும், உன்னு டைய விஷயம் ஓரளவுக்கு எனக்கு எதிர்பாராததாகத்தான் இருந்தது. அது எப்படி வேண்டுமானாலும் இருக்கட்டும், இப்போது முக்கியமானது, நேரத்தை வீணாக்கக் கூடாது.'' இப்படி அவர் பேசிக்கொண்டிருக்கும்போதே, எம்பி நின்று ஒரு டாக்ஸியைச் சைகைசெய்து அழைத்து, டிரைவருக்கு ஒரு முகவரியைச் சத்தமாகப் படித்துக்கொண்டே க.வைத் தனக்குப் பின்னால் வண்டிக்குள் இழுத்தார். ''இப்போது நாம் வக்கீல் ஹுல்டைப் பார்க்கச் செல்கிறோம்'' என்றார் அவர். ''அவர் என்னுடன் பள்ளியில் படித்தவர். நீ அவர் பெயரைக் கேட்டிருப்பாய் அல்லவா? இல்லையா? இது மிகவும் ஆச் சரியமானதுதான். பிரதிவாதி வக்கீலாகவும் ஏழைகளின் வக்கீலாகவும் அவர் குறிப்பிடத் தக்க வகையில் பெயர்பெற்றிருக்கிறார். ஆனால் எனக்கோ அவர் மேல் மனிதர் என்ற முறையில் பெரும் நம்பிக்கை இருக்கிறது.'' மாமா இந்த விஷயத்தை இவ்வளவு அவசரத்துடனும் தீவிரத்துடனும் கையாண்டது

அவனுக்குச் சங்கடத்தை விளைவித்தாலும், ‘‘நீங்கள் எது செய்தாலும் அது எனக்குச் சம்மதம்தான்’’ என்றான் க. குற்றம்சாட்டப்பட்டவனாக ஏழை களின் வக்கீலிடம் செல்வது அவ்வளவு சந்தோஷப்படக்கூடியதாக இல்லை. ‘‘இது போன்ற விஷயத்தில் ஒரு வக்கீலைக் கலந்தாலோசிக்கலாம் என்று எனக் குத் தெரியாது.’’ ‘‘நிச்சயமாக’’ என்றார் மாமா, ‘‘அதில் சந்தேகமேயில்லை. ஏன் கூடாது? இதுவரை நடந்ததையெல்லாம் எனக்கு இப்போது சொல்லு; இந்த விஷயத்தைப் பற்றி எனக்குச் சரியாகத் தெரிந்தாக வேண்டும்.’’ எதையும் மறைக்காமல் க. உடனே சொல்லத் தொடங்கினான். இந்த வழக்கு ஒரு பெரும் இழுக்கு என்ற மாமாவின் எண்ணத்தை எதிர்க்கும் வகையில் அவன் செய்யக்கூடிய ஒன்றே ஒன்று வெளிப்படையாக எல்லாவற்றையும் கூறிவிடு வதுதான். மிஸ் ப்யூர்ஸ்ட்னரின் பெயரை அவன் ஒரேயொரு முறைதான் எதேச்சையாகக் குறிப்பிட்டான். ஆனால், அது அவன் மனந்திறந்து சொல் வதைப் பாதிக்கவில்லை. ஏனென்றால் மிஸ் ப்யூர்ஸ்ட்னருக்கும் வழக்குக்கும் எந்த விதமான சம்பந்தமும் இல்லை. அவன் பேசிக்கொண்டே இருக்கும் போது, நீதிமன்றத்தின் அலுவலகங்கள் இருந்த புறநகர்ப் பகுதியை அவர்கள் அப்போது நெருங்கிக்கொண்டிருந்ததை ஜன்னல் வழியாகப் பார்த்தான். அதை அவன் மாமாவுக்குச் சுட்டிக்காட்டினான். ஆனால் நீதிமன்றத்தைப் பற்றிச் சொல்லிக்கொண்டிருந்த அதே நேரத்தில், அதே நீதிமன்ற அலுவலகங் களைக் கடக்க நேர்ந்ததை, முக்கியமான விஷயம் என்றே அவர் கருதவில்லை. வண்டி ஒரு இருட்டான வீட்டின் முன் நின்றது. மாமா உடனே கீழ்த்தளத்தில் இருந்த முதல் கதவருகில் சென்று, மணியை அடித்தார். அவர்கள் காத்துக் கொண்டிருந்த சமயம், அவர் தன் பெரும் பற்கள் தெரியப் புன்னகைசெய்து கொண்டே முணுமுணுத்தார். ‘‘மணி எட்டு. கட்சிக்காரர்கள் அவரைப் பார்க்க வரும் நேரமில்லை இது. இருந்தாலும் ஹுல்டு என்னைத் தவறாக எண்ண மாட்டார்.’’ கதவிலிருந்த சிறிய ஜன்னலுக்குப் பின் இரண்டு பெரிய கரிய கண்கள் தோன்றின, வந்திருந்த இருவரையும் சிறிது நேரம் பார்த்தன, பிறகு மறைந்துவிட்டன; ஆனால் கதவு திறக்கவில்லை. இரண்டு கண்களைப் பார்த்தோம் என்ற உண்மையை மாமாவும் க.வும் ஒருவருக்கொருவர் கூறி உறுதிப்படுத்திக்கொண்டார்கள். ‘‘வெளிமனிதர்களுக்குப் பயப்படும் புது வேலைக்காரி’’ என்று மாமா கூறிவிட்டு மறுபடியும் கதவைத் தட்டினார். மறு படியும் அந்தக் கண்கள் தோன்றின. அப்போது அவற்றில் சற்று சோகம் தெரிந் தது என்று கூறலாம். ஆனால் அது ஒருவேளை அவர்கள் தலைகளுக்கு மேல் சிறிதே வெளிச்சம் கொடுத்துச் சத்தத்துடன் கொழுந்துவிட்டு எரிந்துகொண் டிருந்த சிம்னி இல்லாத காஸ் விளக்கு ஏற்படுத்திய வெறும் தோற்றமாக இருக் கலாம். ‘‘கதவைத் திறவுங்கள்!’’ என்று மாமா கத்திவிட்டு முஷ்டியால் கத வைக் குத்தினார், ‘‘நாங்கள் வக்கீலின் நண்பர்கள்!’’ ‘‘வக்கீலுக்கு உடல்நல மில்லை’’ என்று அவர்களுக்குப் பின்னால் ஒரு தாழ்ந்த குரல் கேட்டது. அந்தச் சிறு பாதையின் மறுகோடியில் இருந்த கதவருகில், இரவு உடையில் நின்று கொண்டு, ஒருவர் இந்தச் செய்தியை மிகவும் தாழ்ந்த குரலில் சொன்னார். நீண்ட நேரம் காத்துக்கொண்டிருந்ததால் ஏற்கனவே கோபமாக இருந்த மாமா சட்டென்று திரும்பிக் கத்தினார். ‘‘உடல்நலமில்லையா? அவருக்கு உடல் நலமில்லை என்றா கூறுகிறீர்கள்?’’ என்று அந்த நபரே அந்த நோய்போல

அவரை நோக்கிச் சற்று பயமுறுத்தும் வகையில் சென்றார். ''கதவைத் திறந்து விட்டார்கள்'' என்று அந்த நபர் கூறிவிட்டு வக்கீலின் கதவைச் சுட்டிக்காட்டி விட்டு, இரவு உடையைத் தூக்கிப் பிடித்துக்கொண்டு அங்கிருந்து மறைந்து விட்டார். கதவு உண்மையில் திறக்கப்பட்டுவிட்டது, ஒரு இளம் பெண்—க. அந்தக் கரிய, சற்றே முன்தள்ளியிருந்த கண்களை மறுபடியும் அடையாளம் கண்டுகொண்டான்—நீண்ட வெள்ளை ஏப்ரனை அணிந்துகொண்டு முன்னறையில் கையில் ஒரு மெழுகுவர்த்தியுடன் நின்றுகொண்டிருந்தாள், அந்தப் பெண் லேசாக முழங்கால்களைத் தாழ்த்தி வணக்கம் செய்தபோது, வணக்கம் கூறுவதற்குப் பதிலாக மாமா, ''அடுத்த முறை சீக்கிரமாகத் திறவுங்கள்!'' என்று சொன்னார். பிறகு அங்கிருந்து மனமில்லாமல் அந்தப் பெண்ணைத் தாண்டி மெதுவாக நகர்ந்துகொண்டிருந்த க.விடம் ''வா யோசஃப்'' என்று கூறினார். மாமா, நிற்காமல் ஒரு கதவை நோக்கி விரைந்ததால் அந்தப் பெண், ''வக்கீலுக்கு உடல்நலமில்லை'' என்றாள். அவள் வீட்டுக் கதவை மறுபடியும் தாழ்ப்பாள் போடுவதற்காகத் திரும்பியபோது, க. அந்தப் பெண்ணை ஆச்சரியத்துடன் இன்னும் விழித்துப் பார்த்தான். அவளுக்குப் பொம்மையைப் போன்று உருண்டையான முகம். அவளுடைய வெளிறிய கன்னங்களும் முகவாய் மட்டுமல்லாமல், அவளுடைய நெற்றிப்பொட்டுகளும் நெற்றியின் ஓரங்களும் திரண்டிருந்தன. ''யோசஃப்!'' என்று மாமா மறுபடியும் கூப்பிட்டார், பிறகு அந்தப் பெண்ணைப் பார்த்து ''நெஞ்சு வலியா?'' என்று கேட்டார். ''அப்படித்தான் நினைக்கிறேன்'' என்றாள் அந்தப் பெண். அப்படிக் கூறிக்கொண்டே மெழுகுவர்த்தியுடன் அவர்களுக்கு முன்பாகச் சென்று கதவைத் திறந்தாள். மெழுகுவர்த்தியின் ஒளி அந்த அறையின் மூலையை அடைவதற்கு முன்பேயே நீண்ட தாடியுடன் கூடிய முகம் ஒன்று படுக்கையிலிருந்து உயர்ந்தது. மெழுகுவர்த்தியின் வெளிச்சத்தில் கண்கள் கூசியதால் வந்திருந்தவர்களை அடையாளம் கண்டுகொள்ள முடியாமல் வக்கீல் கேட்டார், ''லேனி, யார் வந்திருக்கிறார்கள்?'' ''நான் உன்னுடைய பழைய நண்பன் ஆல்பர்ட்'' என்றார் மாமா. ''ஆ! ஆல்பர்ட்'' என்று வக்கீல் கூறிவிட்டு இவர்கள் முன் தன் உடல்நலமின்மையை மறைக்கத் தேவையில்லை என்பது போல் மெத்தையின் மீது சாய்ந்தார். ''மிகவும் மோசமாக இருக்கிறதா என்ன?'' என்று மாமா கேட்டுவிட்டு, படுக்கையின் விளிம்பில் உட்கார்ந்துகொண்டார். ''அப்படியிருக்குமென்று நான் நினைக்கவில்லை. உன்னுடைய இதய நோய் காரணமாக ஏற்பட்ட நெஞ்சு வலிதான் இது. முன்பு போலவே இதுவும் போய்விடும்.'' ''இருக்கலாம்'' என்றார் வக்கீல், மெல்லிய குரலில். ''ஆனால் முன்னைவிட இப்போது மோசமாக இருக்கிறது. கஷ்டப்பட்டுத்தான் மூச்சுவிட வேண்டியிருக்கிறது, தூங்கவே முடிவதில்லை. மேலும் நாளுக்கு நாள் சக்தி குறைந்துகொண்டேவருகிறது.'' ''அப்படியா'' என்று மாமா சொல்லிவிட்டுத் தன் பனாமாத் தொப்பியை முழங்காலில் தன் பெரிய கையால் வைத்து அழுத்தினார். ''அப்படியா, கேட்பதற்குக் கஷ்டமாக இருக்கிறது. அது சரி, உன்னைச் சரியாகக் கவனித்துக் கொள்ள யார் இருக்கிறார்கள்? இங்கே ஒரே இருட்டாகவும் மூட்டமாகவும் இருக்கிறது. நான் இங்கு கடைசியாக வந்து நீண்ட காலம் ஆகிவிட்டது. அப்போது இந்த இடம் பார்ப்பதற்குப் பளிச்சென்று இருந்ததாக ஞாபகம். இங்கே

உன்னைப் பார்த்துக்கொள்ளும் இந்தச் சின்னப் பெண்ணும் சந்தோஷமாக இருப்பதாகத் தெரியவில்லை. அல்லது அவள் நடிக்கிறாள்போல் இருக்கிறது.'' அந்தப் பெண் மெழுகுவர்த்தியுடன் இன்னும் கதவருகில் நின்றுகொண்டிருந் தாள், அவளுடைய நிர்ணயிக்க முடியாத பார்வையைப் புரிந்துகொண்ட வரையில் மாமா இப்போது அவளைப் பற்றிப் பேச ஆரம்பித்தபோதும் அவள் மாமாவைவிட க.வைத்தான் பார்த்துக்கொண்டிருந்தாள். அந்தப் பெண்ணின் அருகே தான் நகர்த்தி வைத்திருந்த நாற்காலியின் மேல் க. சாய்ந்து நின்றான். ''என்னைப் போலவே இவ்வளவு நோய்வாய்ப்பட்டிருப் பவர்களுக்கு அமைதி தேவை'' என்றார் வக்கீல், ''எனக்கு இதனால் வருத்தம் ஒன்றுமில்லை.'' சிறிது நேரம் பேசாமலிருந்துவிட்டு அவர் தொடர்ந்தார், ''மேலும் லேனி என்னை நன்றாகக் கவனித்துக்கொள்கிறாள், நல்ல பெண்.'' அவர் கூறியது மாமாவைத் திருப்திப்படுத்துவதாக இல்லை, அவருக்கு அந்தப் பணிப்பெண்ணை ஏனோ பிடிக்கவில்லை என்பது வெளிப்படை யாகத் தெரிந்தது. அவர், நோயாளி கூறியதற்கு மறுப்பு ஒன்றும் சொல்லா விட்டாலும் அந்தப் பணிப்பெண் படுக்கையருகில் சென்று மெழுகுவர்த் தியை அருகிலிருந்த சிறு மேஜைமீது நிறுத்திவைத்துவிட்டு, நோயாளியிடம் குனிந்து மெத்தையைச் சரிசெய்யும்போது அவரிடம் கிசுகிசுத்ததையெல்லாம் அவர் கடுமையான பார்வையுடன் பார்க்கத்தான் செய்தார். நோயாளியின் நிலையை மனத்தில்கொள்ள அவர் ஏறக்குறைய மறந்துபோய் எழுந்து நின்று, பணிப்பெண்ணின் பின்புறம் குறுக்கும்நெடுக்கும் நடந்தார். பின்னாலிருந்து அவர், அவளுடைய கவுனைப் பிடித்துப் படுக்கை அருகிலிருந்து அவளை இழுத்துக்கொண்டு போயிருந்தாலும் க. ஆச்சரியப்பட்டிருக்க மாட்டான். க.வோ எல்லாவற்றையும் அமைதியாகப் பார்த்துக்கொண்டிருந்தான்; பார்க்கப்போனால் வக்கீல் நோய்வாய்ப்பட்டிருந்ததை அவன் வரவேற்கா மல் இல்லை. அவனுடைய விஷயத்தில் மாமா ஏற்படுத்திக்கொண்டிருந்த அளவுக்கு அவனால் ஆர்வம் காட்ட முடிய வில்லை. பணிப்பெண்ணின் மனத்தைப் புண்படுத்த வேண்டும் என்ற எண்ணத்தினாலோ என்னவோ மாமா அப்போது கூறினார், ''மிஸ், தயவுசெய்து எங்களைச் சிறிது நேரம் தனி யாக இருக்க விடு, நான் என்னுடைய நண்பனுடன் ஒரு சொந்த விஷயத்தைப் பற்றிப் பேச வேண்டும்.'' அப்போது நோயாளிக்கு அப்பால் இன்னும் நன் றாகக் குனிந்து விரிப்பைச் சுவரின் மீது வைத்து, அதன் மடிப்புகளை நீக்கிக் கொண்டிருந்த பணிப்பெண் தலையை மட்டும் திருப்பி மிகவும் அமைதி யாகக் கூறினாள், ''எந்த விஷயத்தைப் பற்றியும் பேசும் நிலையில் அவர் இல்லை, இவர் எந்த அளவுக்கு உடல் நலமில்லாமலிருக்கிறார் என்பதை நீங்கள் பார்த்துக்கொண்டுதானே இருக்கிறீர்கள்.'' கோபத்தால் திக்கி, பிறகு மறுபடியும் தடங்கலில்லாமல் வரும் மாமாவின் பேச்சிலிருந்து அவளுடைய அமைதியான பேச்சு மிகவும் மாறுபட்டிருந்தது. மாமாவின் அதே சொற் களைப் பயன்படுத்தியது சோம்பலின் காரணமாகத்தான் என்றாலும் சம்பந்தப்படாத ஒருவர்கூட அதைக் கேலிப் பேச்சாக எடுத்துக்கொள்ள ஏது இருந்தது. மாமாவோ கொட்டப்பட்டவர் போல் துணுக்குற்றார், ''நாச மாய்ப்போனவளே!'' என்று அவர் படபடப்பில் தொண்டையடைக்க ஆரம் பித்தபோதே சிறிது குழறினார். இதுபோல் ஏதாவது நடக்கும் என்று க. எதிர்

பார்த்திருந்தாலும் அவன் திடுக்கிட்டான். பிறகு இரண்டு கைகளாலும் அவருடைய வாயை அடைக்கும் உறுதியுடன் மாமாவை நோக்கி ஓடினான். அதிர்ஷ்டவசமாக அந்தப் பெண்ணுக்குப் பின்னால் இருந்த நோயாளி எழுந்து கொண்டார். வெறுக்கத் தக்க ஏதோ ஒன்றை விழுங்குவதுபோல் மாமாவின் முகம் இருந்தது. பிறகு அவர் சிறிது அமைதியுடன் கூறினார், ''நாங்கள் நிச்சயமாக இன்னும் எங்கள் சுவாதீனத்தை இழந்துவிடவில்லை; நான் கேட்பது நடக்க முடியாததாக இருந்தால், அதை நான் கேட்க மாட்டேன். இப்போது தயவுசெய்து போய்விடு!'' பணிப்பெண் மாமாவின் பக்கம் முழுவதும் திரும்பிப் படுக்கையருகில் நிமிர்ந்து நின்றாள். அவள் ஒரு கையால் வக்கீலின் கையைத் தடவிக்கொடுத்துக்கொண்டிருப்பதுபோல் க.வுக்குத் தோன்றியது, ''லேனியின் முன் நீ எது வேண்டுமானாலும் பேசலாம்'' என்று சந்தேகமில்லாமல் மிகவும் கெஞ்சும் தொனியில் நோயாளி கூறினார். ''இது என்னைப் பற்றி அல்ல'' என்றார் மாமா, ''இது என்னுடைய ரகசியம் அல்ல'' இனி இந்த விவகாரத்தைத் தொடர விரும்பாதவர் போலவும் ஆனால் மேலும் சற்று யோசிக்க இன்னும் சிறிது நேரம் கொடுப்பது போலவும் மாமா திரும்பி நின்றார். ''அப்படியானால் இது யார் சம்பந்தப்பட்டது?'' என்று வக்கீல் பலவீனமான குரலில் கேட்டுவிட்டு மறுபடியும் பின்னால் சாய்ந்து கொண்டார். ''என்னுடைய மருமகன்'' என்றார் மாமா, ''அவனையும் உடன் அழைத்து வந்திருக்கிறேன்.'' பிறகு அவர் அறிமுகப்படுத்தினார், ''மானேஜர் யோசஃப் க.'' ''ஓ'' என்று நோயாளி மிகவும் தெம்புடன் கூறிவிட்டுக் க.வுக்குத் தன் கையை நீட்டினார், ''மன்னிக்க வேண்டும், உங்களை நான் கவனிக்கவேயில்லை. லேனி, நீ போ'' என்று அவர் பணிப்பெண்ணிடம் கூறிவிட்டு—அவள் மறுப்பு ஒன்றும் கூறவேயில்லை—நீண்ட காலத்திற்குப் பிறகுதான் சந்திக்கப்போகிற தோரணையில் அவளுக்குக் கைகொடுத்தார். இறுதியில் அவர் மாமாவிடம்—அவரும் சமாதானமாகி அருகில் வந்திருந்தார்—கூறினார், ''அப்படியானால் நீ நோயாளியைப் பார்க்க வரவில்லை, வேறு வேலையாக வந்திருக்கிறாய் அல்லவா?'' நோயாளியைப் பார்க்க வந்திருக்கிறார்கள் என்ற எண்ணம் வக்கீலை இதுவரை எந்த அளவுக்குச் செயலற்றவராக ஆக்கியிருந்ததோ அந்த அளவுக்கு அவர் இப்போது மிகவும் தெம்புடன் தோன்றினார். ஒரு முழங்கையில் தன்னைத் தாங்கிக்கொண்டே—அது அவருக்கு ஓரளவுக்குக் கஷ்டமாகத்தான் இருந்திருக்க வேண்டும்—தன் தாடியின் நடுவிலிருந்த ஒரு மயிரிழையை உருவிவிட்டுக்கொண்டிருந்தார். ''இந்தச் சூனியக்காரி வெளியே போனதிலிருந்து நீ முன்னைவிட மிக ஆரோக்கியமாகத் தோன்றுகிறாய்'' என்றார் மாமா. அவர் நிறுத்திவிட்டுக் கிசுகிசுத்தார், ''எனக்கு நிச்சயமாகத் தெரியும் அவள் ஒட்டுக்கேட்டுக்கொண்டிருக்கிறாள்'' என்று அவர் கதவை நோக்கித் தாவினார். ஆனால் கதவுக்குப் பின் ஒருவரும் இல்லை. மாமா திரும்பி வந்தார், ஏமாற்றத்துடன் அல்ல; ஏனென்றால் அவள் கேட்காதது இன்னும் பெரும் விஷமத்தனமாக அவருக்குத் தோன்றியது, ஆனால் கசப்படைந்திருந்தார்: ''நீ அவளைத் தவறாகப் புரிந்து கொண்டிருக்கிறாய்'' என்றார் வக்கீல், மேற்கொண்டு வாதாடாமல்; அவளுக்கு வக்காலத்துத் தேவையில்லை என்று அவர் அதனால் வெளிப்படுத்த விரும்பினாரோ என்னவோ. ஆனால் மிகவும் அக்கறை கலந்த தொனியில்

அவர் மேலும் தொடர்ந்தார், ‘‘உன்னுடைய மருமகனின் விஷயத்தைப் பொறுத்தமட்டில், மிகவும் கஷ்டமான இந்த வேலையைச் செய்ய எனக்கிருக்கும் சக்தி போதுமானதாக இருக்குமென்றால் நான் என்னை நிச்சயம் அதிர்ஷ்டசாலி என்றே கருதுவேன். அது போதுமானதாக இருக்காது என்றே நம்புகிறேன். இருந்தாலும் நான் எல்லாவற்றையும் முயற்சிசெய்யாமல் இருக்க மாட்டேன். என்னால் முடியாவிட்டால் நிச்சயம் இன்னும் வேறு யாராவது ஒருவரையும் கலந்து ஆலோசிக்கலாம். உண்மையைக் கூறப் போனால் வேறு எவரும் இதில் கலந்துகொள்வதைத் தவிர்க்கும் அளவுக்கு எனக்கு இந்த விஷயத்தில் அவ்வளவு பிடிப்பு ஏற்பட்டிருக்கிறது. என்னுடைய இதயம் அதைத் தாங்க முடியாவிட்டால் அது நின்றுபோவதற்குக் குறைந்த பட்சம், பெருமை தரும் சந்தர்ப்பமாவது அதற்குக் கிடைக்கும்.’’ இந்தப் பேச்சு முழுவதிலும் ஒரு வார்த்தைகூடப் புரிந்ததாகக் க.வுக்குப் படவில்லை. மாமாவிடமாவது இதற்கு ஒரு விளக்கம் கிடைக்குமா என்று அவன் அவரைப் பார்த்தான். ஆனால் அவரோ, கையில் மெழுகுவர்த்தியுடன் படுக்கையை ஒட்டிய சிறு மேஜைமீது அமர்ந்துகொண்டு—அந்த மேஜையிலிருந்து ஒரு மருந்துப் புட்டி கம்பளத்தின் மேல் விழுந்து உருண்டுவிட்டிருந்தது—வக்கீல் கூறியதற்கெல்லாம் தலையை அசைத்து எல்லாவற்றையும் ஆமோதித்துக் கொண்டு, க.வும் அதேபோல் ஆமோதிக்க வேண்டும் என்று எதிர்பார்த்து, அவ்வப்போது அவனைப் பார்த்தார். ஒருவேளை முன்பே மாமா வழக்கைப் பற்றி வக்கீலிடம் கூறிவிட்டாரா? ஆனால் அது சாத்தியமில்லை, இதுவரை நடந்ததெல்லாம் அதற்கு முரணாக இருந்தன. அதனால் அவன், ‘‘எனக்குப் புரியவில்லை’’ என்றான். ‘‘அப்படியா, ஒருவேளை நான் உங்களைத் தவறாகப் புரிந்துகொண்டுவிட்டேனா?’’ என்று வக்கீல் க.வைப் போலவே ஆச்சரியப்பட்டும் சங்கடப்பட்டும் கேட்டார். ‘‘நான் அவசரப்பட்டுவிட்டேன் போலிருக்கிறது. அப்படியானால், நீங்கள் எதைப் பற்றி என்னிடம் பேச விரும்பினீர்கள்? உங்களுடைய வழக்கைப் பற்றிய விஷயம் என்றுதான் நினைத்தேன்.’’ ‘‘நிச்சயமாக’’ என்று மாமா கூறிவிட்டு க.வைப் பார்த்துக் கேட்டார், ‘‘அப்படித்தானே?’’ ‘‘ஆமாம், ஆனால் என்னைப் பற்றியும் என்னுடைய வழக்கைப் பற்றியும் உங்களுக்கு எப்படித் தெரியும்?’’ என்று க. கேட்டான். ‘‘ஓ!’’ என்று வக்கீல் புன்சிரிப்புடன் கூறினார், ‘‘நான் ஒரு வக்கீல் அல்லவா, நீதிமன்ற வட்டாரங்களில் நான் புழங்குபவன், அங்கு பலதரப்பட்ட வழக்குகளைப் பற்றி, அதுவும் அசாதாரணமானவை பற்றிப் பேசுவார்கள். குறிப்பாக அது ஒரு நண்பனின் மருமகனைப் பற்றியதாக இருந்தால் அது நினைவில் இருக்கும், அது ஒன்றும் அதிசயமானதில்லை.’’ ‘‘இப்போது நீ என்ன சொல்கிறாய்?’’ என்று மாமா க.வை மறுபடியும் கேட்டார், ‘‘நீ மிகவும் படபடப்பாக இருக்கிறாய்.’’ ‘‘நீங்கள் இந்த நீதிமன்ற வட்டாரங்களில் புழங்குகிறீர்களா?’’ என்று க. கேட்டான். ‘‘ஆமாம்’’ என்றார் வக்கீல். ‘‘நீ என்ன ஒரு குழந்தையைப்போல் கேட்கிறாய்?’’ என்றார் மாமா. ‘‘என் தொழில் சம்பந்தப்பட்டவருடன் பழகாமல் வேறு யாருடன் பழகப்போகிறேன்?’’ என்று வக்கீல் மேலும் கூறினார். வக்கீல் இப்படிக் கேட்டது க.வின் வாயை அடைத்துவிட்டது. ‘‘நீதிமாளிகை என்ற கட்டடத்தில் உள்ள நீதிமன்றம் ஒன்றில்தானே நீங்கள் வேலை பார்க்கிறீர்கள்? பரணில் இருக்கும்

நீதிமன்றத்தில் அல்லவே?" என்று அவன் கேட்டிருப்பான். ஆனால் உண்மையில் அப்படிக் கூறுவதற்கு வாய் எழவில்லை. "நீங்கள் இன்னும் யோசிக்க வேண்டியது என்னவென்றால்" என்று வக்கீல் எல்லோருக்கும் தெரிந்த ஒன்றைத் தேவையில்லாத வகையிலும் எதேச்சையாகவும் விளக்குவதைப் போல் கூறினார், "நீங்கள் இன்னும் யோசிக்க வேண்டியது என்னவென்றால், நான் இதுபோலப் பழகுவதால் என்னுடைய கட்சிக்காரர்களுக்குப் பெரும் அனுகூலம், பார்க்கப்போனால் பல விதங்களில். ஆனால் அதைப் பற்றி அதிகம் பேசவே கூடாது. இப்போது என்னுடைய நோயினால் நான் சிறிது பாதிக்கப்பட்டிருக்கிறேன். இருந்தாலும் நீதிமன்றத்திலிருந்து என் நெருங்கிய நண்பர்கள் என்னைப் பார்க்க வருகிறார்கள். அவர்களிடமிருந்து பல விஷயங்கள் எனக்குத் தெரியவருகின்றன. நல்ல ஆரோக்கியமான உடலுடன் நாள் முழுவதும் நீதிமன்றத்தில் கழிக்கும் பலரைவிட அதிக விஷயம் எனக்குத் தெரியவருகிறது என்று நினைக்கிறேன். உதாரணத்திற்கு அது போன்ற ஒரு நல்ல நண்பர் இப்போது என்னைப் பார்க்க வந்திருக்கிறார்" "எங்கே?" என்று க. முதலில் திடுக்கிட்டுச் சிறிது இங்கிதம் இல்லாமலேயே கேட்டான். எங்கே என்று புரியாமல் சுற்றுமுற்றும் நோக்கினான். சிறு மெழுகுவர்த்தியின் வெளிச்சம், எதிரேயிருந்த சுவர்வரை செல்லவேயில்லை. உண்மையில் அங்கே மூலையில் ஏதோ ஒன்று அசைய ஆரம்பித்தது. மாமா இப்போது உயரத் தூக்கிப் பிடித்த மெழுகுவர்த்தியின் வெளிச்சத்தில் அங்கு ஒரு மேஜையின் அருகில் ஒரு வயதான நபர் உட்கார்ந்திருப்பதைப் பார்க்க முடிந்தது. அவர் மூச்சுக்கூட விடாததாலோ என்னவோ அவர் அங்கு அவ்வளவு நேரம் கவனிக்கப்படாமலேயே இருந்திருக்கிறார். தன்மேல் கவனத்தைத் திருப்பிவிட்டார்களே என்ற வெளிப்படையான அதிருப்தியுடன், அவர் தட்டுத்தடுமாறிய வாறு எழுந்து நின்றார். அவர் தன் கைகளைச் சிறு இறக்கைகள்போல் ஆட்டியது எல்லா அறிமுகங்களையும் வணக்கங்களையும் தவிர்க்க விரும்பியது போலவும், தான் அங்கு இருப்பது ஒருபோதும் மற்றவர்களுக்கு இடைஞ்சலாக இருக்கக் கூடாது என்று விரும்புவது போலவும், தன்னை மீண்டும் இருட்டுக்கே அனுப்புமாறு மற்றவர்களைக் கோருவது போலவும், தான் அங்கு இருப்பதை மறந்துவிட அவர்களை மிகவும் வேண்டிக்கொள்வதைப் போலவும் தோன்றியது. ஆனால் அவர் வேண்டுகோளை இனிமேலும் நிறைவேற்ற முடியாது, "ஏனென்றால் நீங்கள் எங்களைத் திடுக்கிட வைத்துவிட்டீர்கள்" என்று வக்கீல் அவரை அருகில் வருமாறு உற்சாகத்துடன் சைகை செய்துகொண்டே விளக்கம் கூறினார். அந்த மனிதர் மெதுவாகவும் தயக்கத் துடனும் சுற்றுமுற்றும் பார்த்தவாறும் ஆனால் ஒருவகையான கண்ணியத் துடனும் வந்தார். "நீதிமன்ற அலுவலக இயக்குநர்—அடடே, மன்னிக்க வேண்டும், நான் அறிமுகம் செய்யவில்லை—இவர் என் நண்பர் ஆல்பர்ட் க., இவர் அவருடைய மருமகன் மேலாளர் யோசஃப் க., இவர் நீதிமன்ற அலுவலக இயக்குநர்—மிகவும் அன்புடன் என்னைப் பார்க்க வந்திருக்கிறார், இது போன்ற வருகையின் முக்கியத்துவத்தை உள்விஷயம் தெரிந்தவர்களால் உணர முடியும்; அவர்களுக்குத்தான் தெரியும் எப்படி அலுவலக இயக்கு நருக்கு வேலை தலைக்கு மேல் இருக்கிறதென்று, சரி, இருந்தாலும் அவர் வந்தார், என்னுடைய உடல் நலிவு அனுமதிக்கும் அளவு நாங்கள் அமைதி

யாகப் பேசிக்கொண்டிருந்தோம், வருவோரை உள்ளே அனுமதிக்க லேனிக்கு எந்த விதத்திலும் நாங்கள் தடைவிதிக்கவில்லை. ஏனென்றால், நாங்கள் ஒரு வரையும் எதிர்பார்க்கவில்லை, இருந்தாலும், நாங்கள் தனியாக இருக்க வேண்டும் என்று எண்ணினோம். ஆனால், ஆல்பர்ட், பிறகு நீ கதவைத் தடதடவென்று தட்டியதால், நீதிமன்ற அலுவலக இயக்குநர் மேஜை நாற்காலியை இழுத்துக்கொண்டு மூலைக்குப் பின்வாங்கினார், ஆனால் இப்போது பார்த்தால், அதாவது பொதுவான விஷயத்தைப் பற்றிக் கலந்தாலோசிக்க வேண்டும் என்ற விருப்பம் இருந்தால் நாம் மறுபடியும் ஒன்றாக அமர்ந்து பேசும் சந்தர்ப்பம் இருக்கிறது. நீதிமன்ற அலுவலக இயக்குநர் அவர்களே'' என்று தலை தாழ்த்திக் குழைந்து புன்சிரிப்புடன் கூறிவிட்டு, படுக்கையருகில் இருந்த சாய்வு நாற்காலியைச் சுட்டிக்காட்டினார். ''துரதிர்ஷ்டவசமாக, நான் இன்னும் சில நிமிடங்கள்தான் இருக்க முடியும்'' என்று நீதிமன்ற அலுவலக இயக்குநர் நட்பு கலந்த பாவத்துடன் கூறிவிட்டுச் சாய்வு நாற்காலியில் பரத்தி உட்கார்ந்துகொண்டு கைக்கடிகாரத்தைப் பார்த்தார். ''எனக்காக வேலை காத்துக்கொண்டிருக்கிறது, இருந்தாலும் என் நண்பனின் நண்பரைத் தெரிந்து கொள்ளும் சந்தர்ப்பத்தை நழுவ விட மாட்டேன்.'' அவர் மாமாவின் பக்கம் திரும்பி லேசாகத் தலையைத் தாழ்த்தினார். மாமா இந்தப் புது அறிமுகத்தினால் மிகவும் சந்தோஷமாகக் காணப்பட்டார், ஆனால் தன்னுடைய இயற்கையான தாழ்வுமனப்பான்மையினால் அதை வெளிப்படையாகக் கூற முடியாமல் நீதிமன்ற அலுவலக இயக்குநரின் வார்த்தைகளைச் சங்கோஜமான, ஆனால் உரத்த சிரிப்புடன் கேட்டார். வெறுக்கத் தக்க காட்சி! க. எல்லாவற்றையும் அமைதியாகக் கவனிக்க முடிந்தது, ஏனென்றால் அவனைப் பற்றி ஒருவரும் கவலைப்படவில்லை. நீதிமன்ற அலுவலக இயக்குநரை ஏற்கனவே எல்லோரும் முக்கியப்படுத்திவிட்டதால், அவர் தன் வழக்கம்போல் தெரிந்த மொழியில் பேச்சு நடத்தும் அதிகாரத்தை மேற்கொண்டார். புதிதாக வருபவர்களை விரட்டுவதையே ஒருக்கால் நோக்கமாகக் கொண்டிருந்த பெரும் பலவீனத்தையுடைய வக்கீல் கையைக் காதருகே வைத்துக்கொண்டு மிகவும் கவனமாகக் கேட்டுக்கொண்டிருந்தார். மாமா மெழுகுவர்த்தி ஏந்தியாக—அவர் மெழுகுவர்த்தியை ஒரு தொடையின்மேல் ஜாக்கிரதையாக நிற்க வைத்திருந்தார், வக்கீல் அதை அடிக்கடி மிகுந்த கவலையுடன் பார்த்துக் கொண்டிருந்தார்—சங்கடமான உணர்விலிருந்து விரைவில் விடுபட்டு, நீதிமன்ற அலுவலக இயக்குநர் பேசும் விதத்திலும், பேச்சுடன் அவர் மெதுவாக அலைகள்போல் கைகளை அசைத்த விதத்திலும் திளைத்தவராக இருந்தார். கட்டில் கம்பத்தில் சாய்ந்துகொண்டிருந்த க., நீதிமன்ற அலுவலக இயக்குநரால் வேண்டுமென்றேதானோ என்னவோ முற்றிலும் புறக்கணிக்கப் பட்டு, அந்த முதியவர்களின் பேச்சை வெறுமனே கேட்பவனாக மட்டும் இருந்தான். மேலும் உரையாடல் எதைப் பற்றியது என்று அவனுக்குத் தெரியவேயில்லை. ஒருபுறம் பணிப்பெண்ணைப் பற்றியும், மாமா அவளை மோசமாக நடத்திய விதத்தைப் பற்றியும், மறுபுறம் நீதிமன்ற அலுவலக இயக்குநரை ஏற்கனவே ஒருமுறை, ஒருவேளை அவனுடைய முதல் விசாரணையின்போது கூட்டத்திலேயே பார்த்திருக்கிறோமா என்பதைப் பற்றியும், மாறிமாறி யோசித்துக்கொண்டிருந்தான். அவன் எண்ணியது தவறாக

இருந்திருந்தாலும் நீதிமன்ற அலுவலக இயக்குநர், விசாரணையில் பங்கு கொண்டோரின் முதல் வரிசையில் அடர்த்தியற்ற தாடியுடனிருந்த நபர்களில் ஒருவராக இருந்திருக்கக்கூடும்.

பீங்கான் சாமான்கள் உடைந்தால் எழும் சப்தம்போல் முன் அறையிலிருந்து ஓசை கேட்டது. எல்லோரும் கூர்ந்து கேட்டார்கள், "என்ன நடந்ததென்று நான் போய்ப் பார்க்கிறேன்" என்று சொல்லிவிட்டு, மற்றவர்கள் அவனைத் தடுத்து நிறுத்தச் சந்தர்ப்பம் கொடுப்பதுபோல் அங்கிருந்து மெதுவாக வெளியே சென்றான் க. அவன் முன்அறையில் அடியெடுத்து வைத்து இருட்டில் துழாவிக்கொண்டிருக்கும்போதே, கதவை இன்னும் அழுத்தமாகப் பிடித்துக்கொண்டிருந்த அவன் கையை ஒரு சிறு கை பற்றிக் கதவை ஓசையின்றிச் சாத்தியது. காத்துக்கொண்டிருந்தவள் பணிப்பெண்தான். "ஒன்றும் நடக்கவில்லை" என்று அவள் தாழ்ந்த குரலில் கூறினாள், "உங்களை இங்கு வரவழைப்பதற்காக நான்தான் ஒரு பீங்கான் தட்டைச் சுவரின் மீது எறிந்தேன்." சற்றுச் சங்கடத்துடன் க. கூறினான், "நானும் உன்னைப் பற்றித்தான் நினைத்துக்கொண்டிருந்தேன்." "இன்னும் நல்லது" என்றாள் பணிப்பெண், "வாருங்கள்." சில அடிகள் நடந்த பிறகு அவர்கள் மங்கலான கண்ணாடியில் செய்த கதவுக்கு முன் வந்தார்கள். பணிப்பெண் அதைத் திறந்து, "உள்ளே போங்கள்" என்று கூறினாள். அது வக்கீலின் அலுவலக அறைதான்; இப்போது மூன்று பெரிய ஜன்னல்கள் ஒவ்வொன்றின் முன்பும், தரையில் ஒரு சிறு சதுரப் பகுதியை மட்டும் பிரகாசமாக ஆக்கிக்கொண்டிருந்த நிலவொளியில் பார்க்க முடிந்தவரை அந்த அறையில் கனமான பழைய மேஜை நாற்காலிகள் ஒழுங்காகப் போடப்பட்டிருந்தன. "இங்கே வாருங்கள்" என்று மரத்தால் செதுக்கப்பட்ட பிடிகள் கொண்ட கருநிறப் பெட்டியைச் சுட்டிக் காட்டினாள். அவன் உட்கார்ந்தவுடன் அறையைச் சுற்றிப் பார்த்தான். அது மிகவும் உயர்ந்த உள்கூரை கொண்ட, விசாலமான அறை. ஏழைகளின் வக்கீலைத் தேடி வருபவர்களுக்குத் தவறான இடத்திற்கு வந்துவிட்ட உணர்வு தான் இங்கு ஏற்பட முடியும். வந்தவர்கள் அந்த மாபெரும் மேஜையை நெருங்க எடுத்து வைத்த சின்னக் காலடிகளைப் பார்ப்பதுபோல க. உணர்ந்தான். ஆனால், பிறகு இதை அவன் மறந்துவிட்டு, அவனருகில் மிகவும் நெருங்கி அமர்ந்துகொண்டு பக்கத்திலிருந்த கைப்பிடியின் மேல் அவனை ஏறக்குறைய அழுத்திக்கொண்டிருந்த பணிப்பெண்ணைக் கண்கொட்டாமல் பார்த்தான். அவள் கூறினாள், "முதலில் நான் கூப்பிடாமலேயே நீங்களாகவே என்னிடம் வருவீர்கள் என்று எண்ணினேன். இது மிகவும் வினோதமானதாக இருக்கிறது. முதலில் உள்ளே நுழையும்போதே நீங்கள் என்னைக் கண்கொட்டாமல் பார்த்தீர்கள், பிறகு என்னைக் காக்க வைத்தீர்கள். அது இருக்கட்டும், என்னை நீங்கள் லேனி என்றே கூப்பிடுங்கள்" என்று வேகமாகவும் நேரிடையாகவும் கூறினாள், அவளுடைய பேச்சின் ஒரு கணமும் வீணாகிவிடக் கூடாது என்பதுபோல. "அதற்கென்ன" என்றான் க. "லேனி, இந்த வினோதமான விஷயத்தைப் பொறுத்தமட்டில் அதைச் சுலபமாக விளக்கிவிடலாம். முதலில் இந்தக் கிழவர்களின் வம்பளப்பைக் கேட்டாக வேண்டியிருந்தது. மேலும், காரணமில்லாமல் நான் ஓடி வந்துவிட முடியாது. இரண்டாவதாக, எனக்கு அவ்வளவு துணிச்சல் கிடையாது. அடக்கமான

வன். லேனி, நீங்களும் எடுத்த எடுப்பிலேயே அடையக்கூடியவராகத் தோன்ற வில்லை." "அப்படி இல்லைதான்" என்றாள் லேனி, கையை நாற்காலியின் முதுகின்மீது வைத்து க.வைப் பார்த்தாள், "ஆனால் உங்களுக்கு என்னைப் பிடிக்கவில்லை. இப்போதும் உங்களுக்கு என்னை உண்மையில் பிடிக்கவே யில்லைபோல் தெரிகிறது." "பிடித்திருக்கிறது என்று சொல்வதுகூடக் குறைத் துச் சொல்வதுதான்" என்றான் க., நேரிடையாகப் பதில் சொல்வதைத் தவிர்த்தவாறு. "ஓ" என்றாள் லேனி புன்சிரிப்புடன். மேலும், க.வின் வார்த் தைகளாலும், தான் பதில் சொன்ன முறையாலும் அவள் கை சற்று ஓங்கியது. க. அதனால் சிறிது நேரம் மௌனமாக இருந்தான். அறையின் இருட்டிற்கு அவன் பழகிவிட்டதால் அங்கு போடப்பட்டிருந்த பலவிதமான சாமான் களின் ஒவ்வொரு அம்சத்தையும் அவனால் தெளிவாகப் பார்க்க முடிந்தது. குறிப்பாக, கதவின் வலதுபுறம் தொங்கிக்கொண்டிருந்த ஒரு பெரிய படம் அவன் கண்களில் பட்டது, அதை நன்றாகப் பார்ப்பதற்காக அவன் சற்று முன்னே குனிந்தான். அது நீதிபதியின் உடையிலிருந்த ஒருவரின் படம்; அவர் ஒரு உயரமான சிம்மாசனம் போன்ற ஒரு இருக்கையில் அமர்ந்திருந் தார். அதன் பொன்னிறம் படத்தில் பெருமளவு கண்ணைக் குத்துவது போலிருந்தது. அதில் அசாதாரணமான விஷயம் என்னவென்றால், அந்த நீதி பதி அமைதியாகவோ கௌரவமாகவோ அங்கு அமர்ந்திருக்கவில்லை. மாறாக, இடது கையால் நாற்காலியின் முதுகிலும் கையிலும் அழுத்திக் கொண்டு, வலது கை முழுக்க எதிலும் படாமல் விரல்களினால் மட்டும் நாற் காலியின் கையைப் பற்றிக்கொண்டு வேகமாக, கோபமாகவோ என்னவோ, குதித்தெழுந்து ஏதோ ஒரு முக்கியமான விஷயத்தைக் கூற அல்லது தீர்ப்பை அளிக்க விரும்புகிறவர்போலத் தோன்றினார். குற்றம்சாட்டப்பட்டவன் படிக்கட்டுகளின் கீழ் இருப்பதாக நினைத்துக்கொள்ள வேண்டும். மஞ்சள் நிறக் கம்பளத்தால் மூடப்பட்டிருந்த படிக்கட்டுகளின் மேல்படியையும் படத்தில் பார்க்க முடிந்தது. "இவன்தான் என்னுடைய நீதிபதியாக இருக்க வேண்டும்" என்று க. கூறிவிட்டு ஒரு விரலினால் படத்தைச் சுட்டிக்காட்டி னான். "எனக்கு அவரைத் தெரியும்" என்றாள் லேனி, பிறகு அவளும் படத்தை ஏறிட்டுப் பார்த்தாள். "அவர் இங்கு அடிக்கடி வருகிறார். இது அவ ருடைய இளமையில் வரைந்த படம். ஆனால் அவர் ஒருபோதும் இந்தப் படத்திலிருப்பதைப் போல் இருந்திருக்க முடியாது. ஏனென்றால் அவரைக் கிட்டத்தட்டக் குள்ளன் என்றுதான் சொல்ல வேண்டும். இருந்தாலும் இந்தப் படத்தில் அவர் தன்னை உயரமாக வரையச் சொல்லியிருந்தார். ஏனென்றால் அவருக்கு இங்கிருக்கும் எல்லோரையும்போல் முட்டாள்தனமான தற் பெருமை உண்டு. ஆனால் எனக்கும் தற்பெருமை இருக்கிறது. என்னை உங்க ளுக்குப் பிடிக்கவேயில்லை என்பது எனக்கு மிகவும் ஏமாற்றமாக இருக் கிறது." அவள் கடைசியாகக் கூறியதற்குப் பதில் சொல்லும் வகையில் க. வேறு ஒன்றும் செய்யாமல் அவளை அணைத்துத் தன்னிடம் இழுத்தான். அவள் மௌனமாகத் தன் தலையை அவன் தோளில் சாய்த்துக்கொண்டாள். அவள் முதலில் சொன்ன விஷயங்களைக் குறித்துக் கூறினான், "அவர் எந்தப் பதவியில் இருக்கிறார்?" "அவர் விசாரணை நீதிபதி" என்ற அவள், தன்னை அணைத்துக்கொண்டிருந்த க.வின் கையைப் பற்றிக்கொண்டு அவனுடைய

விரல்களுடன் விளையாடினாள். ''வெறும் விசாரணை நீதிபதிதானா?'' என்றான் க. ஏமாற்றத்துடன். ''உயர் அதிகாரிகள் தங்களைக் காட்டிக்கொள்வதில்லை. ஆனால் இவன் சிம்மாசன நாற்காலில் அல்லவா அமர்ந்திருக்கிறான்.'' ''அதெல்லாமே கற்பனை'' என்றாள் லேனி, தன் முகத்தைக் க.வின் கைகளில் புதைத்துக்கொண்டு. ''உண்மையில் அவர் குதிரையின் மீது போடும் பழைய கம்பளியை மடித்துப் போட்ட ஒரு சமையலறை நாற்காலியின்மீது உட்கார்ந்துகொண்டிருக்கிறார். அது சரி, எப்போதும் நீங்கள் உங்கள் வழக்கைப் பற்றியே எண்ணிக்கொண்டிருக்க வேண்டுமா?'' என்று அவள் மேலும் மெல்லக் கூறினாள். ''இல்லை, தேவையில்லை'' என்றான் க., ''உண்மையில் நான் அதைப் பற்றி அவ்வளவாக நினைப்பதில்லை.'' ''அதுவல்ல நீங்கள் செய்யும் தவறு'' என்றாள் லேனி, ''நீங்கள் மிகவும் பிடிவாதக்காரர் என்று நான் கேள்விப்பட்டிருக்கிறேன்.'' ''யார் அப்படிச் சொன்னார்கள்?'' என்று க. கேட்டான். தன் மார்பின் மீது அவளுடைய உடலை அவன் உணர்ந்தான். பின், குனிந்து அழுத்தமாகச் சுற்றப்பட்டிருந்த அவளுடைய அடர்த்தியான, கரிய முடியை அவன் பார்த்தான். ''அதைச் சொன்னால், அதிகப்படி ரகசியங்களைச் சொல்லிவிடுபவள் ஆவேன்'' என்று பதில் சொன்னாள் லேனி. ''தயவுசெய்து பெயர்களைக் கேட்காதீர்கள். உங்களுடைய தவறைத் திருத்திக்கொள்ளுங்கள். இனிமேல் இவ்வளவு பிடிவாதமாக இருக்காதீர்கள். இந்த நீதிமன்றத்திடமிருந்து ஒருவர் தன்னைக் காத்துக்கொள்ளவே முடியாது. உண்மையை ஒப்புக்கொண்டுதான் ஆக வேண்டும். அடுத்த சந்தர்ப்பத்தில் உண்மையை ஒப்புக்கொண்டுவிடுங்கள். அப்போதுதான் தப்பிக்க வழியுண்டு. இருந்தாலும், அதுகூட மற்றவர் உதவி இல்லாமல் சாத்தியமில்லை. ஆனால் அந்த உதவிக்காக நீங்கள் கவலைப்பட வேண்டாம், அதை நானே உங்களுக்குச் செய்வேன்.'' ''உங்களுக்கு இந்த நீதிமன்றத்தைப் பற்றியும் செய்ய வேண்டிய தில்லுமுல்லுகளைப் பற்றியும் நிறையத் தெரிந்திருக்கிறது'' என்று க. கூறிவிட்டு, அவள் அவன்மீது மிகவும் அதிகமாக அழுத்திக்கொண்டிருந்ததால் அவளைத் தூக்கித் தன் மடிமீது வைத்துக்கொண்டான். ''இதுதான் நன்றாக இருக்கிறது'' என்று அவள் கூறிவிட்டு அவனுடைய மடியில் நன்றாக உட்கார்ந்துகொண்டு தன் பாவாடையின் மடிப்புகளை எடுத்துவிட்டுத் தன் ப்ளவுஸையும் சரிசெய்துகொண்டாள். பிறகு, தன் இரண்டு கைகளாலும் அவன் கழுத்தைக் கட்டிக்கொண்டு பின்னால் சாய்ந்து அவனை நீண்ட நேரம் பார்த்தாள். ''அப்படியானால், நான் தவறு செய்துவிட்டேன் என்று ஒப்புக்கொள்ளாவிட்டால் நீங்கள் எனக்கு உதவி செய்ய மாட்டீர்கள் அல்லவா?'' என்று க. அவளைச் சோதிக்கும் வகையில் கேட்டான். அவன் சற்று ஆச்சரியத்துடன் நினைத்துப்பார்த்தான். நான் உதவிக்குப் பெண்களையே தேடுகிறேன். முதலில் மிஸ் ப்யூர்ஸ்ட்னர், பிறகு நீதிமன்றப் பணியாளனின் மனைவி, பிறகு இறுதியாகப் புரிந்துகொள்ள முடியாத வகையில் என்னை விரும்புவதுபோல் தோன்றும் இந்தச் சின்னப் பணிப்பெண். இவள் எப்படி என் மடியில் உட்கார்ந்துகொண்டிருக்கிறாள், இதுதான் இவளுடைய சரியான ஒரே இடம் போல்! ''முடியாது'' லேனி பதில் கூறிவிட்டுத் தலையை மெதுவாக அசைத்தாள். ''அப்படியானால் நான் உங்களுக்கு உதவிசெய்ய முடியாது. ஆனால் உங்களுக்கு என் உதவி தேவையேயில்லை, அது உங்களுக்கு முக்கியமே

யில்லை. நீங்கள் பிடிவாதக்காரர். மற்றவர் ஆலோசனையைக் கேட்ப தில்லை.'' ''உங்களுக்குக் காதலி இருக்கிறாளா?'' என்று சிறிது நேரம் கழித்துக் கேட்டாள். ''இல்லை'' என்றான் க. ''இருக்கத்தான் செய்கிறாள்.'' என்றாள் அவள். ''ஆமாம் உண்மைதான்'' என்று சொன்ன க. ''பார்த்தீர்களா, நான் இல்லை என்று கூறிவிட்டேன். ஆனால் அவளுடைய புகைப்படங்களை வைத்துக்கொண்டிருக்கிறேன்.'' அவளுடைய வேண்டுதலின் பேரில் எல்சா வின் புகைப்படத்தை அவளுக்குக் காட்டினான். அவன் மடியில் சுருண்டு உட்கார்ந்துகொண்டு அவள் அந்தப் படத்தை நன்றாக ஆராய்ந்து பார்த்தாள். அது எதேச்சையாக எடுத்த ஒரு படம். அது எல்சா ஒரு சுழல் நடனம் ஆடிய பிறகு எடுக்கப்பட்டது. மதுபானக் கூடத்தில் அவள் அந்த நடனத்தை மிகவும் ஆர்வத்துடன் ஆடுவாள். அவள் சுழன்று ஆடியதால் அவள் ஆடை அவளைச் சுற்றி மடிப்புகளுடன் விரிந்திருந்தது. கைகளை உறுதியான இடையின்மீது வைத்துக்கொண்டிருந்தாள். தூக்கியிருந்த கழுத்துடன் புன்சிரிப்போடு ஒரு பக்கமாகப் பார்த்துக்கொண்டிருந்தாள். யாரைப் பார்த்துச் சிரித்துக்கொண் டிருந்தாள் என்று படத்திலிருந்து தெரிந்துகொள்ள முடியவில்லை. ''அவள் தன் ஆடையை இறுக்கமாகப் போட்டிருக்கிறாள்'' என்று கூறிவிட்டுத் தன் னுடைய அபிப்பிராயப்படி, எந்த இடத்தில் அப்படித் தெரிந்தது என்பதைக் காட்டினாள். ''அவளை எனக்குப் பிடிக்கவில்லை. அவள் நளினமற்றும் முரட்டுத்தனமாகவும் இருக்கிறாள். ஒருவேளை உங்களிடம் அவள் மென் மையாகவும் நட்புடனும் இருக்கலாம், அதைப் படத்தைப் பார்த்துத் தெரிந்து கொள்ளலாம். இவ்வளவு பெரிய பலசாலியான பெண்கள் மென்மையாகவும் நட்புடனும் இருப்பதைத் தவிரச் சாதாரணமாக, வேறு ஒன்றும் அவர்களுக் குத் தெரியாது. உங்களுக்காக அவள் எதுவும் செய்யத் தயாராக இருப் பாளா?'' ''இல்லை'' என்றான் க., ''அவள் மென்மையாகவும் இல்லை, நட்பு டனும் இல்லை, மேலும் எனக்காக அவள் எதையும் செய்யத் தயாராகவும் இருக்க மாட்டாள். நானும் இதுவரை அவளை எதையுமே செய்யுமாறு கேட்டதில்லை. உண்மைதான், நான் இதுவரை ஒருமுறைகூட அந்தப் படத்தை உங்களைப் போல் அவ்வளவு கூர்ந்து கவனிக்கவில்லை.'' ''அப்படி யானால் அவள் உங்களுக்கு அவ்வளவு முக்கியமில்லை'' என்றாள் லேனி, ''அப்படியானால் அவள் உங்கள் காதலியே அல்ல.'' ''அவள் காதலிதான்'' என்றான் க. ''நான் கூறியதை மாற்றிக்கொள்ளப்போவதில்லை.'' ''சரி, அவள் இப்போது உங்கள் காதலியாக இருக்கலாம்'' என்றாள் லேனி, ''ஆனால் நீங் கள் அவளை இழந்துவிட்டாலோ அல்லது அவளுக்கு பதிலாக வேறு ஒருத் தியை, உதாரணத்திற்கு என்னை ஏற்றுக்கொண்டாலோ, அவள் இல்லாததை நீங்கள் உணர மாட்டீர்கள்.'' ''உண்மைதான்'' என்றான் க., புன்சிரிப்புடன். ''அப்படியும் நடக்கலாம். ஆனால் உங்களைவிட அவளுக்குப் பெரும் அனு கூலம் இருக்கிறது. அவளுக்கு என்னுடைய வழக்கைப் பற்றி ஒன்றுமே தெரி யாது, அப்படி அதைப் பற்றி அவளுக்கு ஏதாவது தெரிந்தாலும் அவள் கவலைப்பட மாட்டாள். நான் விட்டுக்கொடுக்க வேண்டும் என்று என் மனத்தை மாற்ற முயற்சிக்க மாட்டாள்'' ''அது ஒன்றும் சாதகமான விஷயம் இல்லை'' என்றாள் லேனி, ''அவளிடம் வேறு எந்த விஷயமும் சாதகமாக இல்லாவிட்டாலும் நான் நம்பிக்கை இழக்கப்போவதில்லை. அவளுக்கு உட

லில் ஏதாவது குறை இருக்கிறதா?'' ''உடலில் குறையா?'' என்று கேட்டான் க. ''ஆமாம்'' என்றாள் லேனி. ''உதாரணத்திற்கு எனக்கு அது போன்ற குறை இருக்கிறது, பாருங்கள்.'' அவள் தனது வலது கையின் நடுவிரலையும் மோதிர விரலையும் விரித்தாள், இடையில் அவற்றை இணைத்த சதை கிட்டத்தட்ட மோதிர விரலின் மேல் மூட்டுவரை சென்றது. அவள் அவனிடம் எதைக் காண்பிக்க விரும்புகிறாள் என்று க.வினால் இருட்டில் உடனே தெரிந்துகொள்ள முடியவில்லை. அதனால் அவள், அவன் தொட்டுப்பார்க்க அவன் கையைப் பிடித்துத் தன் விரல்மீது படர விட்டாள். ''இயற்கையின் வியப்பான விளையாட்டு!'' என்று க. கூறிவிட்டுக் கை முழுவதும் பார்த்த பிறகு, கூறினான், ''என்ன அழகான விரல்கள்!'' க. ஆச்சரியத்துடன் திரும்பத்திரும்ப அவளுடைய இரு விரல்களையும் பிரித்து, பிறகு ஒன்றுசேர்த்து, இறுதியில் அவற்றை மேலெழுந்தவாரியாக முத்தமிட்டு, அவற்றை விட்டுவிட்டதை லேனி, ஒருவகைப் பெருமிதத்துடன் பார்த்தாள். ''ஓ!'' என்று அவள் உடனே கூவினாள், ''நீங்கள் என்னை முத்தமிட்டுவிட்டீர்களே!'' திறந்த வாயுடன் முழங்காலினால் அவள் அவனுடைய மடியின் மீது அவசரமாக ஏறினாள். கிட்டத்தட்டத் திடுக்கிட்டுப்போன க. அவளை ஏறிட்டுப் பார்த்தான், அவள் இப்போது மிகவும் அவன் அருகில் இருந்ததால் அவளிடமிருந்து மிளகின் நெடியைப் போல் கசப்பான, இச்சையைத் தூண்டிவிடும் நெடி வந்துகொண்டிருந்தது. அவள் அவன் தலையைத் தன்னிடம் இழுத்து, அதன்மேல் குனிந்து அவன் கழுத்தைக் கடித்து, முத்தமிட்டுத் தலைமயிரையும் கடித்தாள். ''அவளுக்குப் பதிலாக என்னை ஏற்றுக்கொண்டுவிட்டீர்கள்!'' என்று அவ்வப்போது அவள் கூவினாள், ''பார்த்தீர்களா, இப்போது நீங்கள் என்னை ஏற்றுக்கொண்டுவிட்டீர்கள்?'' அவளுடைய முழங்கால் வழுக்கியதால் அவள் சிறு கூவலுடன் கம்பளத்தின் மேல் விழப்போனாள். அவளைப் பிடித்துக்கொள்வதற்காக க. அவளைத் தழுவினான். அதனால் அவள் பக்கம் இழுக்கப்பட்டான். ''இப்போது நீ எனக்குச் சொந்தம்'' என்றாள் அவள்.

''இதோ வீட்டுச் சாவி, எப்போது வேண்டுமானாலும் நீ வரலாம்.'' இவைதான் அவளுடைய கடைசி வார்த்தைகள். மேலும் அவன் அங்கிருந்து போகும்போது, ஒரு முத்தம் ஏகதேசமாக அவன் முதுகில் பதிந்தது. அவன் வெளிவாசலின் வழியாக வெளியே வந்தபோது லேசாக மழை தூறிக்கொண்டிருந்தது. அவன் தெருவின் நடுவே செல்ல விரும்பினான்—லேனியை ஜன்னலருகே பார்ப்பதற்கோ என்னவோ. க. தன் மறதியினால் சிறிதும் கவனிக்காமல் விட்டிருந்த, வீட்டுக்கு வெளியே காத்துக்கொண்டிருந்த ஒரு காரிலிருந்து அவனுடைய மாமா குதித்து வெளியே வந்து அவனுடைய இரண்டு கைகளையும் பிடித்துக்கொண்டு அவனை ஆணி அடித்து நிறுத்த விரும்புவது போல் வாசல் கதவின் மேல் அவனை இடித்து நிறுத்தினார். ''பொடிப் பயலே'' என்று அவர் கத்தினார், ''எப்படி நீ இவ்வாறு செய்யலாம்! ஒரு மாதிரி கூடிவந்துகொண்டிருந்த உன் விஷயத்தை இப்போது நீ அடியோடு கெடுத்துக்கொண்டுவிட்டாய். ஒரு ஒழுக்கங்கெட்ட சிறுக்கியுடன் புரண்டுகொண்டு ஒரு மணி நேரமாக வரவில்லை, மேலும் அவள் வக்கீலின் ஆசை நாயகி என்பது தெரிந்த விஷயமில்லையா? எந்த விதச் சாக்கும் கூறவில்லை, எதையும் மறைக்கவில்லை, மிகவும் வெளிப்படையாக அவளிடம் ஓடுகி

றாய், அவளுடன் இருக்கிறாய். இந்த நேரத்தில் நாங்கள் ஒன்றாக உட்கார்ந்து கொண்டிருக்கிறோம். உன் மாமா, உனக்காகப் பெரும் முயற்சிகள் எடுத்துக் கொண்டிருக்கிறார். மாமா, உனக்காக வாதாடுவதற்காக நம் பக்கம் இழுத்துக் கொள்ளப்பட வேண்டிய வக்கீல், இவர்களுக்கெல்லாம் மேலாக உன்னு டைய விஷயத்தை இந்த நிலையில் தன் ஆதிக்கத்தில் கொண்டிருக்கும் பெரிய மனிதர் நீதிமன்றத்தின் அலுவலக இயக்குநர். உனக்கு எப்படி உதவிசெய்ய முடியும் என்று நாங்கள் கலந்து ஆலோசனைசெய்ய விரும்பினோம். நான் வக்கீலை மிகவும் ஜாக்கிரதையாகக் கையாள வேண்டும், தன் பங்குக்கு நீதி மன்ற அலுவலக இயக்குநரை அதேபோல் அவர் கையாள வேண்டும். உனக்கோ, எனக்குப் பக்கபலமாக இருக்கவாவது தகுந்த காரணங்கள் உண்டு. அதற்குப் பதிலாக நீ எங்கேயோ போயிருக்கிறாய். இறுதியில் அதை மறைக்க முடியவில்லை. நல்லது, அவர்கள் மரியாதையுள்ள இங்கிதம் தெரிந்த மனிதர் களாக இருந்ததால் அதைப் பற்றிப் பேசவில்லை. என்னிடமும் ஒன்றும் கேட்கவில்லை. இறுதியில் அவர்களும் அதைக் கட்டுப்படுத்திக்கொள்ள முடியாததால், உன்னுடைய விஷயத்தைப் பற்றிப் பேசவும் முடியாததால் அவர்கள் பேச்சை நிறுத்திவிட்டார்கள். நாங்கள் பல நிமிடங்கள் ஒன்றும் பேசாமல் அங்கே உட்கார்ந்துகொண்டு நீ கடைசியில் எப்படியும் வந்துவிடு வாய் என்று உன்னிப்பாகக் கவனித்துக் கேட்டுக்கொண்டிருக்கிறோம். எதுவும் பயனளிக்கவில்லை. கடைசியில் நீதிமன்ற அலுவலக இயக்குநர் எழுந்து நிற்கிறார். அவர் முதலில் விரும்பியதைவிட மிக அதிக நேரம் அங்கு தங்கியிருக்கிறார். எனக்கு உதவி செய்ய முடியாமல் எனக்காக வெளிப்படை யாக இரக்கப்படுகிறார். புரிந்துகொள்ள முடியாத கரிசனத்தினால் இன்னும் சிறிது நேரம் கதவருகில் காத்திருக்கிறார், பின்பு அவர் செல்கிறார். அவர் அங் கிருந்து சென்றுவிட்டது சந்தேகமில்லாமல் என்னுடைய அதிர்ஷ்டம்தான். ஏற்கனவே என்னால் மூச்சுவிடக்கூட முடியவில்லை. நோய்வாய்ப்பட்ட வக்கீலை இவையெல்லாம் இன்னும் பலமாகப் பாதித்தன. நல்ல மனிதர். பாவம், நான் அவரிடமிருந்து விடைபெற்றுக்கொண்ட போது அவரால் பேசவே முடியவில்லை. அவர் முழுதும் மனமுடைந்துபோவதற்கு உண்மை யில் நீ மிகவும் காரணமாக இருந்திருக்கிறாய். மேலும் யாருடைய தயவு உனக்கு வேண்டுமோ அவருடைய சாவை நீ துரிதப்படுத்துகிறாய். அது மட்டுமல்லாமல் என்னை, உன்னுடைய மாமாவை, இங்கு மழையில்— என்னைத் தொட்டுப்பார், நான் முழுவதும் நனைந்துபோயிருக்கிறேன்— மணிக்கணக்காகக் காத்திருக்கும்படி விட்டுவிட்டுக் கவலையில் ஆழ்த்தி விட்டாய்.''

ஏழாவது அத்தியாயம்

வக்கீல், தொழிலதிபர், ஓவியர்

பனிக்காலத்தின் ஒரு நாள் முற்பகல்—வெளியே மங்கிய ஒளியில் பனி பெய்துகொண்டிருந்தது—வேலை தொடங்கிச் சிறிது நேரமே ஆகியிருந்தும் தன் அலுவலகத்தில் க. ஏற்கனவே மிகவும் களைத்துப்போய் உட்கார்ந்திருந் தான். கீழ்நிலை ஊழியர்களிடமிருந்து தன்னைக் காத்துக்கொள்வதற்காக வாவது, அவன் ஒரு முக்கிய வேலையில் மூழ்கியிருக்கிறான் என்பதால், அவர் களில் ஒருவரையும் உள்ளே அனுமதிக்கக் கூடாது என்று அவன் தன் பணியா ளுக்கு உத்தரவிட்டிருந்தான். ஆனால் வேலைசெய்வதற்குப் பதிலாகத் தன் நாற்காலியில் அவன் சுழன்றபடி மேஜையிலிருந்த சில பொருள்களை மெது வாக மாற்றி வைத்தான். பிறகு, தன்னை அறியாமலேயே கரங்களை முழுதாக நீட்டி மேஜையின் மீது வைத்துக்கொண்டு தலையைத் தொங்கப் போட்டபடி அசையாமல் உட்கார்ந்துகொண்டிருந்தான்.

வழக்கைப் பற்றிய எண்ணங்கள் அவனை விட்டு அகலவில்லை. ஒரு பிரதிவாதி விண்ணப்பம் தயார்செய்து நீதிமன்றத்தில் சமர்ப்பித்தால் நல்லதா என்று அவன் ஏற்கனவே அடிக்கடி யோசித்துக்கொண்டிருந்தான். அவன் அதில் தன் வாழ்க்கையைச் சுருக்கமாக வர்ணித்துவிட்டு, மற்றவற்றைவிட முக்கியமான ஒவ்வொரு சம்பவத்தைப் பொருத்த மட்டிலும் எந்தக் காரணத் தால் அவன் குறிப்பிட்ட வகையில் செயல்பட்டான் என்றும், இவ்வாறாகத் தான் தன் சொந்த மதிப்பீட்டின்படி செயல்பட்டதில் எவற்றை எடுத்துக் கொள்ளலாம், எவற்றை விட்டுவிடலாம் என்றும், எடுத்துக்கொண்ட ஒவ் வொன்றுக்கும் அவன் என்ன காரணங்களைக் கூற முடியும் என்றும் அவன் அதில் விளக்க விரும்பினான். முன்அபிப்பிராயம் இல்லாமல் இருக்க முடி யாத வக்கீலின் மூலமாக வெறுமனே வாதாடுவதைவிட இது போன்ற விண் ணப்பங்களினால் அனுகூலங்கள் இருக்கின்றன என்பதில் சந்தேகமேயில்லை. வக்கீல் என்ன செய்தார் என்று க.வுக்குத் தெரியவில்லை; எப்படியிருந்தாலும் அது அதிகம் ஒன்றும் இல்லை. ஒரு மாத காலம் ஆகியிருந்தும் அவர் அவ னைத் தன்னிடம் கூப்பிட்டனுப்பவில்லை; மேலும் ஏற்கனவே நடந்திருந்த ஒரு பேச்சுவார்த்தையிலும் அவர் தனக்காக அதிகம் சாதிக்க முடியும் என்ற எண்ணம் க.வுக்கு ஏற்படவில்லை. எல்லாவற்றுக்கும் மேலாக அவர் அவ னைத் தீர விசாரிக்கவில்லை. இருந்தாலும் இங்கே நிறைய விசாரிப்பதற்கு நிச்சயமாக வாய்ப்பு இருந்தது. விசாரிப்பதுதான் முக்கியமான விஷயம். இங்கு தேவையான எல்லாக் கேள்விகளையும் க. தானே கேட்க முடியும் என்ற உணர்வு அவனுக்கு இருந்தது. ஆனால் வக்கீலோ, கேள்வி கேட்பதற்குப் பதி லாக, தானே பேசிக்கொண்டோ அல்லது மௌனமாக அவனெதிரே உட் கார்ந்தவாறோ இருந்தார். எழுதும் மேஜையின் மீது சிறிது குனிந்து—உண்மை

யில் அவருக்குக் காது சரியாகக் கேட்காத காரணத்தால்—தன் தாடியினுள் இருக்கும் ஒரு இழையை இழுத்துக்கொண்டே கீழே கம்பளத்தைப் பார்த்துக் கொண்டிருந்தார்; ஒருவேளை க. லேனியுடன் படுத்திருந்த இடத்தைத்தான் பார்த்தவாறிருந்தாரோ என்னவோ. அவ்வப்போது குழந்தைகளுக்கு விடுப் பதுபோல் அவர் க.வுக்கு வறட்டு எச்சரிக்கைகள் விடுத்தார். அதேபோல் இறுதியில், யோசித்துப்பார்த்தால் ஒரு காசுகூட க. கொடுக்கத் தயாரில்லாத, உபயோகமில்லாத சலிப்பூட்டும் சொற்பொழிவுகள். வக்கீல், வேண்டிய அளவுக்கு அவனுடைய தன்னம்பிக்கையைக் குலைத்துவிட்டதாக நினைத்த பிறகு, வழக்கம்போல் அவனைத் திரும்பவும் சிறிது உற்சாகப்படுத்தத் துவங் கினார். பிறகு அவர் இது போன்ற வழக்குகளை முழுமையாகவோ அல்லது ஓரளவுக்கோ வென்றிருப்பதாகக் கூறினார். உண்மையில் ஒருவேளை இது போல் அவ்வளவு கஷ்டமானதாக இல்லாவிட்டாலும், வெளித்தோற்றத் திற்காவது வெல்லவே முடியாது என்று தோன்றிய வழக்குகள் அவை. அந்த வழக்குகளைப் பற்றிய விவரங்கள் அந்த அறையில் இருக்கின்றன என்றும்—மேஜையின் ஏதோ ஒரு அறையை அவர் தட்டிக் காண்பித்தார்—ஆனால் அவர் அந்தத் தஸ்தாவேஜுகளைத் துரதிர்ஷ்டவசமாகக் காண்பிக்க முடியாது என்றும், ஏனென்றால் அவை அலுவலக ரகசியங்களைப் பற்றியவை என்றும் கூறினார். இருந்தாலும், இந்த வழக்குகளின் மூலம் அவர் பெற்ற பெரும் அனுபவம் இப்போது சந்தேகமில்லாமல் க.வுக்கு அனுகூலமாக இருக்குமாம். நிச்சயம் அவர் உடனே வேலையைத் தொடங்கிவிட்டாராம். முதல் விண் ணப்பம் ஏற்கனவே தயாராகிவிட்டதாம். அது மிகவும் முக்கியமாம், ஏனென் றால் பிரதிவாதி ஏற்படுத்தும் முதல் எண்ணம்தான் பெரும்பாலும் வழக்கு செல்லும் வழியைத் தீர்மானிக்குமாம். துரதிர்ஷ்டவசமாக, சில சமயம் முதல் விண்ணப்பங்கள் நீதிமன்றங்களில் படிக்கப்படுவதேயில்லை என்பதை அவர் க.வின் கவனத்திற்கு நிச்சயமாகக் கொண்டுவர வேண்டுமாம். அவற்றை வெறுமனே கோப்புகளில் வைத்துவிட்டு, எழுதப்பட்டுள்ள எல்லாவற் றையும்விடத் தற்சமயத்திற்குக் குற்றம்சாட்டப்பட்டவரை விசாரிப்பதும், கண்காணிப்பதும்தான் முக்கியமாம். குற்றம்சாட்டப்பட்டவர் தன் வழக்கை விரைவில் முடிவுக்குக் கொண்டுவர வேண்டும் என்று நெருக்கினால், இறுதித் தீர்ப்பு அளிப்பதற்கு முன், அதாவது எல்லாத் தகவல்களும் சேகரிக்கப்பட்ட பிறகு, அவையும், எல்லாக் கோப்புகளும் முதல் விண்ணப்பம் உள்பட மீண்டும் பரிசீலிக்கப்படுமாம். முதல் விண்ணப்பம் வழக்கமாக எங்காவது இடம் மாற்றி வைக்கப்பட்டுவிடுமாம் அல்லது முழுவதும் தொலைந்தே போய்விடுமாம். அப்படி இறுதிவரை பத்திரமாக வைக்கப்பட்டிருந்தால் கூட, வக்கீல் கேள்விப்பட்டிருந்ததுபோல், அது படிக்கப்படுவதேயில்லை யாம். இவையெல்லாம் வருந்தத் தக்கதாம். ஆனால் இவற்றில் முழுவதும் நியாயம் இல்லையென்றும் சொல்ல முடியாதாம். விசாரணை பகிரங்க மானது அல்ல என்பதை க. மறந்துவிடக் கூடாதாம்; நீதிமன்றம் தேவை என்று கருதினால் அதைப் பகிரங்கமாக நடத்த முடியும். ஆனால் பகிரங்கமாக்க வேண்டும் என்று சட்டம் விதிக்கவில்லை. அதன் விளைவாக நீதிமன்றத்தின் தஸ்தாவேஜுகள், எல்லாவற்றுக்கும் மேலாகக் குற்றச்சாட்டு, குற்றம்சாட்டப் பட்டவருக்கும் அவருடைய வக்கீலுக்கும் கைக்கெட்டாதவை. அதனால்

முதல் விண்ணப்பம் எதை எதிர்த்து இருக்க வேண்டும் என்பதுகூட, குறைந்த பட்சம் தெளிவாகத் தெரிவதில்லை. இக்காரணத்தால் விஷயத்திற்கு முக்கிய மான ஏதாவதொன்றை அது எதேச்சையாகத்தான் கொண்டிருக்கும். குற்றம் சாட்டப்பட்டவர் விசாரிக்கப்படும் சமயம் ஒவ்வொரு குற்றச்சாட்டும் அதன் காரணமும் தெளிவாகத் தெரியவரும்போதோ அல்லது அதை யூகிக்க முடியும் போதோதான் உண்மையிலேயே சம்பந்தப்பட்ட சாட்சியங்களைத் தெரியப் படுத்தும் விண்ணப்பங்களைத் தயார்செய்ய முடியும். இது போன்ற சந்தர்ப் பங்களில் பிரதிவாதம் நிச்சயமாகப் பெரும் இக்கட்டான நிலையில் இருக் கும். ஆனால், அதுவும் வேண்டுமென்றே செய்யப்பட்டிருக்கிறது. ஏனென் றால், பிரதிவாதம் உண்மையில் சட்டப்படி அனுமதிக்கப்படவில்லை. ஆனால் சகித்துக்கொள்ள மட்டும் படுகிறது. மேலும், சம்பந்தப்பட்ட சட்டத் தில், சகித்துக்கொள்ளவாவது செய்யலாம் என்று இருக்கிறதா என்பதே விவாதத்துக்குரியதாக இருக்கிறது. ஆகையால், உண்மையிலேயே நீதிமன்றத் தால் அங்கீகரிக்கப்பட்ட வக்கீல் என்று யாருமேயில்லை; இந்த நீதிமன்றத்தின் முன்பு வக்கீல் என்ற முறையில் வாதிடுபவர்களெல்லாம் அடிப்படையில் சில் லறை வக்கீல்கள்தான். அது சந்தேகமில்லாமல் வக்கீல்களுடைய அந்தஸ் தையே தாழ்த்திவிடுகிறது. அடுத்த முறை க. நீதிமன்ற அலுவலகத்திற்குச் செல் லும் பட்சத்தில், அதையும் ஒருமுறை தெரிந்துகொண்டுவிடுவதற்காக வக்கீல் களின் அறையைப் பார்க்க வேண்டுமாம். அங்கு குழுமியிருக்கும் கும்பலைக் கண்டு அவன் அதிர்ச்சியடைவான் என்பது நிச்சயமாம். அவர்களுக்கென்று ஒதுக்கப்பட்டிருக்கும் குறுகிய, கொட்டில் போன்ற தாழ்வான அலுவலக அறையே நீதிமன்றம் அவர்கள்மீது கொண்டிருக்கும் உதாசீனத்தைக் காட்டு கிறதாம். ஒரு சிறு துவாரத்தின் வழியாகத்தான் அந்த அறைக்குள் வெளிச்சம் வருகிறது. அதுவோ மிகவும் உயரத்தில் இருப்பதால், அதன் வழியே வெளியே பார்க்க வேண்டுமானால், ஒருவர் தன்னை முதுகில் ஏற்றிக்கொள்ளத் தயா ராக இருக்கும் இன்னொருவரைத் தேட வேண்டும். மேலும், அந்தத் துவாரத்திற்கு மிகவும் அருகில் பொருத்தப்பட்டிருக்கும் சிம்னியிலிருந்து வரும் புகை மூக்கினுள் சென்றுவிடுகிறது; முகத்தைக் கறுப்பாகவும் ஆக்கிவிடு கிறது. அவர்கள் இருக்கும் நிலைமைக்கு ஒரு உதாரணம் கூறப்போனால் அந்த அறையின் தரையில் ஒரு வருடத்திற்கு மேலாகவே ஒரு துவாரம் இருக்கிறது, ஒரு ஆள் விழும் அளவுக்கு அவ்வளவு பெரியதல்ல. என்றாலும் ஒரு கால் முழுவதும் உள்ளே செல்லும் அளவுக்குப் பெரியதாக இருக்கிறது. வக்கீல்களின் அறை இரண்டாவது மாடியில் இருக்கிறது; அதனால் ஒருவர் அதில் காலை விட்டுவிட்டால், அந்தக் கால் கீழே முதல் மாடியில், அதுவும் கட்சிக்காரர்கள் காத்துக்கொண்டிருக்கும் தாழ்வாரத்திலேயே தொங்கும். இது போன்ற சூழ்நிலைகள் வெட்கப்படத் தக்கவை என்று வக்கீல்களின் வட்டா ரங்களில் பேசப்படுவது மிகையானது அல்ல. அதிகாரத்திடம் முறையிட்டா லும் சிறிதும் பயனில்லை. ஆனால் சொந்தச் செலவில் அறையில் ஏதாவ தொன்றை மாற்றுவதற்கும் வக்கீல்களுக்கு மிகவும் கடுமையாகத் தடை விதிக்கப்பட்டிருக்கிறது. ஆனால் வக்கீல்களை இதுபோல் நடத்துவதற்கும் காரணம் இருக்கிறது. முடிந்தவரை பிரதிவாதிகளின் வக்கீல்களை வரவிடா மல் தடுத்து, எல்லாவற்றையும் குற்றம்சாட்டப்பட்டவர் தலையிலேயே

சுமத்துவதுதான் காரணம். அடிப்படையில் இது ஒன்றும் மோசமான கருத்து அல்ல. ஆனால், அதன் விளைவாக, நீதிமன்றத்தில் குற்றம்சாட்டப்பட்டவர்களுக்கு வக்கீல்கள் தேவையில்லை என்று முடிவுசெய்தால் அதைப் போன்ற தவறு வேறு எதுவும் இருக்க முடியாது. மாறாக, அவர்கள் வேறு எந்த நீதிமன்றத்திற்கும் இல்லாத அளவிற்கு இந்த நீதிமன்றத்திற்குத் தேவைப்படுகிறார்கள். ஏனென்றால், வழக்கைப் பற்றிய நடவடிக்கைகள் பொதுவாக, பொதுமக்களிடமிருந்து மட்டுமல்லாமல் குற்றம்சாட்டப்பட்டவரிடமிருந்தும் மறைக்கப்படுகிறது. இப்படி எந்த அளவுக்கு மறைக்க முடியுமோ, அந்த அளவுக்கு மறைக்கிறார்கள். ஆனால், இன்னும் பெருமளவுக்கு அவர்களால் மறைக்க முடியும். நீதிமன்றக் கோப்புகளைப் பார்க்கக் குற்றம்சாட்டப்பட்டவருக்கும் எந்த வழியும் இல்லை. மேலும், குறுக்கு விசாரணைகளிலிருந்து அவற்றின் அடிப்படையாக இருக்கும் கோப்புகளைப் பற்றித் தெரிந்துகொள்வது மிகவும் கடினம்—குறிப்பாக, மிக்க குழப்பத்துடனும் பதற்றத்துடனும் சிந்தனையைப் பல திசைகளில் திருப்பும் கவலைகளுடனும் இருக்கும் குற்றம்சாட்டப்பட்டவருக்கு. இங்குதான் பிரதிவாதியின் வக்கீல் தலையிட வேண்டிய அவசியம் இருக்கிறது. குறுக்கு விசாரணையின்போது, பொதுவாகப் பிரதிவாதியின் வக்கீல் இருக்கக் கூடாது; அதனால் அவர்கள் குறுக்கு விசாரணை முடிந்த பிறகு, அதுவும் முடிந்தவரை விசாரணை அறையின் கதவருகிலேயே விசாரணயைப் பற்றிக் குற்றம்சாட்டப்பட்டவரிடம் கேட்டுத் தெரிந்துகொண்டு, அவர்கள் கூறும் பெரும்பாலும் மிகவும் குழம்பிய செய்திகளிலிருந்து பிரதிவாதத்திற்கு உபயோகமானவற்றை எடுத்துக்கொள்ள வேண்டும். இப்படித் தெரிந்துகொள்வது மிகவும் பயனுள்ளது அல்ல. எல்லா இடங்களிலும் நடப்பதைப் போலவே இங்கும் ஒரு திறமைசாலி மற்றவர்களைவிட, மற்ற இடங்களைப்போல் இங்கும், அதிகம் அறிந்துகொள்ள முடியுமென்றாலும் இந்த வகையில் ஒருவர் அதிகம் அறிந்துகொண்டுவிட முடியாது. எனினும் எல்லாவற்றுக்கும் மேலாக முக்கியமானது வக்கீல் தனக்கென்று ஏற்படுத்திக்கொண்டிருக்கும் தொடர்புகள்தான். அவற்றில்தான் பிரதிவாதத்தின் முக்கியத்துவம் அடங்கியிருக்கிறது. நீதித்துறையின் கடைநிலை அமைப்பு முழுவதும் அப்பழுக்கற்றது அல்ல என்றும், அது கடமையை மறந்த, லஞ்ச ஊழல் நிறைந்த ஊழியர்களைக் கொண்டது என்றும், அதனால் நீதிமன்றத்தின் கடுமையான பாதுகாப்புக்கு உட்படுத்தப்பட்ட ரகசியமான தீர்ப்பு இறுதியில் ஓரளவுக்கு வெளிவந்துவிடுகிறது என்றும் க. நிச்சயமாக ஏற்கனவே தன் சொந்த அனுபவங்களிலிருந்து தெரிந்துகொண்டிருக்கலாம். இங்குதான் பெரும்பாலான வக்கீல்கள் சுறுசுறுப்படைகிறார்கள். இங்குதான் லஞ்சம் கொடுக்கப்படுகிறது. ரகசியங்கள் ஒட்டுக்கேட்கப்படுகின்றன. இப்போது இல்லையென்றாலும் முன்பாவது கோப்புகளைத் திருடியிருக்கிறார்கள். ஆனால், இந்த வகையில் குற்றம்சாட்டப்பட்டவர் சார்பில் தற்சமயத்திற்கு ஒருசில ஆச்சரியப்படத்தக்க அனுகூலமான முடிவுகளையும் விளைவிக்க முடிகிறது என்பதை மறுக்க முடியாது. அதனால் பெருமையுடன் மார்தட்டிக்கொண்டு இந்தச் சில்லறை வக்கீல்கள் இன்னும் புதுக் கட்சிக்காரர்களை ஈர்க்கிறார்கள். ஆனால் மேற்கொண்டு வழக்கின் போக்குக்கு இதனால் எந்த விதப் பயனுமில்லை; அப்படி இருந்தாலும் எந்த வித நல்ல பயனு

மில்லை. கண்ணியமான, தனிப்பட்ட உறவுகளுக்குத்தான், அதுவும் உயர் அதிகாரிகளிடம் கொண்ட—சந்தேகமில்லாமல் கீழ்மட்டத்தில் இருக்கும் உயர் அதிகாரிகளிடம் கொண்ட—உறவுகளுக்குத்தான் உண்மையான மதிப்பு இருக்கிறது. முதலில் மறைமுகமாகவும் போகப்போக நேரிடையாகவும் அவற்றால்தான் வழக்கின் போக்கை மாற்ற முடிகிறது. இது நிச்சயம் சில வக்கீல்களால்தான் முடியும், இங்குதான் க. தேர்ந்தெடுத்திருப்பது மிகவும் அனுகூலமாக இருந்திருக்கிறதாம். டாக்டர் ஹுல்டு ஏற்படுத்திக்கொண்டிருக்கும் உறவுகள்போல் இன்னும் ஒன்றிரண்டு வக்கீல்களுக்குத்தான் மதிப்பு இருக்கலாம். இவர்கள் வக்கீல்களின் அறையில் இருக்கும் நபர்களைப் பற்றி நிச்சயம் கவலைப்படுவதில்லை. மேலும் அவர்களுடன் இவர்களுக்கு எந்த விதத் தொடர்பும் இல்லை. மாறாக, நீதிமன்ற அதிகாரிகளிடம் அவர்களுக்கு இருக்கும் தொடர்பு மிகவும் நெருக்கமாக இருக்கிறதாம். டாக்டர் ஹுல்டு நீதிமன்றத்திற்குச் சென்று, துவக்கநிலை நீதிபதியின் அகஸ்மாத்தான வருகைக்குக் காத்திருந்து, பிறகு, அவருடைய மனப்போக்கைப் பொறுத்து வெறுமனே வெளித் தோற்றத்துக்கு மட்டுமே வெற்றியை அடையவோ அல்லது சில சமயம் அதையும் அடையாமல் இருக்கவோ எப்போதும் தேவையில்லையாம். அதிகாரிகள், அவர்களிடையே மிகவும் உயர்ந்த அதிகாரிகள், தாங்களாகவே வருவதை விருப்பத்துடன் வெளிப்படையான அல்லது சிறிது குறிப்பால் உணர்த்தும் தகவலைக் கொடுப்பதை க.வே நேராகப் பார்த்திருக்கிறானாம். வழக்குகளின் அடுத்த கட்டத்தைப் பற்றி அலசுகிறார்கள், ஒருசில வழக்குகளில் அவர் சொல்படி மனத்தை மாற்றிக்கொண்டும் மற்றவர்களின் கருத்துகளை மகிழ்ச்சியுடன் ஏற்றுக்கொண்டுமிருக்கிறார்கள். இந்தக் கடைசி விஷயத்தில்தான் அவர்களை அதிகம் நம்பிவிடக் கூடாதாம். பிரதிவாதத்துக்கு அனுகூலமான புதிய நோக்கை அவர்கள் ஏற்றுக்கொண்டதாகத் திட்டவட்டமாகக் கூறினாலும், நேராக அலுவலகத்திற்குச் சென்று மறுநாளைக்குத் தேவையான முடிவை, இந்தப் புதிய நோக்கத்திற்கு நேர் மாறான முடிவை, எந்த முதல் நோக்கை முழுவதும் கைவிட்டுவிட்டதான தோற்றத்தை ஏற்படுத்தினார்களோ அந்த நோக்கைவிட மேலும் கடினமான முடிவை ஒருவேளை முன்னதாகவே எடுத்திருக்கலாம். அதற்கெதிராக ஒருவர் தன்னைக் காத்துக்கொள்ள முடியாதாம். ஏனென்றால் அவர் நம்மிடம் மட்டும் கூறியது, நம்மிடம் மட்டும் கூறியதுதான். அதைக்கொண்டு எந்த வித பகிரங்கமான விளைவையும் ஏற்படுத்த முடியாது, அதிகாரிகளின் நல்லெண்ணத்தைச் சம்பாதிக்கப் பிரதிவாதி வக்கீல் வேறு விதமான முயற்சிகள் செய்ய வேண்டியதில்லை என்றாலும்கூட. பிரதிவாதி வக்கீலுடன், அதுவும் நிச்சயம் விஷயமறிந்த பிரதிவாதி வக்கீலுடன், இந்த அதிகாரிகள் தொடர்புகொள்வதற்கு மனிதாபிமானமோ நட்புணர்வோ மட்டுமல்ல காரணம், அதைவிடக் குறிப்பிட்ட வகையில் அவர்கள் வக்கீல்களை நம்பியிருக்கிறார்கள் என்பதுதான். இந்த வகையில் பார்த்தால் அவர்கள் செய்வது சரிதானாம். இங்குதான் ஆரம்ப நிலைகளிலேயே ரகசிய விசாரணைகளை நிலைநாட்டியிருக்கும் ஒரு நீதித்துறை அமைப்பின் பலவீனங்கள் வெளிப்படையாகின்றனவாம். அதிகாரிகளுக்கு மக்களுடன் தொடர்பு இல்லாமல் போய்விட்டது. வழக்கமான, நடுத்தர வழக்குகளுக்கு அவர்கள் தகுதியானவர்கள். இந்த மாதிரியான வழக்குகள்

கிட்டத்தட்டத் தாமாகவே தம் போக்கில் போய்க்கொண்டிருக்கும், இங்குமங்கும் சிறிது தூண்டுதல்தான் தேவையாக இருக்கும். மிகவும் எளிதான அல்லது மிகவும் கடினமான விஷயங்களில் அவர்களுக்கு என்ன செய்வதென்று தெரிவதில்லை. இரவு பகலாக அவர்கள் இடைவெளியில்லாமல் சட்டத்தில் மூழ்கியிருப்பதால், மனித உறவுகளைப் புரிந்துகொள்ளும் சரியான அறிவு அவர்களுக்கு இருப்பதில்லை. வேறு வழியில்லாமல் மனித உறவுகளைப் புரிந்துகொள்வதை அவர்கள் கைவிட்டுவிடுகிறார்கள். அப்போது அவர்கள் வக்கீலிடம் ஆலோசனைக்கு வருகிறார்கள்; அவர்களைத் தொடர்ந்து ஒரு வேலையாள், வழக்கமாக ரகசியமாக வைக்கப்பட்டிருக்கும் கோப்புகளைத் தூக்கிக்கொண்டு வருகிறான். நல்ல ஆலோசனை கூறும் பொருட்டு வக்கீல் தன் மேஜையருகில் அமர்ந்து கோப்புகளைப் படித்துக்கொண்டிருக்கும் போது, என்ன செய்வதென்று அறியாமல், கீழே இருக்கும் குறுகிய தெருவை வெறித்துப் பார்த்துக்கொண்டிருக்கும், மற்றவர்கள் நினைத்துப் பார்க்க முடியாத அதிகாரிகளை ஜன்னலருகில் பார்த்திருக்கலாமாம். மேலும், இது போன்ற சந்தர்ப்பங்களில் அவர்கள் எவ்வாறு தங்கள் தொழிலைப் பெரிய விஷயமாக எடுத்துக்கொண்டிருக்கிறார்கள், எவ்வாறு தங்கள் குணத்தின் காரணமாகத் தங்களால் வெல்ல முடியாத இடையூறுகளினால் பெரும் குழப்பத்தில் ஆழ்ந்திருக்கிறார்கள் என்பதைக் காண முடியுமாம். அவர்களுடைய நிலைமை அவ்வளவு எளிதானதல்ல, அவர்களைத் தவறாக நினைக்கக் கூடாது, அவர்களுடைய நிலைமையை லேசாக எண்ணிவிடக் கூடாதாம். நீதிமன்றத்தின் பல்வேறு மட்டங்களும், அவற்றுக்கிடையே நிர்ணயிக்கப்பட்ட அதிகாரத்தில் அவற்றின் வழியே இருந்த வேறுபாடுகளும் முடிவில்லாதவையாம், எல்லாம் அறிந்தவருக்கும் அவை கண்ணுக்கு எட்டாதவையாம். பொதுவாக, கீழ்ப்படியிலிருக்கும் அதிகாரிகளுக்கும் தெரியாதவாறு நீதிமன்றத்தில் நடக்கும் வழக்குகள் ரகசியமானவையாக இருக்குமாம். அதனால் அவர்கள் கையாளும் வழக்குகள் செல்லும் போக்கைக்கூட அவர்களால் ஒரு போதும் முழுவதும் புரிந்துகொள்ளவே முடியாதாம். அதனால் நீதிமன்றத்தின் விவகாரங்கள் எங்கிருந்து ஆரம்பிக்கின்றன என்பது அவர்களுக்குத் தெரியாமலும், பிறகு அவை எப்படித் தொடர்ந்து செல்கின்றன, எங்கு செல்கின்றன என்பது அவர்களுக்குத் தெரியாமலும் அவர்களால் கையாளப்படுகின்றன. இதனால் வழக்கின் ஒவ்வொரு படியையும் இறுதி முடிவையும் அதன் காரணங்களையும் ஆராய்வதிலிருந்து வரும் படிப்பினை அந்த அதிகாரிகளுக்குக் கிடைக்காமல் போய்விடுகிறது. சட்டத்தால் அவர்களுக்கென்று வரையறுக்கப்பட்டிருக்கும் விசாரணையின் பகுதியை மட்டும் வழக்கில் அவர்கள் கையாள வேண்டியிருக்கிறது. அதற்கு அப்பாற்பட்ட விஷயங்கள், அதாவது, தங்கள் வேலையின் விளைவுகளைப் பற்றிப் பிரதிவாதி வக்கீலுக்குத் தெரிந்திருப்பதைவிடப் பெரும்பாலும் குறைவாகவே அவர்களுக்குத் தெரிந்திருக்கும். ஏனென்றால் பிரதிவாதி வக்கீல், கிட்டத்தட்ட வழக்கின் முடிவுவரை குற்றம்சாட்டப்பட்டவருடன் தொடர்புகொண்டிருக்கிறார். இந்த விஷயத்தில் அவர்கள் பிரதிவாதி வக்கீலிடமிருந்து பயனுள்ள நிறைய விஷயங்களைத் தெரிந்துகொள்ள முடியும். இவற்றையெல்லாம் எண்ணிப் பார்த்தால் அதிகாரிகள் சில சமயங்களில் கட்சிக்காரர்கள் மேல்—ஒவ்வொரு

வருக்கும் இந்த அனுபவம் உண்டு—எரிந்துவிழுவதைப் பற்றி க. அதிகமாக ஒன்றும் ஆச்சரியப்படத் தேவையில்லையாம்; பார்ப்பதற்கு அமைதியாக இருந்தாலும், எல்லா அதிகாரிகளிடமும் சிடுசிடுப்பு இருக்கிறது. குறிப்பாக, சில்லறை வக்கீல்கள் இதனால் கஷ்டப்பட வேண்டியிருக்கிறது. உண்மை போலத் தோன்றும் கீழ்க்கண்ட கதையை உதாரணத்திற்குக் கூறுகிறார்கள். ஒரு நல்ல, ஆர்ப்பாட்டமில்லாத, வயது முதிர்ந்த அதிகாரி ஒரு சிக்கலான விஷயத்தை—சிக்கலுக்குக் காரணம், ஒரு வக்கீல் கொடுத்திருந்த விண்ணப் பம்தான்—பகலும் இரவும் ஒரு நாள் முழுவதும் இடைவிடாமல் ஆராய்ந் தார். இந்த மாதிரியான அதிகாரிகள், பிறரைப் போலல்லாமல், உண்மையி லேயே கடினமாக உழைப்பவர்கள். இவ்வாறாக, இருபத்துநான்கு மணி நேர மும் உழைத்த பிறகு, அதுவும் எந்த விதப் பயனையும் தராத வேலையைச் செய்த பிறகு, விடியும் நேரம் வாசலுக்குச் சென்று, கதவின் பின் மறைந்து நின்று, உள்ளே நுழையவிருந்த வக்கீல்கள் ஒவ்வொருவரையும் படிகளி லிருந்து கீழே தள்ளிவிட்டார். வக்கீல்கள் கீழே குறட்டில் கூடி, என்ன செய்ய வேண்டும் என்று ஆலோசித்தார்கள். ஒருபுறம் பார்த்தால் உள்ளே அனுமதிக் கப்பட வேண்டும் என்று அவர்கள் கோர உரிமை கிடையாது. எனவே, சட்ட ரீதியாக எந்த நடவடிக்கையும் எடுக்க முடியாது. அதே சமயம், ஏற்கனவே கூறியபடி, அதிகாரிகளைப் பகைத்துக்கொள்வதிலிருந்து தங்களைக் காத்துக் கொள்ளவும் வேண்டும். மறுபுறம் பார்த்தால், நீதிமன்றத்திற்குப் போக முடி யாத ஒவ்வொரு நாளும் அவர்களுக்கு நஷ்டம்தான். அதனால் துரிதமாகச் செயல்படுவது அவர்களுக்கு முக்கியமாக இருந்தது. அந்த வயோதிகரைக் களைப்படையச் செய்ய வேண்டும் என்று இறுதியில் அவர்கள் முடிவெடுத்த னர். திரும்பத்திரும்ப யாராவது ஒரு வக்கீல் அனுப்பப்பட்டு, அவர் படிகளின் மீது ஓடிச்சென்று முடிந்தவரை, அமைதியான எதிர்ப்பின் வாயிலாக அதிகாரி யினால் கீழே தள்ளும்படி செய்யப்பட்டு, அங்கு அவர் தன் சகாக்களால் பிடித் துக்கொள்ளப்பட்டார். இப்படி ஏறக்குறைய ஒரு மணி நேரம் நடந்தது. பிறகு, இரவு முழுவதும் வேலை செய்ததால் ஏற்கனவே சக்தியற்றுப் போயிருந்த அந்த வயோதிகர் உண்மையிலேயே களைப்புற்றுத் தன் அலுவல கத்திற்குத் திரும்பிச் சென்றுவிட்டார். கீழே இருந்தவர்களால் இதை நம்பவே முடியவில்லை; ஒருவரை அனுப்பிக் கதவின் பின் உண்மையிலேயே யாரும் இல்லையா என்று பார்க்கச் செய்தார்கள். அதற்குப் பிறகுதான் அவர்கள் உள்ளே நுழைந்தார்கள். பிறகு, உண்மையில், முணுமுணுக்கக்கூட அவர்கள் துணியவில்லை. ஏனென்றால், நீதிமன்றத்தில் எந்த விதச் சீர்திருத்தத்தையும் புகுத்தும் அல்லது திணிக்கும் எண்ணம் அந்த வக்கீல்களுக்குக் கொஞ்சமும் கிடையாது. அவர்களில் குட்டி வக்கீல்கள்கூட அங்கிருக்கும் நிலையைக் குறைந்தபட்சம் ஓரளவுக்காவது மேலெழுந்தவாரியாகக் கவனிக்க முடியும்; மாறாக இது மிகவும் குறிப்பிடத் தக்கது. ஏறக்குறைய குற்றம்சாட்டப்பட்ட ஒவ்வொருவரும், அவர்களில் மிகவும் எளியவர்கள்கூட, வழக்கில் முதல் அடி எடுத்துவைக்கும்போதே, சீர்திருத்தங்களைப் பற்றி எண்ணத் தொடங்கி விடுகிறார்கள். அதனால், வேறு வகையில் மிகவும் நல்ல முறையில் செலவு செய்திருக்கக்கூடிய நேரத்தையும் சக்தியையும் வீணாக்குகிறார்கள். இருக்கும் நிலைமையை வேறு வழியின்றி ஏற்றுக்கொள்வதுதான் சரியான ஒரே வழி

யாம். ஒருசில விஷயங்களையாவது சீர்திருத்த முடியும் என்றால்கூட—ஆனால் அது ஒரு முட்டாள்தனமான மூடநம்பிக்கை—அது, அதிகபட்சம் இனி வரும் வழக்குகளுக்காகவாவது ஏதோ ஒரு வகையில் சாதகமாக இருக்கும் என்பதால், எப்போதும் பழிவாங்கத் தயாராக இருக்கும் அதிகார வர்க்கத்தின் குறிப்பிடத் தக்க கவனத்தை அது கவர்வதால், அவ்வாறு சீர்திருத்த முனைவது குற்றம்சாட்டப்பட்டவர் தனக்கே அளவிட முடியாதபடி கெடுதல் விளைவித்துக்கொண்டதாக இருக்கும். எந்த விதமான கவனத்தையும் ஈர்க்கக் கூடாது! தன்னுடைய கருத்துக்கு முற்றிலும் மாறாக ஒரு விஷயம் சென்றாலும் அமைதியாக நடந்துகொள்ள வேண்டும். நீதித்துறை என்ற இந்தப் பெரிய ஐந்து ஓரளவுக்கு எப்போதும் நிலைகொள்ளாமல் இருக்கிறது என்பதையும், ஒருவர் தானிருக்கும் இடத்தில் அவராகவே எதையாவது மாற்றினால், அது அவர் தனக்குத் தானே குழிபறித்துக்கொள்வதாகும் என்றும் அதே சமயம் இந்தப் பெரும் ஐந்து இந்தச் சிறு இடைஞ்சலுக்காகத் தானாகவே எளிதாக இன்னொரு இடத்தில்—எல்லாவற்றுக்கும் ஒன்றுக்கொன்று தொடர்பு இருக்கிறது—மாற்று ஏற்படுத்திக்கொண்டு அடிப்படையில் மாறாமல், பார்க்கப்போனால் இன்னும் இறுகிக்கொண்டு, இன்னும் கவனத்துடன், இன்னும் அதிக சக்தியுடன், இன்னும் தீமை கொண்டதாகவும் ஆகிறது என்பதையும் புரிந்துகொள்ள முயல வேண்டும். இடைஞ்சல் செய்வதற்குப் பதிலாக இந்த வேலையை வக்கீலிடம் விட்டுவிட வேண்டுமாம். குறிப்பாக, குறைகளுக்கான காரணங்களை அவற்றின் முழு அர்த்தத்தில் புரிந்துகொள்ள முடியாதபோது, குறை கூறுவதால் அதிக பலன் ஒன்றும் கிடையாது. இருந்தாலும், நீதிமன்ற அலுவலக இயக்குநரிடம் நடந்துகொண்ட முறையினால் க. தன் வழக்கை எந்த அளவுக்குக் கெடுத்துக்கொண்டுவிட்டான் என்பதைக் கூறித்தான் ஆக வேண்டுமாம். எவர் மூலம் ஒருவர் க.வுக்காக உதவி செய்யக்கூடுமோ அவர்களின் பட்டியலில் உள்ள, இந்தச் செல்வாக்கு மிகுந்த மனிதரின் பெயரைக் கிட்டத்தட்ட க. நீக்கிவிடவே வேண்டுமாம். வழக்கைப் பற்றி மேலெழுந்தவாரியாகக் கூறினால்கூட அவர் அதைத் திட்டவட்டமாகப் புறக்கணித்துவிடுவாராம். பல விஷயங்களில் அதிகாரிகள் குழந்தைகளைப் போன்றவர்களாம். ஒரு தீங்கும் விளைவிக்காத விஷயங்களால்கூட அவர்கள் மனம் அடிக்கடி புண்பட்டுவிடுவதால்—துரதிர்ஷ்டவசமாக க.வின் நடத்தை நிச்சயமாக அவற்றில் ஒன்றல்லவாம்—அவர்கள் நல்ல நண்பர்களிடம்கூடப் பேசுவதை நிறுத்திவிடுகிறார்கள். அவர்களைச் சந்திக்கும்போது முகத்தைத் திருப்பிக்கொள்கிறார்கள், எல்லா விதத்திலும் அவர்களுக்கு எதிராகச் செயலாற்றுகிறார்கள். ஆனால் பிறகோ, திடீரென்று ஒரு காரணமும் இல்லாமல், ஒரு சிறு தமாஷான கேலிப் பேச்சை—வேறு ஒன்றும் பலனளிக்காததுபோல் தோன்றுவதால் அதை ஒருவர் கையாளத் துணிய வேண்டியிருக்கிறது—அனுமதித்துச் சிரித்துவிட்டுச் சமாதானமடைந்துவிடுகிறார்கள். அதனால், அவர்களிடம் பழகுவது, ஒரே சமயத்தில் மிகவும் கஷ்டமானதும் மிகவும் எளிதானதுவுமாம். இதற்கென்று அடிப்படையான விதிமுறைகள் எதுவும் கிடையாது. இங்கு கொஞ்சம் வெற்றியுடன் செயல்படுவதற்குத் தேவையான அளவு எல்லாவற்றையும் புரிந்துகொள்ள ஒரேயொரு, மிகச் சாதாரண வாழ்க்கையே போதும் என்பது சில சமயம் வியப்புக்குரியதாம்.

ஒவ்வொருவருக்கும் ஏற்படுவதுபோல மனக்கிலேசமான சமயங்கள் வரத்தான் செய்கின்றன. அப்போது, ஒரு சிறிதளவுகூடச் சாதிக்க வில்லையே என்று நினைக்கிறோம்; ஆரம்பத்திலிருந்தே ஒரு நல்ல முடிவு ஏற்படத்தான் வேண் டும் என்று விதிக்கப்பட்டிருந்த வழக்குகள் தவிர—அவையும் மற்றவர்களின் உதவி இல்லாமலேயே நல்ல முடிவுக்கு வந்திருக்க முடியும்—மற்ற வழக்குக ளெல்லாம் நாம் அங்குமிங்கும் ஓடியும், எல்லாக் கஷ்டங்கள் பட்டும், சிறுசிறு வெற்றிகள் முகங்காட்ட அதனால் மகிழ்ச்சி அடைந்திருந்தாலும், தோற்று விடுகின்றன. பிறகு எதுவுமே நிச்சயம் என்று தோன்றுவதில்லை என்ற எண்ணம் தோன்றலாம். பிறகு, தன் போக்கில் நன்றாக நடந்துகொண்டிருந்த வழக்கை, மற்றவர்களின் உதவியால்தான் தவறான வழியில் திருப்பிவிட் டோம் என்பதை, குறிப்பிட்ட ஒருசில கேள்விகளைக் கேட்கும்போது ஒருவர் மறுக்க தைரியம் இருக்காதாம். இப்படிக் குற்றம்சாட்டப்பட்டவருக்கு ஒரு வகையில் தைரியம் இல்லாததும் வக்கீல் தனக்குத்தானே நம்பிக்கை ஊட்டிக் கொள்ளும் விஷயம்தான். இந்தத் தன்னம்பிக்கை ஒன்றுதான் கடைசியில் அவரிடம் எஞ்சியிருப்பது. ஒரு வழக்கைப் பெருமளவிற்கும், திருப்திகரமாக வும் நடத்திச்சென்ற பிறகு, அது திடீரென்று பறித்துக் கொள்ளப்படும்போது, இது போன்று உணர்ச்சிவசப்படுதலுக்கு—சந்தேகமில்லாமல் அவை வெறு மனே உணர்ச்சிவசப்படுவதுதான், வேறு ஒன்றும் இல்லை—வக்கீல்கள் ஆளாக வேண்டியிருக்கிறது. ஒரு வக்கீலுக்கு மிகவும் எரிச்சலூட்டக்கூடிய விஷயம் இதுதான். உதாரணத்துக்கு, குற்றம்சாட்டப்பட்டவரால் ஒரு வழக் குப் பறிக்கப்படுவதில்லை, அது நிச்சயம் ஒருபோதும் நடப்பதில்லை, குற்றம் சாட்டப்பட்ட ஒருவர் ஒரு குறிப்பிட்ட வக்கீலை நாடினால், எது நடந்தா லும் அவரைத்தான் வைத்துக்கொள்ள வேண்டும். ஒரு முறை உதவியைப் பெற்றுக்கொண்ட பிறகு, அவர் எப்படித் தனியாகவே இனி சமாளிக்க முடியும்? ஆகையால், அது நடப்பதில்லை. ஆனால், நிச்சயம், வழக்கு வேறு திசையில் செல்லும்போது வக்கீல், குற்றம்சாட்டப்பட்டவருடன் வரக் கூடாது என்பதும் நடந்திருக்கிறது. வழக்கும் குற்றம்சாட்டப்பட்டவரும், மற்ற விஷயங்கள் அனைத்தும் வக்கீலிடமிருந்து திடீரென்று பறிக்கப்பட்டு விடும். அப்போது அதிகாரிகளுடன் எவ்வளவு நல்ல தொடர்பு இருந்தாலும் அது பலனளிக்காது. ஏனென்றால், அவர்களுக்கே ஒன்றும் தெரியாது. இனி மேல் எந்த உதவியும் அனுமதிக்கப்படாது, சற்றும் தொடர்பில்லாத, அணுக முடியாத நீதிமன்றத்தில் வழக்கு நடைபெறுகிறது, குற்றம்சாட்டப்பட்ட வரை வக்கீலும் மேற்கொண்டு அணுக முடியாது என்ற ஒரு கட்டத்தை வழக்கு அடைந்திருக்கிறது. வீட்டிற்கு வந்து பார்த்தால், எல்லா உழைப்பை யும் கொட்டிப் பெரும் நம்பிக்கையுடன் இந்த விஷயத்தில் தயார்செய்து வைத்திருந்த பல விண்ணப்பங்கள் மேஜையின் மீது இருக்கும். அவை திருப்பி அனுப்பப்பட்டிருக்கும், ஏனென்றால் அவற்றை வழக்கின் இந்த புதிய கட்டத்தில் ஏற்றுக்கொள்ள முடியாது, வெறும் குப்பை. அதனால் வழக்குத் தோற்றுப்போயிருக்க வேண்டும் என்பதில்லை, அல்லவே அல்ல, அப்படி எடுத்துக்கொள்வதற்கு எந்த வித முகாந்திரமும் கிடையாது. வழக் கைப் பற்றி எதுவும் தெரியவராது, அதைப் பற்றித் தெரிந்துகொள்ளவும் முடியாது. இவ்வாறு நடப்பது அதிர்ஷ்டவசமாக விதிவிலக்குகள்தாம். க.வின் வழக்கு

இப்படிப்பட்ட விதிவிலக்காக இருந்தாலும் தற்சமயம் இன்னும் அது போன்ற கட்டத்தை நெருங்கவில்லையாம். இங்கு வக்கீலின் மூளை வேலை செய்ய நிறைய வாய்ப்புகள் இருக்கின்றன. அதை அவர் நன்றாகப் பயன்படுத்திக் கொள்வார் என்பதை க. உறுதியாக நம்பலாமாம். விண்ணப்பத்தை, மேலே கூறியபடி, இன்னும் சமர்ப்பிக்கவில்லையாம். ஆனால், அதற்கு ஒன்றும் அவசரமில்லையாம். அதைவிட முக்கியமானது முடிவெடுக்கும் அதிகாரி களுடன் நடத்தும் தொடக்கப் பேச்சுவார்த்தைகள்தானாம், அவை ஏற்கனவே தொடங்கிவிட்டனவாம். அவற்றால் வெவ்வேறு விதங்களில் வெற்றிதா னாம். இதை வெளிப்படையாக ஒப்புக்கொண்டுதான் தீர வேண்டுமாம். மகிழ்ச்சியைத் தந்தோ, நம்பிக்கையூட்டியோ, மிகவும் மனக்கிலேசமடைய வைத்தோ க.வைப் பாதிக்கும் விவரங்களை வெளிப்படுத்தாமல் இருப்பதும் நல்லதாம். ஒன்று மட்டும் கூற முடியுமாம், சில அதிகாரிகள் அவனுக்குச் சாதகமாகப் பேசி உதவ மிகவும் தயாராக இருப்பதாகக் காட்டிக்கொண்டிருக் கிறார்கள். அதே சமயம், வேறு சிலர், அவ்வளவு சாதகமாகப் பேசவில்லை, ஆனால் தங்கள் உதவியை ஒரு விதத்திலும் மறுக்கவுமில்லை. மொத்தத்தில் விளைவு மிகவும் மகிழ்ச்சி தரக்கூடியதாம். ஆனால் அதிலிருந்து ஒரு குறிப் பிட்ட முடிவுக்கு மட்டும் வந்துவிடக் கூடாதாம், ஏனென்றால் முதலில் நடக் கும் எல்லா விசாரணைகளும் ஒரே மாதிரிதான் தொடங்குகின்றன, ஆரம்ப விசாரணைகளின் தரத்தை, மேற்கொண்டு நடக்கும் விசாரணைகள்தான் காண்பிக்கின்றன. எப்படியிருந்தாலும் எதுவும் குடிமுழுகிப்போகவில்லை யாம்; எப்படி நடந்திருந்தாலும் நீதிமன்ற அலுவலக இயக்குநரை நம் பக்கம் திருப்பச் சாத்தியமானாலும்கூட—இந்தக் குறிக்கோளை அடையப் பல வற்றை ஏற்கனவே தொடங்கியாயிற்று—இவையெல்லாம், அறுவைச் சிகிச்சையாளர்கள் கூறுவதுபோல், வெறும் காயம்தானாம். மேலும் கவலை யில்லாமல், நடக்கப்போவதற்காகக் காத்திருக்கலாமாம்.

இது போன்ற, இன்னும் இதைப் போல் மற்ற ஓயாத போதகங்களில் வக்கீல் சளைக்கவில்லை. க. அவரைக் காணச் சென்ற ஒவ்வொரு முறையும் அவற்றையே திரும்பத்திரும்பப் பேசினார். ஒவ்வொரு முறையும் முன்னேற் றம் இருந்தது. ஆனால் அந்த முன்னேற்றத்தின் தன்மையை ஒருபோதும் எடுத் துச்சொல்ல முடியவில்லை. இடைவிடாமல் ஆரம்பக்கட்ட விண்ணப் பத்தைத் தயார் செய்துகொண்டுதான் இருந்தார். ஆனால் அது இன்னும் முடியவில்லை. அடுத்த முறை அவன் அவரைப் பார்க்கச் சென்றபோது இப்படி முடிவுறாமல் இருந்தது பெரும் அனுகூலமாக எடுத்துக்காட்டப்பட் டது; அதாவது, கடந்த முறை, விண்ணப்பத்தைச் சமர்ப்பித்திருக்க வேண்டிய நேரம் எதிர்பாராத வகையில், பொருத்தமான நேரமாக அமையவில்லை யாம். எல்லாக் கஷ்டங்களையும் எடுத்துக்கொண்டாலும், அவருடைய சொற்பொழிவுகளால் முழுவதும் களைத்துப்போயிருந்த க., தன் வழக்கு மிகவும் மெதுவாகவே முன்னேறுகிறதே என்று சில சமயங்களில் கூறினாலும், அது மெதுவாகவே செல்லவில்லையாம். ஆனால் க. முன்னரே வக்கீலிடம் வந்திருந்தால் நிச்சயம் இன்னும் முன்னேறியிருக்க முடியும், ஆனால் துர திர்ஷ்டவசமாக அவன் அதைச் செய்யத் தவறிவிட்டான். இப்படித் தவறி யதால், காலதாமதம் மட்டுமல்லாமல், இன்னும் மற்ற பிரதிகூலங்களும் ஏற்படுமாம்.

அவன் அவரைப் பார்க்கச் சென்றபோதெல்லாம் மகிழ்ச்சி அளித்த ஒரே மாற்றமாக இருந்தது லேனி. அவள் க. இருக்கும் நேரமாகப் பார்த்துத்தான் எப்போதும் வக்கீலுக்குத் தேநீர் கொண்டுவருவாள். பிறகு க.வுக்குப் பின்னால் போய் நின்றுகொண்டு அவள், எவ்வாறு வக்கீல் ஒருவகையான கருமித்தனமான பேராசையுடன் கோப்பையின்மீது கவிழ்ந்து தேநீரை ஊற்றிக் குடிக்கிறார் என்பதைப் பார்ப்பதுபோல் தன் கையை க. ரகசியமாகப் பற்றிக் கொள்ள விடுவாள். அப்போது அங்கு மௌனம் நிலவியது, வக்கீல் குடித்தார். க. லேனியின் கையை இறுகப் பிடித்தான்; லேனி சில சமயம் க.வின் தலையை மெதுவாக வருடவும் துணிந்தாள். வக்கீல் குடித்து முடித்த பிறகு "நீ இன்னும் இங்குதான் இருக்கிறாயா?" என்று கேட்டார். "கோப்பைகளை எடுத்துச் செல்ல வேண்டும்" என்றாள் லேனி. இன்னும் ஒருமுறை கடைசியாக க. அவள் கையை அழுத்தினான். வக்கீல் வாயைத் துடைத்துக்கொண்டு புதுச் சக்தியுடன் க.விடம் வளவளவென்று பேசத் தொடங்கினார்.

வக்கீல் எதைச் சாதிக்க விரும்பினார்? அவனைச் சமாதானம்செய்யவா, அல்லது நம்பிக்கை இழக்கச் செய்யவா? க.வுக்குத் தெரியாது. ஆனால் தன்னுடைய வழக்கு, திறமையானவர் கையில் இல்லை என்பது நிச்சயம் என்று அவன் திண்ணமாக எண்ணினான். முடிந்தவரை அவர் எல்லாவற்றிலும் தன்னை முன்னிறுத்திக்கொள்ள விரும்பினார் என்பதும், உண்மையில் அவர் ஒருபோதும் இவ்வளவு பெரிய ஒரு வழக்கை நடத்தியதில்லை என்பதும்— அவர் நோக்கின்படி க.வின் வழக்குப் பெரியதுதான்—நன்றாகப் புலனாகி யிருக்கும், வக்கீல் கூறியதெல்லாம் உண்மையாகவும் இருக்கலாம். அதிகாரி களுடன் அவர் கொண்டிருந்த தொடர்புகளை அவர் இடைவிடாமல் வலி யுறுத்தியதுதான் சந்தேகப்படும்படி இருந்தது. அவை க.வின் தேவைக்கு மட்டுமே பயன்படுத்தப்பட வேண்டுமா? அவர்கள் கீழ்ப்படியில் உள்ள அதி காரிகள் என்று வக்கீல் கூற மறப்பதில்லை. ஆகவே, அவர்கள் பிறர் தயவை நாடியிருக்கும் அதிகாரிகள். அவர்களின் முன்னேற்றத்திற்கு வழக்குகளின் குறிப்பிட்ட திருப்பங்கள் முக்கியமானதாக இருக்கலாம். குற்றம்சாட்டப் பட்டவர்களுக்குப் பிரதிகூலமான, அது போன்ற திருப்பங்களை ஏற்படுத்து வதற்குத்தான் ஒருவேளை வக்கீல்களை அவர்கள் உபயோகப்படுத்துகிறார் களோ? ஒருவேளை, ஒவ்வொரு வழக்கிலும் அவர்கள் அப்படிச் செய்யாமல் இருக்கலாம். உண்மைதான், அப்படிச் செய்ய ஏது இல்லைதான். ஏனென் றால், சில வழக்குகளில் அவை நடந்துகொண்டிருக்கும்போது, வக்கீலுக்கு, அவருடைய வேலைக்காகச் சில நன்மைகளைச் செய்துகொடுத்திருக்கி றார்கள். அவருடைய பெயர் பாதிக்கப்படாமல் இருக்க வேண்டும் என்பதும் அவர்களுக்கு முக்கியமானதாகத்தான் இருக்க வேண்டும். அதுபோல் உண்மையாகவே நடந்தால் அவர்கள் எந்த வகையில் க.வின் வழக்கில் தலை யிட முடியும்? க.வின் வழக்கு, வக்கீல் கூறியதுபோல், மிகவும் கஷ்டமான, முக்கியமான வழக்கல்லவா? மேலும், ஆரம்பத்திலேயே நீதிமன்றத்தில் பெரும் பரபரப்பை ஏற்படுத்திவிட்டதல்லவா? அவர்கள் என்ன செய்வார் கள் என்று அதிகம் சந்தேகப்பட வேண்டியதில்லை. வழக்கு ஏற்கனவே பல மாதங்களாக நடந்துகொண்டிருந்தாலும் முதல் விண்ணப்பம் இன்னும் சமர்ப் பிக்கப்படவில்லை என்பதிலும், வக்கீல் கூறியதுபோல் எல்லாம் இன்னும்

ஆரம்பக் கட்டத்திலேயே இருந்தது என்பதிலும் அதற்கான அறிகுறியை ஒரு வரால் ஏற்கனவே பார்க்க முடிந்தது. குற்றம்சாட்டப்பட்டவரைத் தூங்க விட்டும் யாருடைய உதவியையும் பெற முடியாத நிலையில் வைத்திருந்தும் பிறகு திடீரென்று தீர்ப்பைத் தலையில் போடுவதற்கோ, அல்லது அவருக்குப் பாதகமான வகையில் முடிந்துவிட்ட விசாரணை மேலிடத்திற்கு அனுப்பப் பட்டிருக்கிறது என்று கூறுவதற்கோ இவை மிகவும் உகந்தவையாக இருந்தன.

க.வே செயல்பட வேண்டும் என்பது நிச்சயம் அவசியமாக இருந்தது. அந்தப் பனிக்கால முற்பகலில், அவனுக்கு மிகவும் களைப்பாக இருக்கும் நேரத்தில்தான், அவனுடைய மனத்தில் எல்லா எண்ணங்களும் தன்னிச்சை யாக ஓடியபோதுதான், இந்த உறுதியான முடிவு சற்றும் தவிர்க்க முடியாத தாக இருந்தது. வழக்கைப் பற்றி இதுவரை அவன் கொண்டிருந்த வெறுப்புக் கலந்த உதாசீனத்திற்கு இனிமேல் அர்த்தம் இல்லை. அவன் இந்த உலகத்தில் தனியாக இருந்திருந்தால் வழக்கைச் சுலபத்தில் புறக்கணித்திருக்க முடியும். அப்போது வழக்குத் தோன்றியே இருந்திருக்க முடியாது என்பதும் நிச்சயம். ஆனால் இப்போதோ அவனுடைய மாமா அவனை வக்கீலிடம் ஏற்கனவே இழுத்துச்சென்றுவிட்டார். குடும்பத்தைப் பற்றியும் யோசிக்க வேண்டியிருந் தது. வழக்கின் போக்குடன் அவனுடைய அலுவலக அந்தஸ்து இப்போது முழுவதும் சம்பந்தப்படாமல் இல்லை. அவனே முன்னெச்சரிக்கையில்லா மல், அறிமுகமானவர்கள் முன் விவரிக்க இயலாத ஒருவித திருப்தியுடன் வழக் கைப் பற்றிக் கூறியிருக்கிறான். வேறு சிலருக்கும் எப்படியோ அது தெரிந்திருக் கிறது. மிஸ் ப்யூர்ஸ்ட்னருடன் அவனுக்கு இருந்த தொடர்பு, வழக்கின் போக்கை ஒத்தவாறு நிலைகொள்ளாமல் இருந்தது—சுருங்கச் சொன்னால், வழக்கை ஏற்றுக்கொள்வதோ அல்லது தள்ளிவிடுவதோ இனியும் அவன் கை யில் இல்லை. இரண்டுக்கும் இடையில் அவன் நின்றுகொண்டிருக்கிறான். மேலும் அவன் தன்னைக் காத்துக்கொள்ள வேண்டும். அவன் சோர்வடைந் திருந்தால் அது மோசமானது.

இருந்தாலும், தற்சமயத்திற்கு அளவுக்கு மீறிக் கவலைப்படத் தேவை யில்லை. வங்கியில் வழக்கத்துக்கு மாறாக, குறுகிய காலத்தில் தான் வகிக்கும் இந்த உயர்ந்த பதவியை அடையவும், எல்லோருடைய மதிப்பையும் பெற்று இந்தப் பதவியில் தொடர்ந்திருக்கவும் அவனுக்குத் தெரிந்திருந்தது. இதைச் சாதிக்க ஏதுவான இந்தத் திறமையை அவன் இப்போது சிறிது வழக்கின் பக்கம் திருப்பினால், அது நல்ல பலனளிக்கும் என்பதில் சந்தேகமேயில்லை. ஏதாவ தொன்றை அடைய வேண்டுமென்றால், இதுதான் குற்றம், இதுதான் குற்ற மில்லை என்கிற எல்லா எண்ணங்களையும் முதலிலிருந்தே விலக்கிவிடுவது எல்லாவற்றையும்விட அவசியம். குற்றம் என்பதே கிடையாது. அவன் அடிக் கடி வங்கிக்கு லாபம் தரும் வகையில் செய்து முடித்திருந்த வியாபாரத்தைப் போன்றதுதான் இந்த வழக்கும். இந்த வியாபாரத்தில் பலவகைப்பட்ட ஆபத் துகள் பதுங்கியிருந்தன என்பதுதான் அதன் விதிமுறை, அவை தவிர்க்கப்பட வேண்டும். இந்தக் குறிக்கோளை அடைய ஒருவர் நிச்சயமாக ஏதோ ஒரு குற்றத்தைப் பற்றிய எண்ணங்களுடன் விளையாடிக்கொண்டிருக்காமல், தனக்குச் சாதகமானவற்றைப் பற்றிய எண்ணத்தையே முடிந்தவரை மனத்தில் வைத்துக்கொள்ள வேண்டும். இந்தக் கோணத்திலிருந்து பார்த்தால், கூடிய

சீக்கிரம், வக்கீலிடமிருந்து வழக்கைப் பறித்துவிடுவது தவிர்க்க முடியாதது. இன்று மாலையே அவ்வாறு செய்வது மிகவும் நல்லது, வக்கீல் சொல்லியதை எல்லாம் பரிசீலித்துப் பார்க்கும்போது, இம்மாதிரி நடப்பது கேள்விப்பட்டிராதது. உண்மையில் மிகவும் மனத்தைப் புண்படுத்தக்கூடியது என்றாலும் க. தன் வழக்கில் தன்னுடைய முயற்சிகளுக்கு எதிராகத் தோன்றும் இடையூறுகளை—அவை ஒருக்கால் வக்கீலினாலேயே ஏற்படுத்தப்பட்டிருக்கலாம்—இனியும் பொறுத்துக்கொள்ள முடியாது. வக்கீல் ஒருமுறை ஒதுக்கப்பட்டுவிட்டாரென்றால், பிறகு விண்ணப்பம் உடனே சமர்ப்பிக்கப்பட வேண்டும், மேலும் முடிந்தவரை ஒவ்வொரு நாளும் அதைக் கவனிக்கும்படி முடுக்கிவிட வேண்டும். மற்றவர்களைப்போல் க.வும் தொப்பியை பெஞ்சுக்கடியில் வைத்துவிட்டு, வழியில் உட்கார்ந்துகொண்டிருப்பது அப்படிச் செய்யப் போதுமானதாக நிச்சயம் இருக்காது. கிராதிகளினூடே வராந்தாவைப் பார்த்துக்கொண்டிருப்பதற்குப் பதில், தங்கள் மேஜை எதிரே அமர்ந்து க.வின் விண்ணப்பத்தை அதிகாரிகள் ஆராய வேண்டுமென்று அவர்களை அவனோ, அல்லது அவனுக்கு உதவி செய்ய முன்வந்த பெண்களோ அல்லது வேறு எவரோ ஒவ்வொரு நாளும் கட்டாயப்படுத்த வேண்டும். இந்த முயற்சிகளில் ஒருவர் தளரவே கூடாது, எல்லாம் ஒழுங்குபடுத்தப்பட்டு மேற்பார்வையிடப்பட வேண்டும், தன்னுடைய உரிமைகளைப் பாதுகாத்துக்கொள்ளத் தெரிந்த, குற்றம்சாட்டப்பட்ட ஒருவரிடம் நீதிமன்றம் மோதும் நிலை ஏற்படும்.

இவை எல்லாவற்றையும் க. செயல்படுத்தத் துணிந்தபோதும்கூட, விண்ணப்பத்தை எழுதுவது மிகவும் கஷ்டமாக இருந்தது. இப்படிப்பட்ட விண்ணப்பத்தைத் தானே ஒரு சமயம் எழுத வேண்டிய தேவை வரலாம் என்பதை சுமார் ஒரு வாரத்திற்கு முன்வரை சற்றுக் கூச்சத்துடன்தான் நினைக்க முடிந்தது; ஆனால் அது கடினமாகவும் இருக்க முடியும் என்று அவன் நினைத்துக்கூடப் பார்த்ததில்லை. எப்படி அவன் ஒருமுறை முற்பகலில், வேலை தலைக்குமேல் குவிந்து கிடந்தபோது, திடீரென்று எல்லாவற்றையும் ஒரு பக்கம் தள்ளிவிட்டு, சில தாள்களை எடுத்துக்கொண்டு இது போன்ற விண்ணப்பத்தை எழுதலாமே என்றும், பிறகு அதை எல்லாவற்றையும் குழப்பும் அந்த வக்கீலிடம் கொடுக்கலாமே என்றும் நினைத்தபோதுதான், இயக்குநரின் அறைக் கதவைத் திறந்துகொண்டு உதவி இயக்குநர் உரத்த சிரிப்புடன் உள்ளே நுழைந்தது அவனுக்கு நினைவுக்கு வந்தது. உதவி இயக்குநர் நிச்சயமாக அவனுடைய விண்ணப்பம் குறித்துச் சிரிக்கவில்லை. அதைப் பற்றி அவருக்குத் தெரியாது, ஆனால் பங்குச் சந்தையைப் பற்றி அவர் கேட்டிருந்த ஒரு ஜோக்குக்காகச் சிரித்தார், அதைப் புரிந்துகொள்வதற்கு ஒரு படம் வரைந்து காண்பிக்க வேண்டியிருந்ததால், உதவி இயக்குநர் இப்போது க.வின் மேஜையின் மீது குனிந்து, க.வின் கையிலிருந்த அவனுடைய பென்சிலை எடுத்து, விண்ணப்பம் எழுதுவதற்காக வைக்கப்பட்டிருந்த தாளில் அதை வரைந்து காண்பித்தார்.

இவை அனைத்தும் அப்போது க.வுக்கு மிகவும் தர்மசங்கடமாக இருந்தன. இன்றோ கூச்ச உணர்வைப் பற்றி க.வுக்குக் கவலையில்லை, விண்ணப்பம் எழுதப்படத்தான் வேண்டும். அலுவலகத்தில் அதற்கு நேரம் கிடைக்கா

விட்டால்—அது பெரும்பாலும் உண்மைதான்—வீட்டில் அவன் இரவு நேரங்களில் அதைச் செய்ய வேண்டும். இரவுகளும் அதற்குப் போதுமானதாக இல்லாவிட்டால், அப்போது அவன் விடுப்பு எடுத்துக்கொள்ள வேண்டும். பாதி வழியில் நிற்பது, வியாபாரத்தில் மட்டுமல்லாமல் எங்கேயும் எப்போதும் பெரும் அறிவீனம். விண்ணப்பம் என்றால் நிச்சயம் கிட்டத்தட்ட, முடிவில்லாத வேலை. ஒருவருக்கு மிகவும் கவலைப்படும் குணம் இருக்கக் கூடாது, விண்ணப்பத்தை ஒருபோதும் எழுதி முடிக்க முடியாது என்று எளிதில் நினைத்துவிட முடியும். இப்படி நினைப்பதற்குக் காரணம் விண்ணப்பத்தை முடிக்க விடாமல் வக்கீல்களைத் தடைசெய்யும் சோம்பேறித்தனமோ அல்லது குயுக்தியோ அல்ல, ஆனால் அவன் மேலுள்ள குற்றச்சாட்டைப் பற்றியும் அதன் எல்லா, பரந்த அம்சங்களைப் பற்றியும் ஒன்றும் அறியாத நிலையில், வழக்கு முழுவதையும் அதன் ஒவ்வொரு சின்ன விஷயத்தையும் நினைவுக்குக் கொண்டுவந்து, எல்லாக் கோணங்களிலும் வைத்துப் பார்க்க வேண்டும் என்பதுதான். மேலும் இது போன்ற வேலை எவ்வளவு அலுப்பானது! வேலையிலிருந்து ஓய்வெடுத்துக்கொண்டவருக்கு வேலை கொடுக்கவோ அல்லது அவருடைய நீண்ட பொழுதுகளைக் கழிக்க அவருக்கு உதவி செய்யவோ ஒருவேளை அந்த வேலை உகந்ததாக இருக்கலாம். அலுவலகத்தில் அவன் இன்னும் பதவியில் உயர்ந்துகொண்டே இருந்ததால், ஏற்கனவே உதவி இயக்குநர் பதவிக்கு அவனால் ஆபத்து என்று இருந்த நிலையில், அவனுடைய எல்லா எண்ணங்களும், வேலை செய்வதற்குத் தேவைப்பட்டபோது, ஒவ்வொரு மணி நேரமும் மிகவும் வேகமாகக் கழிந்தபோது, அவன் குறுகிய மாலைகளையும் இரவுகளையும் இளைஞனாக அனுபவிக்க எண்ணியபோது, அந்தச் சமயத்திலல்லவா அவன் விண்ணப்பத்தை எழுதத் தொடங்க வேண்டியிருக்கிறது! மறுபடியும், அவன் எண்ண ஓட்டம் குறை கூறுவதிலேயே முடிந்தது. அதற்கு ஒரு முற்றுப்புள்ளி வைக்கக் கிட்டத்தட்ட அவனையறியாமலேயே விரல்களால் முன்னறைக்கான அழைப்பு மணியின் பொத்தானை அழுத்தினான். அதை அவன் அழுத்தியபோது நிமிர்ந்து மணியைப் பார்த்தான். அப்போது மணி பதினொன்று, இரண்டு மணி நேரம், நீண்ட, விலை மதிக்க முடியாத நேரத்தை அவன் கனவில் கழித்துவிட்டான். அதனால் சந்தேகமில்லாமல் முன்னைவிட இப்போது இன்னும் களைத்திருந்தான். இருந்தாலும் நேரம் வீணாகிவிடவில்லை. அவன் உபயோகமுள்ள தீர்மானங்களை எடுத்திருந்தான். பல கடிதங்களுடன் இரண்டு தன்-முகவரி அட்டைகளையும் பணியாளர்கள் கொண்டுவந்தனர்; அட்டைகளை அனுப்பிய நபர்கள், ஏற்கனவே வெகு நேரமாகக் க.வுக்காகக் காத்துக்கொண்டிருந்தார்கள். அவர்கள் வங்கியின் மிக முக்கியமான வாடிக்கையாளர்கள், உண்மையில் அவர்களை எக்காரணத்திற்காகவும் காக்க வைத்திருக்கக் கூடாது. ஏன் இவர்கள் தனக்கு இவ்வளவு அசௌகரியமான நேரத்தில் வந்தார்கள்? மேலும் சுறுசுறுப்பாக வேலைசெய்யும் க. வேலை நேரத்தைத் தன் சொந்த விஷயத்திற்காக ஏன் செலவழித்தான் என்று மூடியிருந்த கதவுக்குப் பின்னால் இருந்த நபர்கள் கேட்கக்கூடும். நடந்துபோன நிகழ்ச்சிகளாலும் வருபவற்றை எதிர்பார்த்தும் களைப்படைந்திருந்த க., முதலில் வந்தவரை வரவேற்க எழுந்து நின்றான்.

அவர் ஒரு குள்ளமான துறுதுறுப்பான நபர், ஒரு தொழிலதிபர். அவரை க.வுக்கு நன்றாகத் தெரியும். க. முக்கியமான வேலை செய்துகொண்டிருக்கும்போது, இடைஞ்சல் செய்வதற்காக அவர் வருத்தப்பட்டார். க.வும் அந்தத் தொழிலதிபரை இவ்வளவு நேரம் காக்க வைத்ததற்காக வருத்தப்பட்டான். ஆனால், தொழிலதிபர் தன் தொழில் விஷயத்திலேயே முழுக் கவனமாக இருந்திராவிட்டால், க. இந்த வருத்தத்தை யந்திர கதியிலும் ஏறக்குறைய பொய்யான தொனியுடனும் கூறியதைக் கவனித்திருப்பார். அதற்கு பதிலாக அவர் தனது எல்லா ஜேபிகளிலிருந்தும் அவசரஅவசரமாகக் கணக்குகளையும் அட்டவணைகளையும் வெளியே எடுத்து, க.வின் முன் விரித்து வைத்து, செலுத்தப்பட்ட பலவித தொகைகளையும் விளக்கிவிட்டு, மேலெழுந்தவாரியாகப் பார்த்ததில் அவர் கண்களுக்குப் பட்ட ஒரு சிறு தவறைத் திருத்திவிட்டு, சுமார் ஒரு வருடத்திற்கு முன்பு அவனுடன் செய்த இது போன்ற ஒரு வியாபாரத்தைப் பற்றி க.வுக்கு நினைவுபடுத்திவிட்டு, இம்முறை இன்னொரு வங்கி, எதையும் பொருட்படுத்தாமல் இந்த வியாபாரம் செய்வதற்கு விண்ணப்பித்திருக்கிறது என்று எதேச்சையாகக் கூறிவிட்டு, க.வின் கருத்தைத் தெரிந்துகொள்வதற்காக இறுதியில் மௌனமானார். க.வும் உண்மையில், முதலில் தொழிலதிபரின் பேச்சை நன்றாகக் கவனித்தான். அந்த முக்கியமான வியாபாரத்தைப் பற்றிய எண்ணம் அவனையும் பற்றிக்கொண்டது. ஆனால் துரதிர்ஷ்டவசமாக முழு நேரமும் அல்ல, கூடிய சீக்கிரமே கூர்ந்து கேட்பதை நிறுத்திவிட்டான். ஆனால் இன்னும் சிறிது நேரம் தொழிலதிபரின் உரத்த குரலுக்குத் தலை ஆட்டிக்கொண்டிருந்தான். இறுதியில் அதையும் நிறுத்திவிட்டு, காகிதங்களின் மேல் குனிந்துகொண்டிருக்கும் வழுக்கைத் தலையைப் பார்த்துக்கொண்டே, தன்னுடைய பேச்சினால் ஒரு பிரயோஜனமுமில்லை என்று எப்போதுதான் இந்தத் தொழிலதிபர் தெரிந்துகொள்ளப்போகிறார் என்று தன்னையே கேட்டுக்கொள்ள மட்டும் செய்தான். இப்போது அவர் பேசுவதை நிறுத்தியவுடன், அவர் பேசுவதைக் கேட்பதற்குத் தன்னால் முடியவில்லை என்று அவன் ஒப்புக்கொள்வதற்காகச் சந்தர்ப்பம் கொடுப்பதற்காகத்தான் அவர் பேச்சை நிறுத்தினார் என்று அவன் முதலில் உண்மையில் நம்பினான். ஆனால் எந்த விதமான பதில்களுக்கும் தயாராக இருந்த தொழிலதிபரின் ஆவல் நிறைந்த பார்வையிலிருந்து தொழில் பேச்சு தொடரப்பட வேண்டுமென்று வருத்தத்துடன் தெரிந்து கொண்டான். அதனால் அவன் ஒரு ஆணைக்கு அடிபணிவதுபோல் தலையைத் தாழ்த்திவிட்டு, பென்சிலைக் காகிதங்களின் மீது இங்குமங்கும் கொண்டுசென்றான். அவ்வப்போது நிறுத்திவிட்டு அவன் ஒரு புள்ளிவிவரத்தைப் பார்த்தான். தொழிலதிபர் க.விடமிருந்து மறுப்புகளை எதிர்பார்த்தார். ஒருவேளை புள்ளிவிவரங்கள் உண்மையில் இறுதியானவை இல்லை போலும். ஒருவேளை அவை இந்த விஷயத்தில் எதையும் நிர்ணயிக்காது போலும், எது எப்படியிருந்தாலும், காகிதங்களின் மேல் தன் கைகளை வைத்து மறைத்துக்கொண்டு, க.வுக்கு வெகு அருகில் நெருங்கி உட்கார்ந்து கொண்டு, மறுபடியும் முதலிலிருந்து தன் வியாபாரத்தைப் பற்றிப் பொதுப் படையாகக் கூற ஆரம்பித்தார். "மிகவும் கஷ்டம்தான்" என்று க. கூறி, உதடுகளைப் பிதுக்கிவிட்டு, நிலைமை பிடிபட உதவும் ஒரே பொருளான காகி

தங்கள் மறைக்கப்பட்டிருந்ததால், நிலைகொள்ளாமல் நாற்காலியில் ஒரு பக்கமாகச் சாய்ந்தான். மேலதிகாரியின் கதவு திறந்து அங்கே அதிகத் தெளிவாக இல்லாமல், ஒரு மெல்லிய துணிக்குப் பின் தெரிவதுபோல, உதவி இயக்குநர் தோன்றியபோது க. ஒரு தளர்ச்சியுடன்தான் நிமிர்ந்து பார்த்தான். க. அதைப் பற்றி மேலும் யோசிக்கவில்லை. ஆனால், அவனுக்கு மிகவும் மகிழ்ச்சியூட்டக் கூடிய வகையில் உடனே ஏற்பட்ட விளைவை மட்டும் கவனித்தான். தொழிலதிபர் உடனே நாற்காலியிலிருந்து குதித்தெழுந்து உதவி இயக்குநரை நோக்கி விரைந்தார். க. அவரை இன்னும் பத்து மடங்கு வேகமாக நகரச் செய்ய விரும்பினான். ஏனென்றால், உதவி இயக்குநர் மறுபடியும் மறைந்துவிடக்கூடும் என்று அவன் அஞ்சினான். அது தேவையில்லாத அச்சம், ஏனென்றால் இருவரும் சந்தித்துக் கைகுலுக்கி, ஒன்றாக க.வின் மேஜையை நோக்கி வந்தார்கள். வியாபாரத்தில் மேலாளருக்கு மனம் செல்லவில்லை என்று தொழிலதிபர் முறையிட்டுவிட்டுக் க.வைச் சுட்டிக் காட்டினார்; க.வை உதவி இயக்குநர் பார்த்தபோது, அவன் மறுபடியும் காகிதங்களின்மீது குனிந்துகொண்டான். அந்த இருவரும் அவன் மேஜையின் மீது கவிழ்ந்துகொண்டனர். தொழிலதிபர் உதவி இயக்குநரைத் தன் பக்கம் திருப்ப முயற்சி செய்துகொண்டிருந்தார். இப்போது தன் தலைக்குமேல் பூதாகரமான இரு மனிதர்கள்—அவர்களுடைய உயரத்தை அவன் மிகைப் படுத்திக் கற்பனைசெய்து—தன்னையே ஒரு பொருளாக வைத்து வியாபாரம் செய்வதுபோல் தோன்றியது. மிகவும் ஜாக்கிரதையாக, பார்வையை உயர்த்தி என்ன நடந்துகொண்டிருக்கிறது என்று அவன் மெல்லத் தெரிந்துகொள்ள முயன்றான். மேஜையின் மேலிருந்த காகிதங்களில் ஏதோ ஒன்றை, அது எது என்று பார்க்காமலேயே, எடுத்து உள்ளங்கையில் ஏந்திக்கொண்டு அவர்களை நோக்கி எழுந்து நின்றான். அவன் அப்போது குறிப்பிட்ட எதையும் பற்றி நினைக்கவில்லை. ஆனால் அவனுடைய சுமை முழுவதும் இறங்கும் வகையில் அந்தப் பெரும் விண்ணப்பத்தை எழுதி முடித்திருந்தால் எவ்வாறு நடந்துகொள்வானோ அவ்வாறு நடந்துகொள்ள வேண்டும் என்ற எண்ணத்துடன் நடந்துகொண்டான். உரையாடலில் முழுக் கவனத்துடன் பங்கெடுத்துக்கொண்ட உதவி இயக்குநர் மேலெழுந்தவாரியாகத்தான் அந்தக் காகிதத்தைப் பார்த்தார். அதில் இருப்பதைப் படிக்கவேயில்லை. ஏனென்றால் மேலாளருக்கு முக்கியமானது அவருக்கு முக்கியமில்லாதது, அதைக் க.வின் கையிலிருந்து எடுத்து, ‘‘நன்றி, எனக்கு ஏற்கனவே எல்லாம் தெரியும்’’ என்று கூறிவிட்டு, சாவதானமாக மறுபடியும் அதை மேஜைமீது வைத்தார். க. கசப்புடன் அவரை ஓரக்கண்ணால் பார்த்தான். ஆனால், உதவி இயக்குநர் அதைக் கவனிக்கவேயில்லை; அல்லது கவனித்தாலும் அதனால் உற்சாகம் தான் அடைந்தார். அடிக்கடி சத்தமாகச் சிரித்தார். பளிச்சென்ற பதிலினால் ஒரு முறை தொழிலதிபரைத் தெளிவாகச் சங்கடத்தில் ஆழ்த்தினார். ஆனால், உடனே அதிலிருந்து அவரை மீட்டார். அப்படிச் செய்தபோது, தானே ஒரு மறுப்பைக் கூறினார். இறுதியில் எதிரேயிருந்த தன் அறைக்கு வருமாறு அவரை அழைத்து, அங்கே இந்த விஷயத்திற்கு ஒரு முடிவு காணலாம் என்று கூறினார். ‘‘இது மிகவும் முக்கியமான ஒரு விஷயம்’’ என்று அவர் தொழிலதிபரிடம் கூறினார், ‘‘அது எனக்கு நன்றாகத் தெரிகிறது. நாம் அதை மேலாள

ரிடமிருந்து எடுத்துக்கொண்டால்,''—இதைக் கூறியபோதும் அவர் உண்மை யில் தொழிலதிபரைப் பார்த்துதான் பேசினார்—''அவருக்கு நிச்சயம் சந் தோஷமாக இருக்கும். இந்த விஷயத்திற்கு அமைதியான யோசனை தேவை. ஆனால், அவருக்கோ இன்று வேலை அதிகமாகக் குவிந்துவிட்டது போலிருக் கிறது. அவருக்காகப் பலர் மணிக் கணக்காகக் காத்துக்கொண்டிருக்கிறார்கள்.'' உதவி இயக்குநரிடமிருந்து திரும்பி, தன் நட்புணர்ச்சியுடைய, ஆனால் உறைந்துபோன புன்சிரிப்புடன் தொழிலதிபரைப் பார்க்குமளவுக்கு அவ னுக்கு மனத்தெளிவு இருந்தது. அதைத் தவிர, அவன் வேறொன்றும் செய்ய வில்லை. கௌண்ட்டருக்குப் பின்னால் இருக்கும் விற்பனையாளன்போல் சிறிது குனிந்து, இரண்டு கைகளையும் மேஜையின்மீது வைத்துத் தன்னைத் தாங்கிக்கொண்டு, எவ்வாறு அந்த இருவரும் மேலும் பேசிக்கொண்டே காகி தங்களை மேஜையின் மேலிருந்து எடுத்துக்கொண்டு இயக்குநரின் அறைக்குள் மறைகின்றனர் என்று பார்த்தான். கதவருகில் தொழிலதிபர் திரும்பி, தான் இன்னும் விடைபெற்றுக்கொள்ளவில்லை என்றும், தங்களுடைய உரையாட லின் முடிவை நிச்சயம் மேலாளருக்குத் தெரியப்படுத்துவார் என்றும், மேலும் மற்றொரு செய்தியும் அவனிடம் சொல்ல வேண்டியிருக்கிறது என்றும் சொன்னார்.

ஒருவழியாக, க. தனித்து விடப்பட்டான். வேறு எந்த வாடிக்கையாள ரையும் உள்ளே அனுமதிக்க அவன் விரும்பவில்லை. அவன் இன்னும் தொழிலதிபருடன் பேச்சுவார்த்தை நடத்திக்கொண்டிருக்கிறான் என்று வெளியிலிருப்பவர்கள் எண்ணிக்கொண்டு, அந்தக் காரணத்தால் எவரும்—பணியாளர்கூட—உள்ளே வர முடியாது என்பது எவ்வளவு இதமாக இருக் கிறது என்பது அவன் மனதில் லேசாக நிழலாடியது. அவன் ஜன்னல் அருகே சென்று அதன் விளிம்பில் உட்கார்ந்துகொண்டு, ஒரு கையால் கதவுப் பிடியை இறுகப் பிடித்துக்கொண்டு வெளியே சதுக்கத்தைப் பார்த்தான். பனி இன் னும் விழுந்துகொண்டிருந்தது, இன்னும் வானம் வெளிறவில்லை.

அவனுக்கு உண்மையிலேயே எது கவலையை உண்டாக்கியது என்று தெரியாமல் வெகு நேரம் அப்படியே உட்கார்ந்திருந்தான். முன்னறைக்குச் செல்லும் கதவுக்கருகில் சத்தம் கேட்பதாகத் தவறுதலாக எண்ணி, அவ்வப் போது சிறிது திடுக்கிட்டுத் திரும்பிக் கதவைப் பார்த்தான். யாரும் வராததால் அமைதியடைந்து குழாய்த்தொட்டிக்குச் சென்று, குளிர்ந்த நீரால் முகத்தைக் கழுவிக்கொண்டு தெளிவான மனத்துடன் ஜன்னலுக்குத் திரும்பினான். தன் னுடைய வழக்கைத் தானே எடுத்து நடத்த வேண்டுமென்ற முடிவு, அவன் முதலில் எண்ணியிருந்ததைவிட மிகவும் கடினமாக அவனுக்குத் தோன்றியது. வழக்கை வக்கீலின் பொறுப்பில் விட்டுவைத்திருந்தவரை அவன் வழக்கி னால் மிகவும் குறைவாகத்தான் பாதிக்கப்பட்டிருந்தான், அவன் அதைத் தூரத் திலிருந்தே கவனித்துவந்தான். அதனால் வழக்கு அவனை நேரிடையாகச் சிறிதளவும் பாதிக்க முடியவில்லை, தன் விஷயம் எந்த அளவில் இருக்கிற தென்று அவன் தெரிந்துகொள்ள விரும்பியபோதெல்லாம், கேட்டுத் தெரிந்து கொள்ள முடிந்தது. ஆனால் அதே சமயம் அவன் நினைத்தபோது, அவனால் கண்டுகொள்ளாமல் இருக்கவும் முடிந்தது. இப்போதோ தன் வழக்கைத் தானே நடத்த வேண்டுமானால்—குறைந்தபட்சம் இப்போதைக்காவது—நீதி

மன்றம் சொல்லியபடியெல்லாம் ஆடியாக வேண்டும். அதனால் விளையும் வெற்றி, பின்னால் அவனுடைய முழுமையான, இறுதியான விடுதலை ஆகும். ஆனால், அதை அடைவதற்கு அவன் தற்சமயத்திற்கு, எப்படியிருந் தாலும் முன்பைவிடப் பெரும் அபாயத்தை எதிர்கொண்டேயாக வேண்டும். அதில் அவனுக்குச் சந்தேகம் இருந்திருந்தால், இன்று உதவி இயக்குநருடனும் தொழிலதிபருடனும் இருந்த நேரத்தில் அவனுடைய மனநிலை பெருமள வுக்கு சந்தேகத்தைத் தந்திருக்கும். தன்னைக் காத்துக்கொள்ள வேண்டும் என்ற முடிவு எந்த அளவுக்கு அவனை முற்றிலும் மரத்துப்போக வைத்துவிட்டது! பின்னால் என்ன நடக்கும்? எந்த விதமான நாட்கள் அவனை எதிர்நோக்கி இருந்தன? இவை எல்லாவற்றினூடே ஒரு நல்ல முடிவுக்குக் கொண்டுசெல் லும் வழியை அவன் கண்டுபிடிக்கப்போகிறானா? மிகவும் அக்கறையோடு நடத்த வேண்டிய பிரதிவாதம் என்றால்—மற்றெல்லாம் அர்த்தமில்லா தவை—மற்றெல்லாவற்றிலிருந்தும் முடிந்தவரை விலகி நிற்பது தேவை என்று தானே அர்த்தம்? அவற்றையெல்லாம் அவன் வெற்றிகரமாகச் சமாளித்து மீள முடியுமா? அவனால் வங்கியிலும் இதைக் கடைப்பிடிக்க முடியுமா? இதை முடிப்பதற்கு விடுப்பு எடுத்துக்கொள்வது போதுமானதாக இருக்கலாம். ஆனால் எல்லாச் சமயத்தையும் விட்டு இப்போது விடுப்பு எடுப்பது ஒரு ஆபத்தை விளைவிக்கும் துணிச்சலான காரியமாகவும் இருக்கலாம். ஆனால் எவ்வளவு காலம் நீடிக்கும் என்று தெரியாத வழக்கு அல்லவா? திடீரென்று எப்படிப்பட்ட ஒரு முட்டுக்கட்டை க.வின் தொழில் வாழ்க்கையில் எறியப் பட்டிருக்கிறது!

இப்போது அவன் வங்கிக்காக வேலைசெய்ய வேண்டுமா? மேஜையின் மீது அவன் கண்களை ஓட்டினான். இப்போது எல்லோரையும் உள்ளே வர வழைத்து அவர்களுடன் அவன் பேச வேண்டுமா? அவனுடைய வழக்குத் தொடர்ந்து நடந்துகொண்டிருந்தபோது, மேல்மாடியில் பரணுக்குக் கீழே நீதிமன்ற அதிகாரிகள் வழக்குக் கோப்புகள் மீது உட்கார்ந்துகொண்டிருந்த போதா அவன் வங்கியின் வியாபாரத்தைக் கவனிக்க வேண்டும்? நீதிமன்றத் தால் அங்கீகரிக்கப்பட்டு, வழக்கோடு சம்பந்தப்பட்டு, அவனை எப்போதும் தொடரும் சித்திரவதைபோல் அது தோன்றவில்லையா? உதாரணமாக, வங்கியில் அவனுடைய வேலையை மதிப்பீடுசெய்யும் சமயத்தில் அவனு டைய இந்த விசித்திரமான நிலையைக் கணக்கில் எடுத்துக்கொள்ளப்போகி றார்களா? எவரும் ஒருபோதும் அப்படிச் செய்யப்போவதில்லை. அவன் வழக்கைப் பற்றி யாருக்கு எவ்வளவு தெரியும் என்பது, அவனுக்கு அவ்வளவு தெளிவாக இல்லாவிட்டாலும், அவனுடைய வழக்கைப் பற்றி மற்றவருக் குத் தெரியவே தெரியாது என்பதுவுமில்லை. உதவி இயக்குநர்வரை இந்த வதந்தி பரவவில்லையென்று அவன் நம்பினான். இல்லாவிட்டால், அவர் எப்படி, சக ஊழியத்தன்மையும், மனிதத்தன்மையும் இல்லாமல் அதை க.வுக்கு எதிராக உபயோகப்படுத்தியிருப்பார் என்பதைத் தெளிவாகத் தெரிந்துகொண்டிருக்க முடியும். இயக்குநர்? அவர் க.விடம் நல்லெண்ணம் தான் கொண்டிருந்தார். வழக்கைப் பற்றி அவர் கேள்விப்பட்டிருந்தால், உண்மையில் உடனேயே தன்னால் முடிந்தவரை க.வுக்குப் பல அனுகூலங் களை ஏற்படுத்திக்கொடுத்திருப்பார். ஆனால் உதவி இயக்குநருடைய செல்

வாக்குக்கு க. இதுவரை இட்டுக்கொண்டிருந்த எதிரெடை குறைந்துவந்து கொண்டிருந்தாலும் இதனால் இயக்குநரின் ஆதிக்கத்திற்கு உட்பட்டுக் கொண்டிருந்தாலும், அவர் நிச்சயமாக அப்படிச் செய்திருக்க முடியாது. இதைத் தவிர, இயக்குநருடைய உடல்நலம் பாதிக்கப்பட்டிருந்த நிலையை, தன் சொந்த அதிகாரத்தை வலுப்படுத்துவதற்காக உதவி இயக்குநர் பயன் படுத்திக்கொண்டார். ஆகையால் க. என்ன எதிர்பார்க்க முடியும்? இது போன்ற எண்ணங்களால் ஒருவேளை அவன் தன் எதிர்ப்புச் சக்தியைப் பலவீனப்படுத்திக்கொண்டிருக்கலாம், ஆனால் தற்சமயத்திற்கு, முடிந்த வரை, தன்னையே ஏமாற்றிக்கொள்ளாமல் எல்லாவற்றையும் தெளிவாகப் பார்க்க வேண்டியது அவசியம்தான்.

ஒரு குறிப்பிட்ட காரணமும் இல்லாமல், தற்சமயத்திற்கு மேஜைக்குத் திரும்பிச் செல்லாமல் இருப்பதற்காக, அவன் ஜன்னலைத் திறந்தான். அதை மிகவும் கஷ்டத்துடன்தான் திறக்க முடிந்தது. அவன் இரண்டு கைகளாலும் பிடியைத் திருக வேண்டியிருந்தது. பிறகு, கணப்பு அடுப்பின் புகையுடன் கலந்த மூடுபனி ஜன்னலின் முழு அகலத்தையும் உயரத்தையும் நிறைத்து அறையினுள் நுழைந்து, அதை லேசாக நெடியால் நிரப்பியது. சில பனித் துகள்களும் உள்ளே அடித்துக்கொண்டுவரப்பட்டன. ''மோசமான இலை யுதிர் காலம்'' என்று தொழிலதிபர் க.வின் பின்னாலிருந்தவாறு கூறினார். அவர், உதவி இயக்குநரிடமிருந்து திரும்பிவந்து, யாரும் கவனிக்காதவாறு அறையில் நுழைந்திருந்தார். க. தலையை அசைத்தான்; உதவி இயக்குநருடன் நடத்திய பேச்சுவார்த்தையின் முடிவை க.வுக்குக் கூறுவதற்காகத் தொழி லதிபர் தன் கைப்பெட்டியிலிருந்து காகிதங்களை வெளியே எடுக்கலாம் என்று க. சலனத்துடன் கைப்பெட்டியைப் பார்த்தான். தொழிலதிபரோ க.வின் பார்வையைப் பின்பற்றி, தன் பெட்டியைத் திறக்காமலேயே அதைக் காட்டிக் கூறினார். ''என்ன முடிவாயிற்று என்று நீங்கள் கேட்க விரும்புகிறீர் கள். கிட்டதட்ட முடிவுசெய்யப்பட்டுவிட்ட ஒப்பந்தம்தான் இந்தப் பையில் இருக்கிறது. உங்களுடைய உதவி இயக்குநர் மிகவும் சுவாரஸ்யமான பேர் வழி. ஆனால், முழுக்கமுழுக்கக் கபடமற்றவரல்ல.'' அவர் சிரித்து, க.வின் கையைக் குலுக்கிவிட்டு, க.வையும் சிரிக்கச் செய்ய முயன்றார். ஆனால் தொழிலதிபர் காகிதங்களைக் காண்பிக்க விரும்பாதது க.வுக்கு மறுபடியும் சந்தேகத்துக்குரியதாகத் தோன்றியது. மேலும் தொழிலதிபர் கூறியதில் சிரிப் பதற்கு எதுவும் இருந்ததாக க.வுக்குத் தெரியவில்லை. ''மேலாளர் ஐயா,'' என்றார் தொழிலதிபர், ''இன்றைய வானிலை உங்களைப் பாதித்திருக்கிறது போலிருக்கிறது. நீங்கள் இன்று மிகவும் கவலையுடன் காணப்படுகிறீர்கள்.'' ''ஆமாம்'' என்றான் க., பிறகு கையால் நெற்றிப்பொட்டைப் பிடித்துக் கொண்டான். ''தலைவலி, குடும்பக் கவலைகள்.'' ''மிகவும் உண்மை'' என்றார் தொழிலதிபர். அவர் அவசரத்திலிருந்தார், ஒருவர் கூறுவதையும் அமைதியாகக் கேட்க அவரால் முடியாது. ''ஒவ்வொருவரும் தன் சிலுவை யைச் சுமக்க வேண்டியிருக்கிறது.'' தொழிலதிபரை வெளியே அழைத்துச் செல்ல விரும்புவதுபோல், க. தன்னையறியாமல் கதவை நோக்கி ஒரு அடி யெடுத்து வைத்தான். ஆனால் அவரோ, ''மேலாளர் ஐயா, உங்களிடம் கூற ஒரு சிறு விஷயம் இருக்கிறது. போயும்போயும் இன்று அதைக் கூறி உங்க

ளைத் தொந்தரவுசெய்ய வேண்டியிருக்கிறது. ஆனால் உங்களிடம் ஏற்கனவே இருமுறை வந்தபோதும்கூட மறந்துவிட்டேன். இன்னும் நான் அதைத் தள்ளிப்போட்டால், உண்மையில் அது தன் நோக்கத்தை முழுவதும் இழந்து விடலாம். அது வருந்தத் தக்கது. ஏனென்றால், நான் கூற விரும்புவது பார்க்கப் போனால் முக்கியமற்றது அல்ல.'' க. பதில் கூற நேரம் எடுத்துக்கொள்வதற்கு முன், தொழிலதிபர் அவனருகில் அடியெடுத்து வைத்து, விரலால் லேசாக அவன் மார்பில் தொட்டுத் தாழ்ந்த குரலில் கூறினார், "ஒரு வழக்கில் நீங்கள் சம்பந்தப்பட்டிருக்கிறீர்கள்." க. பின்வாங்கி உடனே கத்தினான், ''உதவி இயக்குநர்தானே உங்களுக்கு அதைச் சொல்லியிருக்கிறார்!'' ''இல்லவே இல்லை'' என்றார் தொழிலதிபர், ''உதவி இயக்குநருக்கு அது எப்படித் தெரிந் திருக்க முடியும்?" "உங்களுக்கு எப்படித் தெரியும்?'' என்று க. உடனே அமைதி அடைந்து கேட்டான். "நீதிமன்றத்தைப் பற்றி அங்குமிங்கும் ஏதா வது கேள்விப்படுவேன்" என்றார் தொழிலதிபர். ''அதுதான் நான் இப்போது உங்களுடன் கூறப்போவதுடன் சம்பந்தப்பட்டது.'' ''எவ்வளவு பேர்தான் நீதிமன்றத்துடன் தொடர்புகொண்டிருக்கிறார்கள்?'' என்று க. குனிந்த தலை யுடன் கூறிவிட்டுத் தொழிலதிபரை மேஜைக்கு அழைத்துச்சென்றான். முன்போலவே மறுபடியும் அமர்ந்துகொண்ட பிறகு தொழிலதிபர் கூறினார், ''உங்களுக்கு நான் சொல்லக்கூடியது துரதிருஷ்டவசமாக அதிகம் ஒன்றும் இல்லை. ஆனால், இது போன்ற விஷயங்களில் மிகச் சிறியதைக்கூடப் புறக் கணிக்கக் கூடாது. மேலும், என்னுடைய உதவி மிகவும் சாதாரணமாக இருந் தாலும், உங்களுக்கு எந்த வகையிலாவது உதவ வேண்டும் என்று நான் மிகவும் விரும்புகிறேன். நாம் இதுவரை நல்ல வியாபார நண்பர்களாகத்தானே இருந்து வந்திருக்கிறோம்? அதனால்தான்.'' க. இன்று காலை அவரிடம் பேசிக் கொண்டிருந்தபோது தான் நடந்துகொண்ட முறைக்காக மன்னிப்புக் கேட்க விரும்பினான். ஆனால் தொழிலதிபர் எந்த இடைமறிப்பையும் பொறுக்கா மல், அவசரமாகப் போக வேண்டும் என்று காண்பிப்பதற்காகக் கைப்பையை உயர்த்தி அக்குளுக்கடியில் தள்ளிவிட்டுக்கொண்டு, மேலும் கூறினார், ''டிட்டோரெல்லி என்பவன் மூலமாகத்தான் உங்களுடைய வழக்கைப் பற்றித் தெரியும். அவன் ஒரு ஓவியன், டிட்டோரெல்லி அவனுடைய புனை பெயர்தான், அவனுடைய உண்மைப் பெயர் எனக்குத் தெரியவே தெரியாது. அவ்வப்போது, பல வருஷங்களாக என்னுடைய அலுவலகத்திற்குச் சில ஓவியங்களைக் கொண்டுவருவான்—அவன் ஏறக்குறைய ஒரு பிச்சைக் காரன்—அவற்றுக்கு நான் அவனுக்கு ஒருவகையில் பிச்சைதான் கொடுப் பேன். உண்மையிலேயே அவை அழகான படங்கள், சதுப்பு வெளியும் அது போன்றவையும் அவை. இந்த வியாபாரம்—நாங்கள் இருவரும் ஏற்கனவே இதில் பழக்கப்பட்டுவிட்டோம்—மிகவும் நன்றாக, தடங்கலில்லாமல் சென்றுகொண்டிருந்தது. திடீரென்று அவன் அடிக்கடி வர ஆரம்பித்தான். நான் அவனைக் கடிந்துகொண்டேன். எப்படி அவன் ஓவியத்தை மட்டும் நம்பி வாழ முடிந்தது என்று எனக்குத் தெரிந்துகொள்ள ஆசை ஏற்பட்டதால் நாங்கள் அதைப் பற்றிப் பேச ஆரம்பித்தோம். அப்போது அவனுடைய வரு மானம் பெரும்பாலும் உருவப்படங்களை வரைவதிலிருந்து வருகிறது என்று தெரிந்து ஆச்சரியப்பட்டேன். அவன் 'நீதிமன்றத்திற்காக வேலை செய்கி

றேன்' என்று கூறினான். எந்த நீதிமன்றத்திற்காக என்று நான் கேட்டேன். அப்போது, அவன் இந்த நீதிமன்றத்தைப் பற்றிக் கூறினான். அவன் கூறியதைக் கேட்டு எவ்வளவு ஆச்சரியப்பட்டேன் என்று உங்களால் கற்பனைசெய்துதான் பார்க்க முடியும். அச்சமயத்திலிருந்து அவன் ஒவ்வொரு முறை வரும்போதும் நீதிமன்றத்தைப் பற்றி ஏதாவதொரு சுவாரஸ்யமான செய்தியைத் தெரிந்துகொள்கிறேன். அப்படியாகச் சிறிதுசிறிதாக நீதிமன்றத்தைப் பற்றிக் கொஞ்சம் தெரியவருகிறது. என்ன இருந்தாலும் டிட்டோரெல்லி வம்பளப்பவன்தான். அவனை நான் அடிக்கடி தவிர்க்க வேண்டியிருக்கிறது. அவன் நிச்சயம் பொய்சொல்கிறான் என்பதால் மட்டுமல்ல, ஆனால் எல்லாவற்றிற்கும் மேலாக நான் ஒரு வியாபாரியானதால், என் சொந்த வியாபாரக் கவலைகளினாலேயே கிட்டத்தட்ட ஒடிந்துபோயிருக்கிறேன், மற்ற விஷயங்களைப் பற்றிக் கவலைப்பட என்னால் முடியாது என்பதாலும்கூட. ஆனால் அது அவ்வளவு முக்கியமல்ல. ஒருவேளை—இப்போதுதான் அது எனக்குத் தோன்றியது—டிட்டோரெல்லி உங்களுக்குச் சிறிது உதவியாக இருக்கக்கூடும், அவனுக்கு நிறைய நீதிபதிகளைத் தெரியும். அவனுக்குப் பெரும் செல்வாக்கு இல்லாவிட்டாலும், பலவிதமான செல்வாக்குடைய நபர்களைக் கைக்குள் போட்டுக்கொள்வது எப்படி என்று உங்களுக்கு ஆலோசனை கூற முடியும். இந்த யோசனைகள் தம்மளவில் முக்கியமானவையாக இல்லாமல் போனாலும், என் அபிப்பிராயப்படி, அவை உங்கள் நிலைமையில் மிகவும் முக்கியமானவையாக இருக்கும். நீங்கள் கிட்டத்தட்ட ஒரு வக்கீல்தான். நான் எப்போதும் 'மேலாளர் க. கிட்டத்தட்ட ஒரு வக்கீல்' என்று கூறுவது வழக்கம். உங்களுடைய வழக்கைப் பற்றி எனக்குக் கவலையேயில்லை. நீங்கள் இப்போது டிட்டோரெல்லியைப் பார்க்க வேண்டுமா? நான் சிபாரிசு செய்தால் தன்னால் முடிந்தவரை எல்லாம் அவன் செய்வான். நீங்கள் அவனிடம் செல்ல வேண்டுமென்று நான் கருதுகிறேன். அதற்காக இன்றே போக வேண்டுமென்பதில்லை. முடிந்தபோது போகலாம். இதையும் சொல்கிறேன். நான் உங்களுக்கு இந்த யோசனை சொல்கிறேன் என்பதற்காக நீங்கள் உண்மையில் டிட்டோரெல்லியைச் சென்று பார்க்க வேண்டும் என்பது அவசியமில்லை. இல்லை, நீங்கள் டிட்டோரெல்லியைப் பார்க்கத் தேவையில்லை என்று நம்பினால், அவனை முழுவதும் ஒதுக்கிவிடுவது மிகவும் நல்லது. ஒருவேளை நீங்கள் ஏற்கனவே தெளிவான திட்டம் எதையாவது வைத்திருக்கலாம், அதற்கு டிட்டோரெல்லி இடைஞ்சலாக இருக்கலாம். வேண்டாம், அப்போது நிச்சயம் எந்தக் காரணத்தைக் கொண்டும் அங்கே போக வேண்டாம். இது போன்ற ஆசாமிகளிடமிருந்து யோசனை பெறுவது என்றால் நிச்சயம் உங்கள் மதிப்பைச் சற்று விட்டுக்கொடுக்கத்தான் வேண்டியிருக்கும். இனி உங்கள் விருப்பம். இதோ சிபாரிசுக் கடிதமும் முகவரியும்.''

ஏமாற்றத்துடன் க. கடிதத்தை எடுத்துத் தன் பாக்கெட்டில் நுழைத்துக்கொண்டான். அனுகூலமான நிலையிலும் இந்த சிபாரிசு அளிக்கும் நன்மையை ஒப்பிட்டுப் பார்த்தால், அது, தொழிலதிபருக்குத் தன்னுடைய வழக்கைப் பற்றித் தெரிந்திருப்பதிலும், ஓவியன் செய்தியைப் பரப்புவான் என்பதிலும் உள்ள தீமையைவிடக் குறைவுதான். அதற்குள் கதவை நோக்கிச் சென்றுவிட்டிருந்த தொழிலதிபருக்குச் சில வார்த்தைகளால் நன்றி கூறவும்

அவனால் எத்தனிக்க முடியவில்லை. கதவருகில் சென்று தொழிலதிபரிட மிருந்து விடைபெற்றுக்கொண்டபோது, “நான் அவனைப் பார்க்கிறேன் அல் லது எனக்கு இப்போது வேலை மிகவும் அதிகமாக இருப்பதால், அவன் இங்கு அலுவலகத்தில் என்னை வந்து பார்க்கலாம் என்று அவனுக்கு நான் எழுது கிறேன்” என்றான் அவன். “நீங்கள் மிகவும் சிறந்த வழியைத் தேர்ந்தெடுப் பீர்கள் என்று எனக்கு நிச்சயமாகத் தெரியும்” என்றார் தொழிலதிபர். “இருந் தாலும், நீங்கள் வழக்கைப் பற்றிப் பேசுவதற்காக டிட்டோரெல்லி போன்ற வர்களை வங்கிக்கு அழைப்பதைத் தவிர்ப்பீர்கள் என்று நான் நிச்சயம் நினைத் தேன். இவர்களைப் போன்றவர்களுக்கு நாமே கடிதம் எழுதுவது எப்போதும் அவ்வளவு அனுகூலமானதல்ல. ஆனால், நீங்கள் நிச்சயம் எல்லாவற்றையும் நன்றாக யோசித்து, என்ன செய்ய வேண்டுமென்று தெரிந்துவைத்திருப்பீர் கள்.” க. தலையை ஆட்டிவிட்டு, தொழிலதிபரைத் தொடர்ந்து முன்ன றைக்குச் சென்றான். வெளித்தோற்றத்துக்கு அவன் அமைதியாக இருந்தா லும், தன்னை நினைத்துத் தானே அதிர்ச்சியடைந்தான். தொழிலதிபருடைய சிபாரிசைத் தான் மதிப்பதாக எவ்விதத்திலாவது காண்பிக்க வேண்டும் என்பதற்காகவும், டிட்டோரெல்லியைச் சந்திக்கும் சந்தர்ப்பத்தைப் பற்றி அப்போதே யோசிப்பதாகக் காண்பிக்க வேண்டும் என்பதற்காகவும் அவன் டிட்டோரெல்லிக்கு எழுதப்போகிறேன் என்று கூறினான்; ஆனால், டிட்டோ ரெல்லியின் உதவிக்கு மதிப்புண்டு என்று அவன் எண்ணியிருந்திருந்தால், அவனுக்கு எழுதுவதற்கு உண்மையில் அவன் தயங்கியே இருக்க மாட்டான். தொழிலதிபர் கூறியதன் மூலம்தான் அதனால் விளையக்கூடிய அபாயங் களை அவன் அறிந்துகொண்டான். தன் சுயபுத்தியின்மீது இருக்கும் நம்பிக்கை ஏற்கனவே குறையும்படி தன்னை ஆக்கிக்கொண்டுவிட்டானா? ஒரு சந்தேகத் துக்குரிய நபருக்கு விளக்கமான கடிதம் எழுதி, வங்கிக்கு அழைத்து உதவி இயக்குநரின் கதவுக்கருகில் அமர்த்தி வழக்கைப் பற்றி ஆலோசனைகள் கேட் கும் சாத்தியம் இருந்தால், மற்ற அபாயங்களைப் பற்றி அவன் யோசிக்காம லிருக்கவோ அல்லது அவற்றில் மாட்டிக்கொள்ளவோ சாத்தியம் இருக்கலாம் அல்லது இவை உண்மையில் நடக்கலாம் அல்லவா? அவனை எச்சரிக்கை செய்வதற்காக எப்போதும் அவன் அருகில் யாரும் இருக்க மாட்டார்கள். சக்தியையெல்லாம் ஒன்றுதிரட்டிச் செயல்பட வேண்டிய இந்தச் சமயத்தில் தானா, தன் சொந்த விழிப்புணர்ச்சியின் மேலேயே அவன் இதுவரை அறி யாத, இது போன்ற சந்தேகங்கள் தோன்ற வேண்டும்? தன் அலுவலக வேலை களை நடத்துவதில் தான் உணரும் பிரச்சினைகள் இப்போது வழக்கிலும் தோன்ற வேண்டுமா? டிட்டோரெல்லிக்கு எழுதி அவனை வங்கிக்கு வருமாறு அழைக்க எப்படி நினைக்க முடிந்தது என்பதை அவனால் இப்போது புரிந்துகொள்ளவே முடியவில்லை.

பணியாள் அவன் அருகில் வந்து, வெளியறையில் மூன்று நபர்கள் காத்துக்கொண்டிருக்கிறார்கள் என்பதை அவன் கவனத்திற்குக் கொண்டுவந்த போதும், அவன் தன் எண்ணங்களிலிருந்து மீளாமல் தலையசைத்துக்கொண் டிருந்தான். க.விடம் அழைத்துச் செல்லப்படுவதற்காக அவர்கள் ஏற்கனவே வெகுநேரம் காத்துக்கொண்டிருந்தார்கள். இப்போதோ, பணியாள் க.விடம் பேசியதால் அவர்கள் எழுந்து நின்றுகொண்டு, ஒவ்வொருவரும் மற்றவர்

களுக்கு முன்பாக க.வை அணுகுவதற்காக ஒரு அனுகூலமான சந்தர்ப்பத்தைப் பயன்படுத்திக்கொள்ள எண்ணினார்கள். அவர்கள் இங்கு வரவேற்பறையில் தங்கள் நேரத்தை வீணாக்குகிறார்களே என்று வங்கியில் யாரும் கவலைப் படாமல் இருந்ததால், அவர்களும் இனிமேல் எதைப் பற்றியும் கவலைப்பட விரும்பவில்லை. ''மேலாளர் ஐயா'' என்று ஒருவர் ஏற்கனவே ஆரம்பித்தார். ஆனால், க. பணியாளைக் கம்பளிக் கோட்டைக் கொண்டுவரச் சொல்லி, அதை அவன் துணையுடன் அணிந்துகொண்டே மூவரையும் பார்த்துக் கூறி னான், ''மன்னிக்க வேண்டும், உங்களிடம் பேச இப்போது எனக்கு துர திர்ஷ்டவசமாக நேரமில்லை. நீங்கள் என்னை மன்னிக்க வேண்டுமென்று மிகவும் வேண்டிக் கேட்டுக்கொள்கிறேன். ஒரு அவசரமான வியாபாரத்தை முடிக்க வேண்டியிருப்பதால் நான் உடனே போயாக வேண்டும். எவ்வளவு நேரம் அவர் என்னைப் பிடித்துவைத்திருந்தார் என்று நீங்களே பார்த்தீர்கள். தயவுசெய்து நாளையோ அல்லது வேறு எப்போதாவதோ மறுபடியும் வர முடியுமா? அல்லது உங்கள் விஷயங்களைத் தொலைபேசியில் பேசலாமா? அல்லது உங்கள் விஷயங்களைப் பற்றி நீங்கள் இப்போது சுருக்கமாகக் கூறி னால், நான் உங்களுக்கு விளக்கமாக பதில் எழுதுகிறேன். எதற்கும் நீங்கள் பிறகு வந்தால் மிகவும் நல்லது.'' க.வின் இந்த யோசனைகளால் அவர்கள் இது வரை காத்திருந்தது இப்போது முற்றிலும் பயனற்றுப்போய்விட்டதால், அவர் கள் பெரும் ஆச்சரியத்தில் மூழ்கி, ஒருவரையொருவர் மௌனமாகப் பார்த் துக்கொண்டார்கள். இப்போது அவனுடைய தொப்பியைக் கொண்டுவந்து கொடுத்த பணியாளின் பக்கம் திரும்பிய க., ''என்ன, சரிதானே'' என்று கேட் டான். வெளியே பனி எப்படி மிகவும் அதிகமாகப் பெய்ய ஆரம்பித்துவிட்ட தென்று க.வின் அறையின் திறந்த கதவு வழியாகப் பார்க்க முடிந்தது. அதனால் க. கோட்டின் காலரை மேலே இழுத்துவிட்டு, அதைக் கழுத்தைச் சுற்றி உயர்த்திப் பித்தானைப் போட்டுக்கொண்டான்.

அப்போது உதவி இயக்குநர் அடுத்த அறையிலிருந்து வெளியே வந்து, க. கம்பளிக் கோட்டுடன் அந்த நபர்களுடன் பேசிக்கொண்டு இருந்ததைப் புன்சிரிப்புடன் பார்த்துவிட்டுக் கேட்டார், ''மேலாளர் ஐயா, நீங்கள் இப் போது போகிறீர்களா?'' ''ஆமாம்'' என்ற க. நிமிர்ந்து, ''எனக்கு வெளியில் ஒரு வேலை இருக்கிறது'' என்றான். ஆனால், உதவி இயக்குநர் ஏற்கனவே அந்த நபர்களை நோக்கித் திரும்பியிருந்தார். ''இவர்கள்... ?'' என்று கேட்டார், ''இவர்கள், ஏற்கனவே வெகு நேரமாகக் காத்துக்கொண்டிருக்கி றார்கள் என்று நினைக்கிறேன்.'' ''நாங்கள் ஏற்கனவே ஒரு முடிவுக்கு வந்து விட்டோம்'' என்றான் க. ஆனால், அந்த நபர்களை அதற்குமேல் கட்டுப் படுத்த முடியவில்லை; அவர்கள் க.வைச் சுற்றி நின்றுகொண்டு, தங்களுடைய விஷயங்கள் முக்கியமாக இல்லாதிருந்திருந்தால், அவை இப்போதே, அதுவும் முழுமையாகவும் தனிமையிலும், பேசப்பட வேண்டாமென்று இருந்திருந் தால், தாங்கள் மணிக் கணக்காகக் காத்துக்கொண்டிருந்திருக்க மாட்டோம் என்று விளக்கினார்கள். உதவி இயக்குநர் அவர்கள் கூறியதைச் சிறிது நேரம் கேட்டார், அதே சமயம் க. கையில் தொப்பியை வைத்துக்கொண்டு அதி லிருந்த தூசியை அவ்வப்போது துடைத்துக்கொண்டிருந்ததையும் கவனித் தார். பிறகு கூறினார், ''இதற்கு மிகவும் சுலபமான ஒரு வழி இருக்கிறது.

நீங்கள் விரும்பினால், மேலாளருக்குப் பதிலாக என்னுடன் நீங்கள் பேசலாம். உங்களுடைய விஷயங்களைப் பற்றி நிச்சயமாக உடனே பேசியாக வேண்டும். உங்களைப் போலவே நாங்களும் வியாபாரம் செய்பவர்கள். வியாபாரிகளின் நேரத்தைச் சரியாக மதிப்பிட எங்களுக்குத் தெரியும். நீங்கள் இப்படி உள்ளே வருகிறீர்களா?'' பிறகு தன் அலுவலகத்தின் முன்னறையின் கதவைத் திறந்தார்.

க. வேறு வழியின்றிச் செய்யாமல் விட்டுவிட்ட வேலையை உதவி இயக்குநர் எப்படித் தனதாக்கிக்கொள்ளத் தெரிந்துவைத்திருக்கிறார்? தேவைக்கு மீறிய அளவு க. விட்டுக்கொடுத்துவிட்டானா என்ன? சற்றும் நிச்சயமில்லாத, அற்பமான நம்பிக்கையுடன்—அவன் அதை ஒப்புக்கொள்ளத்தான் வேண்டும்—முன்பின் தெரியாத ஒரு ஓவியனைப் பார்க்க அவன் ஓடிக்கொண்டிருக்கும்போது, இங்கே அவனுடைய மதிப்பு மீண்டும் சரி செய்ய முடியாத அளவுக்குப் பாதிப்புக்குள்ளாகிக்கொண்டிருக்கிறது. அவன் கம்பளிக் கோட்டை மறுபடியும் கழற்றிவிட்டு, அடுத்த அறையில் இன்னும் காத்துக்கொண்டிருக்கும் அந்த இரண்டு நபர்களையாவது தன் பக்கம் மீண்டும் இழுத்துக்கொள்ள முடிந்தால் மிகவும் நன்றாக இருந்திருக்கும். அவன் அறையில் அந்தச் சமயத்தில் அவனுடைய புத்தக அலமாரியில், தன் அலமாரியில் தேடுவதைப்போல் உதவி இயக்குநர் எதையோ தேடுவதை அவன் பார்த்திராவிட்டால் க. அப்படிச் செய்ய முயன்றிருப்பான். க. படபடப்புடன் கதவை அணுகியபோது அவர் உரக்கக் கூறினார், ''அட, நீங்கள் இன்னும் போகவில்லை!'' அவர் அவனைத் திரும்பிப் பார்த்தார். அவர் முகத்திலிருந்த அழுத்தமான மடிப்புகள், வயதிற்குப் பதிலாக பலத்தைக் காண்பிப்பதுபோல் தோன்றின. அவர் உடனே மறுபடியும் தேடத் தொடங்கினார். ''நான் ஒரு ஒப்பந்தத்தின் நகலைத் தேடிக்கொண்டிருக்கிறேன்'' என்றார் அவர், ''அது உங்களிடம்தான் இருக்க வேண்டும் என்று கம்பெனியின் பிரதி நிதி கூறுகிறார். அதைத் தேட எனக்கு உதவி செய்வீர்களா?'' க. ஒரு அடி எடுத்து வைத்தான், ஆனால், உதவி இயக்குநர், ''நன்றி. அதைக் கண்டுபிடித்து விட்டேன்'' என்று கூறினார். பிறகு, பத்திரங்கள் அடங்கிய காகிதக் கட்டுடன் மறுபடியும் தன் அறைக்குள் சென்றார். அதில் ஒப்பந்தத்தின் நகல் மட்டுமல்லாமல், நிச்சயம் மற்ற காகிதங்களும் இருந்தன.

''இப்போது அவருக்கு நான் ஈடுகொடுக்க முடியாமலிருக்கலாம்'' என்று க. தனக்குள் சொல்லிக்கொண்டான். ''ஆனால், என் சொந்தப் பிரச்சினைகள் தீர்ந்த பிறகு என்னிடம் என்ன பாடு படப்போகிறார் என்று அவர்தான் முதலில் உணருவார். அது நிச்சயம் கசப்பான அனுபவமாக இருக்கப்போகிறது.'' இந்த எண்ணங்களால் சிறிது அமைதி அடைந்து, தான் வேலை விஷயமாகச் சென்றிருப்பதாக இயக்குநரிடம் முடிந்தபோது சொல் என்று ஏற்கனவே வெகு நேரமாகத் தனக்காக வராந்தாவிற்குச் செல்லும் கதவைத் திறந்துவைத்துக் கொண்டு நின்றிருந்த பணியாளிடம் சொல்லிவிட்டு, சற்று நேரம் முழுமையாகத் தன் விஷயத்திற்காக ஒதுக்க முடியும் என்ற சிறிய மகிழ்ச்சியுடன் வங்கியை விட்டு வெளியே சென்றான்.

அவன் அப்போதே அந்த ஓவியனைப் பார்க்கச் சென்றான். அந்த ஓவியன் நீதிமன்ற அலுவலகங்கள் இருந்த புறநகருக்கு எதிர் திசையில் இருந்த

மற்றொரு புறநகர்ப் பகுதியில் வசித்துவந்தான். அது நீதிமன்ற அலுவலகங்கள் இருந்த புறநகர்ப் பகுதியைவிட ஏழ்மையான பகுதி. அதில் வீடுகள் மேலும் இருளடைந்திருந்தன. சந்துகளிலெல்லாம் உருகி வழிந்துகொண்டிருந்த பனி யின் மீது தூசியும் தும்பும் மெல்ல மிதந்துகொண்டிருந்தன. ஓவியன் வசித்த வீடு இருந்த கட்டடத்தின் பெரும் நுழைவாயில் கதவின் ஒரு பாதி மட்டும் திறந்திருந்தது; மற்ற பாதியில், கீழே சுவரில், ஒரு ஓட்டை போடப்பட் டிருந்தது. க. அதை நெருங்கியபோது அதிலிருந்து ஆவி கிளம்பிக்கொண் டிருந்த, சகிக்க முடியாத, மஞ்சள் நிறமான குழம்பிய நீர் பீய்ச்சியடித்துக் கொண்டிருந்தது. கீழே படிக்கட்டின் அருகே தரையில் ஒரு சிறு குழந்தை கவிழ்ந்து படுத்துக்கொண்டு அழுதுகொண்டிருந்தது. ஆனால், வழியின் மறு பக்கத்திலிருந்த கொல்லன் பட்டறையிலிருந்து எல்லாவற்றையும் மூழ் கடித்துக்கொண்டு எழுந்த சத்தத்தினால் அதன் அழுகையை யாரும் கேட்க முடியவில்லை. பட்டறையின் கதவு திறந்திருந்தது, மூன்று பட்டறை ஆட்கள் ஒரு பொருளைச் சுற்றி அரைவட்டமாக நின்றுகொண்டு அதன்மீது சம்மட்டி யால் அடித்துக்கொண்டிருந்தார்கள். சுவரில் தொங்கிக்கொண்டிருந்த ஒரு பெரிய தகரத் தகடு மங்கிய ஒளியை வீசிக்கொண்டிருந்தது. அது இரு ஆட் களிடையே ஊடுருவி அவர்களுடைய முகங்களையும் மேலங்கியையும் பிரகாசிக்கச் செய்தது. க. இவற்றையெல்லாம் ஒரு கணம் பார்த்தான். அவன் முடிந்தவரை சீக்கிரம் இங்கு வேலையை முடித்துக்கொள்ள விரும்பினான். ஓவியனுடன் ஒரு சில வார்த்தைகள் மட்டும் பேசி, அவனால் என்ன செய்ய முடியும் என்பதைத் தெரிந்துகொண்டு உடனே வங்கிக்குத் திரும்பிச் செல்ல விரும்பினான். அவனுக்கு இங்கு கிடைக்கும் வெற்றி சிறியதாக இருந்தாலும் அது வங்கியில் அவன் இன்று செய்யப்போகும் வேலைக்கு ஊக்கமளிக்கும். மூன்றாவது மாடியில் அவன் தன் நடையைச் சிறிது தளர்த்த வேண்டியிருந் தது, அவனுக்கு மிகவும் மூச்சு வாங்கியது, படிகளும், அதேபோல் மாடிகளும் அளவுக்கு மீறி உயரமாக இருந்தன. ஓவியன் எல்லா மாடிகளுக்கும் மேல், பரண் அறையில் வசித்து வந்ததாகக் கேள்வி. மேலும் அங்கு மிகவும் புழுக்க மாக இருந்தது. சுற்றிச்சுற்றிச் செல்லும் குறுகலான படிகளின் இரு பக்கங்க ளும் சுவர்களால் மூடப்பட்டிருந்தன, அவற்றில் இங்குமங்குமாக மிகவும் உயரத்தில் சிறு ஜன்னல்கள் பொருத்தப்பட்டிருந்தன. க. சிறிது நேரம் நின்ற போதுதான் சில சிறுமிகள் ஒரு வீட்டிலிருந்து வெளியே ஓடிவந்து சிரித்துக் கொண்டே படிகளில் வேகமாக மேலே ஏறிச் சென்றார்கள். க. அவர்களை மெதுவாகப் பின்தொடர்ந்தான். அவர்களில் ஒருத்திக்குத் தடுக்கியதால், மற்றவர்களிலிருந்து அவள் பின்தங்கியபோது, அவளை அணுகி, அவளுடன் சேர்ந்து மேலே ஏறியபோது அவன் கேட்டான், ‘‘இங்கே டிட்டோரெல்லி என்ற ஓவியன் வசிக்கிறானா?’’ பதிமூன்று வயதுகூட அடைந்திராத அந்தப் பெண், சற்றுக் கூன் போட்டவள், அப்போது முழங்கையால் அவனை இடித்துவிட்டு அவனை நிமிர்ந்து ஓரக்கண்ணால் பார்த்தாள். அவளுடைய இளவயதோ, அல்லது அவள் உடல் ஊனமோ, அவள் ஏற்கனவே முழுதும் தரங்கெட்டுப் போயிருந்ததைத் தடுத்திருக்க முடியவில்லை. அவள் புன்ன கைக்கக்கூட இல்லை. ஆனால் க.வைத் தீவிரமாக, கூர்மையாக அழைப்பு விடும் பார்வையுடன் பார்த்தாள். க. அவளுடைய நடத்தையைக் கவனிக்கா

ததுபோல் பாவனைசெய்து அவளைக் கேட்டான், "உனக்கு ஓவியன் டிட்டோரெல்லியைத் தெரியுமா?" அவள் தலையசைத்துவிட்டுப் பதிலுக்குக் கேட்டாள், "அவனிடம் உங்களுக்கு என்ன வேலை?" டிட்டோரெல்லியைப் பற்றி உடனே இன்னும் சிறிது தெரிந்துகொள்வது அனுகூலமானது என்று க.வுக்குத் தோன்றியது. "அவன் என்னை வரையப்போகிறான்." என்றான் அவன். "உங்களை வரையவா?" என்று அவள் கேட்டாள். அவன் ஏதோ அசாதாரணமாக ஆச்சரியப்படும்படியானதையோ அல்லது சொல்லக்கூடாததையோ சொல்லிவிட்டதைப் போல வாயை அளவுக்கு மீறித் திறந்து, தன் கையால் க.வை லேசாகத் தட்டிவிட்டு இரண்டு கைகளாலும் அவளுடைய மிகவும் குட்டையான பாவாடையைத் தூக்கிக்கொண்டு முடிந்த வரை வேகமாக மற்ற பெண்களின் பின்னால் ஓடினாள்; அவர்களுடைய கூச்சல் ஏற்கனவே தெளிவிழந்து மேலே மறைந்துவிட்டிருந்தது. ஆனால், படிகளின் அடுத்த திருப்பத்திலேயே க. மறுபடியும் எல்லாப் பெண்களையும் சந்தித்தான். அவர்கள் க.வின் நோக்கத்தைப் பற்றி, கூனியிடமிருந்து தெரிந்துகொண்டு அவனுக்காகக் காத்துக்கொண்டிருந்தார்கள் என்பது தெரிந்தது. அவர்கள் படிகளின் இருபுறங்களிலும்—க. அவர்களுக்கு நடுவே தாராளமாகச் செல்வதற்காக—சுவர்களில் அழுந்தி நின்றுகொண்டார்கள். கைகளால் தங்கள் ஏப்ரனை நீவிவிட்டுக்கொண்டார்கள். அவர்களுடைய முகங்களும், இதுபோல் வரிசையாக நின்றதும், அவர்களுடைய குழந்தைத்தனத்தையும் சீரழிவையும் வெளிப்படுத்தின. அவன் மேலே செல்லச்செல்ல அவன் பின்னால் சிரித்தவாறே ஒன்றாகச் சேர்ந்துகொண்ட பெண்களை நடத்திச் சென்ற கூனி, அவனுக்கு வழிகாட்டும் வேலையை ஏற்றுக்கொண்டாள். க. சரியான வழியைக் கண்டுபிடிப்பதற்கு அவளுக்குத்தான் நன்றி கூற வேண்டும். ஏனென்றால், அவன் நேராக மேலும் ஏறிச் செல்ல எண்ணியபோது, அவள்தான் அவன் டிட்டோரெல்லியிடம் செல்ல படிக்கட்டில் ஒரு திருப்பத்தில் செல்ல வேண்டும் என்று காட்டினாள். அங்கே சென்ற படிக்கட்டு மிகக் குறுகியதாகவும், நீண்டதாகவும், திருப்பம் இல்லாமலும், அதன் நீளம் முழுவதையும் பார்க்கக் கூடியதாகவும், டிட்டோரெல்லியின் கதவுக்கே சென்று முடிவதாகவும் இருந்தது. ஒரு கோணத்தில் கதவுக்கு மேல் பொருத்தப்பட்டிருந்த ஜன்னலினால், அந்தக் கதவு, படிக்கட்டுகளைவிடப் பிரகாசமாக இருந்தது. அது வர்ணம் பூசப்படாத பலகைகளினால் செய்யப்பட்டிருந்தது. அதன்மேல் டிட்டோரெல்லி என்ற பெயர் சிவப்பு வர்ணத்தால், அகலமான தூரிகைக் கோடுகளால், எழுதப்பட்டிருந்தது. க. தன்னைத் தொடர்ந்து வந்தவர்களுடன் படிகளின் மத்தியைக்கூட அடைந்திருக்க மாட்டான், அதற்குள் காலடிச் சத்தங்களினால் மேலே கதவு சிறிது திறந்து, வெறும் இரவு உடை மட்டுமோ என்னவோ அணிந்திருந்த மனிதன் ஒருவன் அதன் இடுக்கு வழியாகத் தோன்றினான். அந்தக் கும்பல் வருவதைப் பார்த்தவுடன், அவன் "ஓ!" என்று உரக்கக் கூறிவிட்டு மறைந்தான். கூனி சந்தோஷத்தால் கைகளைத் தட்டினாள். மற்ற பெண்கள் க. இன்னும் வேகமாக முன் செல்வதற்காகப் பின்னாலிருந்து நெருக்கினார்கள்.

அவர்கள் இன்னும் மேலே வந்து சேரக்கூட இல்லை. அதற்குள் அந்த ஓவியன் கதவைச் சட்டென முழுவதும் திறந்துவிட்டு, நன்கு குனிந்து

வணங்கி க.வை உள்ளே வருமாறு அழைத்தான். ஆனால், அந்தப் பெண் களையோ அவன் தடுத்து நிறுத்தினான். அவர்கள் எவ்வளவு கெஞ்சியும், அவன் விருப்பத்திற்கு மாறாக உள்ளே நுழைய அவர்கள் எவ்வளவு முயற்சி செய்தும், அவர்களில் எவரையும் உள்ளே விடவில்லை. நீட்டியிருந்த அவ னுடைய கைகளுக்கடியில் நழுவ அந்தக் கூனியால்தான் முடிந்தது. ஆனால், ஓவியன் அவளைத் துரத்தி அவளைப் பாவாடையுடன் சேர்த்துப் பற்றி, தூக்கி, சுழற்றி, கதவுக்கு முன்னால் மற்ற பெண்களுடன் அவளையும் நிறுத்தி னான். அந்தப் பெண்கள், ஓவியன் தன் இடத்தை விட்டு நகர்ந்திருந்தபோதும் வாசற்படியைத் தாண்டத் துணியவில்லை. க.வுக்கு இதையெல்லாம் எப்படி எடுத்துக்கொள்வது என்று தெரியவில்லை. எல்லாம் அவர்களுக்குள்ளிருந்த ஒரு பரஸ்பர நட்புணர்வால் நடந்ததாக அவனுக்குத் தோன்றியது. கதவுக்கு அருகில் இருந்த பெண்கள் ஒருவர் பின் ஒருவராகக் கழுத்தை உயர்த்திக் கேலி கலந்த பல வித வார்த்தைகளால் ஓவியனை நோக்கிக் கத்தினார்கள். அவ் வார்த்தைகளை க.வினால் புரிந்துகொள்ள முடியவில்லை. ஓவியனும் சிரித்துக் கொண்டே அந்தக் கூனியை மற்றொரு முறை சுழற்றினான். பிறகு கதவைச் சாத்திவிட்டு, திரும்பவும் க.வின்முன் குனிந்து அவன் கையைக் குலுக்கித் தன்னை அறிமுகப்படுத்திக்கொள்ளும் வகையில் கூறினான், ''ஓவியன் டிட்டோரெல்லி.'' க. கதவைச் சுட்டிக்காட்டி—அதற்குப் பின்னால் பெண் கள் கிசுகிசுத்துக்கொண்டிருந்தனர்—''உங்களை இங்கு எல்லோரும் மிகவும் விரும்புவதுபோல் தெரிகிறது.'' என்றான். ''ஆ, இந்தச் சிறுக்கிகள்!'' என்று ஓவியன் கூறிவிட்டு, தன் இரவு உடையின் கழுத்துப் பித்தானைப் போட முடியாமல் தவித்தான். அவன் காலணியில்லாமல், வெறும் ஒரு அகலமான மஞ்சள் நிற லினன் கால்சட்டையை அணிந்திருந்தான். அது ஒரு கயிற்றினால் அவன் இடுப்பில் இறுக்கப்பட்டிருந்தது. அதன் நீண்ட முனை தானாக இப்படி யும்அப்படியும் ஆடியது. ''இந்தச் சிறுக்கிகளால் எனக்கு உண்மையில் தொல் லைதான்'' என்று அவன் தொடர்ந்து கூறிக்கொண்டே, தன் இரவு உடையைக் கழற்றிவிட்டு—அதன் கடைசிப் பித்தான் இப்போது பிய்ந்துவிட்டது—ஒரு நாற்காலியை எடுத்துப் போட்டுக்கொண்டு க.வை அமரும்படி கேட்டுக் கொண்டான். ''அவர்களில் ஒருத்தியை—அவள் இன்று இங்கு இல்லை— ஒருமுறை நான் வரைந்தேன். அப்போதிலிருந்து அவர்களெல்லாம் என் பின் னால் வந்துகொண்டேயிருக்கிறார்கள். நான் தனியாக இருக்கும்போது, நான் அனுமதித்தால் மட்டுமே அவர்கள் உள்ளே வருவார்கள். நான் வெளியே சென்றிருந்தாலும் ஒருத்தியாவது எப்போதும் இங்கே இருப்பாள். அவர்கள் என் கதவுக்கு ஒரு சாவியைத் தயாரித்துத் தங்களுக்குள் அதைக் கொடுத்து வாங்கிக் கொள்கிறார்கள். அது எவ்வளவு தொல்லையாக இருக்கிறது என்று கற்பனைசெய்துகூடப் பார்க்க முடியாது. உதாரணத்துக்கு நான் வரைய வேண்டிய ஒரு பெண்ணுடன் வீட்டுக்கு வந்து என் சாவியைக் கொண்டு கத வைத் திறந்தால், இந்தக் கூனியோ அல்லது வேறு ஒருத்தியோ, மேஜை யருகில் அமர்ந்து தூரிகையினால் தங்கள் உதடுகளைச் சிகப்பாக்கிக்கொண் டிருப்பார்கள் அல்லது, நேற்று நடந்ததுபோல்—நான் இரவு நேரங்கழித்து வீட்டுக்கு வருவேன், என் நிலையையும் அறையின் அலங்கோலத்தையும் எண்ணி என்னை மன்னிக்க வேண்டும்—நான் இரவு நேரங்கழித்து வீட்டுக்கு

வந்து படுக்கப்போகும்போது, என் காலை ஏதோ ஒன்று சீண்டும், நான் கட்டி லின் அடியில் பார்த்து, அங்கிருக்கும் இந்தச் சனியன்களில் ஒன்றை வெளியே இழுத்துப் போடுவேன். ஏன் அவர்கள் இப்படி என்மேல் வந்து விழு கிறார்கள் என்று தெரியவில்லை. அவர்களை எந்த விதத்திலும் ஊக்குவிப்ப தில்லை என்பதை நீங்கள் பார்த்தீர்கள் அல்லவா? அவர்களால் என்னுடைய வேலை நிச்சயம் கெட்டுப்போகிறது. இந்த ஸ்டூடியோவை எனக்கு வாடகை இல்லாமல் கொடுத்திருக்காவிட்டால், நான் எப்போதோ இதைக் காலிசெய் திருப்பேன்.'' அப்போது கதவுக்குப் பின் ஒரு சிறு குரல் மென்மையாகவும், பயத்துடனும் கூவியது. ''டிட்டோரெல்லி, நாங்கள் வரலாமா?'' ''கூடாது'' என்று ஓவியன் பதிலளித்தான். ''நான்கூடவா?'' என்று அது மறுபடியும் கேட்டது. ''நீகூடத்தான்'' என்றான் ஓவியன். கதவை நோக்கிச் சென்று அதைத் தாளிட்டான்.

இதற்கிடையில் க. அறையை நோட்டம்விட்டான். இந்த ஏழ்மையான சிறு அறையை ஸ்டூடியோ என்று சொல்ல முடியும் என்று அவனால் நினைக் கவே முடியவில்லை. குறுக்கிலும், நெடுக்கிலும் இங்கு இரண்டடிக்கு மேல் எடுத்துவைக்கவே முடியாது. தரை, சுவர்கள், அறையின் கூரை, எல்லாம் மரத் தால் செய்யப்பட்டவை. பலகைகளுக்கு இடையே சின்ன வெடிப்புகளைப் பார்க்க முடிந்தது. க.வின் எதிரே, சுவரை ஒட்டிக் கட்டில் இருந்தது. அதன் மேல் பல நிறங்களாலான படுக்கை விரிப்புகள் குவிந்திருந்தன. அறையின் நடு வில் ஒரு ஸ்டாண்டின் மேல் ஒரு படம் இருந்தது. அது ஒரு சட்டையால் மூடப்பட்டிருந்தது. அந்தச் சட்டையின் கைகள் தரைவரை தொங்கி ஆடிக் கொண்டிருந்தன. க.வின் பின்னால் ஜன்னல். அதன் வழியே பனியால் மூடப் பட்டிருந்த அடுத்த வீட்டுக் கூரையைத் தாண்டிப் பார்க்க முடியவில்லை.

பூட்டில் சாவி திரும்பியது க. விரைவில் போய்விட வேண்டுமென்பதை நினைவுபடுத்தியது. அதனால் அவன் தொழிலதிபரின் கடிதத்தை மேஜையி லிருந்து எடுத்து ஓவியனிடம் நீட்டிக் கூறினான், ''உங்களுக்குத் தெரிந்த இந்த நபரிடமிருந்து உங்களைப் பற்றி அறிந்துகொண்டேன். அவருடைய ஆலோச னையைக் கேட்டுத்தான் இங்கு வந்திருக்கிறேன்.'' ஓவியன் கடிதத்தை மேலெழுந்தவாரியாகப் படித்துவிட்டு அதைப் படுக்கைமீது எறிந்தான். தொழிலதிபர் டிட்டோரெல்லி தனக்கு அறிமுகமானவன், ஏழ்மையானவன், தன்னிடம் பண உதவிக்கு வந்தவன் என்று திட்டவட்டமாகக் கூறியிருக்கா விட்டால், டிட்டோரெல்லிக்குத் தொழிலதிபரைத் தெரியாது அல்லது குறைந்தபட்சம் அவர் அவன் நினைவுக்கு வரவில்லை என்று இப்போது உண் மையில் நம்பியிருக்கக் கூடும். மேலும், இப்போது ஓவியன் கேட்டான். ''நீங் கள் படங்கள் வாங்க விரும்புகிறீர்களா? அல்லது நான் உங்களை ஓவியம் தீட்ட வேண்டும் என்று விரும்புகிறீர்களா?'' க. ஓவியனை ஆச்சரியத்துடன் பார்த்தான். கடிதத்தில் உண்மையில் என்னதான் இருந்தது? க. இங்கு தன் வழக்கைப் பற்றித் தெரிந்துகொள்வதைத் தவிர வேறு எதையும் விரும்ப வில்லை என்று தொழிலதிபர் கடிதத்தில் ஓவியனுக்குக் கூறியிருப்பார் என்று தான் க. எண்ணியிருந்தான். அவன் அவசரப்பட்டு யோசித்துப்பார்க்காமல் அல்லவா இங்கே ஓடிவந்திருக்கிறான்! ஆனால், அவன் ஓவியனுக்கு இப் போது எப்படியாவது பதில் கூறியாக வேண்டும். படம் இருந்த ஸ்டாண்

டைப் பார்த்துக்கொண்டே கூறினான், ''நீங்கள் இப்போது ஒரு படம் வரைந்துகொண்டிருக்கிறீர்களா?'' ''ஆமாம்'' என்று ஓவியன் கூறிவிட்டு ஸ்டாண்டின் மீது தொங்கிக்கொண்டிருந்த சட்டையை எடுத்து, கடிதத்திற்கு அருகில், படுக்கையின் மீது எறிந்தான். ''இது ஒரு உருவப்படம். ஒரு நல்ல வேலைப்பாடு; ஆனால், இன்னும் முழுவதும் வரைந்து முடிக்கவில்லை.'' இந்த அகஸ்மாத்தான நிகழ்ச்சி க.வுக்கு அனுகூலமாக இருந்தது. நீதிமன்றத் தைப் பற்றிப் பேசுவதற்கான சந்தர்ப்பம் அவனுக்கு மிக அழகாக அளிக்கப் பட்டது, ஏனென்றால் அந்த உருவப்படம் நிச்சயமாக ஒரு நீதிபதியினுடை யதுதான். மேலும் வக்கீலின் அலுவலக அறையிலிருந்த படத்தின் சாயல் அதற்கு நன்றாக இருந்தது. ஆனால், இதுவோ முற்றிலும் வேறு ஒரு நீதிபதி யின் படம். அவர் பருமனாக இருந்தார். இரண்டு பக்கங்களிலும் கன்னங்க ளின் மேல் பாகங்கள் வரை, கருமையான அடர்த்தியான தாடி வைத்திருந் தார். மேலும் வக்கீலின் வீட்டில் பார்த்த படம் எண்ணெய் வர்ணத்தாலானது. இதுவோ பேஸ்டல் வர்ணங்களால் லேசாகவும், தெளிவில்லாமலும் வரையப் பட்டிருந்தது. ஆனால், மற்றவை எல்லாம் ஒத்திருந்தன. ஏனென்றால் இந்தப் படத்திலும் நீதிபதி தன்னுடைய சிம்மாசன நாற்காலியிலிருந்து அதன் கைகளை இறுகப் பிடித்துக்கொண்டு அச்சுறுத்தும் பாவனையில் எழுந்திருக்க விரும்பியது போலிருந்தார். ''இவர் ஒரு நீதிபதி'' என்று க. உடனே கூற விரும்பினான்; ஆனால், தற்சமயத்திற்குத் தன்னைக் கட்டுப்படுத்திக் கொண்டு, படத்தின் எல்லா அம்சங்களையும் ஆராய விரும்பியதுபோல் அதை அணுகினான். சிம்மாசன நாற்காலியின் முதுகின்பின், நடுவில் நின்று கொண்டிருந்த ஒரு உயரமான உருவம் யார் என்று அவனுக்குத் தெரிய வில்லை. ஓவியனிடம் அதைப் பற்றி விசாரித்தான். அதை மேலும் சற்று வரைய வேண்டியிருக்கிறது என்று ஓவியன் பதிலளித்தான். ஒரு சிறு மேஜை யின் மேலிருந்து ஒரு மெழுகுவர்ணத் துண்டை எடுத்து அதைக் கொண்டு அந்த உருவத்தின் ஓரங்களில் சிறிது தேய்த்தான். ஆனால், அதனால் க.வுக்கு அந்த உருவம் தெளிவாகவில்லை. ''அது நீதி தேவதை'' என்று இறுதியில் ஓவி யன் கூறினான். ''இப்போது எனக்கு அவளை அடையாளம் தெரிந்து விட்டது.'' என்றான் க. ''இதோ கண்களைக் கட்டியிருக்கும் துணி, இதோ தராசு. ஆனால், குதிகாலில் இறக்கைகள் இருக்கின்றனவே, மேலும் அவள் பறக்கும் நிலையில் இருக்கிறாளல்லவா?'' ''ஆமாம்'' என்றான் ஓவியன், ''ஒப்பந்தத்தின்படி நான் இப்படித்தான் வரைய வேண்டும், இது உண்மை யில் நீதியும், வெற்றி தேவதையும் ஒருங்கிணைந்தது.'' ''அது ஒரு சிறந்த சேர்க்கையாகத் தோன்றவில்லையே?'' என்று க. புன்சிரிப்புடன் கூறினான், ''நீதி அசையாமல் இருக்க வேண்டும்; இல்லாவிட்டால் தராசு ஆடிக்கொண் டிருக்கும், அதனால் நேர்மையான தீர்ப்புக்கு ஏது இருக்காது.'' ''எனக்கு இந்த வேலையைக் கொடுத்தவரின் விருப்பத்திற்கு நான் இசைந்தாக வேண்டும்'' என்றான் ஓவியன். ''நிச்சயமாக'' என்றான் க., தன் பேச்சினால் அவன் யாரை யும் புண்படுத்த விரும்பவில்லை. ''சிம்மாசன நாற்காலியின் மீது உண் மையில் எவ்வளவு பொருத்தமாக இருக்க வேண்டுமோ அவ்வளவு பொருத்த மாக நீங்கள் இந்த உருவத்தைத் தீட்டியிருக்கிறீர்கள்.'' ''இல்லை'' என்றான் ஓவியன், ''நான் அந்த உருவத்தையோ அல்லது சிம்மாசன நாற்காலியையோ

பார்த்ததில்லை. அவையெல்லாம் கற்பனை, நான் எதை வரைய வேண்டும் என்று எனக்குப் பணிக்கப்பட்டிருந்ததோ அதைத்தான் வரைந்திருக்கிறேன்.'' ''எப்படி?'' என்று க. கேட்டான். வேண்டுமென்றே ஓவியனை முழுவதும் புரிந்துகொள்ளாததுபோல் அவன் பாவனை செய்தான். ''நீதியின் நாற்காலியில் உட்கார்ந்திருப்பது நீதிபதிதானே?'' ''ஆமாம்'' என்றான் ஓவியன், ''ஆனால், அவர் ஒரு உயர்நீதிபதி அல்ல, அதனால் இது போன்ற ஒரு சிம்மாசன நாற்காலியில் ஒருபோதும் அவர் அமர்ந்திருந்ததில்லை.'' ''இருந்தும் தன்னை இது போன்ற தோரணையாகத் தீட்டிக்கொண்டிருக்கிறாரே? ஒரு நீதிமன்றத் தலைவரைப் போலல்லவா உட்கார்ந்துகொண்டிருக்கிறார்?'' ''ஆமாம், அவர்கள் தற்பெருமைக்காரர்கள்'' என்றான் ஓவியன். ''ஆனால், தங்களை அப்படித் தீட்டிக்கொள்ள மேலிடத்திலிருந்து அவர்களுக்கு அனுமதி கொடுக்கப்பட்டிருக்கிறது. எவ்வாறு தன்னைத் தீட்டிக்கொள்ளலாம் என்று ஒவ்வொருவருக்கும் தெளிவாக வரையறுக்கப்பட்டிருக்கிறது. ஆனால், இந்த ஓவியத்திலிருந்து உடை, இருக்கை ஆகியவற்றின் ஒவ்வொரு அம்சத்தைப் பற்றியும் எந்த முடிவுக்கும் வர முடியாது.'' ''மெழுகுவர்ணத் துண்டு கொண்டு இதைத் தீட்டியிருப்பது ஆச்சரியந்தான்.'' ''நீதிபதி அதைத்தான் விரும்பினார்'' என்றான் ஓவியன். ''இது ஒரு பெண்ணுக்காக வரையப்பட்டிருக்கிறது.'' ஓவியத்தைப் பார்த்ததும் அவனுக்குத் தொடர்ந்து அதை வரைய வேண்டும் என்ற ஆர்வம் ஏற்பட்டதுபோல் தோன்றியது. அவன் சட்டையின் கைகளை மேலே மடித்துவிட்டுக்கொண்டு சில வர்ண மெழுகுத் துண்டுகளைக் கையில் எடுத்துக்கொண்டான். எவ்வாறு அந்தத் துண்டுகளின் நடுங்கும் முனைகளின் கீழ் ஒருவழியாக நீதிபதியின் தலையின் சிவப்பு நிற நிழல் உருவாகியது என்று க. கவனித்தான். அது ஒளிக் கதிரின் வடிவத்தில் படத்தின் விளிம்பை நோக்கிச் சென்று மறைந்தது. சிறிது சிறிதாக இந்த ஒளி நிழற்கோலம் தலையைச் சுற்றி ஒரு அணிகலன்போல் அல்லது ஓர் உயர் விருதுக்கான பதக்கம்போல் இருந்தது. எனினும் நீதி தேவதையின் தலையைச் சுற்றி, அவ்வளவாகக் கவனிக்கப்பட முடியாத மங்கலான ஒரு பகுதியைத் தவிர, மற்ற பகுதிகள் பிரகாசமாக இருந்தன. இந்த ஒளியில் அந்த உருவம் ஒரு உத்வேகத்துடன் முன்னே வருவதுபோல் தோன்றியது. அது இப்போது நீதி தேவதையாகத் தோன்றவில்லை. வெற்றி தேவதையாகவும் தோன்றவில்லை. அது, இன்னும் சரியாகச் சொன்னால் ஒரு வேட்டை தெய்வம் போன்று தோற்றம் அளித்தது. ஓவியன் வேலை செய்த விதம், க. விரும்பியதற்கு மாறாக அவனை அதிகமாகக் கவர்ந்தது. இறுதியில் ஏற்கனவே தான் இங்கே இவ்வளவு நேரம் தங்கிவிட்டதற்கும், தன் விஷயத்தைப் பற்றி இதுவரை முக்கியமாக எதுவும் செய்யாமல் இருந்ததற்கும் தன்னையே கடிந்து கொள்ளத்தான் செய்தான். ''இந்த நீதிபதியின் பெயரென்ன?'' என்று அவன் திடீரென்று கேட்டான். ''அதை நான் சொல்லக் கூடாது'' என்று ஓவியன் பதிலளித்தான். அவன் படத்தின் மீது நன்றாகக் கவிழ்ந்துகொண்டிருந்தான். முதலில் மிகவும் அக்கறையுடன் வரவேற்ற விருந்தாளியை இப்போது சந்தேகமில்லாமல் புறக்கணித்தான். க. அதை ஒரு கிறுக்குத்தனம் என்று எடுத்துக் கொண்டு, தன்னுடைய நேரம் அதனால் வீணாவதற்காக எரிச்சலடைந்தான். ''நீங்கள் நீதிமன்றத்துக்கு மிகவும் வேண்டியவர் அல்லவா?'' என்று கேட்

டான். ஓவியன் உடனே மெழுகுவர்ணத் துண்டுகளைக் கீழே வைத்துவிட்டு, எழுந்து நின்று, இரண்டு கைகளையும் ஒன்றொடொன்று தேய்த்துக் கொண்டே க.வைப் புன்சிரிப்புடன் பார்த்தான். ‘‘உம், உண்மையைக் கூறிவிடுங்கள்’’ என்றான் அவன். ‘‘உங்கள் சிபாரிசுக் கடிதத்தில் இருப்பது போல் நீங்கள் நீதிமன்றத்தைப் பற்றி ஏதோ தெரிந்துகொள்ள விரும்புகிறீர்கள். அதனால் என்னைக் கவர்வதற்காக முதலில் என் படங்களைப் பற்றிப் பேசினீர்கள். அதை நான் தவறாக எடுத்துக்கொள்ளவில்லை. அது என்னிடம் பலிக்காது என்று உங்களுக்குத் தெரிந்திருக்கவே முடியாது. பரவாயில்லை, ஒன்றும் கூறத் தேவை இல்லை!’’ என்று, ஏதோ மறுப்புக் கூற முனைந்த க.வை வெடுக்கென்று தடுத்தான். பிறகு மேலும் கூறினான், ‘‘மற்றபடி நீங்கள் கூறியது முற்றிலும் உண்மை. நான் நீதிமன்றத்திற்கு மிகவும் வேண்டியவன்தான்.’’ இந்த விவரத்தை க. ஏற்றுக்கொண்டே ஆக வேண்டும் என்பதற்கு நேரம் கொடுப்பதுபோல் அவன் சற்று மௌனமாக இருந்தான். இப்போது கதவுக்குப் பின் மறுபடியும் பெண்களின் சத்தத்தைக் கேட்க முடிந்தது. உண்மையில், அவர்கள் சாவித் துவாரத்தைச் சுற்றி நெருக்கியடித்துக்கொண்டிருந்தார்களோ என்னவோ, ஒருவேளை பலகைகளின் விரிசல்கள் வழியாக அறையினுள் பார்க்க முடிந்ததோ என்னவோ. க. மன்னிப்புக் கேட்க வேண்டாம் என்று விட்டுவிட்டான். ஏனென்றால், அவன் ஓவியனின் கவனத்தைத் திருப்ப விரும்பவில்லை; எல்லாவற்றுக்கும் மேலாக, ஓவியன் தன்னை மிக உயர்ந்தவனாக எண்ணிக்கொண்டு அந்த வகையில் ஓரளவுக்கு அணுக முடியாதவனாகத் தன்னை ஆக்கிக்கொள்ளுமாறு விட அவன் விரும்பவில்லை. அதனால் அவன் கேட்டான். ‘‘உங்கள் பதவி அதிகாரபூர்வமானதா?’’ ‘‘இல்லை’’ என்று ஓவியன் சுருக்கமாகக் கூறினான், அதனால் மேற்கொண்டு பேசுவதற்கு இயலாததுபோல். ஆனால், க. அவனை மௌனமாக இருக்க விட விரும்பாமல் கூறினான், ‘‘இருந்தாலும் இது போன்ற அதிகாரபூர்வமற்ற பதவிகள் அதிகாரபூர்வமானவற்றைவிடப் பெரும்பாலும் செல்வாக்கு மிக்கவை.’’ ‘‘என்னுடைய விஷயத்திலும் அப்படியேதான்’’ என்று ஓவியன் கூறிவிட்டு நெற்றியைச் சுருக்கிக்கொண்டு தலையை அசைத்தான். ‘‘தொழிலதிபர் நேற்று உங்கள் விஷயத்தைப் பற்றிப் பேசினார். உங்களுக்கு உதவி செய்ய எனக்கு விருப்பமா என்று என்னைக் கேட்டார். நான் சொன்னேன், அந்த மனிதர்தான் என்னிடம் ஒரு நடை வரட்டுமே என்று. நீங்கள் இவ்வளவு சீக்கிரம் வந்ததுபற்றி எனக்கு மகிழ்ச்சி. இந்த விஷயத்தைப் பற்றி நீங்கள் மிகவும் கவலைப்படுவதுபோல் தோன்றுகிறது. அதைப் பற்றி நான் ஆச்சரியப்படவேயில்லை. நீங்கள் முதலில் உங்கள் கோட்டைக் கழற்றிவிடலாமே?’’ அங்கு மிகச் சிறிது நேரமே தங்க க. எண்ணியிருந்தாலும், ஓவியனின் வேண்டுகோள் அவனுக்கு மிகவும் மகிழ்ச்சியை அளித்தது. அறையின் புழுக்கம் ஏற்கனவே அவனை மூச்சுத் திணறடித்துக்கொண்டிருந்தது. அறையின் ஒரு மூலையில் இருந்த, மூடப்படாத ஒரு சிறு இரும்புக் கணப்படுப்பை ஆச்சரியத்துடன் ஏற்கனவே ஒரு முறை கவனித்திருந்தான். அறையிலிருந்த புழுக்கத்திற்குக் காரணம் தெரியவில்லை. அவன் கம்பளி மேல்கோட்டைக் கழற்றிக் கீழே வைத்துவிட்டு, உள்கோட்டின் பித்தான்களைக் கழற்றிக்கொண்டிருந்தபோது, ஓவியன் மன்னிப்புக் கோரும் தொனியில் கூறினான், ‘‘எனக்

குக் கதகதப்புத் தேவையாக இருக்கிறது. இது மிகவும் இதமாக இருக்கிற தல்லவா? அந்த வகையில் இந்த அறை மிகவும் வசதியான இடத்தில் இருக் கிறது.'' க. அதற்கு ஒன்றும் கூறவில்லை. ஆனால், உண்மையில் அவனை அசௌகரியத்துக்கு உள்ளாக்கியது உஷ்ணம் அல்ல; அதைவிட மூச்சுத் திண றடிக்கும்படியான அங்கிருந்த புழுக்கமான காற்றுதான். காற்றோட்டமாக இருக்க அந்த அறையைத் திறந்து வைத்து வெகு காலமாகிவிட்டிருக்க வேண்டும். ஓவியன் க.வைக் கட்டிலின் மீது உட்காரும்படி கேட்டுக் கொண்டு, தான் பட ஸ்டாண்டின் எதிரில், அறையிலிருந்த ஒரே ஸ்டூலின் மீது உட்கார்ந்துகொண்டது க.வின் சங்கடத்தை அதிகரித்தது. மேலும், க. கட் டிலின் விளிம்பில் மட்டும் உட்கார்ந்துகொண்டது ஓவியனுக்குத் தவறாகப் பட்டதுபோல் தோன்றியது. க. தயங்கியதால், தானே அவனிடம் சென்று அவன் படுக்கை தலையணைகளின் மீது நன்றாக உள்ளே தள்ளி உட்காரும் படி செய்தான். பிறகு தன் ஸ்டூலுக்குத் திரும்பிச் சென்று, இறுதியில், க. மற்ற எல்லாவற்றையும் மறக்கும் விதத்தில், முக்கியமான முதலாவது கேள்வியைக் கேட்டான். ''நீங்கள் நிரபராதியா?'' ''ஆமாம்'' என்றான் க. இந்தக் கேள்விக்குக் கூறிய பதில் க.வுக்கு மகிழ்ச்சியை அளித்தது. குறிப்பாக, அது ஒரு சாதாரண மனிதனிடம் ஒரு பொறுப்பும் இல்லாமல் கூறியதால். இது வரை எவரும் இவ்வளவு வெளிப்படையாக அவனைக் கேட்டதில்லை. இந்த மகிழ்ச்சியை இன்னும் முழுவதும் அனுபவிக்க, அவன் மேலும் கூறினான். ''நான் முற்றிலும் நிரபராதி.'' ''அப்படியா?'' என்றான் ஓவியன். தலையைக் குனிந்துகொண்டு யோசிப்பதுபோல் தோன்றினான். திடீரென்று தலையை மறுபடியும் உயர்த்திக் கூறினான், ''நீங்கள் நிரபராதி என்றால், இந்த விஷயம் நிச்சயம் மிகவும் எளிதானது.'' க.வின் பார்வை இறுகியது. நீதிமன்றத்துக்கு மிகவும் வேண்டியவன் என்று கூறப்படும் இவன் ஒன்றும் அறியாத குழந்தை போல் பேசுகிறான். ''நான் நிரபராதி என்பதால் இந்த விஷயம் சுலபமாகி விடாது'' என்றான் க. இருந்தும், ஓவியன் புன்சிரிப்புடன் மெதுவாகத் தலையை அசைத்தான். ''அது நுணுக்கமான பல விஷயங்களைப் பொறுத் திருக்கிறது. நீதிமன்றம் அவற்றில் தன்னை இழந்துவிடுகிறது. ஆயினும், இறுதி யில், எங்கிருந்தோ முதலில் ஒன்றுமே இருந்திருக்காத ஏதோ ஒரு இடத் திலிருந்து ஒரு பெரும் குற்றத்தை வெளியே இழுக்கிறது.'' தன் எண்ண ஓட்டத்தைத் தேவையில்லாத வகையில் க. தடைசெய்வதுபோல் ''ஆமாம், ஆமாம். உண்மைதான்'' என்று ஓவியன் கூறினான். ''ஆனால் நீங்கள் நிரபராதி தானே?'' 'நிச்சயமாக'' என்றான் க. ''அதுதான் முக்கியமான விஷயம்'' என்றான் ஓவியன். எதிர்வாதங்களினால் அவன் மனத்தை மாற்ற முடியாது. அவன் ஒரு முடிவுக்கு வந்திருந்தாலும், நிச்சயமான நம்பிக்கையினாலா அல் லது அலட்சியத்தால் அப்படிப் பேசினானா என்று தெளிவாகத் தெரிய வில்லை. அதை முதலில் நிச்சயம் செய்துகொள்ள க. எண்ணி அதனால் கூறி னான், ''எனக்குத் தெரிந்ததைவிட உங்களுக்கு நீதிமன்றத்தைப் பற்றி நிச்சயம் மிகவும் நன்றாகத் தெரிந்திருக்கிறது. பல விதமான நபர்களிடமிருந்து நான் கேள்விப்பட்டதைக் காட்டிலும் எனக்கு ஒன்றும் அதிகம் தெரியாது. வேடிக் கைக்காகக் குற்றச்சாட்டுகள் கொண்டுவரப்படுவதில்லை என்றும், நீதிமன் றம் ஒரு முறை குற்றம் சாட்டினால் குற்றம்சாட்டப்பட்டவரின் குற்றத்தைப்

பற்றி நிச்சயமான நம்பிக்கையில்தான் அப்படிச் செய்யும் என்றும், அந்த நம்பிக்கையிலிருந்து அதை மாற்றுவது மிகவும் கஷ்டம் என்றும் எல்லோரும் ஒருமுகமாக ஒப்புக்கொள்கிறார்கள்.'' ''கஷ்டமா?'' என்று ஓவியன் ஒரு கையை உயர்த்திக் கேட்டுவிட்டு, ''நீதிமன்றத்தை ஒருபோதும் அதன் போக்கி லிருந்து மாற்ற முடியாது. நான் இங்கு எல்லா நீதிபதிகளையும் அருகருகில் ஒரு கித்தானில் தீட்டினால், நீங்கள் அந்தக் கித்தானின் முன்பு உங்கள் பிரதிவாதத்தை எடுத்துச் சொன்னால் உண்மையான நீதிமன்றத்தின் முன்பு உங்களுக்குக் கிடைப்பதைவிட இங்கு உங்களுக்கு அதிக வெற்றி கிடைக் கும்.'' ''ஆமாம்'' என்று க. தனக்கே கூறிக்கொண்டபோது, ஓவியனிடமிருந்து தகவல்களைப் பெறுவதற்காக மட்டும்தான் இங்கு வந்தோம் என்பதை மறந்துவிட்டிருந்தான்.

மறுபடியும் கதவுக்குப் பின்னால் ஒரு பெண் கேட்டாள், ''டிட்டோ ரெல்லி, அவர் சீக்கிரம் போக மாட்டாரா?'' ''சும்மா இரு!'' என்று ஓவியன் கதவை நோக்கிக் கத்தினான். ''நான் இவருடன் பேசிக்கொண்டிருப்பது உங்க ளுக்குத் தெரியவில்லை?'' ஆனால், அந்தப் பெண் திருப்தியடையாமல் கேட் டாள், ''நீ அவரை வரையப்போகிறாயா?'' ஓவியன் பதில் கூறாமலிருக்கவே அவள் மேலும் கூறினாள், ''தயவுசெய்து, இவ்வளவு அசிங்கமான மனிதரை வரைய வேண்டாம்.'' ஒரு குழப்பமான, புரிந்துகொள்ள முடியாத, ஆமோ திக்கும் சத்தம் அதை அடுத்துக் கேட்டது. ஓவியன் கதவை நோக்கித் தாவி அதைச் சற்றே திறந்து— அந்தப் பெண்கள் கெஞ்சியவாறு நீட்டிய, கூப்பிய கரங்களைப் பார்க்க முடிந்தது—கூறினான், ''நீங்கள் சத்தம் போட்டால் உங்களையெல்லாம் படிக்கட்டில் கீழே தள்ளிவிடுவேன். இங்கே படிக்கட்டில் உட்கார்ந்துகொண்டு அமைதியாக இருங்கள்.'' உண்மையில் அவர்கள் அவன் கூறியபடி உடனே செய்யாததால், அவன் அதட்ட வேண்டியதாயிற்று. ''படிக்கட்டில் உட்காருங்கள்!'' அப்போதுதான் அமைதி நிலவியது.

''மன்னிக்கவும்'' என்று ஓவியன் க.விடம் திரும்பி வந்தவுடன் கூறினான். க. கதவின் திசையில் திரும்பிக்கூடப் பார்க்கவில்லை. ஓவியன் தன்னைக் காப் பாற்றப்போகிறானா, எவ்வாறு காப்பாற்றப்போகிறான் என்பதை ஓவிய னிடமே முழுவதும் விட்டுவிட்டான். இப்போது ஓவியன் தாழக் குனிந்து வெளியில் கேட்காதவண்ணம் அவன் காதில், ''இந்தப் பெண்களும் நீதி மன்றத்தைச் சேர்ந்தவர்கள்தான்'' என்று கிசுகிசுத்தபோதும்கூட அவன் அசையவேயில்லை. ''எப்படி'' என்று க. கேட்டுவிட்டுத் தலையைப் பக்க வாட்டில் சாய்த்து ஓவியனைப் பார்த்தான். அவனோ மறுபடியும் தன் நாற்காலிமீது உட்கார்ந்துகொண்டு பாதி வேடிக்கையாகவும், பாதி விளக்கும் வகையிலும் கூறினான், ''எல்லாமே நீதிமன்றத்தைச் சேர்ந்ததுதான்.'' ''அதைத்தான் நான் இன்னும் புரிந்துகொள்ள முடியவில்லை'' என்று க. சுருக்க மாகக் கூறினாலும், இப்படி ஓவியன் பொதுப்படையாகக் கூறியது, அவன் முதலில் அந்தப் பெண்களைப் பற்றிக் கூறியதிலிருந்த மனதைப் பாதிக்கும் படியான விஷயங்கள் எல்லாவற்றையும் அகற்றிவிட்டது. இருந்தாலும் க. சிறிது நேரம் கதவைப் பார்த்துக்கொண்டிருந்தான். அதற்குப் பின்னால் இப்போது அந்தப் பெண்கள் அமைதியாக உட்கார்ந்திருந்தார்கள். அவர்க ளில் ஒருத்தி மட்டும் ஒரு வைக்கோலை மரப்பலகைகளிலிருந்த ஒரு பிளவு வழியாக நுழைத்து மெதுவாக அதை மேலும்கீழும் அசைத்தாள்.

''உங்களுக்கு இன்னும் நீதிமன்றத்தைப் பற்றி முழுவதும் தெரியவில்லை போலிருக்கிறது'' என்றான் ஓவியன். அவன் கால்களை அகட்டி நீட்டி வைத்துக்கொண்டு ஷூவின் நுனியால் தரையைத் தட்டிக்கொண்டிருந்தான். ''ஆனால், நீங்கள் நிரபராதியாக இருப்பதால் அப்படித் தெரிந்துவைத்துக் கொள்வது உங்களுக்குத் தேவையில்லை. நானே உங்களை மீட்கிறேன்.'' ''நீங்கள் அதை எப்படிச் செய்யப்போகிறீர்கள்?'' என்று க. கேட்டான், ''இப்போதுதானே நீங்கள் கூறினீர்கள், நீதிமன்றம் வாதங்களை ஏற்றுக்கொள்வதில்லையென்று.'' ''நீதிமன்றத்திற்கு முன் கொண்டுவரும் வாதங்களைத்தான் ஏற்றுக் கொள்வதில்லை'' என்று ஓவியன் கூறிவிட்டுத் தன் ஆள்காட்டி விரலை, க. ஒரு நுண்ணிய வித்தியாசத்தைக் கவனிக்காததுபோல், உயர்த்தினான். ''இந்த வகையில் நீதிமன்றத்துக்கு வெளியே, அல்லது ஆலோசனை அறையில், அல்லது வராந்தாவில், அல்லது இங்கே இந்த ஸ்டூடியோவிலேயே அதற்கான முயற்சிகள் எடுத்தால் நீதிமன்றம் வேறு மாதிரி நடந்துகொள்ளும்.'' இப்போது ஓவியன் கூறியது க.வுக்கு அவ்வளவு நம்பத் தகுந்ததாகத் தெரியவில்லை. மற்றவர்களிடமிருந்து க. கேள்விப்பட்டதற்கும் இதற்கும் எவ்வளவோ ஒற்றுமை இருந்தது. ஆமாம், அது மிகவும் நம்பிக்கையூட்டுவதாகவும் இருந்தது. வக்கீல் கூறியிருந்ததைப் போல், நெருங்கிய தனிப்பட்ட தொடர்புகளினால் நீதிபதிகளை உண்மையில் அவ்வளவு சுலபமாக மாற்ற முடியுமென்றால், தற்பெருமை கொண்ட நீதிபதிகளுடன் ஓவியனுக்கு இருக்கும் உறவுகள் குறிப்பாக முக்கியமானவை. மேலும், எப்படியிருந்தாலும், எந்த வகையிலும் குறைத்து மதிப்பிட முடியாதவை. ஏனென்றால், க. மெல்ல மெல்லத் தன்னைச் சுற்றிச் சேர்த்துக்கொண்டு வந்த உதவியாளர் வட்டத்தில் இந்த ஓவியன் மிகவும் நன்றாகப் பொருந்தினான். வங்கியில் ஒருமுறை க.வின் நிர்வாகத் திறமையைப் புகழ்ந்திருக்கிறார்கள். இப்போது தனியாகவே எல்லாவற்றையும் செய்ய வேண்டிய நிலையில், அந்தத் திறமையை இறுதி வரை சோதித்துப்பார்ப்பதற்கு ஒரு நல்ல வாய்ப்பு ஏற்பட்டிருக்கிறது. ஓவியன் தன்னுடைய விளக்கம் க.விடம் தாக்கம் ஏற்படுத்தியிருந்ததைக் கவனித்துவிட்டு, பிறகு ஒருவிதமான தயக்கத்துடன் கூறினான், ''நான் கிட்டத்தட்ட ஒரு வக்கீல்போல் பேசுவதாக உங்களுக்குத் தோன்றவில்லை? நீதிமன்ற நண்பர்களுடன் நான் இடைவிடாமல் உறவாடிக்கொண்டிருப்பதுதான் என்னை இப்படிப் பாதித்திருக்கிறது. அதனால் நிச்சயமாக எனக்குப் பெரும் லாபம்தான். ஆனால், என் கலையார்வத்தின் பெரும் பகுதியை அதனால் இழந்துவிடுகிறேன்.'' ''முதல்முறையாக நீதிபதிகளுடன் உங்களுக்கு எப்படித் தொடர்பு ஏற்பட்டது?'' என்று க. கேட்டான். அவன் ஓவியனைத் தன் பணியில் ஈடுபடுத்துவதற்கு முன், முதலில் அவனுடைய நம்பிக்கையைப் பெற விரும்பினான். ''அது ஒரு சாதாரண விஷயம்'' என்றான் ஓவியன். ''இந்தத் தொடர்பு எனக்கு வழிவழியாக வந்திருக்கிறது. என் தந்தை நீதிமன்ற ஓவியராக இருந்திருக்கிறார். இந்த ஸ்தானம் எப்போதும் வழிவழியாக வருவது. அதற்குப் புது நபர்கள் லாயக்கில்லை; உதாரணத்திற்கு, பலதரப்பட்ட பதவிகளிலிருக்கும் அலுவலர்களை வரைவதற்கு மிகவும் வித்தியாசமான, பலவிதமான, எல்லாவற்றுக்கும் மேலாக, ரகசியமான விதிமுறைகள் வகுக்கப்பட்டிருப்பதால் அவை குறிப்பிட்ட குடும்பங்களுக்கு அப்பாற்பட்டவர்

களுக்குத் தெரிவதில்லை. அதோ அங்கே அறைகளில், உதாரணத்திற்கு, என்னுடைய தந்தையின் குறிப்புகள் இருக்கின்றன. அவற்றை நான் ஒருவருக்கும் காண்பிப்பதில்லை. ஆனால், அவற்றையெல்லாம் அறிந்தவன்தான் நீதிபதிகளை ஓவியமாகத் தீட்டும் தகுதியுடையவன். அப்படி அவற்றை நான் தொலைத்துவிட்டாலும், நான் மட்டும் அறிந்த பல விதிமுறைகள் என் நினைவில் இருப்பதால் ஒருவரும் என் இடத்துக்குப் போட்டிபோட முடியாது. ஏனென்றால், ஒவ்வொரு நீதிபதியும் முன்பிருந்த புகழ்பெற்ற நீதிபதிகள் தீட்டப்பட்டிருப்பது போலவே தாங்களும் தீட்டப்பட வேண்டும் என்று விரும்புகிறார்கள். அப்படித் தீட்ட என்னால் மட்டும்தான் முடியும்." "உங்களைப் பார்த்தால் பொறாமையாக இருக்கிறது" என்றான் க., வங்கியில் தன் ஸ்தானத்தைப் பற்றி யோசித்துக்கொண்டே. "அப்படியானால் உங்கள் ஸ்தானத்தை அசைக்க முடியாது?" "ஆமாம், அசைக்க முடியாது" என்று ஓவியன் கூறிவிட்டு, பெருமையுடன் தோள்களைக் குலுக்கினான், "அதனால்தான் பாவம், வழக்கில் மாட்டிக்கொண்டிருக்கும் துரதிர்ஷ்டசாலிகளுக்கு அவ்வப்போது உதவ நான் துணிய முடிகிறது." "அதை எப்படிச் செய்கிறீர்கள்?" ஓவியன் துரதிர்ஷ்டசாலி என்று கூறியது தன்னை அல்ல என்பது போல் க. கேட்டான். ஆனால், ஓவியன் தன் எண்ணங்களைத் திசைதிருப்ப விடாமல் கூறினான், "உதாரணத்திற்கு, நீங்கள் முற்றிலும் நிரபராதியாக இருப்பதால், உங்கள் விஷயத்தில் நான் இப்படிச் செய்யப்போகிறேன்." தான் நிரபராதி என்று திரும்பத்திரும்பக் கூறியது க.வுக்கு எரிச்சலாக இருந்தது. அப்படிக் கூறுவதால் க.வின் வழக்கு அனுகூலமாக முடியும் என்ற அனுமானத்தின் பேரில்தான் ஓவியன் தனக்கு உதவிசெய்ய முன்வருகிறான் என்று க. நினைத்தான். அப்படியானால் அவன் உதவி அர்த்தமற்றதாகவே இருக்கும். இப்படி அவன் சந்தேகப்பட்டாலும் க. ஓவியனின் பேச்சில் குறுக்கிடாமல் தன்னைக் கட்டுப்படுத்திக்கொண்டான். ஓவியனின் உதவியைப் புறக்கணிக்க அவன் விரும்பவில்லை; அந்த முடிவுக்கு அவன் நிச்சயமாக வந்திருந்தான்; ஆனால் வக்கீலின் உதவியைப் போல் இதுவும் சந்தேகத்துக்குரியதாக இருந்தது. க. மொத்தத்தில் ஓவியனின் உதவியையே விரும்பினான். ஏனென்றால், அது தீங்கில்லாததாகவும் ஒளிவுமறைவு இல்லாமல் அளிக்கப்பட்டதாகவும் இருந்தது.

ஓவியன் தன் இருக்கையைக் கட்டிலுக்கு அருகில் இழுத்துப் போட்டுக்கொண்டு, தாழ்ந்த குரலில் மேலும் கூறினான், "நீங்கள் எந்த விதமான விடுதலையை விரும்புகிறீர்கள் என்று முதலில் உங்களைக் கேட்க மறந்துவிட்டேன். மூன்று வித வழிகள் இருக்கின்றன: திட்டவட்டமான விடுதலை, பெயரளவில் விடுதலை, முடிவில்லாமல் ஒத்திப்போட்டுக்கொண்டே போவது. நிச்சயமாக, திட்டவட்டமான விடுதலைதான் மிகவும் சிறந்தது. ஆனால், அந்த விதமான முடிவு காண எனக்குச் சிறிதளவும் செல்வாக்கு இல்லை. என் அபிப்பிராயப்படி, திட்டவட்டமான விடுதலை வாங்கிக்கொடுக்கும் அளவுக்குச் செல்வாக்கு உள்ளவர் எவரும் கிடையாது. குற்றம்சாட்டப்பட்டவர் நிரபராதியாக இருக்கும் பட்சத்தில் அதுதான் உண்மையில் முக்கியமானது. நீங்கள் நிரபராதியாக இருப்பதால், நீங்கள் உண்மையில் அதை நம்பியே இருந்துவிடலாம். அப்போது உங்களுக்கு என்னுடைய உதவியோ அல்லது

மற்றவரின் உதவியோ தேவையில்லை.'' இவ்வாறு ஒழுங்குபடுத்திக் கூறியது க.வை முதலில் வியப்படைய வைத்தாலும் அவனும் ஓவியனைப் போலவே தாழ்ந்த குரலில் கூறினான், ''நீங்கள் முரணாகப் பேசுகிறீர்கள்.'' ''எப்படி?'' என்று ஓவியன் பொறுமையாகக் கேட்டுவிட்டுப் புன்சிரிப்புடன் பின்னால் சாய்ந்துகொண்டான். ஓவியனின் வார்த்தைகளில் அல்லாமல் நீதிமன்றம் இயங்கும் முறையிலேயே க. முரண்பாடு காண்பதுபோல் இருந்ததாக க.வின் மனத்தில் எண்ணத்தை எழுப்பியது ஓவியனின் புன்சிரிப்பு. இருந்தாலும் அவன் பின்வாங்காமல் கூறினான். ''நீதிமன்றம் விவாதங்களினால் மசியாது என்று நீங்கள் முதலில் கூறினீர்கள். பிறகு பகிரங்கமாக நடத்தப்படும் வழக்கு களில்தான் அப்படிச் செய்ய முடியாது என்று கூறினீர்கள். இறுதியில், இப் போது, நிரபராதிகளை நீதிமன்றத்திலிருந்து மீட்க உதவியே தேவையில்லை என்றும் கூறுகிறீர்கள். அங்கேயே முரண்பாடு இருக்கிறது. மேலும், நீதிபதி களின் கருத்தை ஒருவர் தன் செல்வாக்கினால் மாற்ற முடியும் என்று முதலில் கூறினீர்கள், ஆனால், இப்போது அதை மறுத்து நீங்கள் சொன்னீர்களே, அந்தத் திட்டவட்டமான விடுதலையைத் தனிப்பட்ட செல்வாக்கினால் அடையவே முடியாது என்றும் கூறுகிறீர்கள். அங்கேதான் இரண்டாவது முரண்பாடு இருக்கிறது.'' ''இந்த முரண்பாடுகளைச் சுலபமாக விளக்கி விடலாம்'' என்றான் ஓவியன். ''நாம் இப்போது இரண்டு வெவ்வேறு விஷயங்களைப் பற்றிப் பேசிக்கொண்டிருக்கிறோம். ஒன்று சட்டத்தில் இருப் பது; மற்றொன்று நானே அனுபவத்தில் தெரிந்துகொண்டது. இவை இரண் டையும் நீங்கள் குழப்பிக்கொள்ளக் கூடாது. சட்டத்தில்—அதை நான் படித்ததில்லைதான்—நிரபராதிகள் விடுதலைசெய்யப்படுவார்கள் என்று நிச்சயம் இருக்கிறது. அதே சமயம் நீதிபதிகளின் மனத்தை மாற்ற முடியும் என்று அதில் சொல்லப்படவில்லை. ஆனால், எனக்கோ அதற்கு மாறுபட்ட அனுபவம் இருந்திருக்கிறது. திட்டவட்டமான விடுதலையைப் பற்றி நான் கேள்விப்பட்டதில்லை. ஆனால், நிச்சயம் செல்வாக்கு வேலை செய்வதைப் பற்றி நிறையக் கேள்விப்பட்டிருக்கிறேன். எனக்கு மட்டும் தெரிந்த வழக்கு களில் நிரபராதிகளே இல்லாமல் இருந்திருக்கலாம். ஆனால், அது உண்மை யாக இருக்க முடியுமா? இவ்வளவு வழக்குகளில் ஒரு நிரபராதிகூட இல்லாம லிருக்க முடியுமா? நான் குழந்தையாக இருந்தபோதே என் தந்தை, வீட்டில் வழக்குகளைப் பற்றிக் கூறும்போது கவனமாகக் கேட்டிருக்கிறேன். என் தந்தை யின் ஸ்டுடியோவுக்கு வரும் நீதிபதிகளும் நீதிமன்றத்தைப் பற்றிக் கூறு வதைக் கேட்டிருக்கிறேன். எங்கள் வட்டத்தில் வேறு எதைப் பற்றியும் பேசு வதேயில்லை; நீதிமன்றத்துக்குச் செல்லும் வாய்ப்புக் கிடைத்தால் போதும். அதை உபயோகப்படுத்திக்கொள்ளத் தவற மாட்டேன். கணக்கில்லாத வழக்குகளை முக்கியமான கட்டங்களில் காதால் கேட்டிருக்கிறேன். அவற்றை முடிந்தவரை புரிந்துகொண்டு தொடர்ந்து கவனித்துவந்திருக் கிறேன். ஆனால், திட்டவட்டமான தீர்ப்பு ஒன்றைக்கூட என் அனுபவத்தில் பார்த்ததில்லை என்பதை ஒப்புக்கொள்ள வேண்டும்.'' ''ஆனால், திட்ட வட்டமான விடுதலைத் தீர்ப்பு ஒன்றுகூடக் கிடையாதா?'' என்று தனக்குத் தானேயும் தன்னுடைய நம்பிக்கையிடமும் பேசிக்கொள்வதுபோல் க. கூறி னான். ''ஆனால், அது, நான் நீதிமன்றத்தைப் பற்றி ஏற்கனவே கொண்டுள்ள

அபிப்பிராயத்தை உறுதிப்படுத்துகிறது. அப்போது அது இந்த வகையிலும் அர்த்தமில்லாமல் இருக்கிறது. இந்த நீதிமன்றம் முழுவதற்கும் பதிலாகத் தூக்கிலிடுபவன் ஒருவன் மட்டும் போதுமே.'' ''நீங்கள் பொதுப்படையாகப் பேசக் கூடாது'' என்று ஓவியன் திருப்தியில்லாமல் கூறினான், ''நான் என்னுடைய அனுபவங்களைப் பற்றித்தான் கூறினேன்.'' ''அது போதுமே'' என்றான் க. ''அல்லது முன்பெல்லாம் திட்டவட்டமான விடுதலைத் தீர்ப்பு இருந்திருக்கிறது என்று நீங்கள் கேள்விப்பட்டிருக்கிறீர்களா?'' ''அது போன்ற விடுதலைத் தீர்ப்புகள் நிச்சயம் இருந்திருக்க வேண்டும்'' என்றான் ஓவியன். ''ஆனால், அதை நிச்சயமாகக் கூறுவதுதான் மிகவும் கஷ்டம். நீதிமன்றத்தின் இறுதியான தீர்ப்புகள் வெளியிடப்படுவதில்லை, நீதிபதிகளுக்குக்கூட அவை கிடைப்பதில்லை. அதன் விளைவாகப் பழைய வழக்குகளைப் பற்றி வெறும் கதைகள்தான் இருக்கின்றன. இக்கதைகளில் நிச்சயமாகப் பெரும்பாலானவை திட்டவட்டமான விடுதலைத் தீர்ப்புகள்தான். அவற்றை ஒருவர் நம்பலாம், ஆனால், நிரூபிக்க முடியாது. இருந்தாலும் அவற்றை முழுவதும் புறக்கணித்துவிடக் கூடாது, அவற்றில் நிச்சயம் ஒருவகை உண்மையிருக்கிறது. அவை மிகவும் அழகானவைகூட, நானே இது போன்ற கதைகளைக் கொண்ட சில படங்களை வரைந்திருக்கிறேன்.'' ''வெறும் கதைகள் என் அபிப்பிராயத்தை மாற்றாது'' என்றான் க., ''நீதிமன்றத்தில் இந்தக் கதைகளைச் சாட்சியமாகக் காட்ட முடியாதல்லவா?'' ஓவியன் சிரித்தான், ''இல்லை. அப்படிச் செய்ய முடியாதுதான்'' என்றான் அவன். ''அப்படியானால் அவற்றைப் பற்றிப் பேசுவதில் பயனில்லை'' என்றான் க., ஓவியனின் அபிப்பிராயங்கள் உண்மையானவை அல்ல என்று அவன் எண்ணினாலும், அவை மற்றவர்கள் கூறியதிலிருந்து முரண்பட்டிருந்தாலும், தற்சமயத்துக்கு க., ஓவியனின் எல்லா அபிப்பிராயங்களையும் மறுபேச்சின்றி ஏற்றுக்கொள்ள விரும்பினான். ஓவியன் கூறுவது எல்லாம் உண்மையா என்று பரிசோதிப்பதற்கோ அல்லது மறுப்பதற்கோ அவனுக்கு இப்போது நேரமில்லை. முக்கியமான வகையில் இல்லாவிட்டாலும், எந்த வகையிலாவது தனக்கு உதவிசெய்யும்படி ஓவியனைச் செய்துவிட்டால், அதுவே பெரும் சாதனையாகிவிடும். அதனால் அவன் கூறினான். ''அப்போது திட்டவட்டமான விடுதலைத் தீர்ப்பை நாம் மறந்துவிடுவோம். நீங்கள் இன்னும் மற்ற இரண்டு வழிகளைக் குறிப்பிட்டீர்கள்.'' ''பெயரளவுக்கு விடுதலையும், ஒத்திப்போடுவதும்தான். அவை மட்டுமே இப்போது முக்கியம்'' என்றான் ஓவியன், ''ஆனால், அவற்றைப் பற்றி நாம் பேசுமுன் நீங்கள் உங்கள் கோட்டைக் கழற்றப்போவதில்லையா? உங்களுக்கு நிச்சயம் புழுக்கமாக இருக்குமே.'' ''ஆமாம்'' என்றான் க. அவன் இதுவரை ஓவியனின் விளக்கங்களைத் தவிர, வேறு எதையும் கவனிக்கவில்லை. ஆனால், இப்போது வெப்பத்தைப் பற்றி நினைவுபடுத்திவிட்டதால், அவனுக்கு நெற்றியில் அதிகமாக வியர்க்க ஆரம்பித்துவிட்டது. ''தாங்க முடியவில்லை.'' க.வின் அசௌகரியத்தை மிகவும் நன்றாகப் புரிந்துகொண்டதுபோல் ஓவியன் தலையசைத்தான். ''அந்த ஜன்னலைத் திறக்க முடியாதா?'' என்று க. கேட்டான். ''முடியாது'' என்றான் ஓவியன், ''அது அப்படியே நன்றாகப் பதிக்கப்பட்ட வெறும் கண்ணாடி. அதைத் திறக்க முடியாது.'' ஓவியனோ அல்லது தானோ திடீரென்று ஜன்னலிடம் போய் அதைப் படா

ரென்று திறக்க மாட்டோமா என்று இத்தனை நேரமும் எதிர்பார்த்துக்கொண்டிருந்ததை க. இப்போதுதான் உணர்ந்தான். திறந்த வாயுடன் பனிக்காற்றை சுவாசிக்க அவன் தயாராக இருந்தான். இங்கே காற்றுப் புகாதவாறு முழுவதும் மூடப்பட்டிருந்த அறையில் இருந்தது போன்ற உணர்வு அவனுக்குத் தலைச் சுற்றலை உண்டாக்கியது. தனக்கு அருகிலிருந்த இறகுகளாலான மெத்தையைக் கையால் லேசாகத் தட்டியபடி அவன் பலவீனமான குரலில் கூறினான், ‘‘இது நிச்சயம் அசௌகரியமானது, மேலும் ஆரோக்கியத்துக்கு உகந்ததல்ல.’’ ‘‘அப்படியொன்றுமில்லை’’ என்று ஓவியன் தன் ஜன்னலின் சார்பாகப் பேசினான். ‘‘வழக்கமான சாதாரணக் கண்ணாடி ஜன்னலைவிட இது வெப்பத்தை நன்றாகத் தக்கவைக்கிறது. மரப்பலகைகளில் இருக்கும் இடைவெளிகளின் வழியே காற்று வருவதால் அறையைக் காற்றாட விடுவது மிகவும் அத்தியாவசியம் இல்லையென்றாலும் வேண்டுமென்றால் இந்தக் கதவையோ அல்லது மற்றதையோ திறக்கலாம்.’’ க. இந்த விளக்கத்தால் சிறிது சமாதானமடைந்து, இரண்டாவது கதவைக் கண்டுபிடிப்பதற்காகச் சுற்றுமுற்றும் பார்த்தான். அதை ஓவியன் கவனித்துவிட்டுக் கூறினான், ‘‘அது உங்களுக்குப் பின்னால் இருக்கிறது. அதை நான் படுக்கையினால் மறைக்க வேண்டியிருந்தது.’’ இப்போதுதான் க. சுவரில் இருந்த அந்தச் சிறு கதவைப் பார்த்தான். ‘‘இங்கே இருக்கும் எல்லாமே ஒரு ஸ்டூடியோவிற்குப் பொருத்தமில்லாமல் மிகச் சிறியவை’’ என்று க. குறைசொல்லப்போவதை முன்னமே அறிந்ததுபோல் ஓவியன் கூறினான், ‘‘எந்த அளவுக்கு முடியுமோ அந்த அளவுக்கு நான் இங்கே வசதி செய்துகொள்ள வேண்டியிருக்கிறது. கதவுக்கு முன்னால் இருக்கும் படுக்கை மிகவும் தவறான இடத்தில்தான் இருக்கிறது. உதாரணத்திற்கு, நான் இப்போது வரைந்துகொண்டிருக்கும் நீதிபதி எப்போதும் படுக்கையை ஒட்டியிருக்கும் கதவின் வழியாகத்தான் வருவார். நான் இங்கு வீட்டில் இல்லாது போனாலும், எனக்காக இங்கே அவர் காத்துக்கொண்டிருக்கும் வகையில் அவரிடம் இந்தக் கதவின் சாவி ஒன்றைக் கொடுத்துமிருக்கிறேன்; அவரோ வழக்கமாக அதிகாலையில், நான் இன்னும் தூங்கிக்கொண்டிருக்கும் சமயமாக வருகிறார். படுக்கைக்கு அருகிலிருக்கும் கதவு திறந்துகொண்டால், நிச்சயம் அது என்னை ஆழ்ந்த தூக்கத்திலிருந்து உலுக்கி எழுப்பிவிடுகிறது. அவர் அதிகாலையில் என் கட்டிலின் மேல் ஏறும்போது நான் வசைமொழிகளால் அவரை வரவேற்பதை நீங்கள் கேட்டால் நீதிபதிகளிடம் உங்களுக்கிருக்கும் மரியாதையெல்லாம் பறந்துவிடும். அவரிடம் இருக்கும் சாவியை நான் திரும்பவும் வாங்கிக்கொள்ளலாம்தான். ஆனால், அதனால் வெறும் மனக்கசப்புதான் மிஞ்சும். இங்கே உள்ள எல்லாக் கதவுகளையும் மிகச் சுலபமாக அவற்றின் கீல்களிலிருந்து பிடுங்கிவிடலாம்.’’ இந்தச் சொற்பொழிவு நடந்துகொண்டிருக்கும்போது க. தன்னுடைய கோட்டைக் கழற்ற வேண்டுமா என்று யோசித்துக்கொண்டிருந்தான். இறுதியில் அவன் அப்படிச் செய்யாவிட்டால், அவனால் இன்னும் இங்கு இருக்க முடியாது என்று உணர்ந்தான். அதனால், கோட்டைக் கழற்றி, போகும்போது மறுபடியும் போட்டுக்கொள்ள ஏற்றவாறு அதை மடியின்மீது வைத்துக்கொண்டான். அவன் கோட்டைக் கழற்றிய உடனே அந்தப் பெண்களில் ஒருத்தி கத்தினாள், ‘‘அவர் கோட்டைக் கழற்றிவிட்டார்!’’ ஒவ்வொருவரும் உள்ளே நடக்கும் காட்சி

யைக் காண்பதற்காக எப்படிப் பலகைகளின் ஒவ்வொரு விரிசலுக்கு அருகிலும் நெருக்கியடித்துக்கொண்டிருந்தனர் என்று உணர முடிந்தது. ''நான் உங்களை ஓவியமாகத் தீட்டப்போகிறேன் என்றும் அதனால் நீங்கள் கழற்றியிருக்கிறீர்கள் என்றும் அந்தப் பெண்கள் நினைக்கிறார்கள்'' என்றான் ஓவியன். ''அப்படியா'' என்று சிறிது உற்சாகமற்றுத்தான் கூறினான் க. ஏனென்றால் வெறும் சட்டையுடன் அவன் இப்போது அங்கு உட்கார்ந்திருந்தாலும், முன்னைவிட ஒன்றும் அதிக சௌகரியமாக இருப்பதாக அவன் உணரவில்லை. ஏறக்குறைய சிடுசிடுப்புடன் அவன் கேட்டான், ''மற்ற இரண்டு வழிகளும் என்ன என்று கூறினீர்கள்?'' அவன் அந்த வார்த்தைகளை ஏற்கனவே மறுபடியும் மறந்துவிட்டிருந்தான். ''பெயரளவில் விடுதலையும் முடிவில்லாமல் ஒத்திப்போடுவதும்தான்'' என்றான் ஓவியன், ''அவற்றில் எதை நீங்கள் தேர்ந்தெடுக்கிறீர்கள் என்பது உங்களைப் பொறுத்திருக்கிறது. இரண்டையும் என் உதவியினால் சாதிக்கலாம், ஆனால், அவ்வளவு எளிதாக அல்ல. இந்த வகையில் இவற்றிடையே வித்தியாசம் என்னவென்றால், பெயரளவில் விடுதலைக்கு அவ்வப்போது மட்டும் சக்தியையும் கவனத்தையும் ஒன்று திரட்ட வேண்டியிருக்கும். ஒத்திப்போடுவதில், தேவைப்படும் சக்தி குறைவாக இருந்தாலும், அது நீண்ட காலம் சுமையாக இருக்கும் என்பதுதான் சரி, முதலில் பெயரளவு விடுதலை. இதை நீங்கள் விரும்பினால், நீங்கள் நிரபராதி என்ற உறுதிமொழிப் பத்திரத்தைத் தயாரிக்கிறேன். அது போன்ற உறுதிமொழியின் வாசகத்தை என் தந்தையிடமிருந்து நான் பெற்றிருக்கிறேன். சற்றும் அசைக்க முடியாதது. இந்த உறுதிமொழியுடன் எனக்குத் தெரிந்த நீதிபதிகளையெல்லாம் ஒரு நடை சென்று பார்ப்பேன். நான் இப்போது வரைந்துகொண்டிருக்கும் நீதிபதி இன்று மாலை ஓவிய அமர்வுக்கு வரும்போது, இந்த உறுதிமொழியை அவர்முன் வைத்து, நீங்கள் நிரபராதி என்று அவருக்கு விளக்கிக் கூறி, அதற்கான உத்திரவாதத்தைத் தருவேன். ஆனால், அது வெறும் ஒப்புக்காக அல்லாத, உண்மையில் என்னைக் கட்டுப்படுத்தும் உத்திரவாதம்.'' இந்த உத்திரவாதம் என்ற சுமையை க. தன்மீது வைக்க விரும்பினான் என்று ஓவியன் எண்ணியதாலோ என்னவோ, ஓவியனின் கண்டனம் அவன் பார்வையில் தெரிந்தது. ''அது ஒரு பெரிய உதவி'' என்றான் க., ''பிறகு நீதிபதி உங்களை நம்பினாலும் எனக்குத் திட்டவட்டமான விடுதலை அளிக்க மாட்டாரா?'' ''நான் ஏற்கனவே கூறியதுபோல்தான்'' என்று பதிலளித்தான் ஓவியன், ''மேலும், ஒவ்வொருவரும் என்னை நம்புவார்கள் என்பது முழுவதும் நிச்சயமில்லை. உதாரணத்திற்குப் பல நீதிபதிகள் உங்களை அவர்களிடம் அழைத்துவரும்படி கூறுவார்கள். அப்போது நீங்கள் என்னுடன் வந்தாக வேண்டும். நீங்கள் எவ்வாறு அந்த நீதிபதிகளிடம் நடந்துகொள்ள வேண்டும் என்று குறிப்பாக உங்களுக்கு நான் முன்கூட்டியே தெளிவாகக் கற்றுக்கொடுத்துவிட்டிருப்பேனாதலால், இந்த மாதிரியான வழக்கு ஏற்கனவே பாதி வென்றுவிட்டதுபோல்தான். முதலிலிருந்தே என்னை அணுகவிடாத நீதிபதிகளிடம்தான்—அப்படியும் நடக்கத்தான் செய்யும்—பிரச்சினை. நான் பல முறை முயற்சிசெய்தும் பலிக்காவிட்டால் அவர்களை நாம் விட்டுவிட வேண்டியதுதான். நாம் அப்படிச் செய்யத்தான் வேண்டும். ஏனென்றால் தனிப்பட்ட முறையில் நீதிபதிகள் வழக்கின் முடிவை நிர்ண

யிக்க முடியாது. இந்த உறுதிமொழிப் பத்திரத்தில் தேவையான எண்ணிக்கையில் நீதிபதிகளிடமிருந்து கையெழுத்து வாங்கிய பிறகு, உங்களுடைய வழக்கை இப்போது நடத்தும் நீதிபதியிடம் அதை எடுத்துச்செல்வேன். முடிந்தால் அவருடைய கையெழுத்தையும் வாங்கிவிடுவேன். பிறகு, வழக்கத்தைவிட எல்லாம் துரிதமாக நடக்கும். பொதுவாக, அதற்குப் பிறகு அதிகமான தடங்கல்கள் இருக்கவே இருக்காது. குற்றம்சாட்டப்பட்டவருக்கு அது ஒரு நல்ல நம்பிக்கையூட்டும் காலம். இது ஒரு ஆச்சரியம். ஆனால், திட்டவட்டமான விடுதலைத் தீர்ப்புக்குப் பிறகு இருப்பதைவிட இந்தச் சமயத்தில் அவர்கள் அதிக நம்பிக்கையுடன் இருக்கிறார்கள். இனிமேல், கூடுதலான முயற்சி ஒன்றும் தேவையிருக்காது. பத்திரத்தில் பல நீதிபதிகளின் உத்திரவாதம் இருப்பதால் அந்த நீதிபதி உங்களை விடுதலை செய்துவிடலாம். இவ்வாறு பலவித நடவடிக்கைகளுக்குப் பிறகு அவர் செய்வது நிச்சயம் எனக்கும் மற்ற தெரிந்தவர்களுக்கும் செய்யும் உபகாரமாகத்தான் இருக்கும். நீங்களோ நீதிமன்றத்திலிருந்து விடுதலை பெற்று வெளியே வரலாம். பிறகு சுதந்திர மனிதராக இருக்கலாம்.'' ''அப்படியானால் நான் சுதந்திர மனிதன்'' என்றான் க. தயக்கத்துடன் ''ஆமாம்'' என்றான் ஓவியன், ''ஆனால், வெறும் ஒப்புக்குத்தான் சுதந்திரம், அல்லது இன்னும் சரியாகக் கூறப்போனால் தற்காலிக சுதந்திரம்தான். எல்லாவற்றுக்கும் கீழ்ப்படியிலிருக்கும் நீதிபதிகளுக்கு—எனக்குத் தெரிந்தவர்களெல்லாம் இவர்கள்தான்—இறுதியாக விடுதலையளிக்கும் உரிமை கிடையாது. அந்த உரிமை உங்களுக்கும் எனக்கும், நம் எல்லோருக்கும் எட்டாத, எல்லாவற்றிற்கும் மேலான நீதிமன்றத்துக்குத்தான் இருக்கிறது. அங்கு எப்படி இருக்கிறது என்று எனக்குத் தெரியாது, சொல்லப்போனால், நாம் தெரிந்துகொள்ளவும் விரும்பவில்லை. குற்றச்சாட்டிலிருந்து குற்றம்சாட்டப்பட்டவரை விடுவிக்கும் பெரும் உரிமை நம் நீதிபதிகளுக்குக் கிடையாது, ஆனால் குற்றச்சாட்டிலிருந்து ஒதுக்கிவைக்கும் உரிமை அவர்களுக்கு நிச்சயம் இருக்கிறது. அதன் அர்த்தம் என்னவென்றால், இந்த வகையில் நீங்கள் விடுதலைசெய்யப்பட்ட பிறகு, தற்காலிகமாக நீங்கள் குற்றச்சாட்டிலிருந்து விடுவிக்கப்படுகிறீர்கள். ஆனால், அது இன்னும் தொடர்ந்து உங்கள் தலைக்கு மேல் ஊசலாடிக்கொண்டிருக்கும். மேலிடத்திலிருந்து கட்டளை வந்தவுடன் வேலைசெய்யத் தொடங்கும். நீதிமன்றத்துடன் எனக்கு நல்ல உறவு இருப்பதால், நீதிமன்ற அலுவலகங்களின் விதிமுறைகளில் திட்டவட்டமான விடுதலைக்கும் பெயரளவு விடுதலைக்கும் உள்ள வித்தியாசம் எப்படி வெளிப்படுகிறது என்று என்னால் கூற முடியும். திட்டவட்டமான விடுதலைத் தீர்ப்பில் வழக்குக் கோப்புகள் முழுவதும் அப்புறப்படுத்தப்பட்டுவிடும். அவை முற்றிலும் மறைந்துவிடும். குற்றச்சாட்டு மட்டுமல்ல, வழக்கும், விடுதலைத் தீர்ப்பும் அழிக்கப்பட்டுவிடும். எல்லாம் அழிக்கப்பட்டுவிடும். பெயரளவு விடுதலைத் தீர்ப்பில் விஷயம் வேறு. குற்றமற்ற தன்மை என்று உறுதிப்படுத்தப்படுவது, விடுதலைத் தீர்ப்பு, விடுதலைத் தீர்ப்பின் காரணங்கள், இவை சேர்க்கப்படுவதைத் தவிர கோப்புகளில் மேலும் வேறு எந்த மாற்றமும் செய்யப்பட மாட்டாது. மற்றபடி அது புழக்கத்தில் இருக்கும். நீதிமன்ற அலுவலகத்தின் தடங்கலில்லாத வேலைக்கேற்ப உயர்மட்டத்திலிருந்து கீழ்மட்டத்திற்கும் அல்லது இடைப்பட்ட

மட்டங்களிலேயே மேலும்கீழும் ஊசலாடிக்கொண்டிருக்கும், அவ்வப்போது அங்கங்கே நீண்ட நாட்களுக்கோ அல்லது சில நாட்களுக்கோ தடைப்பட்டு நிற்கவும் செய்யும், இந்த வழிகளை நாம் முன்கூட்டி அறிந்துகொள்ள முடியாது. வெளியிலிருந்து பார்த்தால் எல்லாம் எப்போதோ மறந்துபோனது போலவும், கோப்புத் தொலைந்துபோனது போலவும், விடுதலைத் தீர்ப்பு மிகவும் தீர்மானமானது போலவும் சில சமயங்களில் தோன்றலாம். விஷயம் தெரிந்தவன் இதை நம்ப மாட்டான். நீதிமன்றத்தில் ஒரு கோப்பும் தொலைந்துபோகாது, எதையும் மறந்துவிட மாட்டார்கள். ஒருநாள்—யாரும் எதிர்பாராமல்—யாராவது ஒரு நீதிபதி கோப்பை மிகவும் ஜாக்கிரதையாகக் கையிலெடுத்து இந்த வழக்கு இன்னும் உயிருடன் இருக்கிறது என்று உணர்ந்து உடனே குற்றம்சாட்டப்பட்டவரைக் கைதுசெய்ய ஏற்பாடுகள் செய்வார். பெயரளவு விடுதலைத் தீர்ப்புக்கும் மறுபடியும் கைதுசெய்யப்படுவதற்கும் இடையே வெகுகாலம் கழிந்துவிடும் என்று இங்கு நான் எடுத்துக்கொண்டிருக்கிறேன். அப்படியும் நடக்கும், அதுபோன்ற சம்பவங்கள் எனக்குத் தெரியும். ஆனால், அதேபோல் விடுதலை செய்யப்பட்டவன் வீட்டுக்கு வந்தால் அங்கே அவனை மறுபடியும் கைதுசெய்யப் பணிக்கப்பட்டவர்கள் ஏற்கனவே காத்துக்கொண்டிருக்கலாம். அப்போது சுதந்திர வாழ்க்கை ஒரு முடிவுக்கு வந்துதான்விடும்.'' ''பிறகு, வழக்கு முதலிலிருந்து தொடங்குமா?'' என்று க. நம்பாமல் கேட்டான். ''நிச்சயமாக'' என்றான் ஓவியன். ''வழக்கு முதலிலிருந்து தொடங்கும். ஆனால், முன்போல் மறுபடியும் பெயரளவில் விடுதலைக்காக முயற்சி செய்ய ஏது இருக்கிறது. மறுபடியும், எல்லாச் சக்திகளையும் ஒன்றுதிரட்ட வேண்டும்.'' க. சிறிது சோர்வடைந்துபோயிருந்ததைக் கண்டு ஓவியன் கடைசி வார்த்தைகளைக் கூறியிருக்க வேண்டும். இப்போது ஓவியன் வெளிப்படையாகக் கூறப்போகும் ஏதோ ஒன்றை முன்கூட்டியே அறிந்ததுபோல் க. கேட்டான். ''முதல் முறையைவிட இரண்டாவது முறை விடுதலைத் தீர்ப்பைப் பெறுவது இன்னும் கஷ்டம் அல்லவா?'' ''இந்த விஷயத்தில்'' என்று ஓவியன் பதில் கூறினான், ''நிச்சயமாக ஒன்றும் கூற முடியாது. இரண்டாவது முறையாகக் கைதுசெய்யப்படுவதால், 'நீதிபதிகள் தீர்ப்பளிக்கும்போது குற்றம்சாட்டப்பட்டவருக்குப் பாதகமான மனநிலை கொண்டிருப்பார்கள்' என்றுதானே நீங்கள் எண்ணுகிறீர்கள்? அது அப்படியல்ல. விடுதலைத் தீர்ப்புக் கூறும்போதே நீதிபதிகள், இப்படிக் கைதுசெய்யப்போவதை முன்கூட்டியே அறிந்திருப்பார்கள். இந்த நிலை எதையும் பாதிக்கவே பாதிக்காது. ஆனால், மற்ற கணக்கில்லாத காரணங்களினால் நீதிபதிகளின் மனநிலையும் இந்த வழக்கில் அவர்களுடைய நேர்மையான தீர்ப்பும் நிச்சயம் மாறுபட்டிருக்கலாம், அதனால் இரண்டாவது விடுதலைக்கான முயற்சிகளை மாறிவிட்ட சூழ்நிலைகளுக்கு ஏற்றவாறு அமைத்துக்கொள்ள வேண்டும். மேலும், மொத்தத்தில் முதல் விடுதலைக்கு எடுத்துக்கொண்டதைப் போல் அதே அளவு தீவிரம் வாய்ந்ததாக இருக்க வேண்டும்.'' ''ஆனால், இந்த இரண்டாவது விடுதலைத் தீர்ப்பும் முடிவானதல்ல, அல்லவா?'' என்று க. கூறிவிட்டு ஓவியன் கூறியதைப் புறக்கணித்துத் தலையைத் திருப்பிக்கொண்டான். ''அல்லதான்'' என்றான் ஓவியன், ''இரண்டாவது விடுதலைத் தீர்ப்பை மூன்றாவது கைது தொடரும்,

மூன்றாவது விடுதலைத் தீர்பை நான்காவது கைது தொடரும். மேலும், இப்படியே போகும். பெயரளவு விடுதலைத் தீர்ப்பின் அர்த்தத்தில் அது ஏற்கனவே அடங்கியிருக்கிறது.'' க. மௌனமாக இருந்தான். ''பெயரளவு விடுதலை உங்களுக்கு அனுகூலமாக இல்லை என்பதுபோல் தெரிகிறது'' என்றான் ஓவியன். ''ஒருவேளை, ஒத்திப்போடுவது உங்களுக்கு மிகவும் உகந்ததாக இருக்குமோ? காலதாமதம் செய்வதின் மையக்கருத்தை நான் உங்களுக்கு விளக்க வேண்டுமா?'' க. தலையசைத்தான். ஓவியன் தன் நாற்காலியில் சாய்ந்து கைகால்களைப் பரப்பி உட்கார்ந்துகொண்டான். இரவு உடை அகலத் திறந்திருந்தது. அதனுள்ளே ஒரு கையை நுழைத்துக்கொண்டு மார்பையும் விலாப் பக்கங்களையும் தடவிக்கொண்டான். ''ஒத்திப்போடுவது'' என்று ஓவியன் கூறிவிட்டு, முழுவதும் ஏற்ற ஒரு விளக்கத்தைத் தேடுவது போல் ஒரு வினாடி வெறித்துப் பார்த்தான். ''ஒத்திப்போடுவது என்பது வழக்கை எப்போதும் எல்லாவற்றிற்கும் கீழான நிலையில் வைத்திருப்பது. அப்படிச் செய்ய, குற்றம்சாட்டப்பட்டவரும் அவருக்கு உதவி செய்பவரும், குறிப்பாக உதவி செய்பவர் எப்போதும் நீதிமன்றத்துடன் நெருங்கிய தொடர்பு மூலம் அதன் நாடியை விடாமல் கவனித்துக்கொண்டிருப்பது அவசியம். நான் திரும்பவும் கூறுகிறேன். பெயரளவு விடுதலைக்காகத் தேவைப்படும் அளவு முயற்சியை இதற்காகச் செலவு செய்ய வேண்டியதில்லை. ஆனால், அதைவிட அதிகமான கவனம் தேவை. வழக்கின் மீது எப்போதும் ஒரு கண் வைத்திருக்க வேண்டும். அடிக்கடியும் தொடர்ந்தும், மேலும் முக்கியமான சந்தர்ப்பங்களிலும் சம்பந்தப்பட்ட நீதிபதியைச் சென்று, பார்த்து, அவரைக் குஷிப்படுத்தி வைத்துக்கொள்ள முயலவேண்டும். நீதிபதியை நேரடியாகத் தெரிந்திராவிட்டால், அதனால் நேரடியாகச் சந்திப்பது சாத்தியமில்லை என்று விட்டுவிடாமல், அறிமுகமான நீதிபதியின் மூலம் அந்த நீதிபதியின் மனதைக் கவர வேண்டும். இந்த விஷயத்தில் எதையும் தவறவிடாமல் இருந்தால், வழக்கு முதல் கட்டத்தைத் தாண்டிச் செல்லாது என்று போதுமான அளவு உறுதியுடன் சொல்லலாம். வழக்கு நின்றுவிடாதுதான், ஆனால் குற்றம்சாட்டப்பட்டவர் தண்டனையிலிருந்து தப்பித்து, சுதந்திர மனிதன் எப்படியிருப்பானோ அப்படிச் சுதந்திரமாக இருப்பார். பெயரளவு விடுதலையைவிட ஒத்திப்போடுவதில் உள்ள அனுகூலம் என்னவென்றால், இதில், குற்றம்சாட்டப்பட்டவரின் எதிர்காலம் குறைந்த அளவே நிச்சயமற்று இருக்கிறது என்பதுதான். திடீரென்று கைதுசெய்யப்படுவதால் ஏற்படும் அதிர்ச்சியிலிருந்து அவர் பாதுகாக்கப்படுவார். மேலும், பெயரளவு விடுதலையுடன் பிணைந்திருக்கும் கஷ்டங்களையும், எரிச்சல்களையும் அதுவும் அவருடைய சூழ்நிலை அவ்வளவாக அனுகூலமாக இல்லாத நேரத்தில், ஏற்றுக்கொள்ள வேண்டிவரும் என்று பயப்படத் தேவையில்லை. இருந்தாலும் ஒத்திப்போடுவதில் குற்றம்சாட்டப்பட்டவருக்கு ஒருசில பிரதிகூலங்கள் இருக்கத்தான் செய்கின்றன. அதை ஒருவர் குறைத்து மதிப்பிடக் கூடாது. குற்றம்சாட்டப்பட்டவர் ஒருபோதும் சுதந்திரமாக இல்லை என்பதை இங்கு நான் குறிப்பிடவில்லை. பெயரளவு விடுதலையிலும் உண்மையில், அவர் அப்படியில்லை. மேலும் சில பிரதிகூலங்கள் இருக்கின்றன. குறைந்தபட்சம், மேலெழுந்தவாரியான காரணங்கள் என்று எதுவுமில்லாமல் வழக்கு நடக்

காமல் நிற்காது. அதனால் வழக்குக்கு வெளியே ஏதாவது நடந்தாக வேண் டும். அதனால் அவ்வப்போது பலவிதமான ஏற்பாடுகள் செய்தாக வேண்டும், குற்றம்சாட்டப்பட்டவர் விசாரிக்கப்பட வேண்டும்; விசாரணை ஆரம் பிக்கப்பட வேண்டும். செயற்கையாக வரையறுக்கப்பட்டுவிட்ட ஒரு சிறு வட்டத்திற்குள் வழக்கு எப்போதும் உழன்றுகொண்டிருக்க வேண்டும். அத னால் குற்றம்சாட்டப்பட்டவருக்கு நிச்சயம் சங்கடங்களை அது ஏற்படுத் தும், ஆனால், அவை மிகவும் மோசமானவை என்று கற்பனைசெய்து கொள்ளத் தேவையில்லை. இவையெல்லாம் வெறும் ஒப்புக்குத்தான், உதா ரணத்திற்கு, விசாரணைகள் மிகவும் சுருக்கமாக இருக்கும். விசாரணைக்குச் செல்ல நேரமோ அல்லது மனமோ இல்லாவிட்டால் வர இயலவில்லை என்று கூறிவிடலாம். கூறப்போனால், குறிப்பிட்ட நீதிபதிகளுடன் முன்பே கலந்து பேசி நீண்ட கால இடைவெளிக்கான ஏற்பாடுகளைச் செய்துகொள் ளலாம். முக்கியமானது என்னவென்றால், குற்றம்சாட்டப்பட்டவர் என்ப தால் அவ்வப்போது அவர்தான் நீதிபதியைச் சென்று பார்க்க வேண்டும்'' என்று ஓவியன் சொல்லிக்கொண்டிருந்தபோதே க. கோட்டைக் கைமேல் போட்டுக்கொண்டு எழுந்து நின்றான். ''அவர் எழுந்துவிட்டார்!'' என்று உடனே கதவுக்கு வெளியே கத்தல் கேட்டது. ''நீங்கள் அதற்குள் போக வேண் டுமா?'' என்று எழுந்து நின்ற ஓவியன் கேட்டான், ''நிச்சயம் இந்தக் காற்று தான் உங்களை இங்கிருந்து விரட்டுகிறது. எனக்கு மிகவும் கஷ்டமாக இருக் கிறது. நான் உங்களுக்கு இன்னும் நிறைய சொல்லியிருப்பேன். நான் மிகவும் சுருக்கமாகச் சொல்ல வேண்டியிருந்தது. நான் சொன்னதெல்லாம் புரியும்படி இருந்திருக்கும் என்று நம்புகிறேன்.'' ''நிச்சயமாக'' என்றான் க. ஓவியன் கூறிய தைக் கேட்பதற்காகத் தன்னைக் கட்டாயப்படுத்திக்கொண்ட கஷ்டத்தால் அவனுக்குத் தலை வலித்தது. இப்படி அவன் உறுதியாகக் கூறியபோதும் அவ னுக்குச் சற்று மனநிம்மதியைத் தரும் வகையில் ஓவியன் தான் கூறிய எல்லா வற்றையும் மீண்டும் சுருக்கமாகச் சொன்னான், ''இரண்டு வழிகளுக்கும் பொதுவானதென்னவென்றால் குற்றம்சாட்டப்பட்டவருக்குத் தண்டனை யளிப்பதைத் தடுப்பதுதான்.'' ''ஆனால், இவை உண்மையான விடுதலை யையும் தடைசெய்கின்றன''என்றான் க. மெதுவாக, அதைத் தெரிந்து கொண்டதற்கு வெட்கப்பட்டதைப் போல். ''நீங்கள் இந்த விஷயத்தின் உட் கருத்தைப் புரிந்துகொண்டீர்கள்'' என்று ஓவியன் உடனே கூறினான். க. தன் கையைக் கம்பளிக் கோட்டின் மீது வைத்தான். ஆனால், கோட்டை அணிந்து கொள்ள முடிவுசெய்ய முடியவில்லை. எல்லாவற்றையும் ஒன்றாகச் சுருட்டி எடுத்துக்கொண்டு அதோடு குளிர்ந்த காற்றை நோக்கி மகிழ்ச்சியுடன் ஓடி யிருப்பான். அவன் கோட்டை அணிந்துகொள்கிறான் என்று அந்தப் பெண் கள் ஒருவரிடம் ஒருவர் அவசரப்பட்டு சத்தமாகச் சொல்லிக்கொண்டாலும், அவர்களாலும் அவன் தன் கோட்டை அணிந்துகொள்ளச்செய்ய முடிய வில்லை. க.வின் மனநிலையை எந்த வகையிலாவது தெளிவாகத் தெரிந்து கொள்வது ஓவியனுக்கு முக்கியமாகப் பட்டது. அதனால் அவன் கூறினான், ''நான் கூறும் யோசனைகளை வைத்து நீங்கள் இன்னும் ஒரு முடிவும் எடுக்கவில்லை. அப்படியே இருக்கட்டும். உடனே முடிவெடுக்க வேண்டா மென்று நானே உங்களுக்கு ஆலோசனை கூறியிருப்பேன். அனுகூலங்களும்

பிரதிகூலங்களும் மயிரிழையில்தான் மாறுபடுகின்றன. எல்லாவற்றையும் ஒருவர் மிகச் சரியாக மதிப்பிட வேண்டும். இருந்தாலும் அதிகக் காலதாமதம் செய்யக் கூடாது.'' ''நான் சீக்கிரமே மறுபடியும் வருகிறேன்'' என்றான் க. அவன் சட்டென்று ஒரு முடிவுடன் கோட்டை மாட்டிக்கொண்டு, மேல் கோட்டைத் தோளின் மேல் போட்டுக்கொண்டு கதவை நோக்கி விரைந்தான். அதன் பின்னிருந்த பெண்கள் இப்போது கூச்சல் போடத் தொடங்கினார்கள். கத்திக்கொண்டிருந்த பெண்களைக் கதவின் ஊடே பார்த்ததுபோல் க.வுக்குத் தோன்றியது. ''நீங்கள் உங்கள் சொல்படி நடக்க வேண்டும். இல்லாவிட்டால் விசாரிப்பதற்காக நானே வங்கிக்கு வருவேன்'' என்றான் ஓவியன், அவனைப் பின்தொடராமலேயே. ''கதவைத் தாழிட்டுக்கொள்ளுங்கள்'' என்று க. கூறிவிட்டுத் தாழ்ப்பாளின் பிடியைப் பிடித்து இழுத்தான். அவன் உணர்ந்த எதிர்ச் சக்தியிலிருந்து வெளியில் பெண்கள் அதை அழுத்திப் பிடித்துக்கொண்டிருந்தார்கள் என்று தெரிந்துகொண்டான். ''இந்தப் பெண்களுடன் எதற்குத் தொந்தரவு?'' என்று ஓவியன் கேட்டான். ''அதைவிட இந்த வழியாகப் போங்கள்'' என்று கட்டிலின் பின்னால் இருந்த கதவைச் சுட்டிக் காட்டினான். ஆனால், கதவை அங்கிருந்தே திறப்பதற்கு பதிலாக ஓவியன் கட்டிலின் கீழே தவழ்ந்து சென்று அடியிலிருந்தபடி கேட்டான், ''ஒரு நிமிஷம், நீங்கள் வாங்க நினைக்கும் ஒன்றிரண்டு படங்களைப் பார்க்க விரும்பவில்லையா?'' க. மரியாதைக் குறைவாக நடக்க விரும்பவில்லை. ஓவியன், உண்மையில் அவன் விஷயத்தில் அக்கறை எடுத்துக்கொண்டு மேலும் அவனுக்கு உதவி செய்வதாக வாக்களித்திருந்தான். மேலும், க.வின் மறதி காரணமாக உதவிக்குப் பதிலுதவிபற்றி இதுவரை பேச்சு ஒன்றும் எழவேயில்லை. அதனால் க. ஸ்டூடியோவிலிருந்து வெளியே செல்லப் பொறுமையில்லாமல் துடித்துக்கொண்டிருந்தாலும், அவனைத் தட்டிக்கழிக்க முடியாமல் படங்களைப் பார்க்க நின்றான். ஓவியன் கட்டிலுக்கு அடியிலிருந்து சட்டம் போடாத படங்களின் குவியல் ஒன்றை வெளியில் இழுத்தான். அவற்றில் பெருமளவிற்குத் தூசு படிந்திருந்ததால், அதை ஓவியன் ஊதியபோது எல்லாவற்றிற்கும் மேலிருந்த படத்திலிருந்து தூசுப்படலம் வெகு நேரம் மூச்சு முட்டும்படி க.வின் கண்ணெதிரே சுழன்றது. ''ஒரு சதுப்பு நிலத்தின் படம்'' என்று ஓவியன் கூறிவிட்டு அதை க.விடம் நீட்டினான். அது ஒரு இருண்ட புல்தரையில் செழுமை குன்றிய இரண்டு மரங்கள் ஒன்றிலிருந்து ஒன்று மிகவும் விலகி நின்றுகொண்டிருந்ததைக் காட்டியது. அவற்றுக்குப் பின்னால் பல வண்ணங்களுடன் சூரியாஸ்தமனம் தெரிந்தது. ''அழகாக இருக்கிறது, நான் அதை எடுத்துக்கொள்கிறேன்'' என்றான் க. யோசிக்காமல். அதனால், ஓவியன் அதைத் தவறாக எடுத்துக்கொள்ளாமல் இரண்டாவது படத்தைத் தரையிலிருந்து எடுத்தபோது அவன் சந்தோஷமடைந்தான். ''இது இந்தப் படத்திற்கு நேர்மாறானது'' என்றான் ஓவியன். அது நேர்மாறானது என்று நினைத்து வரையப்பட்டிருக்கலாம். ஆனால் அதற்கும் முதல் படத்திற்கும் சிறிதளவு கூட வித்தியாசம் இருப்பதாகத் தெரியவில்லை. ஒன்றில் மரங்களும் புல்வெளியும். மற்றதில் சூரியாஸ்தமனம். ஆனால், அது க.வுக்கு ஒரு பொருட்டாகப் படவில்லை. ''இவை மிகவும் அழகான இயற்கைக் காட்சிகள்'' என்றான் அவன், ''இரண்டையுமே வாங்கி என் அலுவலகத்தில் மாட்டப்போகி

றேன்.'' ''இந்த வகைப் படங்கள் உங்களுக்குப் பிடித்திருக்கிறது போலிருக்கிறது'' என்று சொல்லிக்கொண்டே ஓவியன் மூன்றாவது படத்தை எடுத்தான். ''இவை போன்ற இன்னொரு படம் இங்கிருப்பது மிகவும் நல்லதாயிற்று.'' என்றான். ஆனால், அது மற்றவற்றைப் போன்ற படமல்ல. அது முழுக்கமுழுக்க அதே சதுப்புநிலக் காட்சி. பழைய படங்களை விற்பதற்கு ஓவியன் இந்தச் சந்தர்ப்பத்தை நன்றாகப் பயன்படுத்திக்கொண்டான். ''இதையும் நான் எடுத்துக்கொள்கிறேன்'' என்றான் க. ''இந்த மூன்றுக்கும் என்ன விலை?'' ''அதைப் பற்றி நாம் அடுத்த முறை பேசுவோம்'' என்றான் ஓவியன். ''இப்போது நீங்கள் அவசரமாகப் போக வேண்டும். நாம்தான் அடிக்கடி தொடர்பு வைத்துக்கொள்வோமே. மேலும், உங்களுக்கு இந்தப் படங்கள் பிடித்திருப்பது எனக்குச் சந்தோஷம். இதற்கடியில் நான் வைத்திருக்கும் எல்லாப் படங்களையும் உங்களுக்கு இப்படியே கொடுத்துவிடுவேன். இவையெல்லாம் வெறும் சதுப்புநிலக் காட்சிகள், நான் நிறைய சதுப்புநிலக் காட்சிகளை வரைந்திருக்கிறேன். இவை மூட்டம் நிறைந்து இருப்பதால், பலர் இது போன்ற படங்களை ஒதுக்கிவிடுகிறார்கள். ஆனால், மற்றவர்கள்—அவர்களில் நீங்களும் ஒருவர்—மூட்டமான படங்களைத்தான் விரும்புகிறார்கள்.'' ஆனால், க. இப்போது இந்தப் பிச்சைக்கார ஓவியனின் தொழில் அனுபவங்களைக் கேட்கும் நிலையில் இல்லை. ''எல்லாப் படங்களையும் கட்டி வையுங்கள்'' என்று ஓவியனின் பேச்சில் குறுக்கிட்டுச் சத்தமாகக் கூறினான், ''நாளைக்கு என் வேலையாள் வந்து அவற்றை எடுத்துச்செல்வான்.'' ''அது தேவையில்லை'' என்றான் ஓவியன், ''இப்போதே உங்களுக்காக ஒரு கூலியாளை ஏற்பாடு செய்ய முடியும் என்று நினைக்கிறேன்.'' இறுதியில் அவன் கட்டிலின்மீது குனிந்து கதவைத் திறந்தான். ''வெட்கப்படாமல் கட்டிலின் மீது ஏறுங்கள்'' என்றான் ஓவியன். ''இங்கு வரும் ஒவ்வொருவரும் அப்படித்தான் செய்கிறார்கள்.'' இந்தத் தூண்டுதல் இல்லாமலேயே க. அவ்வாறு செய்யத் தயங்கியிருக்க மாட்டான். ஏற்கனவே அவன் ஒரு காலை மறுபடியும் பின்னுக்கு வைத்துவிட்டிருந்தான். ''அது என்னது?'' என்று ஓவியனைக் கேட்டான். ''எதைக் கண்டு திடுக்கிடுகிறீர்கள்?'' என்று அவனும் வியப்படைந்து கேட்டான். ''அவை நீதிமன்ற அலுவலகங்கள். இங்கு நீதிமன்ற அலுவலகங்கள் இருக்கின்றன என்று உங்களுக்குத் தெரியாதா? நீதிமன்ற அலுவலகங்கள் கிட்டத்தட்ட எல்லாக் கூரைகளுக்கும் கீழ் இருக்கத்தான் செய்கின்றன, இங்கு மட்டும் ஏன் இருக்கக் கூடாது? என்னுடைய ஸ்டூடியோவும் உண்மையில் நீதிமன்ற அலுவலகங்களைச் சேர்ந்ததுதான். ஆனால், நீதிமன்றம் நான் இதை உபயோகப்படுத்தக் கொடுத்திருக்கிறது.'' தான் இங்கும் நீதிமன்ற அலுவலகங்கள் இருந்ததைக் கண்டதற்காக க. அவ்வளவாகத் திடுக்கிடவில்லை. முக்கியமாக அவன் தன்னைக் குறித்தும் நீதிமன்ற விவகாரங்களில் தன் அறியாமையைக் குறித்தும் எண்ணியே திடுக்கிட்டான். குற்றம்சாட்டப்பட்டவன் என்ற முறையில் அவன் சில அடிப்படை விதிமுறைகளை ஏற்றுக்கொண்டிருந்தான். எப்போதும் தயாராக இருக்க வேண்டும்; தான் ஆச்சரியப்படும்படி விட்டுவிடக் கூடாது; இடதுபுறம் நீதிபதி நின்றுகொண்டிருக்கும் போது அதையறியாமல் வலதுபுறம் பார்க்கக் கூடாது. குறிப்பாக, இதுபோன்ற அடிப்படை விதிமுறைகளைத்தான் அவன் திரும்பத்திரும்ப மீறினான். அவ

னுக்கு முன் ஒரு நீண்ட வராந்தா சென்றது. அதிலிருந்து காற்று வீசியது. அத னுடன் ஒப்பிட்டுப் பார்த்தால் ஸ்டூடியோவிலிருந்த காற்று புத்துணர்ச்சி ஊட்டுவதாக இருந்தது. க.வின் வழக்குக்குப் பொறுப்பான அலுவலகத்தைப் போலவே வராந்தாவின் இரு பக்கங்களிலும் பெஞ்சுகள் போடப்பட் டிருந்தன. அலுவலகங்களில் என்னென்ன எவ்வாறு இருக்க வேண்டும் என்று தெளிவாக விதிமுறைகள் இருப்பதுபோன்று தோன்றியது. அந்த நேரத்தில் கட்சிக்காரர்களின் நடமாட்டம் மிக அதிகமாக இல்லை. அங்கே ஒருவன் சாய்வாகப் படுத்திருந்தான். முகத்தை பெஞ்சின் மீது இருந்த தன் கரங்களில் புதைத்தவாறு தூங்கிக்கொண்டிருப்பதுபோல் காணப்பட்டான். மற்றொரு வன் அரை இருளில் வராந்தாவின் கடைசியில் நின்றுகொண்டிருந்தான். இப்போது க. கட்டிலின் மேல் ஏறினான், ஓவியன் படங்களுடன் அவனைத் தொடர்ந்தான். விரைவில் அவர்கள் நீதிமன்றப் பணியாள் ஒருவனைச் சந்தித் தார்கள்—க. இப்போது எல்லா நீதிமன்ற வேலையாட்களையும் அவர் களுடைய சிவில் கோட்டின் பித்தான்களுக்கடியில் அணிந்திருந்த தங்க நிறப் பித்தான்களை வைத்து அடையாளம் கண்டுகொண்டான்—படங்களுடன் க.வுடன் செல்லுமாறு ஓவியன் அவனைப் பணித்தான். க. நடந்து சென்ற போது முன்னைவிட இன்னும் அதிமாகத் தடுமாறினான், கைக்குட்டையை வாயின் மீது அழுத்திப் பிடித்துக்கொண்டான். அவர்கள் வெளிவாயிலுக் கருகில் வந்துவிட்டார்கள். அப்போது அந்தப் பெண்கள் அவர்களை நோக்கி ஓடிவந்தார்கள். க. அவர்களிடமிருந்து தப்ப முடியவில்லை. சந்தேகமில்லா மல், ஸ்டூடியோவின் இரண்டாவது கதவு திறந்திருந்ததை அவர்கள் பார்த்து விட்டு, இந்தப் பக்கத்திலிருந்து உள்ளே நுழைவதற்காகச் சுற்றுவழியாக வந் திருந்தார்கள். ‘‘இனிமேல் உங்களுடன் என்னால் வர இயலாது’’ என்று பெண் களின் நெருக்கலுக்கிடையில் ஓவியன் சிரித்துக்கொண்டே கத்தினான். ‘‘போய் வாருங்கள்! ரொம்பவும் யோசிக்க வேண்டாம்!’’ க. பின்னால் திரும்பிப் பார்க்கவே இல்லை. சந்தை அடைந்தபோது கண்ணில் தென்பட்ட முதல் வண்டியில் ஏறிக்கொண்டான். பணியாளைத் தவிர்ப்பது அவனுக்கு உண்மை யிலேயே மிகவும் முக்கியமாக இருந்தது. உண்மையில், அவனுடைய தங்க நிறப் பித்தான் வேறு யார் கண்ணிலும் படாவிட்டாலும், இடைவிடாமல் க.வின் கண்களை உறுத்தியது. க.வுக்குப் பணிவிடை செய்யவேண்டும் என்ற ஆர்வத்தில் பணியாள் கோச் ஓட்டுபவன் அருகில் உட்கார முனைந்தான். ஆனால், க. அவனை விரட்டிவிட்டான். க. வங்கியை அடைந்தபோது, நேரம் நடுப்பகலைத் தாண்டிவிட்டிருந்தது. படங்களை வண்டியிலேயே அவன் மகிழ்ச்சியுடன் விட்டிருப்பான். ஆனால், ஏதாவதொரு சந்தர்ப்பத்தில் தன் னிடம் இருக்கின்றன என்று ஓவியனுக்கு நிரூபிக்க வேண்டிய தேவை ஏற் படுமோ என்று அஞ்சினான். அதனால் அவற்றைத் தன் அலுவலக அறைக்குக் கொண்டுவரச் சொல்லி, குறைந்த பட்சம் அடுத்த சில நாட்கள் உதவி இயக்கு நரின் கண்களில் அவை படாதவாறு தன் மேஜையின் கீழ் அறையில் வைத்துப் பூட்டினான்.

எட்டாவது அத்தியாயம்

வியாபாரி ப்ளொக் - வக்கீலிடமிருந்து வழக்கை விலக்கிக்கொள்ளுதல்

வக்கீல் தனக்காக வாதாடுவதை வேண்டாமென்று நிறுத்திவிடத்தான் க. இறுதியில் முடிவுசெய்தான். அப்படிச் செய்வது சரியா என்று சந்தேகப் படுவதை நிச்சயம் தவிர்க்க முடியவில்லை. ஆனால் அப்படிச் செய்வது அவசியம் என்ற உறுதி எல்லாவற்றையும்விட முக்கியமாக இருந்தது. வக்கீலிடம் செல்ல வேண்டும் என்று எண்ணிய நாளில் அந்த முடிவு அவனைக் களைப் படையச் செய்துவிட்டது. அவன் மிகவும் மெதுவாகவே வேலை செய்தான், அவன் வேகு நேரம் அலுவலகத்தில் இருக்க வேண்டியிருந்தது. இறுதியில் அவன் வக்கீலின் வீட்டை அடைந்தபோது ஏற்கனவே மணி பத்தாகிவிட்டிருந்தது. அவரை நேரே சந்தித்துப் பேசுவது நிச்சயம் மிக்க மனவருத்தத்தை உண்டாக்குமே, வக்கீலிடம் தொலைபேசி மூலமாகவோ அல்லது கடிதம் மூலமாகவோ அவர் தேவையில்லை என்று கூறிவிடலாமா என்று அழைப்பு மணியை அடிக்கும் முன் அவன் யோசித்தான். இருந்தும் இறுதியில் க. நேரடிச் சந்திப்பைக் கைவிட விரும்பவில்லை. வேறு எந்த விதமாக அவருக்குக் கூறினாலும் அதை அவர் மௌனமாகவோ அல்லது ஒருசில மரியாதையான வார்த்தைகளுடனோ எடுத்துக்கொள்ளலாம். பிறகு க. லேனியிடம் ஏதாவது கேட்டுத் தெரிந்துகொண்டால் ஒழிய, வக்கீல் தான் இப்படி விலக்கப்படுவதை எப்படி எடுத்துக்கொண்டார் என்பதையும், இதனால் க.வுக்கு வரும் விளைவுகள் என்ன என்று வக்கீலின் கருத்தையும்—அது அவ்வளவு முக்கியமற்றது அல்ல—தெரிந்துகொள்ளவே முடியாது. ஆனால், வக்கீல் க.வின் எதிரே இருக்கும் சமயத்தில் அவனுடைய முடிவினால் ஆச்சரியமடைந்தால் அவர் தன்னிடமிருந்து க. அதிகம் கிரகிக்க விடாவிட்டாலும், க. அவருடைய முகத்திலிருந்தும் நடத்தையிலிருந்தும் அவனுக்கு வேண்டியதையெல்லாம் சுலபமாகத் தெரிந்துகொள்ள முடியும். வக்கீலை அவனுக்காக வாதாட விடுவதே சிறந்தது என்று அவனை நம்ப வைத்து அவன் முடிவை வாபஸ் வாங்கிக் கொள்ளவும் செய்யலாம் என்பதும் நடக்க முடியாததல்ல.

வக்கீலின் வீட்டுக் கதவருகில் இருந்த மணியை அவன் முதல் முறை அடித்தபோது, வழக்கம்போல் யாரும் பதிலளிக்கவில்லை. ''லேனிக்குச் சுறுசுறுப்பு போதாது'' என்று எண்ணினான் க. ஆனால், வழக்கமாக நடப்பது போல், இரவு உடையிலிருக்கும் அந்த மனிதனோ அல்லது வேறு யாராவதோ நடுவில் புகுந்து தொந்தரவு கொடுக்க ஆரம்பிக்காமலிருந்தால் அதுவே ஒரு அனுகூலமாகும். க. இரண்டாவது முறையாக விசையை அழுத்தியபோது மற்ற கதவைத் திரும்பிப் பார்த்தான். ஆனால் இம்முறை அதுவும் மூடியே யிருந்தது. கடைசியாக, வக்கீலின் வீட்டுக் கதவில் பொருத்தப்பட்டிருந்த பார்

வைத் துளையில் இரண்டு கண்கள் தோன்றின. ஆனால் அவை லேனியின் கண்களல்ல. யாரோ கதவைத் திறந்து, தற்சமயத்துக்கு அதன்மேல் சாய்ந்து நின்றுகொண்டு வீட்டினுள் திரும்பிக் கத்தினார்கள். "அவர்தான்". பிறகு கதவு முழுவதுமாகத் திறக்கப்பட்டது. க. கதவை மூட விடாமல் அழுத்தி நின்று கொண்டான். ஏனென்றால் கதவைத் திறந்தவனுக்குப் பின்னாலிருந்த மற்ற கதவில் அவசரமாகச் சாவித் துவாரத்தில் சாவியைத் திருப்புவது கேட்டது. அதனால், ஒருவாறு அவனுக்கு முன்னால் இருந்த கதவு திறந்துகொண்ட போது அறைக்குள் உடனே க. பாய்ந்து சென்றான். அப்போது அறைகளுக்கு இடையே சென்ற ரேழியில் கதவைத் திறந்தவனுடைய எச்சரிக்கைச் சத்தத் தைக் கேட்டு, மேலாடை மட்டுமே அணிந்திருந்த லேனி அங்கிருந்து ஓடிக் கொண்டிருந்ததைப் பார்த்தான். அவன் அவளைச் சிறிது நேரம் பார்த்து விட்டு, பிறகு கதவைத் திறந்தவனைத் திரும்பிப் பார்த்தான். அவன் முழுத் தாடி வைத்துக்கொண்டு, மிகவும் மெலிந்து, குட்டையாக இருந்தான். கையில் ஒரு மெழுகுவர்த்தியை வைத்துக்கொண்டிருந்தான். "நீங்கள் இங்கு வேலை செய்கிறீர்களா?" என்று க. கேட்டான். "இல்லை" என்று அவன் பதிலளித் தான். "நான் இந்த வீட்டைச் சேர்ந்தவனல்ல. வக்கீல் எனக்காக வாதாடுகி றார். அவ்வளவுதான். நான் இங்கு என்னுடைய வழக்கு விஷயமாக வந்திருக் கிறேன்." "கோட்டு இல்லாமலா?" என்று க. கேட்டுவிட்டுத் தன் கையால் அம்மனிதனுடைய அரைகுறை ஆடையைக் காண்பித்தான். "ஆ, மன்னிக்க வேண்டும்!" என்று அம்மனிதன் கூறிவிட்டு மெழுகுவர்த்தியின் ஒளியில், தானே தன் நிலையை இப்போதுதான் பார்த்துக்கொள்வதுபோல், தன்னைப் பார்த்துக்கொண்டான். "லேனி உங்களுடைய காதலியா?" என்று க. சுருக்க மாகக் கேட்டான். அவன் தன் கால்களைச் சிறிது அகல வைத்து நின்று கொண்டு தொப்பியை வைத்திருந்த கைகளைப் பின்புறம் கட்டியிருந்தான். தன்னிடமிருந்த தடித்த மேல்கோட்டின் காரணமாக அந்த ஒல்லியான சிறு மனிதனைவிட மிகவும் பெரிய மனிதனாக ஏற்கனவே க. தன்னை உணர்ந் தான். "அட கடவுளே!" என்று அந்த மனிதன் திடுக்கிட்டவாறு சற்று வெட்கமடைந்து ஒரு கையை முகத்துக்கு முன் தூக்கினான். "இல்லை இல்லை, அப்படியொன்றும் நினைக்காதீர்கள்." "நீங்கள் சொல்வதை நம்ப லாம் போலிருக்கிறது" என்றான் க. புன்சிரிப்புடன். "இருந்தாலும்—வாருங் கள்." க. தொப்பியினால் அவனுக்குச் சைகைசெய்து தனக்கு முன் செல்ல விட்டான். "உங்கள் பெயரென்ன?" என்று போகும் வழியில் கேட்டான். "ப்ளொக். வியாபாரி ப்ளொக்" என்று அந்தக் குட்டை மனிதன் அறிமுகம் செய்துகொண்டே க.வின் பக்கம் திரும்பினான். ஆனால், க. அவனை நிற்க விடவில்லை. "அதுவா உங்கள் உண்மையான பெயர்?" என்று க. கேட்டான். "நிச்சயமாக" என்று பதில் வந்தது, "எதற்காகச் சந்தேகப்படுகிறீர்கள்?" "உங்கள் பெயரைக் கூறாமலிருக்க உங்களுக்குக் காரணம் இருக்கலாம் என்று நான் நினைத்தேன்" என்றான் க. பழக்கமற்ற இடங்களில் அந்தஸ்தில் தாழ்ந்தவர்களுடன் பேசும் போது தனக்குச் சம்பந்தப்பட்ட எல்லா விஷயங் களையும் தனக்குள்ளே வைத்துக்கொண்டு மற்றவர்களின் விஷயங்களில் பட்டுக்கொள்ளாமலேயே அவற்றைப் பற்றிப் பேசி, அதனால் அவர்களை உயர்த்தும்போதோ அல்லது தன் விருப்பத்துக்கு ஏற்ப தாழ்த்தும்போதோ

எவ்வளவு சுதந்திரமாக இருப்பதாக உணர்வோமோ அவ்வளவு சுதந்திரமாக இருப்பதுபோல் க. உணர்ந்தான். வக்கீலின் அலுவலக அறையை அடைந்ததும் க. கதவருகில் நின்று, அதைத் திறந்து பணிவுடன் மேலும் தொடர்ந்து போய்க்கொண்டிருந்த வியாபாரியைப் பார்த்துக் கத்தினான். "அவ்வளவு அவசரம் வேண்டாம். இங்கே விளக்கைக் காட்டுங்கள்!" லேனி இங்கு ஒளிந்துகொண்டிருக்கக்கூடும் என்று க. எண்ணினான். வியாபாரியை எல்லா மூலைகளிலும் தேடச் செய்தான். ஆனால், அந்த அறை காலியாக இருந்தது. நீதிபதியின் படத்துக்கு முன் க., வியாபாரியின் பின்னிருந்து இழுத்து நிறுத்தினான், "இவரைத் தெரியுமா?" என்று கேட்டுவிட்டு ஆள்காட்டி விரலால் உயரக் காட்டினான். வியாபாரி மெழுகுவர்த்தியை உயர்த்திப் பிடித்துக் கண்களைக் குறுக்கியவாறே உயரப் பார்த்துக் கூறினான். "அது ஒரு நீதிபதி." "உயர் நீதிபதியா?" என்று க. கேட்டுவிட்டு அந்தப் படம் வியாபாரியிடம் என்ன மாற்றத்தை உண்டுபண்ணுகிறது என்று கவனிப்பதற்காக வியாபாரியின் முன் ஒரு பக்கமாகத் திரும்பி நின்றான். வியாபாரி ஆச்சரியத்துடன் மேலே நோக்கினான். "இவர் ஒரு உயர் நீதிபதி" என்றான் அவன். "உங்களுக்கு உண்மையில் ஒன்றுமே தெரியவில்லை" என்றான் க. "கீழ்நிலையில் இருக்கும் விசாரணை நீதிபதிகளில் இவர்தான் கடைசிப் படியில் இருப்பவர்." "இப்போது எனக்கு நினைவுக்கு வருகிறது" என்று வியாபாரி கூறிவிட்டு மெழுகுவர்த்தியைத் தாழ்த்தினான். "நான் இதை ஏற்கனவே கேள்விப்பட்டிருக்கிறேன்." "நிச்சயமாக" என்றான் க., "நான் மறந்தேபோய்விட்டேன், நீங்கள் நிச்சயம் இதை ஏற்கனவே கேள்விப்பட்டிருக்கவேண்டும்." "ஏன், ஏன்?" என்று வியாபாரி க.வின் கைகளால் உந்தப்பட்டுக் கதவை நோக்கிச் சென்றுகொண்டே கேட்டான். வெளியே வராந்தாவில் க. கேட்டான், "லேனி எங்கே ஒளிந்துகொண்டிருக்கிறாள் என்று உங்களுக்கும் தெரியுமல்லவா?" "ஒளிந்துகொண்டிருக்கிறாளா?" என்றான் வியாபாரி, "இல்லை, அவள் சமையலறையில் வக்கீலுக்கு சூப் தயார்செய்துகொண்டிருக்க வேண்டும்." "அதை ஏன் நீங்கள் உடனேயே சொல்லவில்லை?" என்று க. கேட்டான். "உங்களை அங்கே அழைத்துச் செல்லத்தான் எண்ணினேன். ஆனால், நீங்கள் மறுபடியும் என்னைத் திரும்பக் கூப்பிட்டுவிட்டீர்கள்" என்று முரணான கட்டளைகளினால் குழம்பியது போல் வியாபாரி பதில் சொன்னான். "நீங்கள் மிகவும் சாமர்த்தியமாக இருப்பதாக உங்களுக்கு எண்ணம்" என்றான் க. "சரி, அழைத்துக்கொண்டு போங்கள்." க. சமையலறைக்குச் சென்றதேயில்லை. அது ஆச்சரியப்படும் வகையில் பெரிதாகவும், எல்லா வசதிகள் கொண்டதாகவும் இருந்தது. அடுப்பு மட்டும் சாதாரண அடுப்புகளைவிட மூன்று மடங்கு பெரிதாக இருந்தது. மற்ற எதையும் தனித்தனியாகப் பார்க்க முடியவில்லை. ஏனென்றால் இப்போது சமையலறையில் வெறும் ஒரு சிறிய விளக்கின் வெளிச்சம்தான் இருந்தது. அந்த விளக்கு நுழைவாயிலில் தொங்கிக்கொண்டிருந்தது. அடுப்பருகில் லேனி எப்போதும்போல் ஒரு வெள்ளை ஏப்ரன் அணிந்து நின்றுகொண்டிருந்தாள். ஸ்பிரிட் அடுப்பின் மீது இருந்த வாணலியில் முட்டைகளை உடைத்துப் போட்டுக்கொண்டிருந்தாள். "வாருங்கள், யோசஃப்!" என்றாள் அவள். ஓர விழிப் பார்வையுடன் "நீ..." என்று க. கூறிவிட்டு ஒரு பக்கமாக இருந்த நாற்காலியில் வியாபாரி

உட்கார வேண்டுமென்று அவனுக்குச் சைகை செய்தான். வியாபாரியும் அப்படியே செய்தான். ஆனால், க.வோ லேனிக்குப் பின்னால் வெகு அருகில் சென்று, அவளுடைய தோளின் மேல் குனிந்து கேட்டான், ‘‘யார் அவன்?’’ லேனி ஒரு கையால் க.வைப் பிடித்துக்கொண்டு மற்றதால் சூப்பைத் துழாவிக்கொண்டே அவனைத் தனக்கு முன் இழுத்து அணைத்தவாறே கூறினாள், ‘‘அவன் பரிதாபத்துக்குரியவன், ஒரு ஏழை வியாபாரி, பெயர் ப்ளொக். அவனைப் பாரேன்.’’ இருவரும் திரும்பிப் பார்த்தார்கள். க. சுட்டிக் காட்டிய நாற்காலியில் அவன் உட்கார்ந்திருந்தான். மெழுகுவர்த்தியின் ஒளி இப்போது தேவையில்லாததால் அவன் அதை அணைத்துவிட்டு, புகை கிளம்பாமல் தடுக்கத் திரியை நசுக்கிக்கொண்டிருந்தான். ‘‘நீ மேலாடை மட்டுமே போட்டிருந்தாய்’’ என்று க. கூறிவிட்டுக் கையால் அவள் தலையை அடுப்பை நோக்கி மறுபடியும் திருப்பினான். அவள் மௌனமாக இருந்தாள். ‘‘அவன் உன் காதலனா?’’ என்று க. கேட்டான். அவள் சூப் பாத்திரத்தைப் பிடிக்கப் போனாள். ஆனால் க. அவளுடைய இரண்டு கைகளையும் பிடித்துக் கொண்டு கேட்டான், ‘‘ம், பதில் சொல்!’’ அவள் கூறினாள், ‘‘அலுவலக அறைக்கு வா, உனக்கு நான் எல்லாவற்றையும் விளக்கமாகக் கூறுகிறேன்.’’ ‘‘முடியாது’’ என்றான் க. ‘‘நீ இங்கேயேதான் சொல்ல வேண்டும்.’’ அவள் அவன்மீது தொற்றிக்கொண்டு அவனை முத்தமிட முயன்றாள். க. அவளை விலக்கிவிட்டுக் கூறினான். ‘‘நீ இப்போது என்னை முத்தமிடுவதை நான் விரும்பவில்லை.’’ ‘‘யோசஃப்’’ என்று லேனி கூறிவிட்டுக் கசப்புடன் ஆனால், நேருக்குநேர் அவன் கண்களைப் பார்த்தாள். ‘‘உனக்கு நிச்சயம் ப்ளொக்கின் மீது பொறாமை இல்லை அல்லவா’’ என்று, அவள் வியாபாரியின் பக்கம் திரும்பிக் கூறினாள். ‘‘ரூடி, எனக்கு உதவி செய்யேன், நீயே பார்க்கிறாய், என்மீது இவர் சந்தேகப்படுகிறார், மெழுகுவர்த்தியை வை.’’ அவன் கவனமாகக் கேட்கவில்லை என்று ஒருவர் எண்ணக்கூடும். ஆனால் எல்லாம் தெரிந்தவனாக இருந்தான். ‘‘நீங்கள் எதற்குப் பொறாமைப்பட வேண்டும் என்று எனக்குத் தெரியவில்லை’’ என்றான் அவன் சற்று வெடுக்கென்று. ‘‘எனக்கும் ஏனென்று தெரியவில்லை’’ என்று க. கூறிவிட்டுச் சிரித்துக் கொண்டே அவனைப் பார்த்தான். லேனி சத்தமாகச் சிரித்தாள். க.வின் கவனம் திரும்பியதைப் பயன்படுத்திக்கொண்டு அவன் கரங்களைக் கட்டிக் கொண்டு கிசுகிசுத்தாள். ‘‘அவனை விட்டுவிடு, நீயே பார்க்கிறாய் அல்லவா அவன் எப்படிப்பட்டவன் என்று. வக்கீலுக்கு மிக முக்கியமான கட்சிக்காரன் என்பதால் அவன் விஷயத்தில் சற்று அக்கறைகாட்டுகிறேன். வேறு எந்தக் காரணத்தாலும் அல்ல. நீ இன்றே வக்கீலிடம் பேசப்போகிறாயா? இன்று அவருக்கு உடம்பு மிகவும் சரியில்லை. ஆனால், வேண்டுமானால் அவரிடம் கூறுகிறேன். ஆனால், இரவு முழுவதும் என்னுடன் இருக்கப்போகிறாய், அது நிச்சயம். நீ வெகு நாட்களாக இங்கு வரவே இல்லையே, வக்கீலே உன்னைப் பற்றி விசாரித்தார். வழக்கைப் புறக்கணிக்காதே! நான் கேள்விப்பட்ட பலவற்றையும் உன்னிடம் சொல்ல வேண்டும். ஆனால், இப்போது முதலில் உன்னுடைய மேல்கோட்டைக் கழற்று.’’ அவன் கோட்டைக் கழற்ற உதவினாள். தொப்பியை எடுத்தாள், அவற்றுடன் முன்னறைக்கு ஓடி அவற்றை அங்கே தொங்க விட்டு, மறுபடியும் ஓடிவந்து சூப்பைக் கவனித்தாள். ‘‘நீ வந்திருக்

கிறாய் என்று முதலில் சொல்ல வேண்டுமா?'' ''முதலில், நான் வந்திருக் கிறேன் என்று சொல்'' என்றான் க. அவன் கடுகடுவென்றிருந்தான். லேனி யுடன் தன் விஷயத்தைப் பற்றி, முக்கியமாக வக்கீலை விலக்கி விட வேண் டுமா என்ற தன்னுடைய தெளிவற்ற எண்ணத்தைப் பற்றி அவளிடம் பேச வேண்டும் என்று அவன் முதலில் எண்ணியிருந்தான். ஆனால், வியாபாரி அங்கிருந்தது அப்படிச் செய்ய அவனுக்கு மனமில்லாமல் ஆக்கிவிட்டது. இந்தச் சிறிய வியாபாரி கொஞ்சமும் தன் விஷயத்தில் குறுக்கிட முடியாது என்ற அளவுக்குத் தன் விஷயம் முக்கியம் என்று க. கருதி வராந்தாவில் போய் விட்டிருந்த லேனியைத் திரும்பவும் கூப்பிட்டான். ''முதலில் அவருக்கு சூப்பை எடுத்துச் செல்'' என்றான். ''அவர் என்னுடன் பேசுவதற்குத் தன்னைப் பலப்படுத்திக்கொள்ள வேண்டும். அது அவருக்குத் தேவையாக இருக்கும்.'' ''வக்கீலுக்கு நீங்களும் ஒரு கட்சிக்காரர்தான்'' என்று உறுதிப் படுத்தும் வகையில் வியாபாரி தன் மூலையிலிருந்து மெதுவாகக் கூறினான். ஆனால், அது க.வுக்குப் பிடிக்கவில்லை. ''அதைப் பற்றி உங்களுக்கென்ன?'' என்றான் க., லேனியும், ''நீ சும்மா இரு. சரி, அவருக்கு முதலில் நான் சூப் எடுத்துச்செல்கிறேன்'' என்று க.விடம் கூறிவிட்டு சூப்பைத் தட்டில் ஊற்றி னாள். ''அவர் சீக்கிரம் தூங்கிவிடுவார். அதுதான் எனக்குப் பயம். சாப்பிட்ட பிறகு விரைவில் அவர் தூங்கிவிடுவார்.'' ''நான் அவரிடம் சொல்லப்போவது அவரைத் தூங்க விடாது.'' என்றான் க. அவன் ஏதோ ஒரு முக்கியமான விஷயத்தை வக்கீலுடன் பேச எண்ணியிருக்கிறான் என்று அவள் புரிந்து கொள்ள வேண்டும் என்பதையும் பிறகு தான் அவளிடம் யோசனை கேட்க வேண்டும் என்பதையும் அவளுக்கு உணர்த்த விரும்பினான். ஆனால், அவ ளுக்கு இடப்பட்ட கட்டளைகளை மட்டும் அவள் நிறைவேற்றினாள். கோப்பையுடன் அவள் அவனைத் தாண்டிச் சென்றபோது, வேண்டுமென்றே அவள் அவனை லேசாக இடித்துவிட்டுக் கிசுகிசுத்தாள். ''உன்னிடம் உடனே நான் வந்துவிடுவதற்காக, அவர் சூப்பைக் குடித்து முடிந்த அந்த நிமிஷத்தி லேயே நீ வந்திருக்கிறாய் என்று தெரிவிக்கிறேன்.'' ''சரி, சரி போ'' என்றான் க. ''கொஞ்சம் சுமுகமாகத்தான் இரேன்'' என்று அவள் கூறிவிட்டுக் கதவரு கில் போனதும், கோப்பையுடன் மறுபடியும் நன்றாகத் திரும்பி அவனைப் பார்த்தாள்.

க. அவள் போவதைப் பார்த்தான். வக்கீலை விலக்கிவிடுவதென்று இப் போது இறுதியாக முடிவெடுத்தாகிவிட்டது. அதற்கு முன் லேனியுடன் இனி மேல் அதைப் பற்றி அவனால் பேச முடியாததும் மிகவும் நல்லது, தேவை யான அளவுக்கு எல்லாவற்றையும் ஒன்றாகச் சேர்த்துப் பார்க்கும் நோக்கு அவளுக்கு இல்லவே இல்லை. அவன் அப்படிச் செய்ய வேண்டாமென்று அவள் நிச்சயம் யோசனை கூறியிருப்பாள். வக்கீலை விலக்கிவிடக் கூடாது என்று முடிந்தவரை க.வை இம்முறை தடுத்திருப்பாள். அவன் தொடர்ந்து குழப்பத்திலும், அமைதி இல்லாமலும் இருந்திருப்பான். பிறகு இறுதியில் சில நாட்கள் கழித்து தன் முடிவைச் செயல்படுத்தித்தானிருப்பான். ஏனென் றால் இந்த முடிவு, எப்படிப் பார்த்தாலும் தவிர்க்க முடியாதது. அது எவ்வளவு சீக்கிரம் செயலாக்கப்படுகிறதோ அந்த அளவுக்குக் கெடுதல் வராமல் தடுக் கலாம். மேலும், அதைப் பற்றி அந்த வியாபாரி ஒருவேளை ஏதாவது கூறலாம்.

வியாபாரி உடனே எழுந்து நிற்க முனைந்தபோது, க. திரும்பியதை வியாபாரி கவனிக்கவே இல்லை. "உட்காருங்கள்" என்று கூறிவிட்டு க., ஒரு நாற்காலியை இழுத்து அவன் அருகில் போட்டான். "நீங்கள் வக்கீலின் பழைய கட்சிக்காரரா?" என்று கேட்டான் க. "ஆமாம்" என்றான் வியாபாரி, "மிகவும் பழைய கட்சிக்காரர்." "எத்தனை வருஷங்களாக அவர் உங்களுக்காக வாதாடுகிறார்?" என்று க. கேட்டான். "நீங்கள் கேட்பதின் அர்த்தம் எனக்குப் புரியவில்லை" என்றான் வியாபாரி. "வியாபார வழக்குகளில்— நான் தானிய வியாபாரம் செய்கிறேன்—நான் வியாபாரத்தை எடுத்து நடத்தத் தொடங்கியதிலிருந்து வக்கீல் என் விஷயங்களைப் பார்த்துக்கொள்கிறார்; கிட்டத்தட்ட இருபது வருஷங்களாக. உண்மையில் நீங்கள் குறிப்பிடும் என் சொந்த வழக்கில், அவர் ஆரம்பத்திலிருந்து எனக்காக வாதாடுகிறார். அது ஐந்து வருடங்களுக்கு மேலிருக்கும். ஆமாம். ஐந்து வருடங்களுக்கு மேல்" என்று கூறிவிட்டு ஒரு பழைய, சிறு குறிப்புப் புத்தகத்தை வெளியே எடுத்தான். "எல்லாவற்றையும் நினைவில் வைத்துக்கொள்வது கஷ்டம். உண்மையில் என் வழக்கு அதற்கு முன்பிருந்தே நடக்கிறது. அது என் மனைவி இறந்த சில நாட்களுக்குப் பிறகு, அதாவது ஐந்தரை வருடங்களுக்கு முன்பு தொடங்கியது." க. அவனுக்கு இன்னும் அருகில் நெருங்கி உட்கார்ந்துகொண்டான். "அப்படியானால் இந்த வக்கீல் சாதாரண வழக்குகளையும் எடுத்துக்கொள்கிறாரா?" என்று கேட்டான். நீதிமன்றங்களுக்கும் நீதியியலுக்கும் இருந்த தொடர்பு க.வுக்கு பெருமளவுக்கு அமைதி அளிப்பதாக இருந்தது. "நிச்சயம்" என்று வியாபாரி கூறிவிட்டு, க.விடம் தாழ்ந்த குரலில் கூறினான், "அவர் இது போன்ற வழக்குகளில் மற்ற வழக்குகளைவிட மிகத் திறமை வாய்ந்தவர் என்று கூறுகிறார்கள்." ஆனால் பிறகு தான் அவ்வாறு கூறியதற்கு வருத்தப்பட்டதுபோல் தோன்றினான். அவன் க.வின் தோளின் மேல் கையை வைத்துக் கூறினான், "நான் உங்களைக் கெஞ்சிக் கேட்டுக்கொள்கிறேன். என்னைக் காட்டிக்கொடுத்துவிடாதீர்கள்." அவனை அமைதியுறச் செய்வதற்காக க. அவன் தொடையில் தட்டிக் கூறினான். "இல்லை, நான் காட்டிக்கொடுப்பவன் அல்ல." "அவர் பழிவாங்கும் குணமுடையவர் என்பதால் கூறுகிறேன்" என்றான் வியாபாரி. "இவ்வளவு விசுவாசமுள்ள கட்சிக்காரருக்கு அவர் நிச்சயம் கெடுதல் ஒன்றும் செய்ய மாட்டார்" என்றான் க. "நிச்சயம் செய்வார்" என்றான் வியாபாரி. "அவருக்குக் கோபம் வந்தால் ஒன்றுக்கொன்று வித்தியாசம் தெரிவதில்லை. மேலும், நான் உண்மையில் அவருக்கு விசுவாசமாக இல்லை." "அது எப்படி?" என்று கேட்டான் க. "நான் உங்களை நம்பி அதைச் சொல்லலாமா?" என்று வியாபாரி சந்தேகத்துடன் கேட்டான். "சொல்லலாமென்று நினைக்கிறேன்" என்றான் க. "அப்படியானால் நான் உங்களுக்கு ஒருசில விஷயங்களை மட்டும் சொல்கிறேன். ஆனால் நீங்களும் உங்கள் பங்குக்கு என்னிடம் ஒரு ரகசியம் சொல்ல வேண்டும். நாம் இரு வரும் ஒருவருக்கொருவர் காட்டிக்கொடுக்காமல் இருக்க வேண்டுமென்றால்." "நீங்கள் ஜாக்கிரதையாக, மிகவும் ஜாக்கிரதையாக இருக்கிறீர்கள்" என்றான் க. "நீங்கள் கவலையே படாமல் இருக்கும் வகையில் நானும் உங்களிடம் ஒரு ரகசியத்தைச் சொல்கிறேன். சரி, நீங்கள் எப்படி வக்கீலிடம் விசுவாசம் இல்லாமல் இருக்கிறீர்கள்?" வியாபாரி தயங்கியவாறே ஒரு தரக்குறை

வான விஷயத்தை ஒப்புக்கொள்ளும் குரலில் கூறினான், "இவரைத் தவிர இன்னும் வேறு வக்கீல்களையும் வைத்திருக்கிறேன்." "அது ஒன்றும் மோசமான தல்லவே" என்றான் க. சிறிது ஏமாற்றத்துடன். தன் செய்கையை ஒப்புக் கொண்ட வினாடியிலிருந்து மிகவும் சிரமத்துடன் மூச்சுவிட்டுக்கொண் டிருந்த வியாபாரி, க.வின் சொற்களால் மேலும் நம்பிக்கையடைந்து "இங்கு அது மோசமானதுதான்" என்று கூறினான், "இங்கே அது அனுமதிக்கப்படுவ தில்லை. மேலும், அதிகாரபூர்வமான வக்கீல் இருக்கும்போது கூடுதலாக மேலும் சில குட்டி வக்கீல்களை வைத்துக்கொள்ளச் சற்றும் அனுமதிக்கப்படுவ தேயில்லை. ஆனால் அதைத்தான் நான் செய்திருக்கிறேன். இவரைத் தவிர இன்னும் ஐந்து குட்டி வக்கீல்களை வைத்திருக்கிறேன்." "ஐந்தா!" என்று கூவி னான் க. இந்த எண்ணே அவனை ஆச்சரியத்தில் ஆழ்த்தியது. "இவரைத் தவிர இன்னும் ஐந்து வக்கீல்களா?" வியாபாரி தலையை ஆட்டினான். "இப்போது ஆறாவது வக்கீலிடம் பேச்சுவார்த்தை நடத்திக்கொண்டிருக்கிறேன்." "ஆனால் எதற்காக இவ்வளவு வக்கீல்கள் உங்களுக்குத் தேவை?" என்று க. கேட்டான். "எல்லோரும் எனக்குத் தேவையாக இருக்கிறார்கள்" என்றான் வியாபாரி. "எனக்கு அதை விளக்கமாகக் கூறுவீர்களா?" என்று கேட்டான் க. "ஆகா" என்றான் வியாபாரி. "எல்லாவற்றிற்கும் மேலாக, நான் என் வழக் கில் தோற்றுப்போக விரும்பவில்லை. அது இயல்புதான். ஆகையால், உதவி யாக இருக்க வேண்டுமென்றால், எந்த விஷயத்தையும் நான் ஒதுக்க முடியாது. என் விஷயத்தில் கடுகளவு பயன் தரும் என்ற நம்பிக்கையளிக்கக்கூடிய எதை யும் நான் உதறித்தள்ளிவிட முடியாது. அதனால் என் சொத்து முழுவதையும் வழக்குக்காகச் செலவு செய்துவிட்டேன். உதாரணத்துக்கு, என் வியாபாரத்தி லிருந்த எல்லா பணத்தையும் எடுத்துவிட்டேன். முன்பு என் நிறுவனத்தின் அறைகள் ஏறக்குறைய ஒரு மாடி முழுவதும் இருந்தன. இன்று, வீட்டின் பின் புறம் ஒரு சிறு அறை போதும். அங்கே ஒரு உதவியாளனுடன் வேலை செய்கி றேன். பணத்தை எடுத்துவிட்டது மட்டுமல்லாமல், அதைவிட முக்கியமாக, என் உழைப்புச் சக்தியையும் இழந்துவிட்டதுதான் இந்தத் தாழ்வுக்குக் கார ணம். தன் வழக்கிற்காக ஒருவர் ஏதாவது செய்ய வேண்டுமானால், மற்ற விஷயங்களுக்காகக் குறைவான நேரத்தைத்தான் செலவழிக்க முடியும்." "அப்படியானால் நீங்களும் உங்களுக்காகவும் நீதிமன்றத்தில் வேலை செய் கிறீர்களா?" என்று க. கேட்டான். "அதைப் பற்றித்தான் நான் சிலவற்றைத் தெரிந்துகொள்ள விரும்புகிறேன்." "அதைப் பற்றி என்னால் அதிகம் ஒன்றும் கூற இயலாது" என்றான் வியாபாரி. "முதலில் அதையும் நான் முயன்று தான் பார்த்தேன், ஆனால் விரைவிலேயே அதை விட்டுவிட்டேன். அது மிக வும் சோர்வடையச் செய்வதுடன், அதனால் பெரும் பலன் ஒன்றும் கிடைக் காது. அங்கே வேலை செய்துகொண்டே என் விவகாரங்களையும் கவனிப்பது என்னைப் பொருத்தமட்டில் முழுக்கமுழுக்க முடியாத காரியமாக ஆகிவிட் டது. அங்கே சும்மா உட்கார்ந்துகொண்டும், காத்துக்கொண்டும் இருப்பதே பெரும் பிரயத்தனம். நீதிமன்ற அலுவலகத்தில் எப்படிப் புழுக்கமாக இருக்கிற தென்பது உங்களுக்கும் தெரியுமே." "நான் அங்கு போயிருக்கிறேன் என்பது உங்களுக்கு எப்படித் தெரியும்?" என்று க. கேட்டான். "காத்திருக்கும் அறையை நீங்கள் கடந்து சென்றபோது நான் அங்கேதான் இருந்தேன்."

முதலில் வியாபாரியை ஏளனமாக எண்ணியதை அறவே மறந்தும் முழுதும் தன்னை மறந்தும் க., ''ஆச்சரியமான உடனிகழ்வு!'' என்று கூவினான். ''அப்படியானால் நீங்கள் என்னைப் பார்த்திருக்கிறீர்கள்! காத்திருக்கும் அறையை நான் கடந்து சென்றபோது நீங்கள் அங்கு இருந்திருக்கிறீர்கள். ஆமாம், ஒருமுறை நான் அதன் வழியே சென்றிருக்கிறேன்.'' ''அப்படி ஒன் றும் ஆச்சரியமான உடனிகழ்வு அல்ல'' என்றான் வியாபாரி. ''நான் அங்கு பெரும்பாலும் ஒவ்வொரு நாளும்தான் இருக்கிறேனே.'' ''இனிமேல் நானும் அங்கு அடிக்கடி இருக்க வேண்டியிருக்கும்.'' என்றான் க. ''ஆனால் அன்று போல் இனிமேல் நிச்சயம் என்னை அவ்வளவு மரியாதையுடன் வரவேற்க மாட்டார்கள். எல்லோரும் எழுந்து நின்றார்கள். நான் ஒரு நீதிபதி என்றே எல்லோரும் நினைத்துவிட்டார்கள்.'' ''இல்லை'' என்றான் வியாபாரி. ''அப்போது, நாங்கள் நீதிமன்றப் பணியாளுக்குத்தான் வணக்கம் கூறினோம். நீங்கள் ஒரு குற்றம்சாட்டப்பட்டவர் என்பது எங்களுக்குத் தெரிந்ததுதான். இது போன்ற செய்திகள் மிக விரைவாகப் பரவுகின்றன.'' ''அப்படியானால் அது உங்களுக்கு முன்பே தெரியும்'' என்றான் க. ''அப்படியானால் உங்க ளுக்கு என்னுடைய நடத்தை ஒருவேளை திமிர்பிடித்ததாகத் தோன்றி யிருக்கும். அதைப் பற்றி யாரும் தங்கள் அபிப்பிராயத்தைக் கூறவில்லையா?'' ''இல்லை'' என்றான் வியாபாரி. ''அதற்கு மாறாகத்தான் நடந்தது. ஆனால், அவையெல்லாம் முட்டாள்தனமானவை.'' ''எந்த வகையில் முட்டாள்தனங் கள்?'' என்று கேட்டான் க. ''ஏன் அதைப் பற்றிக் கேட்டீர்கள்?'' என்றான் வியாபாரி, எரிச்சலுடன், ''அங்கிருந்தவர்களைப் பற்றி உங்களுக்கு ஒன்றும் தெரியவில்லை என்று தோன்றுகிறது. அதனால் நீங்கள் அதை ஒருவேளை தவறாகப் புரிந்துகொள்ளலாம். இந்த விசாரணையில் அடிக்கடி பல விஷயங் களைப் பற்றிப் பேச்சு எழும் என்பதை நீங்கள் எண்ணிப்பார்க்க வேண்டும். அவை அறிவுக்கு அப்பாற்பட்டவை. விஷயங்களைப் புரிந்துகொள்ள முடி யாத அளவுக்கு நாம் மிகவும் களைப்படைந்தும், பல விஷயங்களில் மனதை அலைய விட்டுக்கொண்டும் இருப்போம். அதனால் அறிவுக்குப் பதிலாக மூட நம்பிக்கையை சார்ந்திருப்போம். நான் மற்றவர்களைப் பற்றிப் பேசுகிறேன். ஆனால், நானோ அவர்களைவிட மேலானவனே அல்ல. உதாரணத்துக்கு, குற்றம்சாட்டப்பட்டவரின் முகத்திலிருந்து, குறிப்பாக உதடுகளின் அமைப் பிலிருந்து வழக்கின் முடிவைப் பலர் தெரிந்துகொள்ள விரும்புவது ஒரு மூடநம்பிக்கை. உங்கள் உதடுகளை வைத்துப் பார்த்தால், உங்களுக்கு நிச்சய மாகவும் விரைவிலும் குற்றவாளி என்று தீர்ப்பளிக்கப்படும் என்று இவர்கள் திட்டவட்டமாகக் கூறியிருக்கிறார்கள். நான் திரும்பவும் கூறுகிறேன் அது ஒரு முட்டாள்தனமான மூடநம்பிக்கை. மேலும், பெரும்பாலான வழக்கு களில் உண்மையில் நடக்கும் நிகழ்ச்சிகளினால் அது முற்றிலும் தவறு என்று நிரூபிக்கப்பட்டிருக்கிறது. ஆனால், ஒருவர் இப்படிப்பட்டவர்களுடன் காலம் முழுவதையும் கழிக்கும்போது இது போன்ற எண்ணங்களிலிருந்து தப்புவது கஷ்டம். இந்த மூடநம்பிக்கைகள் எந்த அளவுக்கு ஒருவரைப் பாதிக்க முடியும் என்று சிறிது எண்ணிப்பாருங்கள். அங்கே நீங்கள் ஒருவரிடம் பேசினீர்கள் அல்லவா? ஆனால், அவரால் உங்களுக்குப் பதில் சொல்லவே முடியவில்லை. அந்த இடத்தில் குழம்பிப்போய் இருப்பதற்கு நிச்சயம் பல

காரணங்கள் இருக்கின்றன. ஆனால் அவற்றில் ஒன்று உங்கள் உதடுகளின் தோற்றம். தன்னுடைய சொந்தத் தீர்ப்பைப் பற்றிய அறிகுறி ஒன்றை உங்கள் உதடுகளில் பார்த்ததுபோல் எண்ணியதாக அவர் பிறகு கூறினார்.'' ''என் உதடுகளிலா?'' என்று கேட்டான் க. தன் பாக்கெட் கண்ணாடியை வெளியே எடுத்துத் தன்னைப் பார்த்துக்கொண்டான். ''என்னுடைய உதடுகளில் குறிப்பாக எதையாவது பார்க்க முடிகிறதா உங்களால்?'' என்று கேட்டான். ''இல்லை, நிச்சயமாக இல்லை'' என்றான் வியாபாரி. ''இவர்கள் எவ்வளவு மூடநம்பிக்கை வைத்திருக்கிறார்கள்'' என்றான் க. ''நான் சொல்லவில்லையா?'' என்று பதிலளித்தான் வியாபாரி. ''அப்படியானால் ஒருவரை ஒருவர் இப்படி அடிக்கடி சந்தித்துக் கருத்துகளைப் பரிமாறிக்கொள்கிறீர்களா?'' என்றான் க. ''இதுவரை நான் முற்றிலும் ஒதுங்கியே இருந்திருக்கிறேன். பொதுவாக அவர்கள் ஒருவருடன் ஒருவர் உறவாடுவதில்லை'' என்றான் வியாபாரி. ''அது சாத்தியப்படாது, அவர்கள் எண்ணிக்கை அதிகம். மேலும், அவர்களுக்குள் இருக்கும் பொதுவான விஷயங்கள் மிகக் குறைவு. சில சமயங்களில் ஒரு கோஷ்டியிடம் ஒரு பொதுவான விஷயம் இருக்கிறது என்ற நம்பிக்கை எழுந்தால், விரைவில் அது தவறு என்று தெரிந்துவிடுகிறது. நீதிமன்றத்தை எதிர்த்து, ஒன்றாகச் சேர்ந்து எதையும் சாதிக்க முடியாது. ஒவ்வொரு வழக்கும் தனித்தனியாகத்தான் விசாரிக்கப்படுகிறது. ஏனென்றால் மிகவும் கவனமாகப் பார்த்துச் செயல்படும் நீதிமன்றம் அது. ஒன்றாகச் சேர்ந்து எதையும் செய்ய முடியாது. தனியாளாகத்தான் சில சமயம் ஏதாவது ரகசியமாகச் செய்ய முடிகிறது. செய்து முடித்த பிறகுதான் அதைப் பற்றி மற்றவர்கள் கேள்விப்படுகிறார்கள். எப்படி அது நடந்தது என்று ஒருவருக்கும் தெரியாது. இப்படித்தான், ஒன்று சேர்வதே கிடையாது. வரவேற்பு அறைகளில் அவ்வப்போது ஒன்றாகக் கூடுகிறார்கள். ஆனால், அங்கெல்லாம் அதிகம் பேசுவதில்லை. மூடநம்பிக்கைகள் தொன்றுதொட்டே இருந்துவருகின்றன. அவை உண்மையில் தாமாகவே பெருகுகின்றன.'' ''அங்கே, வரவேற்பு அறையில் நான் பார்த்தேன்'' என்றான் க. ''அவர்கள் காத்திருப்பது எனக்குப் பயனற்றதாகவே பட்டது.'' ''காத்துக்கொண்டிருப்பது பயனில்லாமல் அல்ல'' என்றான் வியாபாரி, ''தானாகவே செயல்படுவதுதான் பயனற்றது. இவரைத் தவிர இன்னும் ஐந்து வக்கீல்கள் எனக்கு இருக்கிறார்கள் என்று நான் ஏற்கனவே கூறினேன். நீங்கள் நினைக்கலாம்—நானும் முதலில் அப்படித்தான் நினைத்தேன்—என்னுடைய வழக்கை முழுக்கமுழுக்க அவர்களிடம் விட்டுவிடலாம் என்று. ஆனால், அது முற்றிலும் தவறாக இருக்கக்கூடும். ஒருவர் மட்டும் இருந்திருந்தால் வழக்கைப் பற்றி எந்த அளவுக்குக் குறைந்த நம்பிக்கை கொண்டிருந்திருப்பேனோ அந்த அளவுக்குத்தான், ஐந்து பேர் இருந்தாலும் கொண்டிருந்திருப்பேன். உங்களால் இதைப் புரிந்துகொள்ள முடியும் அல்லவா?'' ''இல்லை'' என்று க. கூறிவிட்டு, வியாபாரியின் மிகவும் வேகமான பேச்சைத் தடைசெய்யும் வகையில் தன் கையை அவன் கைமீது வைத்து, ''சிறிது நிதானமாகப் பேசுமாறு மட்டும் உங்களைக் கேட்டுக்கொள்ள விரும்புகிறேன். உங்கள் பேச்சின் வேகத்துக்கு என்னால் ஈடுகொடுக்க முடியவில்லை.'' ''நீங்கள் அதை நினைவுபடுத்தியது நல்லது'' என்றான் வியாபாரி. ''நீங்கள் இதற்குப் புதியவர், இளைஞர். உங்கள் வழக்கு தொடங்கி ஆறு மாதங்கள் ஆகியிருக்கும் அல்லவா?

ஆமாம், அதைப் பற்றி நான் கேள்விப்பட்டிருக்கிறேன். சமீபத்தில் தொடங்கியதுதான். இந்த விஷயங்களைப் பற்றி நான் ஏற்கனவே எண்ணற்ற முறை நன்றாகச் சிந்தித்திருக்கிறேன். என்னைப் பொறுத்தவரை இவை மிகவும் இயல்பான விஷயங்கள்தான்.'' ''உங்கள் வழக்கு இவ்வளவு தூரம் முன்னேறி இருக்கிறது என்பதில் உங்களுக்கு மிகவும் சந்தோஷம்தானே?'' என்று க.கேட்டான். வியாபாரியின் விஷயங்கள் எந்த நிலையில் இருக்கின்றன என்று உடனே கேட்க அவன் விரும்பவில்லை. ஆனால், அவனுக்குத் தெளிவான பதில் கிடைக்கவுமில்லை: ''ஆமாம், என் வழக்கை நான் ஐந்து வருடங்கள் இழுத்துக்கொண்டு வந்திருக்கிறேன்'' என்று வியாபாரி கூறிவிட்டுத் தலையைக் குனிந்துகொண்டான், ''அது ஒன்றும் சிறிய சாதனை அல்ல.'' பிறகு அவன் சிறிது நேரம் மௌனமாக இருந்தான். லேனி வந்துகொண்டிருக்கிறாளா என்று க. உற்றுக்கேட்டான். ஒரு பக்கம் பார்த்தால் லேனி வருவதை அவன் விரும்பவில்லை. ஏனென்றால் வியாபாரியிடம் கேட்க வேண்டியது இன்னும் நிறைய இருந்ததால் அவனுடன் இப்படித் தீவிரமாகப் பேசிக் கொண்டிருந்தபோது அவள் வருவதை அவன் விரும்பவில்லை. மறுபுறம் பார்த்தால், தான் இங்கு இருந்தும் வக்கீலிடம் இவ்வளவு நேரம் இருக்கிறாளே, சூப்பைக் கொடுக்கத் தேவையான நேரத்தைவிட அதிக நேரம் இருக்கிறாளே என்று கோபப்பட்டான். ''என்னுடைய வழக்கு'' என்று வியாபாரி மறுபடியும் தொடங்கினான். க. உடனே கூர்ந்து கேட்டான், ''கிட்டத்தட்ட இப்போது உங்கள் வழக்கு இருக்கும் நிலையிலிருந்த நாட்கள் எனக்கு இப்போதும் தெளிவாக நினைவிருக்கிறது. அப்போது எனக்கு இந்த வக்கீல் மட்டும்தான் இருந்தார். ஆனால், எனக்கு இவரிடம் அவ்வளவு திருப்தி யில்லை.'' இப்போதுதான் நான் எல்லாவற்றையும் தெரிந்துகொள்ளப்போகி றேன் என்று எண்ணினான் க., பிறகு, தான் தெரிந்துகொள்ள வேண்டியவற்றையெல்லாம் வியாபாரி தனக்குக் கூற அவனை ஊக்குவிக்க முடியுமென்பதைப் போல் உற்சாகத்துடன் தலையை ஆட்டினான். ''என்னுடைய வழக்கு'' என்று வியாபாரி தொடர்ந்தான், ''நகரவேயில்லை, விசாரணைகள் நடந்தனதான், நான் ஒவ்வொருவரிடமும் சென்று விஷயங்களைச் சேகரித்தேன், நீதிமன்றத்துக்குச் சமர்ப்பிக்க வேண்டிய என்னுடைய கணக்குப் பேரேடுகளையெல்லாம் சமர்ப்பித்தேன். ஆனால், அது தேவையில்லை யென்று பிறகுதான் தெரிந்துகொண்டேன். நான் திரும்பத்திரும்ப வக்கீலிடம் ஓடினேன், அவரும் பலவித விண்ணப்பங்களைச் சமர்ப்பித்தார்.'' ''பலவித விண்ணப்பங்களா?'' என்று க. கேட்டான். ''ஆமாம் அப்படித்தான்'' என்றான் வியாபாரி. ''இது எனக்கு மிகவும் முக்கியமானது'' என்றான் க., ''என் விஷயத்தில் அவர் இன்னும் முதல் விண்ணப்பத்தையே எழுதிக்கொண்டிருக் கிறார். அவர் இன்னும் ஒன்றுமே செய்யவில்லை. அவர் என்னை மிகக் கேவல மான வகையில் புறக்கணிக்கிறார் என்று இப்போதுதான் தெரிகிறது.'' ''விண் ணப்பம் இன்னும் தயாராகாமல் இருப்பதற்குப் பலவிதத் தகுந்த காரணங்கள் இருக்கலாம்'' என்றான் வியாபாரி. ''மேலும், என்னுடைய விண்ணப்பங்கள் முழுக்க உபயோகமற்றவை என்று பிறகுதான் தெரியவந்தது. நீதிமன்ற அதி காரி ஒருவரின் உதவியினால் நானே ஒன்றைப் படித்துமிருக்கிறேன். அது மிக வும் புலமை வாய்ந்ததாகத்தான் இருந்தது. ஆனால் அதில் உண்மையில் ஒரு

விஷயமும் இல்லை, முதலில், அதில் நிறைய லத்தீன் சொற்கள் இருந்தன. எனக்குப் புரியவில்லை. பிறகு, பக்கம்பக்கமாக நீதிமன்றத்துக்குப் பொது வான வேண்டுதல்கள். அதன்பின், குறிப்பிட்ட தனித்தனி அதிகாரிகளுக்கு முகஸ்துதிகள். அவர்கள் யாரென்று குறிப்பிடப்படவில்லை. இருந்தாலும் விஷயம் தெரிந்தவர்கள் அவர்கள் யாரென்று ஊகிக்க முடியும். பிறகு ஒரு நாயைப் போல் வக்கீல் நீதிமன்றத்தின் முன் தற்புகழ்ச்சியின் மூலம் குழை வது. கடைசியாக, என்னுடைய வழக்கை ஒத்தவை என்று கருதப்பட்ட, பல வருடங்களுக்கு முன்பு நடந்த வழக்குகளைப் பற்றிய ஆராய்ச்சிகள். நான் அவற்றைப் புரிந்துகொண்டவரை, அந்த ஆய்வுகள் நிச்சயம் மிகவும் அக்கறை யுடன்தான் நடத்தப்பட்டிருந்தன. இவற்றையெல்லாம் வைத்து வக்கீலின் வேலையைப் பற்றி நான் ஒரு அபிப்பிராயமும் கூற விரும்பவில்லை. நான் படித்தது அது போன்ற விண்ணப்பங்களில் ஒன்றுதான், இருந்தாலும்—அதைப் பற்றித்தான் நான் இப்போது பேசப்போகிறேன்—என் வழக்கில் அப் போது ஒரு முன்னேற்றத்தையும் பார்க்க முடியவில்லை.'' ''எந்த விதமான முன்னேற்றத்தைப் பார்க்க விரும்பினீர்கள்?'' என்று க. கேட்டான். ''நீங்கள் மிகவும் புத்திசாலித்தனமாகக் கேட்கிறீர்கள்'' என்றான் வியாபாரி, புன்சிரிப் புடன். ''இந்த வழக்கு, நடக்கும் முறையில் மிக அபூர்வமாகத்தான் முன்னேற் றத்தைக் காணலாம். ஆனால் அது எனக்கு அப்போது தெரியாது. நான் ஒரு வியாபாரி, மேலும் இன்று இருப்பதைவிட அப்போது இன்னும் கறாராக இருந்தேன். நான் மிகவும் திட்டவட்டமான முன்னேற்றங்களை விரும்பி னேன். இவையெல்லாம் ஒரு முடிவை நோக்கிச் செல்லக்கூடியதாக இருக்க வேண்டும். அல்லது, குறைந்தபட்சம் ஒழுங்கான முன்னேற்றம் காண வேண் டும். அதற்குப் பதிலாக திரும்பத்திரும்ப ஒரே விஷயங்களை ஒரே மாதிரிப் பேசி ஒரே மாதிரியான முடிவுக்கு வந்துகொண்டிருந்தோம். சடங்குகளின் உச்சாடனம்போல் எல்லா பதில்களும் ஏற்கனவே என்னிடம் தயாராக இருந் தன. வாரந்தோறும் பல முறை நீதிமன்ற ஆட்கள் என் கடைக்கோ, அல்லது என் வீட்டிற்கோ அல்லது வேறு எங்கு என்னைச் சந்திக்க முடியுமோ அங்கு வந்தார்கள். அது தொந்தரவாகத்தான் இருந்தது—இன்று குறைந்தபட்சம் இந்த விஷயத்தைப் பொறுத்தமட்டில், எவ்வளவோ மேல், தொலைபேசியில் பேசுவதால் இடைஞ்சல் மிகக் குறைவு—என் சக வியாபாரிகளிடையே, என் வழக்கைப் பற்றிய வதந்திகள் பரவ ஆரம்பித்தன. சுற்றியிருந்தவர்கள் எல் லோரும் இழிவாகப் பேசினார்கள். ஆனால், விசாரணை நீதிமன்ற நடவடிக் கைகள் கூடிய சீக்கிரம் தொடங்கிவிடும் என்பதற்கு ஒரு சிறு அறிகுறியும் தென்படவில்லை. அதனால் நான் வக்கீலிடம் சென்று புகார் செய்தேன். அவர் எனக்கு நீண்ட விளக்கங்கள் கொடுக்கத்தான் செய்தார். ஆனால், நான் என்ன செய்ய வேண்டுமென்று விரும்பினேனோ அந்த மாதிரி ஒன்றும் செய்ய முடியாது என்று உறுதியாக மறுத்துவிட்டார். விசாரணைத் தேதி யைத் தீர்மானிக்கும் அளவுக்கு ஒருவருக்கும் செல்வாக்கு இல்லையாம். ஒரு விண்ணப்பத்திலேயே அப்படிச் செய்யுமாறு நெருக்குவது—அப்படிச் செய் தாக வேண்டும் என்று நான் கேட்டதைப் போல்—இதுவரை கேட்டேயிராத விஷயமாம். மேலும், அது எனக்கும் அவருக்கும் கெடுதல் விளைவிக்குமாம். நான் எண்ணினேன்: எதை இந்த வக்கீல் செய்யவில்லையோ, அதை மற்றவர்

செய்ய விரும்பலாம், முடியலாம். அதனால் நான் மற்ற வக்கீல்களைத் தேடத் தொடங்கினேன். நான் இறுதியில் சொல்லப்போவதை இப்போதே சொல்லி விடுகிறேன். முக்கிய விசாரணையின் தேதியை நிச்சயிக்க வேண்டும் என்று ஒருவரும் வலியுறுத்திக் கேட்கவுமில்லை, அல்லது அதில் வெற்றியும் பெற வில்லை. அது உண்மையில் சாத்தியமேயில்லை—இதற்கும் ஒரு விதிவிலக்கு இருக்கத்தான் செய்கிறது. அதைப் பற்றியும் சொல்லத்தான் போகிறேன்—அதனால் அந்த விஷயத்தில் இந்த வக்கீல் என்னை ஏமாற்றவில்லை. தவிரவும் மற்ற வக்கீல்களை அணுகியதற்கு நான் வருத்தப்படவும் இல்லை. குட்டி வக்கீல்களைப் பற்றி டாக்டர் ஹுல்டிடமிருந்து நீங்கள் ஏற்கனவே பலவித விஷயங்களைக் கேள்விப்பட்டிருக்கலாம். அவர்களை அவர் உங்களுக்கு உண் மையில் வெறுப்பூட்டும் வகையில் வர்ணித்திருக்கிறார், உண்மையில் அவர் கள் அப்படித்தான். எது எப்படியிருந்தாலும், அவர் அவர்களைப் பற்றிப் பேசும்போதும் தன்னையும் தன் சகாக்களையும் அவர்களுடன் ஒப்பிட்டுக் கொள்ளும்போதும் அவர் ஒரு சிறு தவறு செய்கிறார். அதையும் போகிற போக்கில் உங்கள் கவனத்திற்குக் கொண்டுவர விரும்புகிறேன். அவர்களை வேறுபடுத்திக் காட்டுவதற்காக, தன்னுடன் பழகும் வக்கீல்களை அவர் எப் போதும் 'பெரிய வக்கீல்கள்' என்று குறிப்பிடுவார். அது தவறு. ஏனென்றால் ஒவ்வொருவரும் தங்கள் இஷ்டப்படி தங்களைப் பெரிய வக்கீல் என்றுதான் சொல்லிக்கொள்வார்கள். ஆனால், இந்த விஷயத்தில் நீதிமன்ற வழக்கம்தான் அதை நிச்சயிக்கிறது. உதாரணத்திற்கு, அந்த வழக்கங்களின்படி இந்தச் சில்லறை வக்கீல்களைத் தவிர இன்னும் பல சின்ன பெரிய வக்கீல்கள் இருக் கிறார்கள். இந்த வக்கீலும் இவருடைய சகாக்களும் வெறும் குட்டி வக்கீல் கள்தான். உண்மையில் பெரிய வக்கீல்களோ—அவர்களைப் பற்றி நான் கேள்விப்பட்டுத்தான் இருக்கிறேனே ஒழிய பார்த்ததேயில்லை—இந்தக் குட்டி வக்கீல்கள் தாங்கள் வெறுக்கும் சில்லறை வக்கீல்களைவிடத் தொழிற் படியில் எவ்வளவு உயரத்தில் இருக்கிறார்களோ, அத்துடன் ஒப்பிட்டுப் பார்க்க முடியாத அளவு குட்டி வக்கீல்களைவிட உயரத்தில் இருக்கிறார்கள்.''

''பெரிய வக்கீல்களா?'' என்று க. கேட்டான். ''அப்படியானால் நீங்கள் அவர் களைப் பற்றிக் கேள்விப்பட்டதே இல்லை?'' என்றான் வியாபாரி. ''குற்றம் சாட்டப்பட்ட எவரும் அவர்களைப் பற்றிக் கேள்விப்பட்ட பிறகு, சிறிது காலம் அவர்களைப் பற்றிக் கனவு காணாமல் இருந்ததில்லை. அந்தத் திசை யில் உங்களுக்குச் சபலம் ஏற்படாமல் பார்த்துக்கொள்வது மிக்க நல்லது. பெரிய வக்கீல்கள் யாரென்று எனக்குத் தெரியாது. மேலும் அவர்களை நெருங்குவது நிச்சயம் முடியாத காரியம். அவர்கள் வாதாடியிருக்கிறார்கள் என்று நிச்சயமாகக் கூறக்கூடிய ஒரு வழக்கும் எனக்குத் தெரியாது. அவர்கள் பலருக்காக வாதாடுகிறார்கள். ஆனால் அவர்கள் எடுத்துக்கொள்ளும் விஷ யம், ஏற்கனவே நிச்சயம் நீதிமன்றத்தைத் தாண்டி வந்திருக்க வேண்டும். மேலும், அவர்களைப் பற்றி எண்ணாமலிருப்பதே நல்லது. ஏனென்றால், அப்படியில்லாவிட்டால் மற்ற வக்கீல்களுடன் நடத்தும் பேச்சுவார்த்தைகள், அவர்கள் கூறும் யோசனைகள் அவர்களுடைய உதவிகள் வெறுப்பூட்டுவன வாகவும் பயனற்றதாகவும் தோன்றும். நானே அப்படி உணர்ந்திருக்கிறேன். அதனால் எல்லாவற்றையும் தூக்கி எறிந்துவிட்டு, வீட்டுக்குச் சென்று, படுக்

கையில் படுத்துக்கொண்டு எதைப் பற்றியும் கேட்க வேண்டாம் என்று தோன்றும். ஆனால், அதுவும் சந்தேகமில்லாமல் ஒரு பெரிய முட்டாள்தனம்தான். படுக்கையில் கிடைக்கும் அமைதியும் அதிக காலம் நீடிக்காதுதான்." "அப்படியானால் நீங்கள் அச்சமயம் அந்தப் பெரிய வக்கீல்களைப் பற்றி நினைக்கவில்லை?" என்று க. கேட்டான். "அதிக நாட்கள் இல்லை" என்று வியாபாரி கூறிவிட்டு மறுபடியும் புன்னகைசெய்தான். "அவர்களை முழுவதும் மறந்து விடவும் முடியவில்லை. குறிப்பாக, இரவில்தான் அது போன்ற எண்ணங்கள் வரும். ஆனால் அச்சமயம் நான் சீக்கிரம் ஒரு முடிவு காண விரும்பினேன், அதனால் குட்டி வக்கீல்களிடம் சென்றேன்."

"நீங்கள் இருவரும் எவ்வளவு நெருங்கி உட்கார்ந்துகொண்டிருக்கிறீர்கள்' என்று கோப்பையுடன் திரும்பிவந்து, வாயிலில் நின்றுகொண்டு லேனி கூறினாள். அவர்கள் உண்மையில் மிகவும் நெருக்கமாக உட்கார்ந்திருந்தார்கள். சிறிதளவு திரும்பினாலும் அவர்கள் தலைகள் ஒன்றுடன் ஒன்று மோதிக்கொள்ளும். அந்த வியாபாரி, மிகவும் சிறிய உருவம் கொண்டவனாக இருந்தது மட்டுமில்லாமல், கூனிக்குறுகி உட்கார்ந்துகொண்டு, அவன் கூறுவது எல்லாவற்றையும் கேட்கவேண்டுமானால் க.வும் மிகத் தாழக் குனிய வேண்டும் என்ற நிலைக்கு க.வை ஆளாக்கியிருந்தான். "கொஞ்சம் இரு" என்று க. லேனியை நோக்கி அவளை அங்கேயே நிற்க வைக்கும் வகையில் கூறிவிட்டு, வியாபாரியின் கை மீது இன்னும் வைத்துக்கொண்டிருந்த தன் கையைப் பொறுமையின்றி லேசாக அழுத்தினான். "என் வழக்கைப் பற்றி நான் அவருக்குச் சொல்ல வேண்டும் என்று அவர் விரும்பினார்" என்று வியாபாரி லேனியிடம் கூறினான். "ம். சொல்லு, சொல்லு" என்றாள் அவள். அவள் வியாபாரியுடன் மிகவும் அன்புடனும் ஆனால் அதே சமயம் கீழ்நிலையில் இருந்தவனுடன் பேசுவது போலவும் பேசினாள். அது க.வுக்குப் பிடிக்கவில்லை. இந்த மனிதனுக்கு ஒருவகை மதிப்பிருக்கிறது என்று அவன் இப்போது உணர்ந்திருந்தான். குறைந்தபட்சம் அவனுக்கு அனுபவங்கள் இருந்தன. அவற்றை நன்றாக எடுத்துக்கூறவும் அவனுக்குத் தெரிந்திருந்தது. லேனி உண்மையில் அவனைத் தவறாக எடைபோட்டிருக்கிறாள். இவ்வளவு நேரமும் வியாபாரி பிடித்துக்கொண்டிருந்த மெழுகுவர்த்தியை லேனி எடுத்துக்கொண்டு அவன் கையைத் தன் ஏப்ரனால் துடைத்ததையும், பிறகு மெழுகுவர்த்தியிலிருந்து உருகி அவன் கால்சட்டையில் வழிந்திருந்த சிறிது மெழுகைச் சுரண்டி எடுப்பதற்காக அவனருகில் முழங்காலிட்டு உட்கார்ந்ததையும் அவன் எரிச்சலுடன் பார்த்துக்கொண்டிருந்தான். "நீங்கள் குட்டி வக்கீல்களைப் பற்றி என்னிடம் சொல்ல இருந்தீர்கள்" என்று க. கூறிவிட்டு மேலே ஒன்றும் கூறாமல் லேனியின் கையை விலக்கினான். "என்ன ஆயிற்று உனக்கு?" என்று லேனி கேட்டுவிட்டு, க.வை லேசாகத் தட்டிவிட்டுத் தன் வேலையைத் தொடர்ந்தாள். "ஆமாம். குட்டி வக்கீல்களைப் பற்றித்தான்" என்று வியாபாரி கூறிவிட்டு, யோசித்துப் பார்ப்பதுபோல் நெற்றியைத் தடவிவிட்டுக்கொண்டான்.க. அவன் நினைவுபடுத்திக்கொள்ள உதவிசெய்வது போல் கூறினான், "நீங்கள் உடனே ஒரு முடிவுகாண விரும்பினீர்கள், அதனால் குட்டி வக்கீல்களிடம் சென்றீர்கள்." "மிகவும் சரி" என்றான் வியாபாரி, ஆனால் தொடர்ந்து பேசவில்லை. அவன் ஒருவேளை லேனியின் முன்

அதைப் பற்றிப் பேச விரும்பவில்லை போலிருக்கிறது என்று க. எண்ணி, வியாபாரி மேலும் கூறப்போவதை இப்போது உடனே கேட்க வேண்டும் என்ற பொறுமையின்மையை அடக்கிக்கொண்டு அவனை மேலும் தூண்டா மல் இருந்தான்.

''நான் வந்திருக்கிறேன் என்று சொல்லிவிட்டாயா?'' என்று க. லேனி யைக் கேட்டான். ''நிச்சயமாக'' என்றாள் அவள். ''அவர் உனக்குக் காத்துக் கொண்டிருக்கிறார். இப்போது ப்ளொக்கை விட்டுவிடு, ப்ளொக்குடன் நீ பிறகு பேசலாம். அவர் இங்கேதான் இருப்பார்.'' க. இப்போது தயங்கினான். ''நீங்கள் இங்கே இருப்பீர்களா?'' என்று அவன் வியாபாரியிடம் கேட்டான். அவன் வியாபாரியிடமிருந்தே பதில்பெற விரும்பினான். லேனி, வியாபாரி யைப் பற்றி, அங்கில்லாதவனைப் பற்றிப் பேசுவதைப் போல் பேசியதை அவன் விரும்பவில்லை. இன்று அவனுக்கு லேனியின் மேல் நிறைய எரிச்சல் இருந்தது. மறுபடியும் லேனிதான் பதில் கூறினாள். ''அவர் இங்கு அடிக்கடி தங்குவார்.'' ''இங்கே தங்குவாரா?'' என்று க. உரக்கக் கேட்டான். அவன் வக்கீலுடன் தன் பேச்சை விரைவில் முடித்துக்கொள்ளும்வரை, வியாபாரி தனக்காகத்தான் காத்துக்கொண்டிருப்பான் என்று நினைத்தான். பிறகு அவர் கள் அங்கிருந்து ஒன்றாகச் சென்று எல்லாவற்றையும் இடைஞ்சலில்லாமல் அலசிப் பேசலாம் என்று க. எண்ணியிருந்தான். ''ஆமாம்'' என்றாள் லேனி, ''யோசஃப், உன்னைத் தவிர வேறு யாரும் தான் விரும்பிய நேரத்தில் வக் கீலைப் பார்க்க அனுமதிக்கப்படுவதில்லை. வக்கீல் உடல்நலமில்லாமல் இருந்தும், இரவு பதினோரு மணிக்கும் உன்னைப் பார்க்க இசைந்ததைப் பற்றி நீ ஆச்சரியப்படுவதாகவே தெரியவில்லையே. உன் நண்பர்கள், குறைந்த பட்சம் நான், அவற்றை மகிழ்ச்சியுடன்தான் செய்கிறோம். நீ என்னை விரும்புவதைத் தவிர வேறு எந்த நன்றியும் எனக்கு வேண்டாம். எனக்குத் தேவையும் இல்லை.'' ''உன்னை விரும்புவதா?'' என்று முதலில் ஒரு வினாடி க. எண்ணினான். பிறகுதான் அதை அவன் புரிந்துகொண்டான். ''ஆமாம், ஆமாம், நான் உன்னை விரும்புகிறேன்.'' இருந்தும் மற்ற எல்லாவற்றையும் புறக்கணித்து அவன் கூறினான், ''நான் அவருடைய கட்சிக்காரர் என்பதால் அவர் என்னைப் பார்க்க இசைகிறார். அதற்குப் பிறர் உதவி தேவை என்றால், ஒவ்வொன்றுக்கும், எப்போதும் கெஞ்சிக்கொண்டும் நன்றி சொல்லிக் கொண்டும் இருக்க வேண்டும்.'' ''இன்றைக்கு இவர் மிக மோசமாக இருக் கிறார் இல்லையா?'' என்று லேனி வியாபாரியைப் பார்த்துக் கேட்டாள். ''இப்போது நான்தான் இங்கு இல்லாதவனாகிவிட்டேன்'' என்று எண்ணிய க., பிறகு வியாபாரி, லேனியைப் போலவே மரியாதையில்லாமல், ''வக்கீல் வேறு சில காரணங்களாலும் அவரைப் பார்க்க இசைகிறார். உதாரணத்திற்கு அவருடைய வழக்கு என்னுடையதைவிட சுவாரஸ்யமானது. மேலும், அவ ருடைய வழக்கு ஆரம்பக் கட்டங்களில் இருப்பதால் உண்மையில் இன்னும் மிகவும் குழப்பமடையவில்லை. அதனால் வக்கீல் இன்னும் மகிழ்ச்சியுடன் அவரிடம் அக்கறைகாட்டுகிறார். பின்னால் அது வேறு மாதிரி ஆகிவிடும்'' என்று கூறியபோது, அவன் மீதும் எரிச்சல் கொண்டான். ''ஆமாம், ஆமாம்'' என்று லேனி கூறிவிட்டு வியாபாரியைச் சிரித்துக்கொண்டே பார்த்தாள். ''இவர் எப்படி வளவளவென்று பேசுகிறார்! சொல்லப்போனால் இவரை நீ''

என்று அவள் க.வை நோக்கித் திரும்பி, ‘‘நம்பவே கூடாது. எவ்வளவுக்கெவ்வளவு நல்லவரோ அவ்வளவுக்கவ்வளவு வம்பளப்பவர். ஒரு வேளை அதனால்தான் இவரை வக்கீலால் சகித்துக்கொள்ள முடியவில்லை போலிருக்கிறது. எப்படியிருந்தாலும் அவர் நல்ல மனநிலையில் இருந்தால்தான் இவரைப் பார்ப்பார். அதை மாற்றுவதற்கு நான் நிறைய முயற்சிசெய்து பார்த்துவிட்டேன், ஆனால் அது நடக்கவில்லை. சில சமயம் ப்ளொக் வந்திருப்பதாக அவரிடம் கூறுவேன். ஆனால் அவர் ப்ளொக்கை மூன்றாம் நாள்தான் கூப்பிடுவார் என்றால் பார்த்துக்கொள்ளேன். அவரைக் கூப்பிடும் சமயத்தில் ப்ளொக் தன் இடத்தில் இல்லாவிட்டால் எல்லாம் தொலைந்தது. பிறகு அவர் வந்திருக்கிறார் என்று திரும்பவும் அறிவிக்க வேண்டும். அதனால் ப்ளொக் இங்கே தங்குவதற்கு நான் அனுமதிக்கிறேன். இரவில் அவர் இவரைக் கூப்பிட்டுமிருக்கிறார். அதனால் ப்ளொக் இப்போது இரவிலும் தயாராக இருக்கிறார். இருந்தாலும் ப்ளொக் இங்கே தயாராக இருக்கிறார் என்று தெரிந்த பிறகு, வக்கீல் அவரைப் பார்க்க இசைந்ததை இப்போது மறுபடியும் சில சமயங்களில் மாற்றிக்கொள்கிறார்.’’ க. வியாபாரியை, இது உண்மைதானா என்று கேட்கும் தோரணையில் பார்த்தான். அவனோ தலையசைத்துவிட்டு முன்பு க.விடம் எவ்வாறு வெளிப்படையாகப் பேசினானோ அதேபோல் பேசினான். ஒருவேளை அவன் வெட்கத்தால் மனக்குழப்பம் அடைந்திருந்தானோ என்னவோ, ‘‘ஆமாம், நாளாவட்டத்தில் ஒருவர் தன் வக்கீலை நம்பியிருக்க வேண்டியதாகிவிடுகிறது.’’ ‘‘அவர் சும்மா ஒப்புக்குத்தான் புகார்செய்கிறார்’’ என்றாள் லேனி. ‘‘அவர் என்னிடம் ஏற்கனவே அடிக்கடி கூறியிருப்பதைப் போல், இங்கே தங்குவதில் அவருக்கு மிக்க மகிழ்ச்சிதான்.’’ அவள் ஒரு சிறு கதவருகில் சென்று அதைத் தள்ளித் திறந்தாள். ‘‘அவருடைய படுக்கையறையைப் பார்க்க விரும்புகிறாயா?’’ என்று அவள் கேட்டாள். க. அங்கே சென்று வாசற்படியில் நின்றவாறே, ஒரு குறுகிய கட்டில் முழுவதும் அடைத்துக்கொண்டிருக்கும், தாழ்ந்த, ஜன்னலில்லாத அந்த இடத்தைப் பார்த்தான். கட்டிலின் சட்டத்தை ஏறித் தாண்டித்தான் அந்த படுக்கைக்குச் செல்லவேண்டும். கட்டிலின் தலைமாட்டில் சுவரில் ஒரு பிறை இருந்தது, அங்கே மிகவும் ஒழுங்காக வைக்கப்பட்ட ஒரு மெழுகுவர்த்தி, மைப்புட்டியுடன் இறகும், அதேபோல் ஒரு கட்டுக் காகிதங்களும்—ஒருவேளை அவை வழக்கு சம்பந்தப்பட்ட தஸ்தாவேஜுகளாக இருக்கலாம்—இருந்தன. ‘‘நீங்கள் வேலைக்காரியின் அறையில் தூங்குகிறீர்களா?’’ என்று கேட்டுவிட்டு க. வியாபாரியின் பக்கம் திரும்பினான். ‘‘லேனி இதை எனக்காக ஒழித்துக்கொடுத்திருக்கிறாள்’’ என்று பதிலளித்தான் வியாபாரி. ‘‘இதனால் எனக்கு நிறைய அனுகூலம்.’’ க. அவனை வெகு நேரம் பார்த்தான். அவன் வியாபாரியை முதலில் பார்த்தபோது அவனைப் பற்றி மனதில் தோன்றிய எண்ணம்தான் ஒருவேளை சரியாக இருந்ததோ என்னவோ; அனுபவங்கள் அவனுக்கு இருக்கத்தான் செய்தன, ஏனென்றால், அவன் வழக்கு வெகுகாலம் தொடர்ந்து நடந்திருக்கிறது. ஆனால், அவன் அந்த அனுபவங்களைப் பெற, அளவுக்கு மீறிப் பாடுபட்டிருக்கிறான். திடீரென்று க.வினால் வியாபாரி அங்கிருப்பதைப் பொறுத்துக்கொள்ள முடியவில்லை. ‘‘அவரைப் போய்ப் படுக்கச் சொல்!’’ என்று அவன் லேனியிடம் உரக்கக் கூறினான். அவள் அவனைப்

புரிந்துகொண்டதாகவே தெரியவில்லை. தன்னைப் பொறுத்தவரை அவன் வக்கீலிடம் செல்ல விரும்பினான். மேலும், வக்கீல் தனக்காக வழக்காட வேண்டாம் என்று சொல்லிவிடுவதன் மூலம் வக்கீலிடமிருந்து மட்டுமல்லாமல் லேனியிடமிருந்தும் வியாபாரியிடமிருந்தும் தன்னை விடுவித்துக் கொள்ள விரும்பினான். ஆனால் கதவருகில் செல்வதற்குள், அவனிடம் வியாபாரி தாழ்ந்த குரலில் கூறினான், "மேலாளர் அவர்களே" க. கோபத்துடன் திரும்பினான். "நீங்கள் கொடுத்த வாக்கை மறந்துவிட்டீர்கள்" என்று வியாபாரி கூறிவிட்டு தான் உட்கார்ந்திருந்த இடத்திலிருந்து கெஞ்சியவாறு க.வை நோக்கி நிமிர்ந்து முன்னால் குனிந்தான். "நீங்கள் எனக்கு ஒரு ரகசியம் சொல்வதாகக் கூறினீர்கள்." "உண்மைதான்" என்று க. கூறிவிட்டுத் தன்னை உன்னிப்பாகக் கவனித்துக்கொண்டிருந்த லேனியின் மீதும் பார்வையை வீசினான். "அப்படியானால் கேளுங்கள், எது எப்படியிருந்தாலும் இது, கிட்டத்தட்ட ரகசியமேயில்லை. வக்கீலை விலக்கிவிடுவதற்காகத்தான் நான் இப்போது அவரிடம் சென்றுகொண்டிருக்கிறேன்." "அவர் வக்கீலை விலக்கிவிடப்போகிறாராம்" என்று வியாபாரி கத்திவிட்டு தன் நாற்காலியிலிருந்து குதித்தெழுந்து உயரத் தூக்கிய கரங்களுடன் சமையலறையில் சுற்றிச்சுற்றி ஓடினான். மறுபடியும்மறுபடியும் அவன் கத்தினான். லேனி நேராக க.விடம் ஓட நினைத்தாள், ஆனால், வியாபாரி குறுக்கே வந்தான், அதற்காக அவள் தன் முஷ்டியால் அவனை ஒரு குத்து விட்டாள். இன்னும் மடித்த முஷ்டியுடனேயே அவள் க.வின் பின் ஓடினாள். ஆனால், அவனுக்கும் அவளுக்கும் நடுவே ஏற்கனவே பெரும் இடைவெளி இருந்தது. லேனி அவனை எட்டிய போது அவன் ஏற்கனவே வக்கீலின் அறைக்குள் நுழைந்துவிட்டிருந்தான். அவன் தனக்குப் பின்னாலிருந்த கதவைக் கிட்டத்தட்ட மூடியும் விட்டிருந்தான். ஆனால், லேனி தன் பாதத்தால் கதவை மூடாதபடி வைத்துக்கொண்டு, அவனுடைய ஒரு கரத்தைப் பிடித்து அவனைப் பின்னுக்கு இழுக்க விரும்பினாள். ஆனால், அவனோ அவள் முனகிக்கொண்டே அவனை விட்டுவிட வேண்டியிருந்த அளவுக்கு அவள் மணிக்கட்டைப் பலமாக இறுக்கினான். அறைக்குள் நுழைவதற்கு அவளுக்கு உடனே தைரியம் வரவில்லை. க.வோ சாவியால் கதவைப் பூட்டிவிட்டான்.

"நான் ஏற்கனவே வெகு நேரம் உங்களுக்காகக் காத்துக்கொண்டிருக்கிறேன்" என்று வக்கீல் படுக்கையில் இருந்தபடியே கூறிவிட்டு, மெழுகு வர்த்தியின் வெளிச்சத்தில் படித்துக்கொண்டிருந்த ஒரு காகிதத்தை அருகிலிருந்த சிறிய மேஜைமீது வைத்துவிட்டு, தன் மூக்குக்கண்ணாடியைப் போட்டுக்கொண்டு, அதன் வழியே க.வைக் கூர்ந்து கவனித்தார். அவரிடம் மன்னிப்புக் கேட்பதற்குப் பதிலாக க. கூறினான், "நான் சீக்கிரம் போய்விடப் போகிறேன்." க. கூறியது ஒரு சாக்காக இல்லாததால், வக்கீல் அதைப் புறக்கணித்துவிட்டுக் கூறினார், "அடுத்த முறை நான் உங்களை இவ்வளவு நேரம் கழித்துப் பார்க்கப்போவதில்லை." "அது எனக்கும் உகந்ததுதான்" என்றான் க., வக்கீல் முகத்தில் கேள்விக்குறியுடன் அவனைப் பார்த்தார். "உட்காருங்கள்" என்றார் அவர், "நீங்கள் கதவைப் பூட்டிவிட்டதுபோல் எனக்குத் தோன்றியது." என்றார். "ஆமாம்" என்றான் க. "அது லேனியினால்." யாரையும் விட்டுவைக்க அவன் விரும்பவில்லை. ஆனால் வக்கீல்

கேட்டார், ''அவள் மறுபடியும் தொந்தரவு செய்தாளா?'' ''தொந்தரவா?'' என்று க. கேட்டான். ''ஆமாம்'' என்று வக்கீல் கூறிக்கொண்டே சிரித்தார். நடுவே இருமல் வந்ததால் அது நின்ற பிறகு மறுபடியும் சிரிக்கத் தொடங்கி னார். ''நீங்கள் அவள் தொந்தரவு செய்வதை ஏற்கனவே கவனித்திருப்பீர் களே?'' என்று அவர் கேட்டுவிட்டு, க. ஏதோ நினைப்பில் சிறிய மேஜையின் மீது வைத்திருந்த கையைத் தட்டினார். அப்போது க. கையை விருட்டென்று பின்னுக்கு இழுத்துக்கொண்டான். ''அதற்கு நீங்கள் அதிக முக்கியத்துவம் கொடுக்கவில்லை'' என்றார் வக்கீல். க. மௌனமாக இருந்தபோது ''இன்னும் நல்லது. இல்லாவிட்டால் ஒருவேளை உங்களிடம் நான் மன்னிப்புக் கேட்க வேண்டியிருந்திருக்கும். அது லேனியின் விசித்திரக் குணம்; மேலும், அதை நான் எப்போதோ மன்னித்துவிட்டேன். நீங்கள் இப்போது கதவைப் பூட்டி யிருக்காவிட்டால் அதைப் பற்றி நான் பேசியுமிருக்க மாட்டேன். இந்த விசித்திரக் குணத்தைப் பற்றி உங்களுக்கு நான் நிச்சயம் விளக்கவே கூடாது— ஆனால் நீங்கள் என்னை இவ்வளவு ஆச்சரியத்துடன் பார்ப்பதால் நான் அதைச் செய்கிறேன். குற்றம்சாட்டப்பட்டவர்களில் பெரும்பாலோர் லேனி யின் கண்களுக்குக் கவர்ச்சிகரமாகப்படுவதில்தான் இந்த விசித்திரக் குணம் இருக்கிறது. அவள் எல்லோருடனும் ஒட்டிக்கொள்கிறாள், எல்லோரையும் விரும்புகிறாள். எது எப்படியிருந்தாலும் எல்லோராலும் விரும்பவும் படு கிறாள் என்று தோன்றுகிறது; சில சமயம் எனக்கு நேரம் கழிவதற்காக, நான் அனுமதித்தால் அதைப் பற்றிக் கூறுவாள். உங்களைப் போல் இவையெல்லா வற்றையும் பார்த்து நான் அவ்வளவு ஆச்சரியப்படுவதில்லை. ஒருவருக்குச் சரியான பார்வை இருந்தால், குற்றம்சாட்டப்பட்டவர்களில் பெரும்பாலா னோர் அழகாகத்தான் தோன்றுவார்கள். அது நிச்சயம் ஒரு குறிப்பிட த்தக்க, ஓரளவுக்கு விஞ்ஞானரீதியான உண்மை. குற்றம்சாட்டப்பட்டதன் காரண மாக ஒரு தெளிவில்லாத, சரியாகத் தீர்மானிக்க முடியாத மாற்றம் நிச்சயமாக அவர்கள் தோற்றத்தில் ஏற்படுகிறது. இது மற்ற நீதிமன்ற விஷயங்களைப் போல் அல்லவே அல்ல, பெரும்பாலானோர் தங்கள் அன்றாட வாழ்க்கை முறைகளிலிருந்து மாறாமல், அவர்களுக்காக வாதாட ஒரு நல்ல வக்கீல் கிடைத்தால், வழக்கினால் பாதிக்கப்படாமல் இருக்கிறார்கள். இருந்தாலும், அனுபவம் இருப்பவர்கள் குற்றம்சாட்டப்பட்டவர்களின் பெரும் கூட்டத் தில் ஒவ்வொருவரையும் பிரித்துப் பார்க்க முடியும். எதை வைத்து என்று நீங்கள் கேட்கலாம். என்னுடைய பதில் உங்களுக்குத் திருப்தி அளிக்காது. குற்றம்சாட்டப்பட்டவர்கள்தான் எல்லோரையும்விடக் கவர்ச்சியானவர்கள். குற்றம் அவர்களை கவர்ச்சியானவர்களாக ஆக்குவதில்லை. ஏனென்றால்— குறைந்தபட்சம் நான் வக்கீலாக இருப்பதால் தான் அப்படிக் கூறவேண்டும்— அவர்கள் எல்லோரும் குற்றவாளிகளல்ல. சரியான தண்டனை அல்ல அவர் களைக் கவர்ச்சியாகத் தோன்றச் செய்வது—ஏனென்றால் அவர்கள் எல்லோ ரும் தண்டிக்கப்படுவதில்லை—அதனால் கவர்ச்சியாகத் தோற்றமளிக்கச் செய்வது அவர்கள் மீது எடுக்கப்படும், அவர்களை ஏதோ ஒரு வகையில் பிடித்து ஆட்டிக்கொண்டிருக்கும் நடவடிக்கைகள்தான். கவர்ச்சியானவர்களி லும் அழகானவர்கள் இருக்கத்தான் செய்கிறார்கள். எல்லோரும் கவர்ச்சி யானவர்கள்தான். இந்தத் தரித்திரம் பிடித்த ப்ளொக்கையும் சேர்த்துத்தான் கூறுகிறேன்.''

வக்கீல் பேசிமுடித்துவிட்ட பிறகு க. முழு அமைதியுடன் இருந்தான். அவன் அவருடைய கடைசி வார்த்தைகள்வரை பலமாக தலையசைத்தும் வந்தான். மேலும் வக்கீல், வழக்கம்போலவே, இப்போதும் விஷயத்திற்குச் சம்பந்தப்படாத பொதுவான சமாச்சாரங்களைக் கூறி அவன் மனதைக் கலைக்கவும் அவனுடைய விஷயத்தில் அவர் உண்மையான வேலை என்ன செய்திருக்கிறார் என்ற முக்கியமான கேள்வியிலிருந்து, அவன் எண்ணத்தைத் திருப்பவும் முயற்சிக்கிறார் என்று அவனுக்கு இருந்த பழைய கருத்தை உறுதிப்படுத்திக்கொண்டான். முன்னைவிட இம்முறை க. அவரிடம் அதிக எதிர்ப்புக் காண்பித்தான் என்பதை வக்கீல் நிச்சயமாகக் கவனித்தார். ஏனென்றால், க.வும் பேசுவதற்குச் சந்தர்ப்பம் கொடுப்பதற்காக, அவர் இப்போது மௌனமாக இருந்தார். ஆனால் க. பேசாமல் இருந்தபோது, அவர் கேட்டார், ‘‘நீங்கள் இன்று ஏதோ ஒரு தீர்மானமான நோக்கத்துடன் என்னிடம் வந்திருக்கிறீர்கள் அல்லவா?’’ ‘‘ஆமாம்’’ என்று க. கூறி, வக்கீலைச் சிறிது நன்றாகப் பார்ப்பதற்காக, கையால் மெழுகுவர்த்தியை மறைத்துக்கொண்டான், ‘‘இன்றிலிருந்து நீங்கள் எனக்காக வாதாடுவதை நிறுத்திக்கொள்ளலாம் என்று உங்களிடம் கூற விரும்பினேன்.’’ ‘‘நீங்கள் சொல்வதை நான் சரியாகப் புரிந்துகொண்டிருக்கிறேனா?’’ என்று வக்கீல் கேட்டார், படுக்கையில் பாதி எழுந்து, ஒரு கையைத் தலையணைமேல் தாங்கி உட்கார்ந்துகொண்டே ‘‘அப்படித்தான் நான் எடுத்துக்கொள்கிறேன்’’ என்று மறைந்திருந்து பாயப்போகும் தோரணையில் விறைப்பாக, அங்கே நிமிர்ந்து உட்கார்ந்துகொண்டிருந்த க. கூறினான். ‘‘ம்... நாம் இப்போது இந்தத் திட்டத்தைப் பற்றியும் பேசலாம்’’ என்று வக்கீல் சிறிது நேரத்துக்குப் பிறகு கூறினார். ‘‘இனிமேல் எந்தத் திட்டமும் இல்லை’’ என்றான் க. ‘‘பரவாயில்லை’’ என்றார் வக்கீல், ‘‘இருந்தாலும் நாம் எதையும் அவசரப்பட்டுச் செய்யக் கூடாது.’’ க.வைப் போக விடுவது அவருடைய நோக்கமில்லை என்பது போலவும், அவனுக்காக வழக்காடக் கூடாது என்றாலும், குறைந்தபட்சம் அவனுடைய ஆலோசகராகவாவது இருக்க அவர் விரும்பியதுபோல, அவர் நாம் என்ற வார்த்தையை உபயோகப்படுத்தினார். ‘‘இது அவசர முடிவல்ல’’ என்றான் க., மெதுவாக எழுந்து நின்று, தன்னுடைய நாற்காலியின் பின்னால் நகர்ந்து, ‘‘இந்த முடிவு நன்றாக யோசித்து எடுக்கப்பட்டது. சொல்லப்போனால் ஒருவேளை மிகவும் அதிக காலம் யோசித்தே எடுக்கப்பட்டது. இந்தத் தீர்மானம் முடிவானது.’’ ‘‘அப்படியானால் இன்னும் சில வார்த்தைகள் நான் கூற அனுமதியுங்கள்’’ என்று வக்கீல் கூறி, இறகுகளாலான மெத்தையை அப்புறப்படுத்திவிட்டுக் கட்டிலின் விளிம்பில் உட்கார்ந்துகொண்டார். வெள்ளை முடிகள் அடர்ந்த, இப்போது வெளியே தெரிந்த அவருடைய கால்கள் குளிரினால் நடுங்கின. சோபாவிலிருந்து ஒரு போர்வையை எடுத்துக் கொடுக்குமாறு அவர் க.வைக் கேட்டுக்கொண்டார். ‘‘உங்களுக்கு அநாவசியமாகச் சளி பிடிக்குமாறு நீங்கள் நடந்துகொள்கிறீர்கள்.’’ ‘‘இந்தச் சந்தர்ப்பம் அந்த அளவுக்கு முக்கியமானதுதான்’’ என்றார் வக்கீல், பிறகு மெத்தையால் உடம்பை மூடிக்கொண்டு கால்களைப் போர்வையால் சுற்றிக்கொண்டே, ‘‘உங்கள் மாமா என் நண்பர், மேலும் நீங்களும் நாளடைவில் எனக்கு வேண்டியவராகிவிட்டீர்கள். நான் இதை வெளிப்படையாகவே கூறுகிறேன். இதற்காக நான் வெட்கப்படத்

தேவையில்லை." இந்த வயது முதிர்ந்த மனிதரின் உணர்ச்சிவசப்பட்ட பேச்சு க.வுக்குப் பிடிக்கவேயில்லை. ஏனென்றால், அவன் தவிர்க்க வேண்டும் என்று நினைத்த, வெளிப்படையான விளக்கத்தைச் சொல்லும்படி அது அவனை நெருக்கியது. அதைத் தவிர மேலும் எப்படியிருந்தாலும், அவனுடைய தீர்மா னத்தை மாற்ற அதற்குச் சக்தியில்லை என்றபோதிலும், அவன் தனக்குத் தானே உணர்ந்ததுபோல, அது அவனைக் குழப்பத்தில் ஆழ்த்தியது. "உங்கள் நட்பு கலந்த வார்த்தைகளுக்கு என் நன்றி," என்றான் அவன். "உங்களுக்கு முடிந்தவரை, எப்படி எனக்கு அனுகூலமாக இருக்கும் என்று உங்களுக்குத் தெரிந்தவரை, நீங்கள் என் விஷயத்தில் இவ்வளவு அக்கறை எடுத்துக்கொண் டிருக்கிறீர்கள் என்பதை மேலும் ஒப்புக்கொள்ளவும் செய்கிறேன். இருந்தா லும் அது போதாது என்று கடந்துபோன குறுகிய காலத்தில் எனக்கு உறுதி யாகத் தோன்றியிருக்கிறது. இவ்வளவு வயதும் அனுபவமும் முதிர்ந்த உங்களை, என் கருத்தை நம்பச் செய்ய நான் நிச்சயம் ஒருபோதும் முயல மாட்டேன்; என்னையறியாமல் நான் அப்படிச் செய்ய சில சமயங்களில் முயன்றிருந்தால் என்னை மன்னித்துவிடுங்கள். ஆனால், இந்த விஷயமோ, நீங்களே கூறியதுபோல், மிகவும் முக்கியமானதுதான். மேலும், இதுவரை இருந்திருப்பதைவிட இன்னும் அதிக சக்தியுடன் வழக்கில் செயல்பட வேண்டியது என் கருத்துப்படி தேவை." "நீங்கள் சொல்வது புரிகிறது" என் றார் வக்கீல். "நீங்கள் பொறுமையற்று இருக்கிறீர்கள்." "எனக்குப் பொறுமை யில்லாமல் இல்லை" என்றான் க. சிறிது எரிச்சலுடன். அவன் தன் வார்த்தை களை அவ்வளவு கவனித்துப் பேசவில்லை. "எனக்கு இந்த வழக்கு அவ்வளவு முக்கியமானதல்ல என்பதையும் நான் முதல்முறை என் மாமாவுடன் உங் களைப் பார்க்க வந்தபோதே நீங்கள் கவனித்திருக்க வேண்டும். ஆனால், என் வழக்கை எடுத்து நடத்துவதை உங்களிடம் விட்டுவிட வேண்டும் என்று என் மாமா வற்புறுத்தினார்; அவரைத் திருப்திப்படுத்தத்தான் நான் அதைச் செய் தேன். அன்றைக்கு இருந்ததைவிட என் வழக்கு இன்னும் சுலபமாக இருக்கும் என்று ஒருவர் எதிர்பார்த்துத்தான் இருக்க வேண்டும். ஏனென்றால், வழக்கின் சுமையைச் சிறிது குறைத்துக்கொள்ளத்தான் ஒருவர் தனக்காக வாதாடுவதை வக்கீலிடம் விட்டுவிடுகிறார். ஆனால், அதற்கு நேர்மாறாகத்தான் நடந்திருக் கிறது. நீங்கள் எனக்காக வழக்காட ஆரம்பித்த சமயத்திலிருந்து வழக்கைப் பற்றி எனக்கிருக்கும் அவ்வளவு பெரிய கவலைகள் அதற்கு முன் எனக்கு இருந் ததே இல்லை. நான் தனியாக இருந்தபோது என்னுடைய விஷயத்தில் நான் ஒன்றுமே செய்யவில்லை. ஆனால் அதைப் பற்றி நான் ஒன்றும் கவலைப்பட வில்லை, அதற்கு மாறாக இப்போது எனக்காக வாதாட ஒருவர் இருந்தார். ஏதாவது நடக்க வேண்டுமென்று எல்லா ஏற்பாடுகளும் செய்யப்பட் டிருந்தன. இடைவிடாமலும், எப்போதும் மிகுந்த ஆவலுடனும் உங்கள் செயலுக்காகக் காத்திருந்தேன். ஆனால் அது நடக்கவேயில்லை. நீதிமன்றத் தைப் பற்றி உங்களிடம் பலவிதமான சமாச்சாரங்களைக் கேட்டுத்தான் இருக்கிறேன்; அவற்றை ஒருவேளை வேறு ஒருவரிடமிருந்தும் பெற்றிருக்க முடியாதுதான். ஆனால், இந்த வழக்கு இப்போது உண்மையிலேயே ரகசியத் திலேயே வளர்ந்து மேலும்மேலும் நெருக்குகிறது." க. நாற்காலியைத் தனக்கு முன்னால் தள்ளிவிட்டுக் கைகளைக் கோட்டுப் பாக்கெட்டுகளில் விட்டுக்

கொண்டு அங்கே நிமிர்ந்து நின்றுகொண்டிருந்தான். ''வழக்கில், ஒரு குறிப் பிட்ட கட்டத்திலிருந்து'' என்று அமைதியாகக் கூறிய வக்கீல் ''பார்க்கப் போனால் புதிதாக எதுவும் நடப்பதில்லை. எவ்வளவு கட்சிக்காரர்கள் வழக் கில் இது போன்ற கட்டத்தில் இருந்துகொண்டு உங்களைப் போல் என் எதிரே நின்றுகொண்டு உங்களைப் போலவே பேசியிருக்கிறார்கள்'' என்றார். ''அப் படியானால்'' என்றான் க. ''என்னைப் போன்ற இந்தக் கட்சிக்காரர்கள் சொல்வதெல்லாம் நான் சொல்வதைப் போலவே சரிதான். அது நான் சொல் வது தவறு என்பதை நிரூபிக்கவில்லை.'' ''அதனால் நீங்கள் கூறுவதை நான் மறுக்க விரும்பவில்லை'' என்றார் வக்கீல், ''மற்றக் கட்சிக்காரர்களிடம் கூறிய தைவிட உங்களிடம் நீதிமன்றத்தின் இயல்பைப் பற்றியும் என்னுடைய நட வடிக்கைகளைப் பற்றியும் குறிப்பாக, அதிகம் சொல்லியிருப்பதால் மற்றவர் களைவிட உங்களிடம் இவற்றை எடைபோடும் சக்தியை அதிகமாக எதிர் பார்த்திருந்தேன். இப்படியெல்லாம் செய்திருந்தும் உங்களுக்கு என்மேல் போதுமான நம்பிக்கை இல்லை என்று இப்போது நான் உணர வேண்டி யிருக்கிறது. நீங்கள் என் வேலையை எளிமையாக்குவதாக இல்லை.'' இவ்வா றான விஷயங்களில், இந்த மாதிரிச் சமயத்தில், தன் தொழில் கௌரவத்தைப் பற்றிய உணர்வு சற்றும் இல்லாமல் அவர் எப்படித் தன்னைத் தாழ்த்திக் கொள்கிறார்! எதனால் அப்படிச் செய்கிறார்? அவர் இருக்கும் நிலைமையை வைத்துப் பார்த்தால் அவருக்கு நிறைய வேலை இருந்தது. மேலும் அவர் ஒரு பணக்காரர். உண்மையில் கூறப்போனால் இந்த வழக்கினால் அவருடைய வருவாயையோ அல்லது ஒரு கட்சிக்காரரையோ இழந்துவிடுவது அவருக்கு முக்கியமானதாக இருக்க முடியாது. அது மட்டுமல்லாமல் அவர் உடல்நலம் குன்றியிருந்ததால், தன் வேலையின் சுமை குறைய வேண்டுமென்பதுதானே அவருக்கு முக்கியமாக இருந்திருக்க வேண்டும். இருந்தும் அவர் க.வை இவ்வளவு இறுகப் பிடித்துக்கொண்டிருந்தார். ஏன்? மாமாவின் மேல் அவருக் கிருந்த சொந்த அக்கறைக்காகவா, அல்லது க.வின் வழக்கை அவர் அவ்வளவு அசாதாரணமானதாக எண்ணி, தான் அந்த வழக்கில் பிரகாசிக்க வேண்டு மென்று ஆசையினாலா? க.விற்காகவா—அப்படியும் இருக்கலாம் என்பதை ஒருபோதும் ஒதுக்கிவைத்துவிட முடியாது—அல்லது நீதிமன்றத்திலிருந்த நண்பர்களுக்காகவா? க. அவரை எந்த வித அனுதாப உணர்ச்சியுமின்றி உற்றுப் பார்த்தும் அவருடைய தோற்றத்திலிருந்து ஒன்றும் கண்டுபிடிக்க முடிய வில்லை. வேண்டுமென்றே திரையிடப்பட்ட தோற்றத்துடன் தன் வார்த்தை கள் உண்டாக்கும் விளைவுக்காக அவர் காத்திருக்கிறார் என்று ஒருவர் எடுத்துக்கொண்டிருக்க முடியும். ஆனால் இப்போது அவர் தொடர்ந்து பேசிய போது க. மௌனமாக இருந்தது அவருக்கு மிகவும் அனுகூலமாக இருந்தது என்பதை வெளிப்படையாகக் காட்டிக்கொண்டார். ''எனக்கு ஒரு பெரிய அலுவலகம் இருந்தும் உதவிக்கு ஒருவரையும் வைத்துக்கொள்ளவில்லை என்பதை நீங்கள் கவனித்திருக்கலாம். முன்பெல்லாம் வேறு மாதிரி இருந்தது, சட்டம் படிக்கும் சில இளைஞர்கள் எனக்காக வேலை செய்த காலம் இருந்தது. இன்று நான் தனியாக வேலை செய்கிறேன். ஓரளவுக்கு இது என் தொழில் முறையில் ஏற்பட்ட மாற்றத்தினால் உண்டானது. ஏனென்றால், என் தொழி லில் நான் மேலும்மேலும் உங்களுடையதைப் போன்ற சட்ட விஷயங்

களைத்தான் எடுத்துக்கொள்கிறேன். இது போன்ற சட்ட விஷயங்களில் நான் மேலும்மேலும் பெற்ற ஆழமான அறிவின் காரணமாகத்தான் ஓரளவுக்கு அப்படிச் செய்கிறேன். என்னுடைய கட்சிக்காரருக்கும் நான் எடுத்துக் கொண்ட வேலைக்கும் தீங்கு விளைவிக்காமல் இருக்க வேண்டுமென்றால் இந்த வேலையை நான் வேறு ஒருவரிடமும் விடக் கூடாது என்று உணர்ந் தேன். எனினும், எல்லா வேலையையும் நானே செய்ய வேண்டும் என்ற முடிவுக்கு அதற்கே உரித்தான விளைவுகள் இருந்தன; நான் வாதாட வேண்டு மென்று என்னை நாடி வந்த ஏறக்குறைய எல்லா விண்ணப்பங்களையும் நான் மறுக்க வேண்டியிருந்தது. மேலும், குறிப்பாக, எனக்கு மிகவும் வேண்டப் பட்டவர்களுக்கு மட்டும் விட்டுக்கொடுக்க வேண்டியிருந்தது—நான் தூக்கி யெறியும் ஒவ்வொரு ரொட்டித் துண்டின் மேலும் பாய்ந்து பிடுங்கும் ஜந்துக் கள் தேவையான எண்ணிக்கையில் இருக்கிறார்கள், மிகவும் அருகிலேயே இருக்கிறார்கள். அது மட்டுமல்லாமல் அதிகம் அலட்டிக்கொண்டதால் நான் உடல்நலம் குன்றிவிட்டேன், இருந்தாலும் என் முடிவுக்காக நான் வருந்த வில்லை. நான் மறுத்துவிட்டிருக்க வேண்டியிருக்கலாம். ஆனால் எடுத்துக் கொண்ட வழக்குகளுக்காக நான் என்னை முழுவதும் அர்ப்பணித்துக்கொண் டிருப்பது சந்தேகமில்லாமல் அவசியம்தான் என்று தெரியவந்தது. மேலும், அதனால் உண்டான வெற்றியும் வெகுமதியாகக் கிடைத்தது. சாதாரண சட்ட விஷயங்களில் வழக்காடுவதற்கும் இதுபோன்ற விஷயங்களில் வழக்காடு வதற்கும் உள்ள வித்தியாசத்தை மிக அழகாக எடுத்துக் கூறியிருந்ததை நான் ஒருமுறை படித்திருக்கிறேன். அதில் எழுதியிருந்தது: வக்கீல் தன் கட்சிக்காரர் களைத் தோள்மீது தூக்கிக்கொண்டு, கீழே விடாமலேயே தீர்ப்பு வரையும், மேலும் அதற்கு அப்பாலும் கொண்டுசெல்கிறார். அதே போல்தான் நடக் கிறது. ஆனால் இந்தப் பெரும் வேலைக்காக எப்போதும் வருத்தப்படவில்லை என்று நான் கூறியது அவ்வளவு உண்மையல்ல. அது, உங்கள் விஷயத்தில் ஏற்பட்டதைப் போல் உரிய மதிப்பு சற்றும் தரப்படாமல் போகும்போது, அப்போதுதான், அப்போது மட்டும்தான் நான் சற்று வருத்தப்படுகிறேன்!''

இந்தப் பேச்சு க.வின் மனதை மாற்றுவதற்குப் பதிலாக அதிகம் பொறுமை யிழக்கச் செய்தது. அவன் விட்டுக்கொடுத்தால், அவனுக்காக என்ன காத்துக் கொண்டிருக்கிறது என்பதை வக்கீலின் தொனியிலிருந்து எப்படியோ தெரிந்துகொண்டதாக உணர்ந்தான்; மறுபடியும் அவருடைய சமாதானங்கள் தொடரும்; தயாராகிக்கொண்டிருக்கும் விண்ணப்பங்கள், நீதிமன்ற ஊழியர் களைக் குஷிப்படுத்தி வைத்திருப்பது, ஆனால் அதே சமயம் இந்த வேலை யைச் செய்வதில் இருக்கும் பெரும் கஷ்டங்கள் இவற்றைச் சுட்டிக்காட்டு வார்—சுருங்கச் சொன்னால், க.வை மறுபடியும் நிச்சயமில்லாத நம்பிக்கை களினால் ஏமாற்றுவதற்காகவும், இனம்தெரியாத அச்சுறுத்தல்களினால் துன் புறுத்துவதற்காகவும் எரிச்சலூட்டும் அளவுக்கு ஏற்கனவே அதிகமாகத் தெரிந்தவற்றையெல்லாம் மீண்டும்மீண்டும் எடுத்துச் சொல்வார், அது இனி மேல் ஒருபோதும் எழாதவாறு தவிர்க்கப்பட வேண்டும்; அதனால் அவன் கூறினான், ''நீங்கள் எனக்காகத் தொடர்ந்து வாதாடினால் என்னுடைய விஷயத்தில் என்ன செய்வீர்கள்?'' மனதைப் புண்படுத்தும் இந்தக் கேள்விக் கும் வக்கீல் பதில் சொன்னார், ''நான் உங்களுக்காக ஏற்கனவே எடுத்துக்

கொண்ட நடவடிக்கைகளைத் தொடர்ந்து நடத்துவேன்.'' ''எனக்கு அது தெரிந்ததுதான்'' என்றான் க. ''இப்போது மேலும் பேசுவது வீண்.'' ''நான் இன்னும் ஒரு முறை முயற்சி செய்கிறேன்'' என்று க.வை உணர்ச்சிவசப் படுத்திய விஷயம் க.வுக்கு அல்லாது, தனக்கே நடந்ததுபோல் வக்கீல் கூறினார். ''உதாரணத்துக்கு, நீங்கள் குற்றம்சாட்டப்பட்டவராக இருந்தாலும், நீங்கள் மிகவும் நன்றாக நடத்தப்படுவது, அல்லது சரியாகக் கூறப் போனால், வெளித் தோற்றத்திற்கு உதாசீனமாக நடத்தப்படுவது, நான் உங்களுக்கு இந்தச் சட்ட விஷயத்தில் அளிக்கும் உதவியை நீங்கள் தவறாக மதிப்பிடுமாறு மட்டுமில்லாமல் உங்களுடைய மற்ற நடத்தையையும் தவறான வழியில் கொண்டு செல்கிறது என்று நான் ஊகிக்கிறேன். உங்களை உதாசீனமாக நடத்துவதுபோல் இருப்பதற்கும் காரணம் இருக்கிறது. சுதந்திரமாக இருப்பதைவிட, கட்டுப்படுத்தப்பட்டிருப்பது பெரும்பாலும் மேலானது. ஆனால், குற்றம்சாட்டப்பட்ட மற்றவர்கள் எவ்வாறு நடத்தப்படுகிறார்கள் என்று நான் உங்களுக்குக் காட்ட விரும்புகிறேன். அதிலிருந்து பாடம் கற்றுக் கொள்வது ஒருவேளை உங்களுக்குச் சாத்தியமாக இருக்கலாம். உதாரணத்திற்கு, நான் இப்போது ப்ளொக்கை உள்ளே அழைக்கிறேன், கதவைத் திறந்து விட்டு இந்தச் சிறு மேஜையின் அருகில் உட்கார்ந்துகொள்ளுங்கள்!'' ''ஆகா'' என்று க. கூறிவிட்டு வக்கீல் கேட்டுக்கொண்டதைச் செய்தான், கற்றுக்கொள்வதற்கு அவன் எப்போதும் தயாராக இருந்தான். ஆனால் எதற்கும் நிச்சயமாகத் தெரிந்துகொள்வதற்காக அவன் கேட்டுவைத்தான், ''ஆனால், நீங்கள் எனக்காக வழக்காடுவதை நான் நிறுத்திவிட்டேன் என்பதை நீங்கள் புரிந்து கொண்டீர்கள் அல்லவா?'' ''ஆமாம்'' என்றார் வக்கீல், ''இருந்தாலும் அந்த முடிவை இன்றே நீங்கள் மாற்றிக்கொள்ளலாம்.'' அவர் மறுபடியும் படுக்கையில் படுத்துக்கொண்டு, இறகாலான தடித்த மேற்போர்வையை இழுத்து விட்டுக்கொண்டு, சுவரை நோக்கித் திரும்பிக்கொண்டார். பிறகு அவர் மணியை அடித்தார்.

மணி அடித்த கிட்டத்தட்ட அதே நேரத்தில், லேனி தோன்றினாள். என்ன நடந்தது என்பதைச் சட்டென்று பார்வையால் தெரிந்துகொள்ள முயன்றாள். க. அமைதியாக வக்கீலின் கட்டிலின் பக்கத்தில் அமர்ந்திருந்தது அவளுக்கு நிம்மதி அளிப்பதைப் போல் தோன்றியது. அவளை முறைத்துப் பார்த்துக்கொண்டிருந்த க.வைப் பார்த்து அவள் புன்சிரிப்புடன் தலையசைத்தாள். ''ப்ளொக்கை அழைத்துக்கொண்டு வா'' என்றார் வக்கீல். ஆனால் அவனைச் சென்று அழைத்து வருவதற்கு பதிலாக, வெறுமனே கதவுக்கு முன் அடியெடுத்து வைத்து அவள் கத்தினாள், ''ப்ளொக்! வக்கீல் கூப்பிடுகிறார்!'' பிறகு வக்கீல் சுவரை நோக்கித் திரும்பியிருந்தவாறு எதைப் பற்றியும் கவலைப்படாமல் இருந்ததாலோ என்னவோ அவள் க.வின் நாற்காலிக்குப் பின் மெதுவாக நகர்ந்தாள். அந்தக் கணத்திலிருந்து நாற்காலியின் முதுகின் மீது குனிந்துகொண்டோ அல்லது கைகளால், மிகவும் மென்மையாகவும் ஜாக்கிரதையாகவும், அவன் தலைமயிரைக் கோதியும், கன்னங்களை வருடியும் அவள் அவனுக்குத் தொந்தரவு கொடுத்துக்கொண்டிருந்தாள். இறுதியில், க. அவளைத் தடுப்பதற்காக அவளுடைய கையைப் பிடித்தான். அவள் சிறிது நேரம் கையை விடுவித்துக்கொள்ள முயன்றுவிட்டு, பிறகு பேசாமல் இருந்

தாள். ப்ளொக் கூப்பிட்ட உடனேயே வந்துவிட்டான். ஆனால், கதவின் முன் நின்றுகொண்டு உள்ளே வரலாமா என்று யோசிப்பதுபோல் தோன்றினான். உள்ளே வருமாறு வக்கீலிடமிருந்து மீண்டும் கட்டளை பிறக்குமா என்று கவனிப்பதுபோல் அவன் புருவங்களை உயர்த்தித் தலையைச் சாய்த்தான். அவனை உள்ளே வருமாறு க. ஊக்குவித்திருக்க முடியும். ஆனால், வக்கீலிடம் மட்டுமல்லாமல் அந்த வீட்டிலிருக்கும் எல்லாவற்றிடமும் இறுதியாகத் தொடர்பைத் துண்டித்துக்கொள்ள வேண்டுமென்று முடிவு செய்திருந்ததால் சலனமற்றிருந்தான். லேனியும் மௌனமாக இருந்தாள். குறைந்தபட்சம் யாரும் தன்னை அங்கிருந்து விரட்டவில்லை என்பதை ப்ளொக் கவனித்து விட்டு, கைகளை முதுகின் பின்புறம் விறைப்பாக வைத்துக்கொண்டு, என்ன நடக்குமோ என்ற பாவத்துடன் குதிகால் தரையில் படாமல் உள்ளே நுழைந் தான். தேவையில்லாமல், திரும்பிப் போவதற்காகக் கதவை அவன் திறந்தே வைத்திருந்தான். க.வை அவன் பார்க்கவேயில்லை. ஆனால், புடைத்திருந்த இறகு மேற்போர்வையைப் பார்த்தவாறு இருந்தான். அதற்கடியில் வக்கீல் சுவருக்கு மிக அருகில் ஒட்டிப் படுத்துக்கொண்டிருந்ததால் அவரைப் பார்க்கக் கூட முடியவில்லை. திடீரென்று அவருடைய குரல் கேட்டது. ''ப்ளொக்கா அது?'' ஏற்கனவே உள்ளே வெகு தூரம் வந்துவிட்டிருந்த ப்ளொக்கிற்கு அந்தக் கேள்வி நிஜமாகவே நெஞ்சில் ஒரு அடியாகவும் பிறகு முதுகில் ஒரு அடியாகவும் விழுந்து, அவன் நிலைதடுமாறி, தாழக் குனிந்து நின்றுகொண்டு கூறினான், ''உத்தரவுக்குக் காத்துக்கொண்டிருக்கிறேன்.'' ''என்ன விஷயம்?'' என்று வக்கீல் கேட்டார், ''வேளைகெட்ட வேளையில் வந்திருக்கிறாய்.'' ''என்னைக் கூப்பிடவில்லையா?'' என்று ப்ளொக் வக்கீலைக் கேட்பதைவிடத் தன்னையே கேட்டுக்கொண்டான். கைகளைத் தற்காப்புக்காகத் தனக்கு முன் வைத்துக்கொண்டு அங்கிருந்து ஓடுவதற்காகத் தயாராக இருந்தான். ''உன் னைக் கூப்பிடத்தான் செய்தேன்'' என்றார் வக்கீல். ''இருந்தாலும் நீ வேளை கெட்ட வேளையில் வந்திருக்கிறாய்.'' சிறிது மௌனமாக இருந்துவிட்டு மேலும் கூறினார், ''நீ எப்போதும் வேளைகெட்ட வேளையில் வருகிறாய்.'' வக்கீல் பேச ஆரம்பித்ததிலிருந்து பேசுபவரின் தோற்றம் கண்களைக் கூசச் செய்தது போலவும் ஆனால், அதைத் தாங்க முடியாதது போலவும் ப்ளொக் படுக்கையைப் பார்க்காமல் எங்கோ ஒரு மூலையைப் பார்த்தவாறு உன்னிப் பாகக் கவனித்து மட்டும் கேட்டுக்கொண்டிருந்தான். ஆனால், கவனித்துக் கேட்பதும் கஷ்டமாக இருந்தது. ஏனென்றால், வக்கீல் சுவரை நோக்கித் தாழ்ந்த குரலிலும் வேகமாகவும் பேசினார். ''நான் இங்கிருந்து போய் விடவா?'' என்று ப்ளொக் கேட்டான். ''நீ இங்கு வந்துவிட்டதால்'' என்றார் வக்கீல், ''இரு.'' அவர் ப்ளொக்கின் விருப்பத்தைப் பூர்த்திசெய்யாமல் பதி லுக்கு ஏதோ அடி கொடுப்பேன் என்று பயமுறுத்தினாரோ என்று ஒருவர் எண்ணக்கூடிய வகையில், இப்போது ப்ளொக் உண்மையில் நடுங்க ஆரம்பித்தான். ''நேற்று நான்'' என்றார் வக்கீல், ''என் நண்பர், மூன்றாம் நீதிபதியைப் பார்க்கப் போயிருந்தேன். அப்போது கொஞ்சம்கொஞ்சமாகப் பேச்சை உன் விஷயத்தின் பக்கம் திருப்பினேன். அவர் என்ன சொன்னார் என்று சொல்லட்டுமா?'' ''ஆகா, தயவுசெய்து சொல்லுங்கள்'' என்றான் ப்ளொக். அப்போது வக்கீல் உடனே பதில் சொல்லாததால், ப்ளொக் மறு

படியும் தன் வேண்டுகோளைக் கூறிவிட்டு, முழங்காலிடப் போவதுபோல் குனிந்தான். அப்போது க. அவனைப் பார்த்து, "என்ன செய்கிறாய்?" என்று கத்தினான். லேனி அவன் கத்தியதைத் தடுக்க விரும்பியதால், அவளுடைய இரண்டாவது கையையும் அவன் பற்றினான். அவன் அவள் மேலிருந்த ஆசையால் அல்ல அவள் கையை அப்படி அழுத்திப் பிடித்தது. அவள் அடிக்கடி முனகிக்கொண்டே தன் கைகளை அவனிடமிருந்து விடுவித்துக்கொள்ள முயன்றாள். ஆனால், க. கத்தியதற்கு ப்ளொக் தண்டிக்கப்பட்டான். ஏனென்றால் வக்கீல் அவனைக் கேட்டார், "யார் உன்னுடைய வக்கீல்?" "தாங்கள் தான்" என்றான் ப்ளொக். "என்னைத் தவிர?" என்று வக்கீல் கேட்டார். "தங்களைத் தவிர வேறு எவருமில்லை" என்றான் ப்ளொக். "அப்படியானால் வேறு யார் கூறுவதையும் கேட்காதே" என்றார் வக்கீல். அவர் கூறியதை ப்ளொக் முழுவதும் ஏற்றுக்கொண்டு, க.வைக் கோபமான பார்வையால் அளந்து அவனைக் கண்டிப்பதுபோல் தலையைப் பலமாக மேலும்கீழும் ஆட்டினான். அவன் செய்கையை வார்த்தைகளில் வடித்திருந்தால் அவை கடும் வசைமொழிகளாக இருந்திருக்கும். இந்த மனிதனிடமா க. தன் சொந்த விஷயத்தைப் பற்றி நட்புறவுடன் பேச விரும்பினான்! "நான் இனிமேல் குறுக்கிடப்போவதில்லை" என்றான் க., நாற்காலியில் சாய்ந்துகொண்டு. "தரையில் மண்டியிடு அல்லது நாய் போல் தரையில் ஊர்ந்துபோ, உனக்கு என்ன விருப்பமோ, அப்படிச் செய். நான் அதைப் பற்றிக் கவலைப்படப் போவதில்லை." ஆனால், க.வின் முன்னிலையிலாவது ப்ளொக்குக்கு சுய மரியாதை இருக்கத்தான் செய்தது. ஏனென்றால், முஷ்டிகளைப் பலமாக ஆட்டிக்கொண்டு அவனை நோக்கிப் பாய்ந்துசென்று, வக்கீலின் அருகில் எந்த அளவுக்குக் கத்தத் தைரியம் இருந்ததோ அந்த அளவு உரக்கக் கத்தினான், "நீங்கள் என்னிடம் இதுபோல் பேசக் கூடாது. அதை நான் அனுமதிக்க மாட்டேன். எதற்காக நீங்கள் என்னை அவமானப்படுத்துகிறீர்கள்? அதுவும் இந்த இடத்தில் வக்கீல் அவர்களின் முன், அவருடைய இரக்க குணத்தினால் தான் நம்மை, நம் இருவரையும், உங்களையும் என்னையும், இங்கே இருக்க விட்டிருக்கும்போது? என்னைவிட நீங்கள் உயர்ந்த மனிதரல்ல, ஏனென்றால் நீங்களும் குற்றம்சாட்டப்பட்டிருக்கிறீர்கள், உங்களுக்கும் வழக்கு இருக் கிறது. அப்படியிருந்தும் நீங்கள் ஒரு மதிப்புள்ள மனிதர் என்றால்—நான் அதைவிட உயர்ந்த மனிதன் இல்லையென்றாலும்—நானும் அதே அளவுக்கு மதிப்புள்ள மனிதன். மேலும் அந்த மரியாதையுடன்தான் எவரும் என்னிடம் பேச வேண்டும், குறிப்பாக நீங்கள். நீங்கள் கூறுவதைப் போல் நான் தரையில் ஊர்ந்துகொண்டிருக்க நீங்கள் இங்கே உட்கார்ந்துகொண்டு அமைதியாக எல்லாவற்றையும் கேட்டுக்கொண்டிருக்கலாம் என்பதால் உங்களுக்குத் தனிச் சலுகை இருக்கிறது என்று நீங்கள் எண்ணினால், நான் உங்களுக்கு ஒரு பழமொழியை நினைவுபடுத்த விரும்புகிறேன். எவர் மேல் சந்தேகம் இருக் கிறதோ அவர் சும்மா இருப்பதை விடச் செயல்படுவதே மேல், ஏனென்றால் எவர் அமைதியாக இருக்கிறாரோ அவர் தன்னையறியாமல் எப்போது வேண்டுமானாலும் ஒரு தராசில் தன் பாவங்களுடன் சேர்த்து எடைபோடப் படலாம்." க. ஒன்றும் கூறவில்லை. வைத்த கண்களை எடுக்காமல் அந்தக் குழம்பிப்போயிருந்த மனிதனை முறைத்துப் பார்த்துக்கொண்டு மட்டும்

இருந்தான். இந்த ஒரு மணி நேரத்திலேயே அவனிடம் எத்தனை மாற்றங்கள் ஏற்பட்டுவிட்டன! அவனை இப்படியும்அப்படியும் அலைக்கழித்து, யார் நண்பர் யார் எதிரி என்று அறிந்துகொள்ள முடியாமல் செய்தது இந்த வழக்கா? வக்கீல் அவனை வேண்டுமென்றே தலைகுனிய வைத்து, க.வின் முன் தன் சக்தியைக் காண்பித்து, தற்பெருமை அடித்துக்கொண்டு, அதனால், ஒரு வேளை க.வையும் அடிபணிய வைப்பதைத் தவிர இம்முறை வேறு ஒரு குறிக்கோளும் அவருக்கு இல்லை என்பதை அவன் உணரவில்லையா? அதைப் புரிந்துகொள்ள ப்ளொக்கிற்குத் திறமை இல்லாவிட்டால், அல்லது அது தெரிந்தும் பயனில்லை என்ற அளவுக்கு வக்கீலுக்கு அவன் பயந்தால், எப்படி அவன் இந்த வக்கீலைத் தவிர இன்னும் மற்ற வக்கீல்களைத் தனக்காக வேலை செய்ய வைத்துக்கொண்டு, அதை வக்கீலிடம் கூறாமலும், ஏமாற்றவும் அவ்வளவு தந்திரமாக அல்லது துணிச்சலாக இருக்க முடியும்? க. அவனுடைய ரகசியத்தை அப்போதே வெளியே சொல்லிவிடலாம் என்ற நிலைமையில் இருக்கும்போது, எப்படி க.வைத் தாக்கத் துணிந்தான்? ஆனால், அவன் இன்னும் அதிகமாகவே செய்யத் துணிந்தான். வக்கீலின் கட்டில் அருகே சென்று இப்போது அங்கே க.வைப் பற்றிப் புகார்செய்யத் தொடங்கினான், ‘‘வக்கீல் ஐயா’’ என்றான் அவன், ‘‘இந்த மனிதன் என்னிடம் எப்படிப் பேசிவிட்டான் என்று தாங்கள் கேட்டீர்களா? இவனுடைய வழக்குத் தொடங்கி சில மணி நேரம்தான் இருக்கும். இருந்தாலும் இப்போதே ஐந்து வருடங்கள் வழக்கில் அடிபட்டிருக்கும் எனக்குப் பாடம் புகட்ட விரும்புகிறான். இவன் என்னைத் திட்டவும் செய்கிறான். இவனுக்கு ஒன்றுமே தெரியாது. இருந்தும், என்னுடைய பலவீனமான சக்திக்கு எட்டிய வரை, ஒருவரின் தராதரம், கடமை, நீதிமன்றப் பழக்கவழக்கங்கள் எல்லாம் எதை எதிர்பார்க்கின்றன என்று மிகச் சரியாக ஆராய்ந்து தெரிந்துகொண்டிருக்கும் என்னை இவன் திட்டுகிறான்.’’ ‘‘யாரைப் பற்றியும் கவலைப்படாதே’’ என்றார் வக்கீல். ‘‘உனக்கு எது சரி என்று படுகிறதோ அப்படிச் செய்.’’ ‘‘நிச்சயம்’’ என்று ப்ளொக் தனக்குத் தானே தைரியம் சொல்லிக்கொள்ளப் பேசுவதைப் போல் கூறிவிட்டு, ஓரக் கண்ணால் சட்டென்று பார்த்துக் கொண்டே கட்டிலின் வெகு அருகில் மண்டியிட்டான். ‘‘நான் மண்டியிட்டுக்கொண்டிருக்கிறேன், வக்கீல் அவர்களே’’ என்றான் அவன். ஆனால் வக்கீல் மௌனமாக இருந்தார். ப்ளொக் ஒரு கையால் ஜாக்கிரதையாக இறகு மெத்தையைத் தடவிக்கொடுத்தான். இப்போது நிலவிய அமைதியில் லேனி தன் கைகளைக் க.விடமிருந்து விடுவித்துக்கொண்டே கூறினாள். ‘‘எனக்கு வலிக்கிறது. என்னை விட்டுவிடு. நான் ப்ளொக்கிடம் செல்கிறேன்.’’ அவள் அங்கிருந்து சென்று கட்டிலின் விளிம்பில் உட்கார்ந்துகொண்டாள். அவள் வந்ததைக் குறித்து ப்ளொக் மிகவும் மகிழ்ச்சியடைந்தான். அவன் உடனே அவளைத் தனக்காக வக்கீலிடம் பேசுமாறு மிகவும் உத்வேகத்துடன், ஆனால் சமிக்ஞைகளினால் வேண்டிக்கொண்டான். வக்கீல் கூறவிருந்த செய்திகள் அவனுக்கு மிகவும் அவசரமாகத் தேவைப்பட்டன என்பது நன்றாகத் தெரிந்தது. ஒருவேளை அவற்றைத் தன்னுடைய மற்ற வக்கீல்களின் மூலம் உபயோகப்படுத்திக்கொள்ளலாம் என்ற நோக்கம் அவனுக்கு இருந்திருக்கலாம். வக்கீலை எப்படிக் கவர்வது என்று ஒருவேளை லேனிக்கு நன்றாகத்

தெரிந்திருக்கலாம். அவள் வக்கீலின் கையைச் சுட்டிக்காட்டி, தன் உதடுகளை முத்தம் கொடுப்பதுபோல் குவித்துக் காட்டினாள். ப்ளொக் உடனே வக்கீலின் கையில் முத்தம் கொடுத்துவிட்டு, லேனி பணித்ததால் இன்னும் ஒரு முறை அப்படியே செய்தான். ஆனால் வக்கீல் இன்னும் மௌனமாகவே இருந்தார். அப்போது லேனி வக்கீலின் மீது குனிந்து—அவள் அப்படி வளைந்த போது அவளுடைய உடலின் அழகான வளர்ச்சியைப் பார்க்க முடிந்தது—அவருடைய முகத்தினருகே மேலும் தாழ்ந்து, அவருடைய நீளமான வெள்ளைத் தலைமுடியைத் தடவிக்கொடுத்தாள். அது அவரிடமிருந்து பதிலைக் கட்டாயப்படுத்தி வரவழைத்துவிட்டது, "அவனிடம் சொல்வதற்குத் தயக்கமாக இருக்கிறது" என்றார் வக்கீல். லேனியின் கை ஸ்பரிசத்தை மேலும் அனுபவிப்பதற்காகவோ என்னவோ, அவர் எப்படி தன் தலையைச் சிறிது அசைத்துக் கொடுத்தார் என்று பார்க்க முடிந்தது. அவர்கள் பேசுவதை உற்றுக் கேட்பது ஒரு கட்டளையை மீறுவதைப்போல், ப்ளொக் குனிந்த தலையுடன் கவனித்துக் கேட்டுக்கொண்டிருந்தான். "ஏன் தயங்குகிறீர்கள்?" என்று லேனி கேட்டாள். ப்ளொக்கிற்கு மட்டும் தன் புதுமையை இழந்திராத, ஆனால் ஏற்கனவே அடிக்கடி திரும்பத்திரும்பப் பேசப்பட்ட, இன்னும் அடிக்கடி பேசப்படப்போகும், ஒத்திகைபார்க்கப்பட்ட உரையாடலைக் கேட்பது போல் க. உணர்ந்தான். "இன்று இவன் ஒழுங்காக நடந்துகொண்டானா?" பதில் சொல்வதற்குப் பதிலாக வக்கீல் ஒரு கேள்வியைக் கேட்டார். அதைப் பற்றி லேனி பேசுவதற்கு முன், ப்ளொக் எவ்வாறு இரு கைகளையும் அவளை நோக்கி உயர்த்திக் கெஞ்சியவாறு அவற்றை ஒன்றோடொன்று தேய்த்தான் என்பதைக் கண்களைத் தாழ்த்திச் சிறிது நேரம் அவனைக் கவனித்தாள். இறுதியில் அவள் வக்கீலின் பக்கம் திரும்பிக் கூறினாள், "இவர் அமைதியாகவும் சுறுசுறுப்பாகவும் இருந்தார்." ஒரு வயது முதிர்ந்த வியாபாரி—நீண்ட தாடி வைத்திருந்த ஒரு மனிதன்—ஒரு இளம் பெண்ணிடம் ஒரு நற்சான்றுக்காகக் கெஞ்சிக்கொண்டிருந்தான். வேறு ஏதோ ஒரு நோக்கத்தை அவன் மனதில் வைத்திருக்கலாம், ஆனால், எதுவும் மற்றவர்கள் பார்வையில் அவனை நியாயப்படுத்தாது. இப்படி நாடகமாடுவதின் மூலம் தன் மனதை மாற்ற எப்படி வக்கீலால் முடியும் என்பது க.வுக்குப் புரியவில்லை. ஏற்கனவே அவர் அவனை அங்கிருந்து விரட்டியிருக்காவிட்டாலும் இந்தக் காட்சியின் மூலம் அதை அவர் செய்துவிட்டிருந்தார். பார்வையாளரையே கிட்டத்தட்ட அவமானப்படுத்தினார். அவர் பார்வையாளரின் கண்ணியத்தையே கிட்டத்தட்ட குலைத்தார். கடைசியில், கட்சிக்காரர் இந்த உலகத்தையே மறந்து, இந்தத் தவறான பாதையில்தான் வழக்கின் முடிவுவரை தான் இழுத்துச் செல்லப்படப்போகிறோம் என்று நம்ப வைப்பதற்குத்தான் வக்கீல் கையாண்ட முறை செயல்பட்டது. நல்ல வேளை, க. அதை அதிக நேரம் சகித்துக்கொண்டிருக்க அவசியம் இல்லை. ப்ளொக் இனி கட்சிக்காரனே அல்ல, ஆனால் வக்கீலின் நாய். அவனை ஒரு நாய் கூண்டுக்குள் செல்வதைப் போல் கட்டிலுக்கடியில் ஊர்ந்து சென்று அங்கிருந்து ஊளையிடுமாறு அவர் கட்டளையிட்டிருந்தாலும், அவன் உற்சாகத்துடன் அப்படிச் செய்திருப்பான். இங்கு நடக்கும் பேச்சுவார்த்தைகளையெல்லாம் சரியாக கிரகித்துக் கொண்டு, எங்கோ ஒரு மேலிடத்தில் புகார்செய்து, அதைப் பற்றி ஒரு மனு

கொடுக்க வேண்டும் என்று பணிக்கப்பட்டதைப் போல் க. மிக்க கவனத்துடனும், தான் இவர்களைவிட உயர்ந்தவன் என்ற எண்ணத்திலும் கேட்டுக் கொண்டிருந்தான். ''அவன் நாள் முழுவதும் என்ன செய்துகொண்டிருந்தான்?'' என்று வக்கீல் கேட்டார். ''அவரை'' என்றாள் லேனி, ''நான் வேலை செய்யும்போது இடைஞ்சல் செய்யாமல் இருப்பதற்காக வழக்கமாக அவர் தங்கும் வேலைக்காரியின் அறையில் வைத்துப் பூட்டிவிட்டேன். அவர் என்ன செய்துகொண்டிருந்தார் என்று அவ்வப்போது இடுக்கு வழியாக நான் பார்க்க முடிந்தது. அவர் படுக்கையின் மீது மண்டியிட்டு உட்கார்ந்து கொண்டு நீங்கள் அவரிடம் கொடுத்திருந்த தஸ்தாவேஜுகளை ஜன்னல் விளிம்பில் வைத்துப் படித்துக்கொண்டேயிருந்தார். அது என்னுள் ஒரு நல்ல அபிப்பிராயத்தை ஏற்படுத்தியது; ஏனென்றால் அந்த ஜன்னலுடன் புகை போக்கிதான் இணைக்கப்பட்டிருக்கிறது, அதன் வழியே கிட்டத்தட்ட வெளிச்சமே வருவதில்லை. இருந்தாலும் ப்ளொக் படித்துக்கொண்டிருந்தது அவர் எவ்வளவு பணிவாக இருக்கிறார் என்பதை எனக்குக் காட்டியது.'' ''இதைக் கேட்பதற்கு எனக்கு சந்தோஷமாக இருக்கிறது'' என்றார் வக்கீல். ''ஆனால் இவன் புரிந்துகொண்டு படித்தானா?'' இந்தச் சம்பாஷணையின் போது ப்ளொக் இடைவிடாமல் உதடுகளை அசைத்துக்கொண்டிருந்தான். லேனி சொல்ல வேண்டுமென்று அவன் நினைத்த பதிலை சொல்லிக்காட்டிக் கொண்டிருந்தான் என்பது நன்றாகத் தெரிந்தது. ''இதற்கு என்னால் உறுதியுடன் பதில்கூற முடியாதுதான். இருந்தாலும், இவர் ஒன்று விடாமல் படித்ததை நான் பார்த்தேன். இவர் நாள் முழுவதும் ஒரே பக்கத்தைப் படித்துக் கொண்டிருந்தார். மேலும், படிக்கும்போது வரிகளில் விரலை வைத்தவாறே படித்தார். நான் இவரைப் பார்த்தபோதெல்லாம், படிப்பது இவருக்குப் பெரும் கஷ்டத்தைக் கொடுத்ததைப்போல் இவர் பெருமூச்சு விட்டுக்கொண்டிருந்தார். நீங்கள் அவரிடம் கொடுத்திருந்த காகிதங்களைப் புரிந்துகொள்வது ஒருவேளை மிகவும் கஷ்டமாக இருக்கலாம்.'' ''ஆமாம்'' என்றார் வக்கீல். ''அது உண்மைதான். இவன் அதிலிருந்து ஏதாவது புரிந்துகொள்வான் என்று நானும் நினைக்கவில்லை. இவனுக்காக வாதாட நான் எவ்வளவு கஷ்டத்துடன் போராட வேண்டியிருக்கிறதென்று இவனுக்குக் காண்பிக்கத்தான் அவற்றைக் கொடுத்தேன். யாருக்காக இந்தக் கஷ்டமான போரை நான் மேற்கொண்டிருக்கிறேன்? அது—அதைச் சொல்வதற்கே சிரிப்பு வரும் போலிருக்கிறது—ப்ளொக்கிற்காக. அதுவும் எதைக் குறிக்கிறது என்பதை இவன் புரிந்து கொள்ளக் கற்றுக்கொள்ள வேண்டும். இடைவிடாமல் இவன் படித்துக் கொண்டிருந்தானா?'' ''கிட்டத்தட்ட இடைவிடாமல்'' என்று லேனி பதிலளித்தாள். ''குடிப்பதற்குத் தண்ணீர் வேண்டுமென்று ஒரே ஒரு முறைதான் இவர் என்னை வேண்டிக்கொண்டார். அப்போது நான் அவருக்கு வென்டிலேட்டர் வழியாக ஒரு கிளாஸ் நீட்டினேன். பிறகு எட்டு மணிக்கு இவரை நான் வெளியே விட்டு, சாப்பிட ஏதோ கொடுத்தேன்.'' ப்ளொக் இங்கு தன்னைப் பற்றிப் புகழ்ச்சியாகப் பேசப்படுவதைப் போலவும், அதனால் க.வுக்கு நல்ல அபிப்பிராயம் ஏற்பட்டிருக்க வேண்டும் என்பதைப் போலவும் க.வின் மீது ஓரக்கண்ணால் பார்வையை வீசினான். அவன் இப்போது மிகுந்த நம்பிக்கை உடையவனைப் போல் தோன்றினான். கட்டுப்பாடு இல்லாமல்

நகர்ந்தான். முழங்காலிட்டவாறே முன்னும்பின்னும் ஆடினான். வக்கீலின் கீழ்க்கண்ட வார்த்தைகளைக் கேட்டு அதே அளவுக்கு அவன் செயலற்றுப் போனான். ‘‘நீ இவனை மிகவும்தான் புகழ்கிறாய்’’ என்றார் வக்கீல், ‘‘அத னால்தான் பேசுவதற்கு எனக்கு மிகவும் கஷ்டமாக இருக்கிறது. சொல்லப் போனால் ப்ளொக்கைப் பற்றியோ அல்லது அவனுடைய வழக்கைப் பற்றியோ நீதிபதி அனுகூலமாகப் பேசவில்லை.’’ ‘‘அனுகூலமாகப் பேச வில்லையா?’’ என்று கேட்டாள் லேனி, ‘‘அது எப்படி முடியும்?’’ நீதிபதி எப் போதோ பேசிய வார்த்தைகளை, இப்போதும் தன்னுடைய நலத்திற்குத் திருப்பிவிடும் சக்தி அவளிடம் இருப்பதாக நம்புவதைப் போல் ப்ளொக் அவளை என்ன நடக்குமோ என்ற தவிப்புடன் கூடிய பார்வையுடன் பார்த் தான். ‘‘அனுகூலமாகப் பேசவில்லை’’ என்றார் வக்கீல், ‘‘நான் ப்ளொக்கைப் பற்றி பேசத் தொடங்கியபோது அவர் சங்கடப்படவும் செய்தார். ‘‘ப்ளொக் கைப் பற்றிப் பேசாதீர்கள்’’ என்றார் அவர். ‘‘அவன் என் கட்சிக்காரன்’’ என்றேன் நான். ‘‘உங்களைத் தவறாகப் பயன்படுத்திக்கொள்ள நீங்கள் அனு மதிக்கிறீர்கள்’’ என்று மறுபடியும் அவர் கூறினார். ‘‘அப்படி இல்லை என்று நினைக்கிறேன்’’ என்றேன் நான். ‘‘ப்ளொக் தன் வழக்கிற்காக மிகவும் உழைக் கிறான், மேலும் தன் விஷயத்தை விடாமல் தொடர்ந்து கவனித்துக்கொண் டிருக்கிறான். எப்போதும் தன் வழக்கில் அன்றன்றைக்கு நடப்பதையெல்லாம் தெரிந்துவைத்துக்கொள்வதற்காகக் கிட்டத்தட்ட என்னுடனேயே வசிக் கிறான். ஒருவரிடம் அது போன்ற ஆர்வத்தை எப்போதும் பார்க்க முடியாது. உண்மைதான், அவன் பார்ப்பதற்கு அசிங்கமாகத்தான் இருக்கிறான், வெறுக்கத் தக்க பழக்கவழக்கங்களுடன் அழுக்காகவும் இருக்கிறான். ஆனால் வழக்கைப் பொறுத்தமட்டில் அவன் அப்பழுக்கற்றவன் என்று கூறினேன். நான் வேண்டுமென்றேதான் மிகைப்படுத்தினேன். அதற்கு அவர் கூறினார், ‘ப்ளொக் வெறும் தந்திரக்காரன். அவன் நிறைய அனுபவத்தைப் பெற்று, வழக்கை இழுத்தடிக்கத் தெரிந்துகொண்டிருக்கிறான். ஆனால் அவனுடைய அறியாமை அவன் குயுக்தியைவிட இன்னும் மிகப் பெரியது. அவனுடைய வழக்கு இன்னும் ஆரம்பமாகவேயில்லை என்று அவனுக்குத் தெரிந்தால், அவனுடைய வழக்குத் தொடங்க இன்னும் முதல் மணிகூட அடிக்கவில்லை என்று ஒருவர் அவனிடம் கூறினால், அவன் அதற்கு என்ன சொல்லுவான்?’— சும்மாயிரு ப்ளொக்’’ என்றார் வக்கீல், ஏனென்றால் ப்ளொக் உடனே தடு மாறும் கால்களுடன் எழுந்திருக்கத் தொடங்கி, நிச்சயம், விளக்கம் கோர விரும்பினான். வக்கீல் மிகத் தெளிவான வார்த்தைகளுடன் ப்ளொக்கின் பக்கம் திரும்பியது இதுதான் முதல்முறை. சோர்ந்த கண்களுடன் பாதிப் பார்வையைக் குறிப்பிட்ட திசை என்றில்லாமலும் பாதியைக் கீழே ப்ளொக்கை நோக்கியும் செலுத்தினார். அவன் அவர் பார்வையினால் மெல்ல மறுபடியும் மண்டியிட்டான். ‘‘நீதிபதியின் இந்தச் சொற்கள் உனக்கு முக்கியமே அல்ல,’’ என்றார் வக்கீல். ‘‘ஒவ்வொரு வார்த்தைக்கும் திடுக் கிடாதே. திரும்பவும் அப்படிச் செய்தால் உன்னிடம் நான் மேலும் ஒன்றுமே கூற மாட்டேன். ஒரு சொல் பேச ஆரம்பிக்குமுன்னமேயே, உன்னுடைய இறுதித் தீர்ப்பு வந்துவிட்டதுபோல் பார்க்கிறாய். என் கட்சிக்காரருக்கு முன்னால் இங்கே வெட்கப்படு! மேலும் அவர் என்மேல் வைத்திருக்கும்

நம்பிக்கையையும் நீ தகர்த்துவிடுகிறாய். என்ன வேண்டுமென்கிறாய்? இன்னும் உயிரோடுதானே இருக்கிறாய்? இன்னும் என் பாதுகாப்பில்தானே இருக்கிறாய்? அர்த்தமில்லாத பயம்! பெரும்பாலானோர் விஷயத்தில் கடைசித் தீர்ப்பு எவர் வாயிலிருந்தும் எந்த நேரத்திலும் எதிர்பாராத சமயம் வரும் என்று நீ எங்கோ படித்திருக்கிறாய். அதைப் பற்றிப் பல கேள்விகள் இருக்கின்றன. என்றாலும் அது நிச்சயம் உண்மை. அதேபோல் உனக்கிருக்கும் பயம் எனக்கு வெறுப்பைத் தருகிறது என்பதும் அதிலிருந்து உனக்கு என்மீது இருக்கத் தேவையான நம்பிக்கை இல்லையென்பதை நான் காண்கிறேன் என்பதும் உண்மை. நான் என்ன சொல்லிவிட்டேன்? ஒரு நீதிபதி கூறியவற்றை இங்கு அப்படியே திரும்பக் கூறினேன். பலவிதக் கருத்துகள், ஒரு வழக்கைச் சுற்றி புகுந்து பார்க்க முடியாத அளவுக்குக் குவிந்துவிடும் என்று உனக்குத் தெரியும். உதாரணத்திற்கு இந்த நீதிபதி; நான் ஒரு கட்டத்திலிருந்து, வழக்கின் ஆரம்பத்தைப் பார்க்கிறேன், அவர் வேறொரு கட்டத்திலிருந்து கணக்கிடுகிறார். கருத்துவேற்றுமை, வேறொன்றுமில்லை. தொன்றுதொட்டு வரும் வழக்கப்படி, வழக்கின் ஒரு கட்டத்தில் மணியடித்து ஒரு அறிவிப்புக் கொடுக்கப்படும். இந்த நீதிபதியின் கருத்துப்படி வழக்கு அதிலிருந்துதான் தொடங்குகிறது. இந்தக் கருத்துக்கு இருக்கும் மறுப்புகளையெல்லாம் என்னால் உனக்கு இப்போது கூற முடியாது. உனக்குப் புரியவும் புரியாது. இதை மறுத்துப் பேச நிறைய இருக்கிறது என்று மட்டும் நீ தெரிந்துகொண்டால் போதும்.'' ப்ளொக் குழப்பத்துடன், கை விரல்களைக் கட்டிலுக்கு அருகிலிருந்த தோலாலான மிதியடிக்கு அடியில் நுழைத்துக்கொண்டான். நீதிபதி கூறியதைக் கேட்டு ஏற்பட்ட பயம் அவனுக்கு வக்கீலிடம் இருந்த அடிமைத்தனத்தைச் சிறிது நேரம் மறக்கச் செய்தது, அவன் தன்னைப் பற்றியே நினைத்துக்கொண்டு நீதிபதியின் வார்த்தைகளைப் பல கோணங்களிலிருந்து பார்த்தான். ''ப்ளொக்'' என்று லேனி எச்சரிக்கும் தொனியில் கூறிவிட்டு, அவன் கோட்டுக் காலரைப் பற்றி அவனைச் சிறிது உயரத் தூக்கினாள். 'மிதியடியை விட்டுவிட்டு வக்கீல் கூறுவதைக் கேள்.''

(இந்த அத்தியாயத்தை ஆசிரியர் முடிக்கவில்லை)

ஒன்பதாவது அத்தியாயம்

பேராலயத்தில்

வங்கிக்கு மிகவும் வேண்டியவனான, இந்த நகருக்கு முதல் முறையாக வந்திருக்கும் ஒரு இத்தாலிய வியாபாரிக்குச் சில நினைவுச்சின்னங்களைச் சுற்றிக்காட்டும் பணியை க.வுக்குக் கொடுத்தார்கள். வேறு ஒரு சமயமாக இருந்திருந்தால் அந்தப் பணியை அவன் பெருமைக்குரியதாக எடுத்துக் கொண்டிருப்பான். ஆனால், இப்போது, வங்கியில் தன் மதிப்பை பெரும் கஷ்டத்துடன்தான் இன்னும் காப்பாற்றிக்கொள்ள வேண்டியிருந்ததால் அதை விருப்பமில்லாமல் ஏற்றுக்கொண்டான். அலுவலகத்திலிருந்து வெளியே செல்ல வேண்டிய நிர்ப்பந்தம் ஏற்பட்டதால் அவன் இழந்த ஒவ்வொரு மணி நேரமும் அவனுக்குக் கவலையை ஏற்படுத்தியது. இப்போதெல்லாம் அலு வலக நேரத்தில் அவனால் முன்னைப் போல் அவ்வளவு வேலை செய்ய முடிய வில்லைதான். பல மணி நேரத்தை அவன் உண்மையான வேலை இருந்தது போன்ற பாவனையில்தான் கழித்தான். ஆனால், அலுவலகத்தில் இல்லாத சமயங்களில் அதே அளவுக்குக் கவலையும் அடைந்தான். அந்தச் சமயங் களிலெல்லாம் எப்போதும் பதுங்கிக் காத்துக்கொண்டிருக்கும் உதவி இயக்குநர் எவ்வாறு அவ்வப்போது அவனுடைய அறைக்குள் வந்தார், அவன் இடத்தில் அமர்ந்துகொண்டார், அவன் எழுதியிருந்த காகிதங்களினூடே யெல்லாம் தேடினார், க.வுக்கு பல வருஷங்களாகக் கிட்டத்தட்ட நண்பர் களைப் போல் பரிச்சயமாகியிருந்த வாடிக்கையாளர்களை வரவேற்றுப் பேசி அவர்களைத் தன் வசப்படுத்திக்கொண்டார், வேலை செய்யும்போது இப்போதெல்லாம் எந்த நேரமும் ஆயிரம் விதங்களில் ஏற்படக்கூடும் என்று அவன் பயந்துகொண்டிருக்கும், இனிமேலும் தவிர்க்க முடியாத தவறுகளை யும் அவர் கண்டுபிடித்துவிட்டார் என்று அவன் பார்ப்பதுபோல் கற்பனை செய்துகொண்டான். அதனால், எப்போதாவது—அது அவனுக்குப் பெருமை சேர்க்கும் என்றாலும்கூட—வேலை விஷயமாக அவன் வெளியே செல்ல வேண்டியிருந்தாலோ அல்லது சிறிது தூரம் பிரயாணம் செய்ய வேண்டி யிருந்தாலோ—அது போன்ற பணிகள் கடந்த சில நாட்களில் யதேச்சை யாகவே அதிகமாகிவிட்டன—அவனைச் சிறிது நேரம் அலுவலகத்திலிருந்து அனுப்பிவிட்டு அவன் சரியாக வேலை செய்திருக்கிறானா என்று பார்க்கிறார் களோ அல்லது குறைந்தபட்சம் வங்கியில் அவனை அவ்வளவு தேவைப்படா தவனாகக் கருதுகிறார்களோ என்ற சந்தேகமாவது அவனுக்கு எழுந்தது. இந்தப் பணிகளில் பெரும்பான்மையை அவன் சுலபமாக மறுத்துவிடலாம். ஆனால் அப்படிச் செய்ய அவன் துணியவில்லை. ஏனென்றால், அவன் சந்தேகித்தது சிறிதளவேனும் உண்மையாக இருந்திருந்தால், பணியைச் செய்ய மறுப்பது தன் அச்சத்தை ஒப்புக்கொள்வதுபோல் ஆகும். இந்தக்

காரணத்தால் அவன் இது போன்ற பணிகளை வெளித் தோற்றத்துக்கு அலட்டிக்கொள்ளாமல் ஏற்றுக்கொள்ள வேண்டியிருந்தது. மேலும், அவன் ஒருமுறை வேலை விஷயமாக மிகவும் கஷ்டமான இரண்டு நாள் பிரயாணத்தை மேற்கொள்ள வேண்டியிருந்தபோது, இலையுதிர்கால மழை பெய்து கொண்டிருந்ததால் அவன் பிரயாணம் செய்யவில்லை என்று மற்றவர்கள் எடுத்துக்கொள்ளக் கூடாது என்று பயந்து, தனக்குத் தாங்க முடியாத அளவுக்கு சளிபிடித்துக்கொண்டிருந்தது என்றுகூட யாரிடமும் கூறவில்லை. அந்தப் பிரயாணத்திலிருந்து மண்டையைப் பிளக்கும் தலைவலியுடன் திரும்பி வந்தபோது, அடுத்த நாள் அவன் இத்தாலிய வியாபாரியை வெளியே அழைத்துப்போக வேண்டும் என்று கேள்விப்பட்டான். இந்த ஒரு முறையாவது முடியாது என்று மறுத்துவிடலாமா என்ற சபலம் மிக வலுவாக இருந்தது. எல்லாவற்றுக்கும் மேலாக, அவனுக்கு இப்போது கொடுத்திருக்கும் வேலை தொழிலுடன் நேரடியாகச் சம்பந்தப்பட்ட வேலையல்ல, ஆனால், இந்த வியாபார நண்பருக்கு அவன் ஆற்ற வேண்டிய நட்புக் கடமை சந்தேகமில்லாமல் க.வுக்கு மட்டுமல்லாமல் மொத்தத்திலேயே முக்கியமாக இருந்தது. வேலையின் முடிவைப் பொறுத்துத்தான் அவன் தன் பதவியில் தொடர்ந்து இருக்க முடியும் என்றும், அவனால் சரியாக இந்த வேலையைச் செய்ய முடியாவிட்டால், அந்த இத்தாலியன் க.வை எதிர்பாராத விதமாக மிக சுவாரஸ்யமான நபராகக் கண்டாலும்—ஆனால், இப்படி நடப்பது சாத்தியமேயில்லை—அவனுக்கு அதனால் ஒரு பயனுமில்லை என்றும் க.வுக்கு நன்றாகத் தெரியும். ஒருநாள்கூட அலுவலகத்திலிருந்து வெளியே தள்ளப்பட அவன் விரும்பவில்லை. ஏனென்றால் திரும்பவும் உள்ளே வர அனுமதிக்கப்பட மாட்டோம் என்ற பயம் மிக அதிகமாக இருந்தது. இந்த பயம் மிகையானது என்று அவன் தெளிவாக உணர்ந்தான். இருந்தாலும் அது அவனை நெருக்கியது. நிச்சயம் இந்த விஷயத்தில் நம்பத் தகுந்த சாக்கு கண்டுபிடிப்பது கிட்டத்தட்ட சாத்தியமில்லைதான். க.வுக்கு இத்தாலிய மொழி அவ்வளவு தெரியாதுதான். இருந்தாலும் அது போதுமானதாக இருந்தது. க.வுக்கு வங்கியில் சேருவதற்கு முன்பே கலை வரலாற்றைப் பற்றிச் சிறிது தெரிந்திருந்தது என்பதுதான் முக்கியமான விஷயம். இந்த விஷயம், க. சிறிது காலம் அந்த நகரத்தின் நினைவுச்சின்னங்களைப் பாதுகாக்கும் குழுவில் ஒருவனாக இருந்தான் என்பதாலும், மிகவும் மிகைப்படுத்தப்பட்ட வகையிலும் தொழில் சம்பந்தப்பட்ட காரணங்களினாலும் வங்கியில் தெரிந்துவிட்டிருந்தது. இத்தாலியனைப் பற்றிய செய்திகளிலிருந்து அவன் ஒரு கலைப்பிரியன் என்று தெரிந்திருந்ததால் அவனுடன் செல்வதற்குக் க.வைத் தேர்ந்தெடுத்தது இயற்கையானதே.

இத்தாலியனின் வருகை, அவனை எதுவும் செய்ய விடாமல் தடுப்பதற்கு முன்பு, குறைந்தபட்சம் சில வேலைகளையாவது செய்து முடிக்க, அவன் கழிக்க வேண்டிய நாளைப் பற்றி மிக எரிச்சலுடன் ஏழு மணிக்கே அலுவலகத்துக்கு வந்தபோது இடியும் மின்னலும் மழையுமாக இருந்தது. அவன் மிகவும் களைப்படைந்திருந்தான். ஏனென்றால் இத்தாலிய மொழியில் பேசுவதற்குத் தயார் செய்துகொள்வதற்காகப் பாதி இரவை இத்தாலிய மொழி இலக்கணத்தைப் படிப்பதில் கழித்திருந்தான். அவனுடைய மேஜையைவிட, சமீப

காலத்தில் அடிக்கடி உட்கார்ந்து பழகிப்போன ஜன்னல்தான் அவனைக் கவர்ந்தது. ஆனால், அதை மீறி வேலை செய்ய அமர்ந்தான். ஆனால், அப்போதே துரதிர்ஷ்டவசமாக ஒரு பணியாள் உள்ளே நுழைந்து, மேலாளர் வந்துவிட்டாரா என்று பார்க்கச் சொல்லி இயக்குநர் தன்னை அனுப்பியதாகவும் சொன்னான். இத்தாலியிலிருந்து அந்த நபர் வந்துவிட்டதால், தயவு செய்து வரவேற்பறைக்கு வருமாறு கேட்டுக்கொண்டார் என்றும் சொன்னான். ''இதோ வருகிறேன்'' என்று க. சொல்லிவிட்டு ஒரு சிறு அகராதியை பாக்கெட்டில் நுழைத்துக்கொண்டு, வெளிநாட்டவருக்கென்று அவன் தயார்செய்து வைத்திருந்த, நகரில் பார்க்க வேண்டிய இடங்களின் புகைப்பட ஆல்பத்தைக் கையில் எடுத்துக்கொண்டு, உதவி இயக்குநர் அறை வழியாக இயக்குநர் அறைக்குச் சென்றான். இவ்வளவு சீக்கிரம் அலுவலகத்துக்கு வந்ததைப் பற்றியும், கூப்பிட்ட குரலுக்கு உடனே பதில்கூற அங்கிருந்ததைப் பற்றியும் அவன் சந்தோஷப்பட்டான். இதை யாரும் உண்மையிலேயே எதிர்பார்த்திருக்க மாட்டார்கள். நடு இரவில் இருப்பதைப் போல் இயக்குநரின் அறை இன்னும் காலியாகத்தான் இருந்தது. பணியாள் அவரையும் வரவேற்பறைக்கு வரச்சொல்லியிருக்க வேண்டும். ஆனால், பயனில்லாமல் போய்விட்டது. க. வரவேற்பறையில் நுழைந்தபோது, இருவரும் புதைந்து அமர்ந்திருந்த சோபாவிலிருந்து எழுந்தார்கள். இயக்குநர் நட்புணர்வுடன் புன்னகை செய்தார். க. வந்தது அவருக்கு மிக்க மகிழ்ச்சி என்று வெளிப்படையாகத் தெரிந்தது. உடனே அவர்களை அவர் அறிமுகம் செய்துவைத்தார். இத்தாலியன் க.வின் கையைப் பலமாகக் குலுக்கிவிட்டு, யாரோ ஒருவரை அதிகாலையில் எழுபவர் என்று குறிப்பிட்டார். யாரைக் குறிப்பிட்டார் என்று க.வுக்குப் புரியவில்லை. மேலும், அது ஒரு புதுமையான வார்த்தையாக இருந்ததால், க. அதன் அர்த்தத்தைச் சிறிது நேரம் கழித்துத்தான் ஊகிக்க முடிந்தது. அவன் அதற்குச் சில சீரான வார்த்தைகளால் பதில் சொன்னதை, இத்தாலியன் நடுங்கும் கையினால் தன்னுடைய சாம்பல் நிறம் கலந்த நீலநிற அடர்த்தியான மீசையைப் பலமுறை தடவியபடி சிரித்துக்கொண்டே கேட்டான். அந்த மீசையில் வாசனைத் தைலம் தடவப்பட்டிருந்தது என்பது தெளிவாகத் தெரிந்தது. அருகே சென்று, அதை முகர்ந்துபார்க்கவும் ஆசை உண்டாயிற்று. எல்லோரும் உட்கார்ந்துகொண்ட பிறகு சில வார்த்தைகளைப் பரிமாறிக்கொள்ளத் தொடங்கியபோது, இத்தாலியன் பேசியது அங்கங்கேதான் புரிந்ததைக் க. பெரும் சங்கடத்துடன் கவனித்தான். இத்தாலியன் மிகவும் நிதானமாகப் பேசியபோது கிட்டத்தட்ட எல்லாவற்றையும் க. புரிந்துகொண்டான். ஆனால், அவன் அப்படிப் பேசியது மிகவும் அபூர்வம். பெரும்பாலும் அவன் வாயிலிருந்து பேச்சு பொங்கிக்கொண்டு வந்தது. இத்தாலியன் அதைக் குறித்து மிகவும் சந்தோஷப்பட்டதுபோல் தலையைத் தலையை ஆட்டினான். அப்படிப் பேசியபோதெல்லாம் அவன் ஏதோ ஒரு பிராந்திய மொழியை உபயோகித்தான். அது க.வுக்கு இத்தாலிய மொழி போலவே தெரியவில்லை. ஆனால், அதை இயக்குநர் புரிந்துகொண்டது மட்டுமல்லாமல் பேசவும் செய்தார், அதை க. எதிர்பார்த்திருக்க வேண்டும். ஏனென்றால், அந்த இத்தாலியன் தென் இத்தாலியிலிருந்து வந்திருந்தான். அங்கு இயக்குநர் சில வருடங்கள் இருந்திருக்கிறார். என்ன இருந்தாலும்,

இத்தாலியனுடன் புரிந்துகொள்ளும் வகையில் உரையாடுவது பெரும் பாலும் முடியாத காரியம் என்று க. தெரிந்துகொண்டான். ஏனென்றால் அவன் பேசும் பிரெஞ்சு மொழியைப் புரிந்துகொள்வதும் கஷ்டமாகத்தான் இருந்தது. மேலும், அவனுடைய உதடுகளின் அசைவுகளைப் பார்த்தாவது அவன் சொல்வதைப் புரிந்துகொள்ளலாம் என்றால், அவற்றையும் அவ னுடைய மீசை மறைத்துக்கொண்டது. நிறைய கஷ்டங்களைக் க. எதிர்பார்க்கத் தொடங்கினான். தற்சமயத்திற்கு இத்தாலியனைப் புரிந்துகொள்ளும் விருப் பத்தைக் கைவிட்டுவிட்டு—அவனை அவ்வளவு சுலபமாகப் புரிந்துகொள் ளும் இயக்குநர் இருந்தபோது அது தேவையற்ற முயற்சியாக இருந்திருக் கும்—அவன் எவ்வாறு சோபாவில் ஆழப் புதைந்து, ஆனால் லேசாக, சாய்ந் திருந்தான் என்பதையும், எவ்வாறு தன் குட்டையான, நேர்க்கோணங்களில் வெட்டித் தைக்கப்பட்டிருந்த சிறிய கோட்டை அடிக்கடி இழுத்துவிட்டுக் கொண்டான் என்பதையும், எவ்வாறு அவன் ஒரு முறை உயரத் தூக்கிய கரங் களின் மணிக்கட்டுகளில் சுலபமாக அசைந்த கைகளால் ஏதோ ஒன்றை எடுத்துக் கூற முயற்சி செய்தான் என்பதையும்—முன்பக்கம் குனிந்து கண் கொட்டாமல் பார்த்தாலும், அவன் பேச்சை க.வால் புரிந்துகொள்ள முடிய வில்லை—மனமொடிந்து கவனிப்பதோடு நிறுத்திக்கொண்டான். வேறு ஒன்றும் செய்யாமல் இயந்திரத்தைப் போல், அவனுக்குப் புரியாத பேச்சைக் கண்களால் மட்டும் தொடர்ந்த க.வை இறுதியில், ஏற்கனவே பீடித்திருந்த அயர்ச்சி மீண்டும் ஆட்கொண்டது. மேலும், தன்னுடைய மறதியில் எழுந்து போக வேண்டும் என்று விரும்பியதை, தானே திடுக்கிடும் வகையில் அதிர்ஷ்ட வசமாகவும் சரியான சமயத்திலும் ஒரு திருடன் கையும்களவுமாகப் பிடி பட்டதுபோல் உணர்ந்துகொண்டான். இறுதியில், இத்தாலியன் கடிகாரத் தைப் பார்த்துவிட்டுக் குதித்தெழுந்தான். இயக்குநரிடமிருந்து அவன் விடை பெற்றுக்கொண்ட பிறகு க.விடம் மிகவும் நெருங்கியே வந்ததால் க. நகருவதற்காகத் தன் சோபாவைப் பின்னுக்குத் தள்ள வேண்டியிருந்தது. இத்தாலிய மொழியினால் க.வுக்கு ஏற்பட்ட கஷ்டத்தை இயக்குநர் அவன் கண்களிலிருந்து நன்றாகத் தெரிந்துகொண்டு, மிகவும் சாமர்த்தியமாகவும், நாசூக்காகவும் உரையாடலில் கலந்துகொண்டு, சிறு யோசனைகள் கூறு வதைப்போல் தோற்றமளிக்கும் வகையில், ஆனால் உண்மையில், இத்தாலி யன் கூறியதையெல்லாம் சளைக்காமல் அவ்வப்போது அவன் பேச்சில் குறுக் கிட்டு, க.வுக்குப் புரியும்படி மிகவும் சுருக்கமாகக் கூறினார். இத்தாலியன் தற் சமயத்திற்கு இன்னும் சில விஷயங்களைக் கவனிக்க வேண்டியிருப்பதாகவும், துரதிர்ஷ்டவசமாக மொத்தத்தில் அவனுக்கு மிகக் குறைந்த நேரமே இருக்கும் என்றும், பார்க்க வேண்டிய எல்லாவற்றையும் அவசரஅவசரமாகப் பார்க்க அவன் ஒருபோதும் விரும்பவில்லை என்றும், அதைவிட முக்கியமாக—நிச்ச யம் க. சரி என்று சொன்னதால்தான், க. தான் இதில் ஒரு முடிவு எடுக்க வேண்டும்—பேராலயத்தை மட்டும் மூலைமுடுக்கு விடாமல் பார்க்க அவன் தீர்மானித்திருப்பதாகவும் க. தெரிந்துகொண்டான். இவ்வளவு படித்தவரும் அன்பானவருமான அவருடன்—இங்கு அவன் க.வைக் குறிப்பிட்டான், ஆனால், க. அவன் கூறியதைப் புறக்கணித்துவிட்டு இயக்குநரின் வார்த்தை களைச் சட்டென்று பிடித்துக்கொள்வதிலேயே இருந்தான்—அதைப்

பார்வையிடச் செய்வதற்காக அவன் பெரும் மகிழ்ச்சியடைந்ததல்லாமல், க.வுக்கு சௌகரியப்பட்டால், இன்னும் இரண்டு மணி நேரத்தில், சுமார் பத்து மணிக்கு, பேராலயத்துக்கு வருமாறு கேட்டுக்கொண்டான். அதே நேரத் துக்குத் தானும் அங்கு நிச்சயம் வர முடியும் என்று சொன்னான். க. அதற் கேற்ப சில வார்த்தைகள் கூறினான். இத்தாலியன் முதலில் இயக்குநரின் கையை, பிறகு க.வின் கையை, பிறகு மறுபடியும் இயக்குநரின் கையைக் குலுக்கிவிட்டு, அவர்கள் இருவரும் பின்தொடர, அவர்கள் பக்கம் பாதி திரும்பியவாறே, ஆனால் பேச்சில் தடையில்லாமல், கதவை நோக்கிச் சென் றான். பிறகு க. இன்னும் சிறிது நேரம் இயக்குநருடன் நின்றிருந்தான். அவர் குறிப்பாக இன்று உடல்நலமின்றிக் காணப்பட்டார். க.விடம் எப்படியாவது மன்னிப்புக் கேட்க வேண்டும் என்று எண்ணி அவர்—இருவரும் மிகவும் அன்னியோன்யமாக அருகருகே ஒன்றாக நின்றிருந்தனர்—முதலில் தானே இத்தாலியனுடன் செல்ல எண்ணியிருந்ததாகவும், ஆனால் பிறகு—அவர் எந்த ஒரு குறிப்பிட்ட காரணத்தையும் கூறவில்லை—க.வையே அனுப்ப முடிவுசெய்ததாகவும் கூறினார். இத்தாலியனை முதலிலேயே புரிந்துகொள்ள முடியாவிட்டாலும் அவன் தடுமாறிப்போகவே வேண்டாமாம், கூறுவதன் அர்த்தம் திடீரென்று புரிந்துவிடுமாம்; அப்படியும் அதிகம் ஒன்றும் புரியா மலேயேபோனாலும் அது ஒன்றும் அவ்வளவு மோசமானதல்லவாம். ஏனென்றால், தான் சொல்வதை மற்றவர்கள் புரிந்துகொள்வது இத்தாலிய னுக்கு அவ்வளவு ஒன்றும் முக்கியமானதல்லவாம். மேலும், க.வுக்கு இத்தா லிய மொழியில் இருந்த திறமை ஆச்சரியப்படும் வகையில் நன்றாகவே இருந்த தாம், மேலும் அவன் நிச்சயம் நிலைமையைப் பிரமாதமாகச் சமாளிப்பா னாம். அத்துடன் க.விடமிருந்து அவர் விடைபெற்றுக்கொண்டார். அவனுக் கிருந்த இன்னும் எஞ்சியிருந்த நேரத்தைப் பேராலயத்தைச் சுற்றிக் காண் பிக்கத் தேவையான, அதிகப் புழக்கத்திலில்லாத வார்த்தைகளை அகராதியி லிருந்து எடுத்து எழுதிக்கொள்வதில் கழித்தான். அந்த வேலை அவனை மிகவும் சோர்வடையச் செய்தது. வேலையாட்கள் தபாலைக் கொண்டு வந்தார்கள். பல விதச் சந்தேகங்களுடன் சக ஊழியர்கள் வந்து க. வேலையில் ஆழ்ந்திருந்ததைக் கவனித்து, க. அவர்களைக் கூப்பிட்டுப் பேசும்வரையில், ஆடாமல் அசையாமல் கதவருகிலேயே நின்றுகொண்டிருந்தார்கள். உதவி இயக்குநரும் க.வின் வேலைக்கு இடைஞ்சல் விளைவிக்கும் சந்தர்ப்பத்தை நழுவ விடவில்லை. அடிக்கடி உள்ளே வந்து, அவன் கையிலிருந்த அகரா தியை எடுத்து ஒரு பிரயோஜனமும் இல்லாமல் அதன் பக்கங்களைப் புரட்டி னார். கதவு திறந்துகொண்டபோது முன்னறையின் அரையிருட்டில் வங்கி யின் வாடிக்கையாளர்கள் தோன்றி, தயங்கியபடி வணங்கினார்கள்—அவர் கள் க.வின் கவனத்தைக் கவர விரும்பினர். ஆனால், அவன் அவர்களைப் பார்த்தானா என்று நிச்சயமாக அவர்களுக்குத் தெரியவில்லை—இவையெல் லாம் ஒரு மையப்புள்ளியைச் சுற்றுவதைப்போல் க.வைச் சுற்றி நிகழ்ந்து கொண்டிருந்த நேரத்தில் அவனோ, தனக்குத் தேவையான வார்த்தைகளை யெல்லாம் ஒன்றாக எழுதிக்கொண்டு பிறகு அகராதியில் அவற்றுக்கான இத்தாலிய வார்த்தைகளைக் கண்டுபிடித்து, எடுத்து எழுதி, பிறகு அவற்றின் உச்சரிப்புகளைச் சொல்லிப்பார்த்து, கடைசியில் மனப்பாடம் செய்துகொள்ள

முயன்றுகொண்டிருந்தான். அவனுக்கு முன்பிருந்த நல்ல ஞாபகசக்தி இப்போது அறவே இல்லாமல் போய்விட்டது போன்று உணர்ந்தான். பல சமயங்களில் அவனுக்கு இந்தக் கஷ்டத்தைக் கொடுத்த இத்தாலியன்மீது பெரும் கோபம் ஏற்பட்டு, இனிமேல் இது போன்று ஆயத்தங்கள் எதுவும் செய்துகொள்ளக் கூடாது என்று உறுதியான எண்ணத்துடன் அகராதியைக் கீழே காகிதங்களுக்கிடையே புதைத்து வைத்தான். ஆனால், பிறகு, பேராலயத்தில் இத்தாலியனோடு கலைப்பொருட்களின் முன்பு மௌனமாக மேலும் கீழும் நடக்கவும் முடியாது என்று உணர்ந்து, இன்னும் பெரும் கோபத்துடன் அகராதியை வெளியே எடுத்தான்.

சரியாக ஒன்பதரை மணிக்கு, அவன் போக விரும்பிய சமயத்தில், தொலைபேசி ஒலித்தது. லேனி அவனுக்கு வணக்கம் கூறிவிட்டு அவன் உடல் நலம் பற்றி விசாரித்தாள். க. அவசரமாக நன்றி கூறிவிட்டு, இப்போது அவளுடன் பேச இயலாது, ஏனென்றால் அவன் பேராலயத்துக்குச் செல்ல வேண்டும் என்று கூறினான். ‘‘பேராலயத்திற்கா?’’ என்று லேனி கேட்டாள். ‘‘ம்... ஆமாம் பேராலயத்திற்குதான்.’’ ‘‘பேராலயத்திற்கு ஏன்?’’ என்றாள் லேனி. க. அவளுக்குச் சுருக்கமாக விளக்கத் தொடங்கியவுடன், அவள் திடீரென்று, ‘‘அவர்கள் உங்களை விரட்டுகிறார்கள்’’ என்று கூறினாள். தான் கேட்காத, எதிர்பார்க்காத, பச்சாதாபத்தைக் க.வினால் பொறுத்துக்கொள்ள முடியவில்லை. அவன் இரண்டு வார்த்தைகள் மட்டுமே பேசி விடைபெற்றுக் கொண்டான். இருந்தாலும், ரிஸீவரைக் கீழே வைத்துக்கொண்டே ‘‘ஆமாம், அவர்கள் என்னை விரட்டுகிறார்கள்’’ என்று பாதி தனக்குத் தானேயும் பாதி தொலைவிலிருந்த, தொலைவில் எதையும் சரியாகக் கேட்க முடியாத நிலையிலிருந்த அந்தப் பெண்ணிடமும் கூறினான்.

இப்போதே வெகு நேரம் ஆகிவிட்டது, அவன் குறிப்பிட்ட நேரத்துக்கு அங்கு போய்ச் சேர முடியுமா என்றே சந்தேகம் இருந்தது. அவன் காரில் சென்றான். கடைசி நிமிஷத்தில் ஆல்பமும் நினைவுக்கு வந்தது. அதை முன்பே கொடுக்கச் சந்தர்ப்பம் கிடைக்காததால் இப்போது, அதைத் தன்னுடன் எடுத்துச் சென்றான். அதை மடியில் வைத்துக்கொண்டு வழி முழுவதும் மன அமைதியில்லாமல் அதன் மேல், விரல்களால் தட்டிக்கொண்டே வந்தான். மழை தணிந்துவிட்டிருந்தது. ஆனால், காற்றில் ஈரம் கலந்து குளிர்ச்சியாக இருந்தது. மேலும் இருட்டாக இருந்தது. பேராலயத்தில் ஒன்றுமே சரியாகப் பார்க்க முடியாமல் போகலாம். ஆனால், அங்கே வெகு நேரம் சில்லென்ற தரையின் மீது நிற்கவேண்டியிருக்குமாதலால் க.வின் சளி இன்னும் மோசமாகிவிடக்கூடும். பேராலயம் இருந்த இடத்தில் ஆள் நடமாட்டமும் இல்லை. இந்தக் குறுகிய இடத்திலிருந்த வீடுகளில் கிட்டத்தட்ட எல்லா ஜன்னல்களிலும் திரைகள் தொங்கிக்கொண்டிருந்ததைச் சிறுவனாக இருந்தபோதே அவன் கவனித்திருந்தது நினைவுக்கு வந்தது. மற்ற நாட்களைவிட இன்றைக்கிருந்த குளிரில் திரைகள் இழுத்துவிடப்பட்டிருந்ததும் சரிதான். பேராலயத்தின் உள்ளேயும் ஆள் நடமாட்டமே இல்லாததுபோல் தோன்றியது. இந்தச் சமயத்தில் இங்கு வர ஒருவருக்கும் தோன்றாதுதான். க. வேகமாக இரண்டு புறமும் பார்த்துக்கொண்டே சென்றான். ஒரு கிழவி மட்டும் குளிருக்காக ஒரு துணியைப் போர்த்திக்கொண்டு, மேரியின் படம் ஒன்றின்

முன் முழங்காலிட்டு அதைப் பார்த்துக்கொண்டிருந்ததை அவன் கவனித் தான். பிறகு நொண்டியவாறு வேலையாள் ஒருவனும் கதவு வழியாகச் சென்று மறைவதைத் தூரத்திலிருந்து பார்த்தான். குறிப்பிட்ட நேரத்துக்கே க. வந்துவிட்டான். அவன் உள்ளே நுழைந்த அதே கணம் மணி பத்தடித்தது. ஆனால், இத்தாலியன் இன்னும் இங்கு வரவில்லை. க. முன் நுழைவாயிலுக்கு மறுபடியும் சென்று, அங்கு சிறிது நேரம் செய்வதறியாமல் நின்றுவிட்டு, பிறகு, ஒருவேளை இத்தாலியன் ஏதாவதொரு பக்கவாயிலில் காத்துக்கொண் டிருப்பானோ என்று பார்க்க, பேராலயத்தை மழையில் ஒருமுறைச் சுற்றி வந்தான். அவனை எங்குமே காண முடியவில்லை. ஒருவேளை அவர்கள் சந்திக்க வேண்டிய நேரத்தை இயக்குநர் தவறாகப் புரிந்துகொண்டிருப் பாரோ? எப்படி அவனைச் சரியாகப் புரிந்துகொள்வது? எப்படியிருந்தாலும் க. குறைந்தபட்சம் அரைமணி நேரமாவது அவனுக்காகக் காத்திருக்க வேண் டும். அவன் களைப்பாக இருந்ததால் உட்கார விரும்பினான். அவன் மறுபடி யும் பேராலயத்தினுள் சென்று ஒரு படிக்கட்டின் மீது கம்பளம் போன்றிருந்த ஒரு சிறு கந்தையை முன்னங்காலால், அருகிலிருந்த பெஞ்சின் முன் இழுத்துப் போட்டு, மேல்கோட்டை நன்றாகச் சுற்றி இறுக்கிக்கொண்டு, காலரை இழுத்துவிட்டுக்கொண்டு உட்கார்ந்தான். பொழுதுபோக்காக, ஆல்பத்தைத் திறந்து சிறிது புரட்டிப் பார்த்தான். ஆனால், சீக்கிரமே அதை மூடிவிட வேண்டியிருந்தது. ஏனென்றால், அவன் தலைநிமிர்ந்து பார்த்தபோது, அருகி லிருந்த சாரியில் ஒன்றுமே தெளிவாகத் தெரியாத அளவுக்கு இருட்டிவிட் டிருந்தது.

தூரத்தில், நடுவேயிருந்த பெரிய பலிபீடத்தில் மூன்று மெழுகுவர்த்தி கள் ஒரு பெரும் முக்கோணவடிவில் மினுங்கிக்கொண்டிருந்தன. அவற்றை ஏற்கனவே பார்த்திருந்தானா என்று க.வினால் நிச்சயமாகக் கூற முடிய வில்லை. ஒருவேளை இப்போதுதான் அவை ஏற்றப்பட்டிருக்கலாம். தேவா லயப் பணியாட்களெல்லாம் ஓசைப்படாமலேயே வேலை செய்வார்கள், மற்றவர் கண்களுக்குத் தென்பட மாட்டார்கள். யதேச்சையாகக் க. பின்னால் திரும்பியபோது சிறிது தூரத்தில், ஒரு தூணில் பொருத்தப்பட்டிருந்த நீள மான, பருமனான மெழுகுவர்த்தி அந்த மூன்று மெழுகுவர்த்திகள் போலவே எரிந்துகொண்டிருந்தது. தூணின் பக்கங்களிலிருந்த சிறு தொழுகை மேடை களைச் சுற்றியிருந்த இருளில் தொங்கிக்கொண்டிருந்த படங்களின் மீது ஒளி விழுவது அழகாகத்தான் இருந்தாலும், அது தேவையான அளவுக்கு ஒளியைத் தரவில்லை. சொல்லப்போனால் அது இருளை இன்னும் அதிகமாக எடுத்துக் காட்டிற்று. இத்தாலியன் அங்கு வராதது எவ்வளவு மரியாதைக் குறைவான செயலோ அவ்வளவு புத்திசாலித்தனமானதும்கூட. எதையுமே பார்த்திருக்க முடியாது. க.வின் கைவிளக்கின் ஒளியில் ஒரு சில படங்களைக் கொஞ்சம் கொஞ்சமாகப் பார்த்துதான் திருப்தியடைந்திருக்க வேண்டும். அது எப்படி யிருக்கும் என்று தெரிந்துகொள்வதற்காக, க. அருகிலிருந்த ஒரு சிறு ஆலயத் துக்குச் சென்று, சில படிகள் ஏறி ஒரு தாழ்வான பளிங்குக் கிராதிக்குச் சென்று அதன் மீது குனிந்து, ஒரு பலிபீடத்தின் மீதிருந்த படத்தின் மேல் தன் விளக்கி னால் ஒளி வீசினான். அதன் முன் அணையாவிளக்கு இடைஞ்சலாகத் தொங்கிக்கொண்டிருந்தது. க. முதலில் பார்த்து ஒரு அளவுக்கு யூகித்தது,

படத்தின் ஒரு கோடியில் தீட்டப்பட்டிருந்த கவசங்கள் அணிந்த ஆஜானு பாகுவான ஒரு மாவீரன். அவனுக்கு முன் வெறும் தரையில் ஒரு சில புற்களே இங்குமங்கும் வளர்ந்திருந்தன—குத்திட்டு வைத்திருந்த தன்னுடைய வாளின் மீது அவன் சாய்ந்து நின்றுகொண்டிருந்தான். அவன், தனக்கு முன் நிகழ்ந்துகொண்டிருந்த ஏதோ ஒன்றை மிகவும் கவனத்துடன் பார்ப்பதுபோல் தோன்றியது. அந்த வீரன் அதன் அருகே செல்லாமல் அப்படியே நின்று கொண்டிருந்தது ஆச்சரியமாக இருந்தது. காவல் காப்பதற்கென்றே ஒரு வேளை அவன் அங்கு நிறுத்தப்பட்டிருக்கலாம். வெகு காலமாகப் படங் களையே பார்த்திராத க. தன் அணையாவிளக்கின் பச்சை ஒளியைத் தாங்க முடியாமல் இடைவிடாமல் கண்களைச் சிமிட்ட வேண்டியிருந்தும், அந்த வீரனைச் சிறிது நேரம் உன்னிப்பாகப் பார்த்தான். பிறகு, அவன் விளக்கைப் படங்களின் மற்ற பகுதிகளில் அடித்தபோது ஏசுவைப் புதைக்கும் காட்சியை மரபு முறையில் தீட்டியிருந்ததைக் கண்டான். மேலும், அது சமீபத்தில் வரையப்பட்ட படம். அவன் கைவிளக்கைப் பையில் போட்டுக்கொண்டு தன் இடத்திற்கு மீண்டும் திரும்பினான்.

இத்தாலியனுக்காகக் காத்துக்கொண்டிருக்க இப்போது தேவையில்லை. ஆனால், வெளியே நிச்சயம் மழை கொட்டிக்கொண்டிருந்ததாலும், அங்கே எதிர்பார்த்ததுபோல் அவ்வளவு சில்லென்று இல்லாததாலும், அங்கேயே இருக்கக் க. முடிவு செய்தான். அவனுக்கு அருகில் பெரும் பிரசங்க மேடை யிருந்தது. அதன் சிறிய, குவிந்த கூரையின் உட்புறத்தில் அலங்காரம் ஏதுமற்ற இரண்டு பொற்சிலுவைகள் சற்றே சாய்வாகப் பொருத்தப்பட்டிருந்தன. அவை தத்தம் கோடியில் ஒன்றையொன்று குறுக்கிட்டன. கைப்பிடிச் சுவரின் வெளிப் பக்கத்திலும் கூரையைத் தாங்கும் தூண்களுக்குச் செல்லும் பாதை யிலும் இலைகள், கொடிகள் செதுக்கப்பட்டிருந்தன. குட்டி தேவதூதர்கள் சில சமயம் துடிப்புடனும் சில சமயம் அமைதியுடனும் அவற்றைப் பிடித்துக் கொண்டிருந்தனர். க. மேடைமுன் அடியெடுத்து வைத்து, அதை எல்லாப் பக்கங்களிலிருந்தும் பரிசீலனை செய்தான். கல்லிலிருந்த வேலைப்பாடு மிக அக்கறையுடன் செய்யப்பட்டிருந்தது. இலைகளின் வேலைப்பாட்டிலும் அவற்றுக்குப் பின்னாலும் இருந்த அடர்ந்த இருட்டு, பிடித்துச் சிறை வைக்கப்பட்டதுபோல் இருந்தது. க. தன் கையை அது போன்ற ஒரு இடை வெளியில் வைத்து, கல்லை மிகவும் ஜாக்கிரதையாகத் தடவிப்பார்த்தான். இந்த மேடை இங்கு இருந்தது அவனுக்கு இதுவரை தெரிந்திருக்கவில்லை. அப்போது அடுத்த பெஞ்சு வரிசையின் பின் ஒரு தேவாலயப் பணியாள் மடிப் புகளுடன் தொங்கிக்கொண்டிருந்த ஒரு கருப்புக் கோட்டுடன் நின்றவாறு இடது கையில் ஒரு பொடி டப்பியை உற்றுப் பார்த்துக்கொண்டிருந்ததைக் க. யதேச்சையாகக் கவனித்தான். அவனுக்கு இங்கு என்ன வேலை என்று எண்ணினான். அவன் என்னைச் சந்தேகிக்கிறானா? அவனுக்கு ஏதாவது சில்லறை வேண்டுமா? க. தன்னைக் கவனித்துவிட்டான் என்று தேவாலயப் பணியாள் இப்போது கண்டுகொண்டதும், வலது கையால்—இரண்டு விரல்களுக்கு நடுவே அவன் ஒரு சிட்டிகை மூக்குப்பொடியை வைத்திருந் தான்—குறிப்பாக இல்லாமல் ஏதோ ஒரு திசையில் காட்டினான். அவன் செய்கையை அவ்வளவாகப் புரிந்துகொள்ள முடியவில்லை. க. இன்னும்

சிறிது நேரம் காத்திருந்தான். ஆனால், தேவாலயப் பணியாள் கையால் ஏதோ ஒன்றைச் சுட்டிக்காட்டுவதை நிறுத்தவில்லை. மேலும் தலையை அசைத்து அதை உறுதிப்படுத்தினான். ''என்ன சொல்கிறீர்கள்?'' என்று க. தாழ்ந்த குரலில் கேட்டான். இங்கு சத்தமாகப் பேச க. துணியவில்லை; பிறகு பர்ஸை வெளியில் எடுத்துக்கொண்டு, அந்த மனிதனிடம் செல்வதற்காக அடுத்த பெஞ்சினூடே நுழைந்து சென்றான். ஆனால், அவனோ, உடனே தன் கைக ளால் தடுப்பதுபோல் செய்கை செய்துவிட்டு தோள்களைக் குலுக்கிவிட்டு அங்கிருந்து நொண்டிக்கொண்டே சென்றான். க. சிறுவனாக இருந்தபோது, இதுபோல் வேகமாக நொண்டிக்கொண்டே நடக்கும் விதத்தில் தான் குதிரை மீது சவாரி செய்வதாகப் பாவனை செய்திருக்கிறான். ''மூளையில்லாத கிழ வன்'' என்று க. எண்ணினான். அவன் மூளை தேவாலய வேலைகளைச் செய்ய மட்டும்தான் போதுமானதாக இருக்கிறது. நான் நின்றால் எப்படி அவனும் நிற்கிறான். நான் தொடர்ந்து வருகிறேனா என்று எப்படி அவன் பதுங்கிப் பார்க்கிறான். புன்னகைத்துக்கொண்டே க. கிழவனைப் பெஞ்சுகளுக் கிடையேயிருந்த வழி முழுவதும் பின்தொடர்ந்து, கிட்டத்தட்ட முக்கிய வழிபாட்டுப் பீடம்வரை சென்றுவிட்டான். கிழவன் ஏதோ ஒன்றைக் காண் பிப்பதை நிறுத்தவில்லை. ஆனால், க. வேண்டுமென்றே திரும்பிப் பார்க்க வில்லை. தான் அந்தக் கிழவனைப் பின்தொடருவதிலிருந்து தன்னைத் தவிர்த்துக்கொள்வதைத் தவிர அவன் அப்படிக் காட்டியதற்கு வேறு ஒரு நோக்கமும் இருக்க முடியாது. கடைசியில் அவனை விட்டுவிட்டான். அவனை மிகவும் அச்சுறுத்த விரும்பவில்லை. மேலும், இத்தாலியன் வரும் பட்சத்தில் இந்தப் பணியாளை அவன் முற்றிலும் விரட்டிவிட விரும்ப வில்லை.

ஆல்பத்தை அவன் விட்டுவிட்டுச் சென்றிருந்த இடத்தைக் கண்டுபிடிப் பதற்காகப் பிரதான வழிக்கு அவன் வந்தபோது, தேவாலய இசைக்குழுவின் பெஞ்சுகளுக்கு வெகு அருகில் வேலைப்பாடற்ற, சாம்பல் நிறக் கல்லால் செய்யப்பட்ட மிக எளிய சிறு பிரசங்க மேடை ஒன்று ஒரு தூணுக்கு அருகில் இருப்பதைக் கவனித்தான். அது மிகவும் சிறியதாக இருந்ததால் தூரத்தி லிருந்து பார்ப்பதற்கு ஒரு சிலையைப் பொருத்திவைப்பதற்காக ஏற்படுத்தி, இன்னும் காலியாக இருக்கும் மாடம்போல் தோன்றியது. அங்கு பிரசங்கம் செய்பவர் கைப்பிடிச் சுவரிலிருந்து நிச்சயம் ஒரு அடிகூடப் பின்னால் எடுத்து வைக்க முடியாது. அது மட்டுமல்லாமல், பிரசங்க மேடையின் கல்லாலான குடையின் வளைவு எந்தவித அலங்காரமுமின்றி அசாதாரணமாக உயர்ந்து குழிந்திருந்ததால் அதன் விளிம்பு மிகவும் தாழ்ந்திருந்தது; அதனால் நடுத்தர உயரமான மனிதன் அங்கு நிமிர்ந்து நிற்க முடியாமல், மாறாக, எப்போதும் கைப்பிடிச்சுவரின் மீது குனிந்து நிற்க வேண்டியிருக்கும். இது பிரசங்கம் செய்பவரை முற்றிலும் துன்புறுத்துவதற்காகச் செய்யப்பட்டது போன்றிருந் தது. இன்னும் அதிகக் கலையழகுடன் அலங்கரித்திருந்த மற்ற பிரசங்க மேடை கள் இருக்கும்போது, இந்தப் பிரசங்க மேடை எதற்கு என்று புரியவில்லை. பிரசங்கம் செய்வதற்குச் சிறிது நேரத்துக்கு ஆயத்தம் செய்வதைப் போல் மேடைக்கு மேல் ஒரு விளக்கு பொருத்திவைக்கப்பட்டிராவிட்டால், இந்தச் சிறு பிரசங்கமேடை க.வின் கண்களுக்கும் புலப்பட்டிருக்காது. இப்போது

ஏதோ ஒரு பிரசங்கம் தொடங்க இருக்குமோ? காலியாக இருந்த தேவாலயத்திலா? தூண்களை அணைத்தவாறு பிரசங்க மேடைக்குச் சென்ற படிக்கட்டுகளைக் க. குனிந்து பார்த்தான். அவை மனிதர்களுக்காக அல்லாமல், தூண்களுக்கு வெறும் அலங்காரமாக இருப்பதுபோல் அவ்வளவு குறுகலாக இருந்தன. ஆனால், கீழே—க. ஆச்சரியத்தால் புன்னகை செய்தான்—உண்மையில் ஒரு பாதிரி, மேடையில் ஏறுவதற்குத் தயாராகக் கைப்பிடியில் கையை வைத்து நின்றுகொண்டு க.வைப் பார்த்தார். அவர் மிகவும் லேசாகத் தலையை அசைத்தார். அதற்குக் க. சிலுவைக்குறி செய்துவிட்டு வணங்கினான். அதை அவன் முன்பே செய்திருக்க வேண்டும். பாதிரி தன்னைச் சிறிது உந்திக்கொண்டு, வேகமாக, குறுகிய அடி எடுத்து வைத்துப் பிரசங்க மேடைமீது ஏறினார். உண்மையிலேயே பிரசங்கம் தொடங்கவிருக்கிறதா? ஒருவேளை தேவாலயப் பணியாள் தன் புத்திசுவாதீனத்தை இழந்திருக்கவில்லை போலும், க.வைப் பிரசங்கியிடம் துரத்த விரும்பினான் போலும். அது நிச்சயம் இந்தக் காலியான தேவாலயத்தில் அவசியமாக இருந்தது. அது மட்டுமல்லாமல், இன்னும் எங்கோ புனித மேரியின் படத்திற்கு முன் இருந்த கிழவியும் வந்திருக்க வேண்டும். மேலும் இங்கு ஒரு பிரசங்கம் நடக்கவிருந்தால், அதற்கு முன் ஏன் ஆர்கனின் இசை எழவில்லை? ஆனால், அந்த ஆர்கன் மௌனமாக உச்சியில் இருளில் மங்கலாக மினுங்கிக்கொண்டிருந்தது.

இப்போதே இங்கிருந்து வேகமாக வெளியே போய்விட்டால் என்ன என்று க. எண்ணினான். இப்போதே அவன் அப்படிச் செய்யாவிட்டால், பிரசங்கத்தின்போது அப்படிச் செய்யச் சந்தர்ப்பமே இருக்காது. பிறகு அது முடியும்வரை அவன் இருக்க வேண்டியிருக்கும். அலுவலகத்தில் அவனுடைய நேரம் எவ்வளவோ வீணாகிவிட்டது. இத்தாலியனுக்காகக் காத்துக்கொண்டிருக்க வேண்டிய நேரம் எப்போதோ கடந்துவிட்டது. அவன் தன் கடிகாரத்தைப் பார்த்தான், மணி பதினொன்று. இப்போது உண்மையிலேயே பிரசங்கம் செய்ய முடியுமா? க. மட்டுமே பங்கின் உறுப்பினர்கள் எல்லோருக்குமான பிரதிநிதியாக இருக்கமுடியுமா? தேவாலயத்தைப் பார்வையிட வந்த வெளிநாட்டவனாக அவன் இருந்திருந்தால்? அடிப்படையில் அவன் ஒரு அந்நியன்தான். இப்போது, பதினோரு மணிக்கு, வேலை நாளன்று, மோசமாக மழை பெய்துகொண்டிருக்கும்போது, இங்கு பிரசங்கம் செய்யப்படும் என்று நினைப்பது அபத்தம். அதனால் அந்தப் பாதிரி—சந்தேகமில்லாமல் அது பாதிரிதான், வழுவழுப்பான கருமையான முகமுடைய இளைஞர் அவர்—தவறுதலாக ஏற்றப்பட்டுவிட்ட விளக்கை அணைப்பதற்காகத்தான் மேலே சென்றுகொண்டிருக்க வேண்டும். ஆனால், பாதிரி அப்படிச் செய்யவில்லை, மாறாக, விளக்கை அவர் பரிசீலனை செய்துபார்த்து, அதை இன்னும் சிறிது நன்றாகத் திருகிப் பொருத்திவிட்டு, மெள்ளக் கைப்பிடிச் சுவரின் முனையைக் கைகளால் பற்றினார். சிறிது நேரம் அப்படியே நின்றுகொண்டு, தலையை அசைக்காமல் சுற்றுமுற்றும் பார்த்தார். க. கணிசமாகவே பின்வாங்கியிருந்தான். பிறகு முழங்கையால் முதலிலிருந்த பெஞ்சின் மீது சாய்ந்துகொண்டான். நிலைகொள்ளாத பார்வையுடன் அவன் எங்கோ—எந்த இடம் என்று சரியாக நிச்சயிக்க முடியவில்லை—கூன் விழுந்த முதுகுடன், பணியைச் செய்து முடித்துவிட்டது போன்ற அமைதியுடன் கூனிக் குறுகி உட்கார்ந்து

கொண்டிருந்த தேவாலயப் பணியாளைப் பார்த்தான். இப்போது பேராலயத் தில் ஒரு அமைதி! ஆனால், க. அதைக் குலைக்க வேண்டியிருந்தது. இங்கே தங்கும் எண்ணம் அவனுக்கில்லை. ஒரு குறிப்பிட்ட நேரத்தில், சூழ்நிலை யைப் பற்றி யோசித்துப்பார்க்காமல் பிரசங்கம் செய்வது பாதிரியின் கடமை என்றால், அவர் அப்படிச் செய்துவிட்டுப் போகட்டும், க. அங்கிருப்பதால் எப்படி அதன் பயன் நிச்சயம் அதிகமாகிவிடப்போவதில்லையோ, அதே போல் க.வின் உதவியில்லாமலேயே அது நடக்கலாம். அதனால் க. மெதுவாக நடக்க ஆரம்பித்து பாதங்களின் நுனிகளினால் மெல்ல அடியெடுத்து பெஞ்சை அணுகி, பிறகு பரந்த பிரதான வழியை அடைந்து, அங்கேயும் ஓசை யெழுப்பாமலேயே நடந்தான். ஆனால், மிகவும் லேசாக எடுத்துவைத்த அடிகளையும் கல்தரை ஒலிக்கச் செய்து, குவிந்திருந்த கூரைகள் லேசாகவும் ஆனால், இடைவிடாமலும், அந்த அடிகளைப் பலமுறை ஒரே கதியில் எதிரொலித்தன. அங்கு, காலியான பெஞ்சுகளுக்கு நடுவே தனியாக—பாதிரி ஒருவேளை அவனைக் கண்காணிக்கிறாரோ—நடந்து சென்றபோது க. சிறிது தனித்து விடப்பட்டுவிட்டவன்போல் உணர்ந்தான். மேலும், பேராலயத்தின் பரிமாணங்கள், மனிதனால் தாங்க முடிகிற அளவின் எல்லையில் இருப்பது போல் அவனுக்குத் தோன்றியது. முன்பு உட்கார்ந்திருந்த இடத்திற்கு வந்த தும், அவன் அங்கே விட்டுவிட்டுச் சென்றிருந்த ஆல்பத்தை ஒரு கணம்கூடத் தாமதிக்காமல் தாவி எடுத்துக்கொண்டான். அவன் பெஞ்சுகளிலிருந்த இடத்தை விட்டு பெஞ்சுகளுக்கும் வெளிவாயிலுக்கும் நடுவேயிருந்த காலி யான இடத்தைக் கிட்டத்தட்ட அடைந்துவிட்டிருந்தபோது முதல் முறை யாகப் பாதிரியின் குரலைக் கேட்டான். அது உறுதியான, நன்கு பண்பட்ட குரல். அதை விழுங்கிவிடத் தயாராக இருந்த பேராலயத்தையும் எப்படி அது துளைத்தது! மற்ற எவரையும் பாதிரி கூப்பிடவில்லை, அது மிகவும் தெளிவாக இருந்தது. அதிலிருந்து தப்பியோட வழியில்லை. அவர் கத்தினார்: ''யோசஃப் க.!''

க. சட்டென்று நின்று தரையைப் பார்த்தான். அவன் தற்சமயத்திற்கு இன்னும் சுதந்திரமாகத்தான் இருந்தான். மேலும் நடந்து சென்று, அவனுக்குச் சிறிது அருகிலேயேயிருந்த மூன்று சிறிய கருநிற மரக்கதவுகளில் ஒன்றின் வழி யாக அங்கிருந்து தப்பிவிடலாம். அப்போது அவன் புரிந்துகொள்ளவில்லை என்றோ, அல்லது புரிந்துகொள்ளத்தான் செய்தான் ஆனால், அதைப் பற்றிக் கவலைப்பட விரும்பவில்லை என்றோதான் பொருள்படும். ஆனால், அவன் திரும்பும் பட்சத்தில் மாட்டிக்கொள்வான். ஏனென்றால் அப்போது அவன் நன்றாகப் புரிந்துகொண்டான் என்றும், உண்மையில் அவன்தான் அழைக்கப் பட்டவன் என்றும், அழைப்பிற்கிணங்கிச் செல்வான் என்றும் ஒப்புக்கொண் டவனாகிவிடுவான். பாதிரி இன்னொரு முறை கூப்பிட்டிருந்தால், க. நிச்ச யம் அங்கிருந்து சென்றுவிட்டிருப்பான். எல்லாம் அமைதியாக இருந்ததால் எவ்வளவு நேரம் க. காத்திருந்தானோ அவ்வளவு நேரமும் அவன் தலையைச் சிறிது திருப்பவும் செய்தான். ஏனென்றால், பாதிரி இப்போது என்ன செய் கிறார் என்று பார்க்க விரும்பினான். அவர் முன் போலவே மேடையில் அமைதியாக நின்றுகொண்டிருந்தார். க. தலையைத் திருப்பியதை அவர் கவனித்திருக்க வேண்டும் என்பது தெளிவாகத் தெரிந்தது. ஆனால், க.

முழுமையாகத் திரும்பியிராவிட்டால், குழந்தைகளின் கண்ணாமூச்சி விளையாட்டுப்போல் இருந்திருக்கும். அவன் அப்படிச் செய்தான், பிறகு பாதிரி விரலால் சைகைசெய்து அருகே வரும்படி அவனை அழைத்தார். இப்போது எல்லாமே வெளிப்படையாக நடக்க முடியுமாதலால், அவன் ஓடினான்—அபரிமித ஆவலினாலும், விஷயத்தை விரைவில் முடித்துவிடவும் அவன் அப்படிச் செய்தான்—நீண்ட தாவும் அடிகள் எடுத்துவைத்து மேடையை நோக்கி ஓடினான். முதலிலிருந்த பெஞ்சுகளின் அருகில் அவன் நின்றான். ஆனால், பாதிரிக்கு அந்த இடைவெளியும் மிக அதிகமாகத் தோன்றியது. அவர் கையை நீட்டி, நன்றாகக் கீழ் நோக்கி மடங்கியிருந்த ஆள்காட்டி விரலினால் மேடைக்குமுன் வெகு அருகிலிருந்த ஒரு இடத்தைச் சுட்டிக்காட்டினார். க. அவர் சொன்னபடியே செய்தான். அவன் அந்த இடத்திலிருந்து பாதிரியைப் பார்ப்பதற்குத் தலையைப் பின்னுக்கு நன்றாகச் சாய்க்க வேண்டியிருந்தது. ‘‘நீ யோசஃப் க’’ என்று பாதிரி கூறிவிட்டு, தெளிவற்ற அசைவுடன் ஒரு கையைக் கைப்பிடிச் சுவருக்கு மேல் தூக்கினார். ‘‘ஆமாம்’’ என்றான் க. எப்படி முதலில் கூப்பிட்டது போலவே பெயரை இப்போதும் தெளிவாகச் சொல்லி அழைத்தார் என்று அவன் எண்ணினான். சமீப காலமாகவே அவனுக்கு அது ஒரு பாரமாக இருந்தது, இப்போது அவனை முதல்முறையாகச் சந்திப்பவர்கள்கூட அவன் பெயரைத் தெரிந்துவைத்திருந்தார்கள். தன்னை முதலில் அறிமுகப்படுத்திக்கொண்டு, பிறகு அவர்களைத் தெரிந்துகொள்வது எவ்வளவு நன்றாக இருந்தது. ‘‘நீ குற்றம்சாட்டப்பட்டிருக்கிறாய்’’ என்றார் பாதிரி தாழ்ந்த குரலில். ‘‘ஆமாம்’’ என்றான் க., ‘‘அது எனக்கு அறிவிக்கப்பட்டிருக்கிறது.’’ ‘‘அப்படியானால் உன்னைத்தான் நான் தேடிக்கொண்டிருக்கிறேன்’’ என்றார் பாதிரி. ‘‘நான் சிறைச்சாலைப் பாதிரி.’’ ‘‘அப்படியா?’’ என்றான் க. ‘‘உன்னுடன் பேசுவதற்காக நான் உன்னை இங்கு அழைத்துவரச் செய்தேன்’’ என்றார் பாதிரி. ‘‘அது எனக்குத் தெரியாது’’ என்றான் க. ‘‘ஒரு இத்தாலியனுக்குப் பேராலயத்தைக் காண்பிப்பதற்காக நான் இங்கு வந்திருக்கிறேன்.’’ ‘‘முக்கியமில்லாததைப் பற்றிப் பேசாதே’’ என்றார் பாதிரி. ‘‘கையில் என்ன வைத்துக்கொண்டிருக்கிறாய்? வழிபாட்டுப் புத்தகமா?’’ ‘‘இல்லை’’ என்று பதில் சொன்னான் க., ‘‘இது நகரில் பார்க்கத் தகுந்த இடங்களைப் பற்றிய ஆல்பம்.’’ ‘‘அதைக் கீழே வை’’ என்றார் பாதிரி. க. அதை மிகவும் வேகமாக வீசியதில் அது விரிந்துகொண்டு கசங்கிய பக்கங்களுடன் தரையில் சிறிது தூரம் வழுக்கிக்கொண்டு சென்றது. ‘‘உன் வழக்கு மோசமான நிலையில் இருக்கிறது என்று தெரியுமா?’’ என்றார் பாதிரி. ‘‘எனக்கும் அப்படித்தான் தோன்றுகிறது’’ என்றான் க. ‘‘நான் எல்லா முயற்சிகளும் செய்து பார்த்துவிட்டேன். ஆனால், இதுவரை பலனில்லை. எப்படியிருந்தாலும் விண்ணப்பத்தை நான் இன்னும் தயார்செய்து முடிக்கவில்லை.’’ ‘‘முடிவு எப்படி இருக்கும் என்று நீ கற்பனை செய்துபார்க்கிறாய்?’’ என்று பாதிரி கேட்டார். ‘‘நல்லபடியாகத்தான் முடியும் என்று நான் ஆரம்பத்தில் நினைத்தேன்’’ என்றான் க., ‘‘இப்போது சில சமயம் எனக்கே அது சந்தேகமாக இருக்கிறது. அது எப்படி முடியப்போகிறது என்று எனக்குத் தெரியாது. உனக்குத் தெரியுமா?’’ ‘‘தெரியாது’’ என்றார் பாதிரி. ‘‘ஆனால், முடிவு மோசமாகத்தான் இருக்கும் என்று நான் அஞ்சுகிறேன். நீ குற்றவாளி என்று கருது

கிறார்கள். உன் வழக்கு ஒருவேளை கீழ் நீதிமன்றத்தைக் கடந்து வராமலேயே இருக்கலாம். குறைந்தபட்சம் தற்சமயத்திற்கு உன்னுடைய குற்றம் நிரூபிக்கப் பட்டுவிட்டதாகக் கருதுகிறார்கள்." "நான் நிரபராதி" என்றான் க., "அது உண்மையல்ல, எப்படி ஒருவர் குற்றம் புரிந்தவராக இருக்க முடியும்? நாம் எல்லோரும், ஒருவரைப்போல் ஒருவர், மனிதர்தானே?" "அது உண்மை தான்" என்றார் பாதிரி. "ஆனால், குற்றவாளிகள் இப்படித்தான் பேசுவது வழக்கம்." "நீயும் என்னைப் பற்றி முன்கூட்டியே ஒரு முடிவுக்கு வந்து விட்டாயா?" என்று கேட்டான் க. "உனக்கெதிராக முன்கூட்டியே ஒரு முடிவுக்கும் நான் வரவில்லை" என்றார் பாதிரி. "நன்றி" என்றான் க. "ஆனால் நடவடிக்கையில் பங்கெடுத்துக்கொண்ட மற்றவரெல்லாம் எனக் கெதிராக முன்கூட்டியே ஒரு முடிவுக்கு வந்திருக்கிறார்கள். அவர்கள் பங்கெடுத்துக்கொள்ளாதவர்களையும் மாற்ற முயலுவார்கள். என் நிலை இன்னும் மோசமாகிக்கொண்டேபோகும்." "நீ நடந்தவற்றைத் தவறாகப் புரிந்துகொண்டிருக்கிறாய்" என்றார் பாதிரி, "தீர்ப்பு திடீரென்று வந்து விட்டது, நடவடிக்கை கொஞ்சம்கொஞ்சமாகத் தீர்ப்புக்குக் கொண்டு செல்லும்." "அப்படியா, விஷயம்" என்று க. கூறிவிட்டுத் தலையைக் குனிந்து கொண்டான். "உன் விஷயத்தில் அடுத்தபடி நீ என்ன செய்ய விரும்புகிறாய்?" என்று கேட்டார் பாதிரி. "நான் இன்னும் சிலரின் உதவியை நாடுவேன்" என்று க. கூறிவிட்டு, பாதிரி அதை எப்படி எடுத்துக்கொள்கிறார் என்று பார்ப்பதற் காகத் தலையை நிமிர்த்தினான். "நான் உபயோகப்படுத்திக்கொள்ளாத வழிகள் இன்னும் சில இருக்கின்றன." "நீ தேவைக்கு மீறி மற்றவர்களின் உதவியை நாடுகிறாய்" என்றார் பாதிரி, அவன் கூறியதை ஏற்றுக்கொள்ளா மல், "மேலும், குறிப்பாக பெண்களின் உதவியை நாடுகிறாய். அது உண்மை யான உதவியல்ல என்று உனக்குத் தெரியவில்லையா?" "நீ சொல்வது சில சமயம் அல்லது பெரும்பாலும் சரியாக இருக்கலாம்" என்றான் க., "ஆனால், எப்போதும் அப்படியல்ல. பெண்களுக்கு ஒரு பெரும் சக்தி இருக்கிறது. எனக்குத் தெரிந்த சில பெண்களை எனக்காக ஒன்றுசேர்ந்து செயலாற்றுமாறு செய்ய முடிந்தால், நான் வெற்றியடைந்தாக வேண்டும். குறிப்பாக, பெரும் பாலும் பெண்கள் பின்னாலேயே ஓடும் மனிதர்கள் நிறைந்த இந்த நீதிமன்றத் தில், விசாரணை நீதிபதிக்கு, தூரத்தில் ஒரு பெண்ணைக் காண்பித்தால் போதும், அவளை உடனே அடைவதற்கு அவர் நீதிமன்ற மேஜை மேலும், குற்றம்சாட்டப்பட்டவர் மேலும் ஏறி அவளை நோக்கி ஓடுவார்." பாதிரி தலையைக் கைப்பிடிச் சுவரை நோக்கித் தாழ்த்தினார். இப்போதுதான் பிரசங்க மேடையின் கூரை, அவரை கீழே அழுத்துவதுபோல் தோன்றியது. வெளியில் எப்பேர்ப்பட்ட புயல் அடித்துக்கொண்டிருக்க வேண்டும். இனி யும் அது மூட்டமான பகல் அல்ல, ஏற்கனவே காலம் தாழ்ந்த இரவு. சுவர்களின் இந்த நீண்ட இருளைப் பிளக்க பெரும் வண்ணக் கண்ணாடி ஜன்னல்களினால் ஒரு சிறு ஒளிக்கீற்றைக்கூடப் பாய்ச்ச முடியவில்லை. மேலும், அந்தச் சமயத்தில்தான், ஆலயப் பணியாள் பிரதான தொழும் மேடையின் மேலிருந்த மெழுகுவர்த்திகளை ஒன்றன் பின் ஒன்றாக அணைக் கத் தொடங்கினான். "உனக்கு என்மேல் கோபமா?" என்று க. பாதிரியைக் கேட்டான், "எவ்வித நீதிமன்றத்திற்கு நீ பணிபுரிகிறாய் என்று ஒருவேளை

உனக்குத் தெரியாமலிருக்கலாம்.'' அவனுக்குப் பதில் கிடைக்கவில்லை.
''இவையெல்லாம் என்னுடைய அனுபவங்கள்தான்'' என்றான் க. உயரே
மௌனம் மேலும் தொடர்ந்தது. ''உன் மனதைப் புண்படுத்த விரும்ப
வில்லை'' என்றான் க. அப் போது பாதிரி குனிந்து க.வைப் பார்த்துக் கத்தினார்,
''உனக்கு முன் இரண்டு அடிகள்கூட உன்னால் பார்க்க முடியவில்லை!'' அது
கோபத்தில் எழுந்த கத்தல், ஆனால் அதே சமயம், ஒருவன் விழுவதைப்
பார்த்துத் தானே திடுக்கிட்டுவிட்டதால் அஜாக்கிரதையால் தன்னையறியா
மல் ஒருவன் கத்தியதைப் போல் இருந்தது.

இப்போது இருவரும் வெகு நேரம் மௌனமாக இருந்தார்கள். கீழே
ஆக்கிரமித்திருந்த இருளில் க.வைப் பாதிரி நிச்சயம் சரியாகப் பார்க்க முடி
யாது. ஆனால், பாதிரியை க. சிறு விளக்கின் ஒளியில் தெளிவாகப் பார்த்
தான். பாதிரி ஏன் கீழே வரவில்லை? அவர் பிரசங்கம் ஒன்றும் செய்ய
வில்லை, ஆனால், க.விற்குச் சில செய்திகள் கூறியிருக்கிறார், அவற்றை நன்
றாக யோசித்துப்பார்த்தால் அவனுக்குப் பயனைவிட அதிகம் கேடுதான்
விளையலாம். ஆனால், பாதிரியின் நல்ல நோக்கம் சந்தேகத்திற்கிடமில்லா
மல் இருப்பதுபோல்தான் க.வுக்குத் தோன்றியது. அவர் கீழே வந்தால்
க.விடம் ஒத்துப்போக ஏது இருக்கிறது; வழக்கை எப்படி மாற்றுவது என்பது
போலல்லாமல், வழக்கிலிருந்து எப்படித் தப்புவது, அதை எப்படித் தவிர்ப்
பது, அதிலிருந்து விலகி எப்படி வாழ்வது என்று அவனுக்குக் காட்டும், திண்ண
மான, ஏற்றுக்கொள்ளக்கூடிய யோசனை அவரிடமிருந்து பெற ஏது இல்லா
மல் இல்லை. இதற்கான வாய்ப்பு இருக்கத்தான் செய்ய வேண்டும். க. கடந்த
சிறிது காலமாக அடிக்கடி அதைப் பற்றி யோசித்திருக்கிறான். பாதிரி தானும்
நீதிமன்றத்தைச் சேர்ந்தவர்தான் என்றாலும், க. நீதிமன்றத்தைத் தாக்கியிருந்த
தால் அவர் தம் இளகிய மனத்தைக் கட்டுப்படுத்திக்கொண்டு க.வைப் பார்த்
துக் கத்தவும் செய்திருக்கிறார் என்றாலும், அவன் யோசித்ததைப் போல்
செய்ய ஏது இருக்கிறது என்று அவருக்குத் தெரிந்திருந்ததால், அவரைக்
கேட்டுக்கொண்டால் ஒருவேளை அவர் அதைக் கூறிவிடலாம்.

''நீ கீழே வரவில்லையா?'' என்றான் க. ''இப்போது ஒன்றும் பிரசங்கம்
செய்யப்போவதில்லையே, கீழே இறங்கி என்னிடம் வா.'' ''இப்போது வர
முடியும்'' என்றார் பாதிரி. அவர் தான் கத்தியதற்கு வருத்தப்பட்டாரோ
என்னவோ, விளக்கைக் கொக்கியிலிருந்து கழட்டிக்கொண்டே கூறினார்.
''முதலில் சிறிது தள்ளியிருந்து உன்னிடம் பேச வேண்டியிருந்தது. இல்லா
விட்டால் சுலபத்தில் மனம் மாறி என் கடமையை மறந்துவிடுவேன்.''

கீழே படிக்கட்டுக்கருகில் க. அவருக்காகக் காத்திருந்தான். பாதிரி
இறங்கும்போது மேல்படியிலிருந்தே தன் கையை அவனிடம் நீட்டினார்.
''என்னுடன் சிறிது நேரம் கழிக்க முடியுமா?'' என்று க. கேட்டான். ''உனக்கு
எவ்வளவு நேரம் தேவையோ அவ்வளவு நேரம் என்னால் கழிக்க முடியும்''
என்று பாதிரி கூறிவிட்டு, க. பிடித்துக்கொள்வதற்காகச் சிறுவிளக்கை அவ
னிடம் நீட்டினார். அவர் அருகே வந்திருந்தும் அவரிடமிருந்த ஒருவகை
அமைதி கலந்த, ஒருவிதப் பாதிரி தோரணை அவரை விட்டு அகலவில்லை.
''நீ என்னிடம் நட்புணர்வுடன் நடந்துகொள்கிறாய்'' என்றான் க., இருவரும்
இருள் சூழ்ந்த பக்கப் பாதையில் மேலும் கீழும் நடந்தார்கள். ''நீதிமன்றத்

தைச் சேர்ந்தவர்களில் நீ ஒரு விதிவிலக்கு. நான் இதுவரை தெரிந்துகொண்ட அவ்வளவு பேர்களைவிட உன்னிடம் எனக்கு அதிக நம்பிக்கை இருக்கிறது. உன்னிடம் நான் வெளிப்படையாகவே பேச முடியும்.'' ''உன்னையே ஏமாற்றிக்கொள்ளாதே'' என்றார் பாதிரி. ''எதில் நான் என்னையே ஏமாற்றிக் கொள்கிறேன்?'' என்று க. கேட்டான். ''நீதிமன்றத்தைப் பற்றி உன்னையே நீ ஏமாற்றிக்கொள்கிறாய்'' என்றார் பாதிரி. ''சட்டப் புத்தகத்தின் முன்னுரை யில் இந்த ஏமாற்றத்தைப் பற்றிக் கீழ்க்கண்டவாறு இருக்கிறது: சட்டத்தின் முன் ஒரு வாயிற்காவலன் நிற்கிறான். கிராமத்திலிருந்து ஒருவன் அந்த வாயிற் காவலனிடம் வந்து சட்டத்திற்குள் நுழைய அனுமதி வேண்டுகிறான். ஆனால், வாயிற்காவலன் அவன் நுழைய இப்போது அனுமதி கொடுக்க முடியாது என்கிறான். அந்த மனிதன் யோசித்துவிட்டு, அப்படியானால் பிறகு வந்தால் நுழைய அனுமதி உண்டா என்று கேட்கிறான். 'அது முடியலாம்' என்கிறான் வாயிற்காவலன். 'ஆனால் இப்போது முடியாது.' சட்டத்திற்குச் செல்லும் வாயில் எப்போதும் போலத் திறந்திருப்பதால், வாயிற் காவலன் ஒரு பக்கமாக சிறிது நகர்ந்தாலும், வாயில் வழியாக உள்ளே பார்ப்பதற்காக அந்த மனிதன் குனிகிறான். வாயிற்காவலன் அதைக் கவனித்துவிட்டுச் சிரித்த வாறு கூறுகிறான்: 'அது உன்னை அந்த அளவுக்குக் கவர்ந்தால், என் அனுமதி இல்லாமல் உள்ளே செல்ல முயன்றுதான் பாரேன். ஆனால், ஒன்று மட்டும் கவனத்தில் வைத்துக்கொள்: நான் மிகவும் பலசாலி. மேலும், நான் வெறும் கீழ்ப் படியிலிருக்கும் வாயிற்காவலன்தான். ஒவ்வொரு கூடத்திலும் வாயிற் காவலர்கள் நிற்கிறார்கள். ஒவ்வொருவனும் மற்றவனைவிடப் பலசாலி. மூன்றாவது காவல்காரனின் தோற்றத்தையே என்னால்கூடத் தாங்க முடி யாது.' இது போன்ற கஷ்டங்களை கிராமத்தான் எதிர்பார்க்கவில்லை. சட்டம் எல்லோரும் எப்போதும் அணுகும்படிதானே இருக்க வேண்டும் என்று எண்ணுகிறான். ஆனால், இப்போது ஃபர் கோட்டு அணிந்துகொண் டிருக்கும் வாயிற்காவலனைச் சரியாகப் பார்க்கும்போது—அவனது கூர்மை யான பெரும் நாசி, நீண்ட, மெல்லிய, கருத்த, டார்டார் இனத் தாடி—நுழை வதற்கு அனுமதி கிடைக்கும்வரை காத்திருப்பது மேல் என்றே முடிவுசெய் கிறான். வாயிற்காவலன் அவனுக்கு ஒரு சிறிய பெஞ்சைக் கொடுத்து வாயிலி லிருந்து ஒதுங்கி ஒரு பக்கம் உட்காரச் செய்கிறான். அங்கு அவன் நாள் கணக் காக, வருஷக் கணக்காக உட்கார்ந்திருக்கிறான். அவன் உள்ளே நுழையப் பல முயற்சிகள் செய்து, வாயிற்காவலனைத் தன் வேண்டுகோள்களினால் களைப்படையச் செய்கிறான். வாயிற்காவலன் அடிக்கடி அவனிடம் சிறு விசாரணைகள் நடத்துகிறான். அவன் சொந்த ஊரைப் பற்றியும் மற்ற விஷயங்களைப் பற்றியும் கேட்கிறான். ஆனால், அவை பெரிய நபர்கள் கேட்பதைப் போன்ற ஒப்புக்குக் கேட்கும் கேள்விகள். இறுதியில் அவனை இன்னும் உள்ளே விட முடியாது என்று திரும்பத்திரும்பக் கூறுகிறான். தன் பிரயாணத்திற்காகப் பலவற்றுடன் ஆயத்தமாக வந்திருந்த கிராமவாசி தனக்கு மிகவும் மதிப்புள்ளதாக இருந்தபோதிலும் எல்லாவற்றையும் வாயிற் காவலனுக்கு லஞ்சம் கொடுக்கச் செலவு செய்துவிடுகிறான். அவன் எல்லா வற்றையும் எடுத்துக்கொள்ளத்தான் செய்கிறான், ஆனால், அத்துடன் கூறுகி றான், 'ஏதோ செய்யாமல் விட்டுவிட்டோம் என்று நீ எண்ணக் கூடாது என்று

தான் நான் ஏற்றுக்கொள்கிறேன்.' இந்தப் பல வருஷங்களும் அவன் வாயிற் காவலனைக் கிட்டத்தட்ட கண்கொட்டாமல் கவனிக்கிறான். அவன் மற்ற வாயிற்காவலர்களை மறந்துவிடுகிறான். இந்த முதல் காவலன்தான் சட்டத் திற்குள் நுழைவதற்கு இருக்கும் ஒரே ஒரு முட்டுக்கட்டைபோல் அவனுக்குத் தோன்றுகிறான். முதல் சில வருடங்கள் தன் துரதிர்ஷ்டத்தை வாய்விட்டு வைகிறான். பிறகு, அவனுக்கு வயது ஆகஆக வெறுமனே தனக்குத் தானே முணுமுணுக்கத்தான் செய்கிறான். அவன் அறிவு தடுமாறுகிறது. பல வருடங் களாக வாயிற்காவலனைக் கவனித்துவந்திருந்ததால், அவனுடைய கோட் டின் காலரில் இருக்கும் ஈக்களையும் தெரிந்துகொண்டதால், தனக்கு உதவி செய்யும்படி, வாயிற்காவலனின் மனதை மாற்றும்படி ஈக்களையும் கேட்டுக் கொள்கிறான். இறுதியில் அவனுடைய கண்களில் ஒளியும் மங்கிவிடுகிறது. அவனைச் சுற்றி உண்மையிலேயே இருண்டுகொண்டுவருகிறதா அல்லது அவன் கண்கள்தான் அவனை ஏமாற்றுகின்றனவா என்று அவனுக்குத் தெரிய வில்லை. ஆனால், இப்போது இருளில் ஒரு பிரகாசத்தைப் பார்க்கிறான். அது அணைக்க முடியாதவாறு சட்டத்தின் வாயிலிருந்து வெடித்துக்கொண்டு வெளிவருகிறது. இப்போது அவன் இன்னும் அதிக நாட்கள் உயிருடன் இருக்கப்போவதில்லை. இறக்குமுன், இக்காலம் முழுவதும் அவனுக்கு ஏற் பட்ட எல்லா அனுபவங்களும் இதுவரை வாயிற்காவலனை அவன் கேட்டி ராத கேள்வியாக அவன் மனதில் ஒன்றுதிரள்கின்றன. விறைப்பாகிக் கொண்டே வருகிற தன் உடலை நிமிர்த்த முடியாததால், அவன் வாயிற்காவ லனைச் சைகைசெய்து அழைக்கிறான். வாயிற்காவலன் மிகத் தாழக் குனிய வேண்டியிருக்கிறது. ஏனென்றால், அவர்களுக்கிடையேயிருந்த யார் கேட் பது, யார் பதில் சொல்வது என்ற நிலை அந்தக் கிராமவாசிக்கு அனுகூலமாகத் தலைகீழாக மாறிவிட்டிருந்தது. 'இன்னும் என்ன தெரிந்துகொள்ள வேண்டு மென்கிறாய்?' என்று வாயிற்காவலன் கேட்கிறான் 'உனக்குத் திருப்தி ஏற்படுவதேயில்லை.' 'எல்லோரும்தான் சட்டத்தை அணுக முயல்கிறார்கள்' என்கிறான் கிராமவாசி, 'எப்படி இத்தனை வருடங்களாக என்னைத் தவிர வேறு ஒருவரும் உள்ளே நுழைய அனுமதி கேட்கவில்லை?' அந்த மனிதன் இறக்கும் தறுவாய்க்கு வந்துவிட்டான் என்று வாயிற்காவலன் அறிந்து கொண்டு, செவிடாகிக்கொண்டுவரும் அவன் காதுகளுக்குக் கேட்குமாறு அவனிடம் இரைந்து கூறுகிறான், 'இங்கு வேறு ஒருவரும் நுழைய அனுமதி பெற முடியாது, ஏனென்றால் இந்த வாயில் உனக்காக மட்டும்தான் இருக் கிறது. இப்போது நான் போய் அதை மூடிவிடுகிறேன்.' ''

''அப்படியானால் வாயிற்காவலன் அந்த மனிதனை ஏமாற்றிவிட்டான்'' என்று அந்தக் கதையால் மிகவும் ஈர்க்கப்பட்டு, க. உடனே கூறினான். ''அவசரப்படாதே'' என்றார் பாதிரி, ''மற்றவர்களின் அபிப்ராயத்தைப் பரி சீலனைசெய்யாமல் எடுத்துக்கொள்ளாதே. இந்தக் கதை மூலத்தில் எப்படி எழுதப்பட்டிருக்கிறதோ அதேபோல் உன்னிடம் கூறினேன். ஏமாற்றத்தைப் பற்றி அதில் ஒன்றும் இல்லை.'' ''ஆனால், அது மிகத் தெளிவாக இருக்கிறதே. நீ முதலில் கூறியது மிகவும் உண்மை. வாயிற்காவலன், அந்த மனிதனுக்கு அதனால் இனிப் பயனில்லை என்று தெரிந்த பிறகுதான் கூறியிருக்கிறான்.'' ''வாயிற்காவலனை அதற்கு முன் அந்தக் கேள்வியைக் கேட்கவில்லையே''

என்றார் பாதிரி, "அவன் வெறும் வாயிற்காவலன்தான் என்றும், அந்த வகையில் அவன் தன் கடமையைச் செய்துவிட்டான் என்றும் நீ கவனத்தில் கொள்ள வேண்டும்." "அவன் தன் கடமையைச் செய்துவிட்டான் என்று நீ எப்படி நம்புகிறாய்?" என்று கேட்ட க., "அவன் தன் கடமையைச் செய்யவில்லை, மற்ற எல்லோரையும் தடுத்து நிறுத்திவிட்டு, ஆனால், அந்த மனிதனை மட்டும்—அவனுக்காகத்தானே அந்த வாயில் இருக்கிறது—உள்ளே நுழைய விட்டிருக்க வேண்டும். அதுதான் அவன் கடமை" என்றான். "மூலத்துக்கு மதிப்புக் கொடுக்காமல் கதையை மாற்றிவிடுகிறாய்" என்றார் பாதிரி, "கதையில் சட்டத்தின் உள்ளே நுழைவதைப் பற்றி வாயிற்காவலனின் இரண்டு முக்கிய வாக்குகள் இருக்கின்றன. முதலில் ஒன்றும், கடைசியில் ஒன்றும். முதலில் இருப்பது: அவன், அந்த மனிதன் உள்ளே நுழைய இப்போது அனுமதி அளிக்க முடியாது; மற்றது: இந்த நுழைவாயில் உனக்காக மட்டும்தான் இருக்கிறது. இந்த இரண்டு வாக்குகளுக்கிடையே முரண்பாடு இருந்திருந்தால், நீ சொல்வது சரியாக இருந்திருக்கும். வாயிற்காவலன் அந்த மனிதனை ஏமாற்றியவனாக இருந்திருப்பான். ஆனால், அதில் ஒரு முரண்பாடும் இல்லை. மாறாக, முதல் வாக்கு இரண்டாவது வாக்கைச் சுட்டிக்காட்டவும் செய்கிறது. வாயிற்காவலன், பிறகு உள்ளே நுழைய ஏது இருக்கிறது என்ற நம்பிக்கையை அந்த மனிதனுக்கு ஊட்டியது, அவன் கடமைக்கு அப்பாற்பட்டது என்றும் கூறலாம். அந்த மனிதனைத் தடைசெய்வதுதான் அந்தச் சமயத்தில் அவன் கடமையாக இருந்திருக்க வேண்டும் என்று தோன்றுகிறது. வாயிற்காவலன் அப்படிச் சுட்டிக்காட்டியது பற்றியே, பார்க்கப்போனால் இதை வியாக்கியானம் செய்யும் பலர் ஆச்சரியப்படுகிறார்கள். ஏனென்றால் அவன் எதையும் சரியாகச் செய்ய விரும்புபவன் போலவும் தன் வேலையில் மிகவும் கறாராக இருப்பவன் போலவும் தோன்றுகிறான். பல வருடங்களாக அவன் தன் இடத்தை விட்டு அகலாமல் வாயிலை இறுதியில்தான் மூடுகிறான். அவன் தன் பணியின் முக்கியத்துவத்தை மிகவும் உணர்ந்திருக்கிறான். ஏனென்றால், அவன் கூறுகிறான்: நான் வெறும் கீழ்ப்படியில் இருக்கும் வாயிற்காவலன்தான். அவன் வம்பளப்பவன் அல்ல, ஏனென்றால் இந்தப் பல வருடங்களில் அவன், சொல்லப்போனால், ஒப்புக்குத்தான் கேள்விகள் கேட்கிறான், அவனுக்கு லஞ்சம் கொடுக்க முடியாது. ஏனென்றால் தனக்குக் கிடைத்த அன்பளிப்பைப் பற்றி அவன் கூறுகிறான். ஏதோ செய்யாமல் விட்டுவிட்டோம் என்று நீ எண்ணக் கூடாது என்பதால் இதை நான் ஏற்றுக்கொள்கிறேன் என்று. தன் கடமையை நிறைவேற்றும் விஷயத்தில் அவனை அசைக்கவோ அல்லது கசப்படைய வைக்கவோ முடியாது. ஏனென்றால் அந்த மனிதனைப் பற்றி அவன் வாயிற்காவலனைத் தன் வேண்டுகோள்களினால் களைப்படையச் செய்தான் என்று கூறப்படுகிறது. இறுதியில் அவனுடைய வெளித் தோற்றமும் எல்லாவற்றிலும் மிகக் கண்டிப்புடன் நடந்து கொள்பவனின் குணத்தைக் காட்டுகிறது—பெரும் கூர்மையான நாசி, நீண்ட மெல்லிய கருத்த டார்டார் தாடி. இவனைவிட கடமையே கண்ணான வாயிற்காவலன் ஒருவன் இருக்க முடியுமா? வாயிற்காவலனிடம் வேறுவிதமான குணாதிசயங்கள் கலந்திருக்கின்றன. அவை உள்ளே நுழைய அனுமதி கேட்பவர்களுக்கு மிகவும் அனுகூலமாக இருக்கின்றன. வருங்காலத்தில்

உள்ளே செல்ல அனுமதிக்கும் சாத்தியம் இருக்கிறது என்று சுட்டிக்காட்டிய தில் அவன் ஒருவகையில் தன் கடமையை மீறியிருக்கலாம் என்று அவை குறிப்பிடுவதாகத் தெரிந்துகொள்ள முடியும். இதனால் அவன் ஓரளவு அறியாமையும் அத்துடன் ஓரளவு அகம்பாவமும் உடையவனாக இருக்கி றான் என்பதை மறுக்க முடியாதுதான். தன்னுடைய பலத்தைப் பற்றியும் மற்ற வாயிற்காவலர்களின் பலத்தைப் பற்றியும் அவனாலேயே தாங்க முடியாத அவர்களுடைய தோற்றத்தைப் பற்றியும் அவன் கூறியதை எடுத்துக்கொள் வோம். நான் சொல்வது என்னவென்றால், இவற்றைப் பற்றி அவன் கூறிய தெல்லாம் உண்மையாகவே இருந்தாலும் இவற்றை அவன் கூறிய விதம், அவன் கூற்று எப்படி அறியாமையாலும் அகம்பாவத்தாலும் திரிந்துவிட்டிருந் தது என்பதுதான். வியாக்கியானம் செய்பவர்கள் இதைப் பற்றிக் கூறுகிறார் கள்: 'ஒரு விஷயத்தைச் சரியாகப் புரிந்துகொள்வதும், அதே விஷயத்தைத் தவ றாகப் புரிந்துகொள்வதும் ஒன்றையொன்று முற்றிலும் தவிர்த்தவையல்ல.' அந்த அறியாமையும் அகம்பாவமும் சிறிதளவே வெளிப்பட்டிருக்கலாம் என்றாலும், நுழைவாயிலைக் காக்கும் பணியின் தரத்தைக் குறைக்கின்றன என்றுதான் எப்படியிருந்தாலும் எடுத்துக்கொள்ள வேண்டும். அவை வாயிற் காவலனின் குணத்தில் இருக்கும் குறைகள். வாயிற்காவலன் இயல்பாகவே நட்புணர்வு கொண்டவனாகத் தோன்றுகிறான் என்பதையும் இங்கு எடுத்துக் கொள்ள வேண்டும். அவன் முழுக்கமுழுக்க ஒரு அதிகாரி போலும் இல்லை. உள்ளே நுழையக் கூடாது என்ற கடமையை அவன் மிகவும் கண்டிப்புடன் நிறைவேற்றினாலும், அந்த மனிதனை நுழையும்படி வேடிக்கையாக அழைக் கிறான். பிறகு அங்கிருந்து அனுப்பிவிடாமல், அவனுக்கு பெஞ்சு ஒன்றைக் கொடுத்து, கதவருகிலிருந்து ஒரு பக்கமாகத் தள்ளி உட்கார விடுகிறான். இத்தனை வருடங்களாக அந்த மனிதனின் வேண்டுகோள்களைச் சகித்துக் கொண்ட பொறுமை, சிறுசிறு விசாரணைகள், அன்பளிப்புகளை ஏற்றுக் கொள்வது, வாயிற்காவலன் இங்கு நியமிக்கப்பட்டிருக்கும் துரதிருஷ்டத்தை அந்த மனிதன் வாய்விட்டுத் திட்ட அனுமதிக்கும் பெருந்தன்மை—எல்லாம் அனுதாபத்தின் அறிகுறிகள் என்றுதான் முடிவுசெய்ய வேண்டும். வேறு எந்த வாயிற்காவலனும் இப்படி நடந்துகொண்டிருக்க மாட்டான். மேலும், இறுதி யில் அந்த மனிதன் கடைசியாக ஒரு கேள்வி கேட்கச் சந்தர்ப்பம் அளிப்பதற் காக அவன் சைகை செய்தபோது அவனருகில் தாழ்ந்து குனியவும் செய்கி றான். அவனுக்கிருந்த கடுகளவு பொறுமையின்மை—எல்லாம் ஒரு முடிவுக்கு வந்துவிட்டதென்று வாயிற்காவலனுக்குத் தெரியத்தான் செய்தது—மட்டுமே அவனுடைய வார்த்தைகளிலிருந்து வெளிப்படுகிறது. 'உனக்குத் திருப்தி ஏற்படுவதேயில்லை.' பலர் இந்த வகையில் விளக்கம் அளிப்பதில் இன்னும் ஒரு படி மேலே போய் 'உனக்குத் திருப்தி ஏற்படுவதேயில்லை' என்ற வார்த் தைகள் ஒருவகையான நட்புணர்வு கொண்ட ஆச்சரியத்தை வெளிப்படுத்து கின்றன என்கிறார்கள். எப்படியிருந்தாலும் அதில் பச்சாதாபம் இருக்கத்தான் செய்கிறது என்கின்றனர். எப்படியிருந்தாலும், நீ நினைப்பதற்கு மாறாகத் தான் வாயிற்காவலனின் குணம் வெளிப்படுகிறது.'' ''என்னைவிட உனக்கு இந்தக் கதை சரியாகவும் அதிக காலமும் தெரியும்'' என்றான் க. இருவரும் சிறிது நேரம் மௌனமாக இருந்தனர். பிறகு க. கூறினான், ''அப்போது அந்த

மனிதன் ஏமாற்றப்படவில்லை என்று நீ நினைக்கிறாய், அல்லவா?'' ''என்னைத் தவறாகப் புரிந்துகொள்ளாதே'' என்றார் பாதிரி. ''இதைப் பற்றி இருக்கும் கருத்துகளை நீ அதிகம் பொருட்படுத்தக் கூடாது, மூலம் மாற்ற முடியாதது. அதைப் பற்றிய கருத்துகள் அதைப் புரிந்துகொள்வதில் இருக்கும் குழப்பத்தையே குறிக்கின்றன. இந்த விஷயத்தில் மற்றொரு அபிப்ராயத்தின் படி ஏமாந்துபோனவன் வாயிற்காவலன்தான்.'' ''அது முற்றிலும் ஒவ்வாத அபிப்பிராயம்'' என்றான் க. ''அதற்கென்ன விளக்கம்?'' ''விளக்கம்'' என்று பதிலளித்தார் பாதிரி. ''வாயிற்காவலனின் அறியாமையிலிருக்கிறது. வாயிலின் முன் நின்று இடைவிடாமல் காக்க வேண்டிய வழியைத்தான் அவனுக்குத் தெரியுமேயொழிய, சட்டத்தின் உள்ளே இருப்பது என்ன என்று அவன் கற்பனை செய்துகொண்டிருப்பதெல்லாம், அறியாமையால்தான் என்று கூறப்படுகிறது. மேலும் எதைப் பற்றி அந்த மனிதனுக்கு அச்சம் விளைவிக்க விரும்புகிறானோ, அதற்குத் தானே பயப்படுவதாகவும் கூறப்படுகிறது. உண்மையில் அந்த மனிதனைவிட அவன்தான் அதிகம் பயப்படுகிறான். ஏனென்றால் உள்ளேயிருக்கும் அச்சமூட்டக்கூடிய வாயிற்காவலர்களைப் பற்றிக் கேட்ட பிறகும் உள்ளே நுழைவதைவிட வேறு ஒன்றும் அந்த கிராமவாசி செய்ய விரும்பவில்லை. அதற்கு மாறாக, வாயிற்காவலன் உள்ளே நுழைய விரும்பவில்லை, குறைந்தபட்சம் நமக்கு ஒன்றும் தெரியவருவதில்லை. அவன் ஏற்கனவே உள்ளே இருந்திருக்க வேண்டும். ஏனென்றால் அவன் ஒரு முறை சட்டத்திற்காகப் பணியாற்ற அமர்த்தப்பட்டிருக்கிறான் என்றால் அது உட்புறத்தில்தான் நடந்திருக்க முடியும் என்றும் மற்றவர்கள் கூறத்தான் செய்கிறார்கள். அதற்கு மறுப்புக் கூறும் வகையில், உள்ளிருந்து எழுந்த கட்டளையின் மூலமேயே அவன் வாயிற்காவலனாக நியமிக்கப்பட்டிருக்க முடியும் என்றும், என்ன இருந்தாலும் அவன் வெகு தூரம் உள்ளே சென்றிருக்க முடியாது என்றும், ஏனென்றால் மூன்றாம் வாயிற்காவலனின் தோற்றத்தையே அவனால் தாங்கிக்கொள்ள முடியாது என்றும் கூறப்படுகிறது. இதைத் தவிர இத்தனை வருஷங்களாக வாயிற்காவலர்களைப் பற்றி அவன் கூறியதைத் தவிர உள்ளே இருப்பதைப் பற்றி வேறு ஏதாவது கூறியிருக்கிறானா என்றுகூடச் சொல்லப்படுவதில்லை. அப்படிச் சொல்ல அவனுக்குத் தடை விதிக்கப்பட்டிருக்கலாம், ஆனால், அந்தத் தடையைப் பற்றியும் அவன் ஒன்றும் கூறவில்லை. அவனுக்கு உள்ளேயிருப்பதன் தோற்றத்தைப் பற்றியும் அர்த்தத்தைப் பற்றியும் ஒன்றுமே தெரியாது என்றும் அதைப் பற்றித் தவறான எண்ணம் கொண்டிருக்கிறான் என்றும் இவை எல்லாவற்றிலுமிருந்து முடிவு செய்கிறோம். ஆனால் கிராமத்திலிருந்து வந்தவனைப் பற்றியும் அவன் தவறாகப் புரிந்துகொண்டிருக்க வேண்டும். ஏனென்றால், அவன் அந்த மனிதனுக்கு ஊழியம் புரிய வேண்டிய நிலையில் உள்ளவன் என்பது அவனுக்குத் தெரியாது. பாவம் அவன் அப்பாவி. அவன் அந்த மனிதனைத் தனக்கு ஊழியம் செய்பவனைப் போல் நடத்துவதைப் பலவற்றிலிருந்து தெரிந்துகொள்ளலாம். அவை உனக்கு இன்னும் நினைவிருக்க வேண்டும். ஆனால், இந்தக் கருத்தின்படி அவன் அந்த மனிதனைவிட உண்மையில் தாழ்ந்தவன் என்பது அதே போல் தெளிவாகத் தெரியவருகிறது. எல்லாவற்றிற்கும் மேலாக, சுதந்திரமாக இருப்பவன் கட்டுப்பட்டவனைவிட உயர்ந்தவன். அந்த மனிதனோ உண்

மையில் சுதந்திரமாகத்தான் இருக்கிறான். எங்கு வேண்டுமானாலும் அவன் போகலாம், சட்டத்திற்குச் செல்லும் வாயிலில் நுழையத்தான் அவனுக்குத் தடை விதிக்கப்பட்டிருக்கிறது. மேலும் ஒருவனால்தான், அதாவது வாயிற் காவலனால்தான், அப்படித் தடை விதிக்கப்பட்டிருக்கிறது. அந்த மனிதன் வாயிலின் பக்கத்தில் பெஞ்சின் மீது உட்கார்ந்துகொண்டு தன் வாழ்நாள் முழு வதும் அங்கிருந்தான் என்றால், அது தன் விருப்பப்படி அவன் செய்தது, கதை அவனை யாரும் வற்புறுத்தியதாகக் கூறவில்லை, மாறாக வாயிற்காவலனோ தான் ஆற்ற வேண்டிய கடமையினால் தானிருக்கும் இடத்தில் கட்டுப்பட்ட வன், அங்கிருந்து அவன் அகலக் கூடாது, அவன் விரும்பினாலும் உள்ளேயும் போகக் கூடாது என்றுதான் தோன்றுகிறது. மேலும் அவன் சட்டத்தின் ஊழியன், நுழைவாயிலில் பணிபுரிய வேண்டியவன், அதாவது யாருக்காக மட்டும் இந்த நுழைவாயில் நிறுவப்பட்டிருக்கிறதோ அந்தக் கிராமவாசிக்கு ஊழியம் செய்ய வேண்டியவன். இந்தக் காரணத்தாலும் அவன் அந்த மனி தனுக்குக் கீழ்ப்பட்டவன். அவன் பல வருடங்களாக, அதாவது ஒரு மனிதன் தன் நடுத்தர வயதை அடையும்வரையிலான காலம் முழுவதிலும், ஓரளவுக்கு அர்த்தமற்ற வேலையைச் செய்துகொண்டிருந்தான் என்றும்—ஏனென்றால் நடுத்தர வயது மனிதன் வருவான் என்றும் கூறப்பட்டிருக்கிறது—தன் னுடைய குறிக்கோள் நிறைவேறும்வரை காத்திருக்க வேண்டும் என்றும், கண்டிப்பாக அந்த மனிதன் எப்போது தானாக வர விரும்புகிறானோ அது வரை காத்திருக்க வேண்டும் என்றும் எடுத்துக்கொள்ள வேண்டும். மேலும், அவனுடைய பணி முடியும் காலத்தை அந்த மனிதனின் வாழ்க்கை முடியும் காலம் நிர்ணயிக்கிறது. அதனால், கடைசிவரை அந்த மனிதனுக்கு ஊழிய னாக இருக்கிறான். மேலும், இவற்றைப் பற்றியெல்லாம் அந்த வாயிற்காவல னுக்கு ஒன்றுமே தெரியவில்லைபோல் தோன்றுகிறது என்று அடிக்கடி வலியுறுத்தப்படுகிறது, இதில் பெரிதாக எதுவுமில்லை. ஏனென்றால் இந்தக் கருத்துப்படி வாயிற்காவலன் இன்னும் பெரிதாக ஏமாந்திருக்கிறான். அது அவன் செய்யும் வேலை சம்பந்தப்பட்டது. உதாரணத்திற்குக் கடைசியில் அவன் நுழைவாயிலைப் பற்றிக் கூறுகிறான்: ''நான் இப்போது போய் அதை மூடிவிடுகிறேன்.'' ஆனால், சட்டத்திற்கு அழைத்துச் செல்லும் வாயில் எப் போதும்போல் திறந்தேயிருக்கிறது என்று முதலில் கூறப்படுகிறது. ஆனால், அது எப்போதும் திறந்தேயிருந்தால், எப்போதும், அதாவது, எந்த மனிதனுக் காக அது இருக்கிறதோ அவனுடைய வாழ்நாளை சாராமல் திறந்திருந்தால், அப்போது வாயிற்காவலனும் அதை மூட முடியாது. வாயிலை மூடப்போகி றேன் என்று வாயிற்காவலன் அறிவித்தது வெறும் பதிலளிக்கத்தானா, அல்லது தன் கடமையை வலியுறுத்தவா அல்லது கடைசிக் கணத்திலும் அந்த மனிதனைத் தன் செயலுக்காக வருந்தச் செய்யவும், பெருந்துயரத்தில் ஆழ்த்த வுமா என்பதைப் பற்றிக் கருத்துகள் வேறுபடுகின்றன. ஆனால், அவன் வாயிலை மூட முடியாது என்று பலர் ஒருமுகமாகக் கருதுகின்றனர். குறைந்த பட்சம் இறுதியிலாவது அவனுக்குத் தெரிந்தது, அந்த மனிதனுக்குத் தெரிந் ததைவிடக் குறைவுதான் என்று அவர்கள் நம்பவும் செய்கிறார்கள். ஏனென் றால், வாயிற்காவலன் தன் முதுகு வாயிலை நோக்கி நிற்க, அந்த மனிதனோ வாயிலிலிருந்து தெறித்து வரும் பிரகாசத்தைப் பார்க்கிறான். மேலும் வாயிற்

காவலன் எந்த மாற்றத்தையும் கவனித்ததாக எந்த ஒரு வகையிலும் வெளிப்படுத்துவதில்லை. இவையெல்லாம் தகுந்த வியாக்கியானங்கள் என்று பாதிரி விளக்கம் கூறக்கூற அவ்வப்போது அவர் கூறுவதைத் தனக்குத் தானே சிறிது சத்தமாகத் திரும்பக் கூறிக்கொண்டுவந்த க. கூறினான், "இவையெல்லாம் தகுந்த வியாக்கியானங்கள்தான், வாயிற்காவலன்தான் ஏமாந்திருக்கிறான் என்று இப்போது நானும் நம்புகிறேன். ஆனால், அதனால் எனக்கு முதலில் இருந்த கருத்தை நான் மாற்றிக்கொள்ளவில்லை. ஏனென்றால், இரண்டும் ஒன்றையொன்று, ஓரளவுக்குத் தாங்கி நிற்கின்றன. வாயிற்காவலன் தெளிவாகப் பார்க்கிறானா அல்லது ஏமாற்றப்படுகிறானா என்று திட்டவட்டமாகத் தெரியவில்லை. அந்த மனிதன் ஏமாற்றப்பட்டிருக்கிறான் என்று நான் கூறினேன். வாயிற்காவலன் தெளிவாகப் பார்த்திருந்தால் அதைப் பற்றிச் சந்தேகம் எழலாம். ஆனால், வாயிற்காவலன் ஏமாந்துபோயிருந்தால் அப்போது அவனுடைய ஏமாற்றம் அந்த மனிதனையும் பாதிக்கத்தான் செய்யும். அப்படியென்றால் வாயிற்காவலன் நிச்சயம் ஏமாற்றுப் பேர்வழியல்ல, ஆனால், வேலையிலிருந்து உடனே துரத்தப்படவேண்டிய அளவுக்கு அவன் ஒரு வெகுளி. ஏமாந்துபோயிருப்பது அவனை ஒரு வகையிலும் பாதிக்காமல் அந்த மனிதனைத்தான் ஆயிரம் மடங்கு பாதிக்கிறது என்பதை நீ எண்ணிப் பார்க்க வேண்டும்." "இங்குதான் நீ மாறுபட்ட கருத்துடன் மோதுகிறாய்" என்றார் பாதிரியார். "அதாவது வாயிற்காவலனைப் பற்றித் தீர்ப்புக் கூறக் கதையில் ஒருவருக்கும் உரிமை அளிக்கப்படவில்லை என்று பலர் கூறுகிறார்கள். அவன் நமக்கு எப்படித் தோற்றமளித்தாலும் அவன் சட்டத்தின் பணியாள். அதனால், சட்டத்தைச் சேர்ந்தவன். அதனால் மனிதர்களின் தீர்ப்புக்கு அப்பாற்பட்டவன். வாயிற்காவலன் அந்த மனிதனின் ஊழியன் என்று நினைக்கவும் கூடாது. தான் செய்யும் பணியினால் சட்டத்தின் நுழைவாயிலுடன் மட்டுமே பிணைந்திருப்பது சுதந்திரமாக உலகத்தில் வாழ்வதைவிட ஒப்பிட்டுப் பார்க்க முடியாத அளவுக்கு மேலானது. அந்த மனிதன் சட்டத்திடம் முதலில் வரும்போது வாயிற்காவலன் ஏற்கனவே அங்கு இருக்கிறான். அவனைச் சட்டம் அங்கு வேலைக்கமர்த்தியிருக்கிறது. அவனுக்கிருக்கும் மதிப்பைச் சந்தேகிப்பது சட்டத்தைச் சந்தேகிப்பதாகும்." "இந்தக் கருத்தை நான் ஏற்றுக்கொள்ள மாட்டேன்" என்றான் க. தலையை ஆட்டியவாறே, "ஏனென்றால் அதை ஏற்றுக்கொண்டால் வாயிற்காவலன் கூறுவதையெல்லாம் உண்மை என்று எடுத்துக்கொள்ள வேண்டும். ஆனால் அது சாத்தியமில்லை என்று திட்டவட்டமாக நிரூபிக்கிறாய்." "இல்லை" என்றார் பாதிரி, "எல்லாவற்றையும் உண்மையென்று எடுத்துக்கொள்ளக் கூடாது. ஆனால், தவிர்க்க முடியாதது, முக்கியம் என்று மட்டும்தான் எடுத்துக்கொள்ள வேண்டும்." "வருத்தப்பட வேண்டிய முடிவு" என்றான் க. "பொய் உலக நியதியாக்கப்பட்டுவிட்டது."

க. அதைக் கடைசி வார்த்தையாகக் கூறினான். ஆனால், அது அவன் கடைசித் தீர்ப்பாக இருக்கவில்லை. கதையின் எல்லாக் கோணங்களையும் எண்ணிப் பார்க்க முடியாதவாறு அவன் அவ்வளவு களைப்படைந்திருந்தான். பழக்கப்பட்டிராத எண்ணப் பாதைகளில் அது அவனை அழைத்துச்சென்றது. பிடிபடாத விஷயங்கள் அவை. அவனைவிட நீதிமன்ற அலுவலர் சேர்ந்து

விவாதிக்க ஏற்றவை அவை. சாதாரணக் கதை தன் உருவத்தை இழந்துவிட்டிருந்தது. அவன் அதைத் தன்னிடமிருந்து உதறிவிட விரும்பினான். இப்போது மிக மென்மையான உணர்ச்சியை வெளிப்படுத்திய பாதிரி அதைப் பொறுத்துக்கொண்டு, தன் சொந்தக் கருத்துடன் அது நிச்சயம் ஒத்துப்போகாவிட்டாலும், க.வின் கூற்றை மௌனமாக மனதில் வாங்கிக்கொண்டார்.

அவர்கள் சிறிது நேரம் மௌனமாக மேலும் நடந்தார்கள். க. தான் எங்கிருக்கிறோம் என்று தெரியாமல் பாதிரியை ஒட்டியே நடந்தான். அவன் கையிலிருந்த விளக்கு எப்போதோ அணைந்துவிட்டிருந்தது. அவனுக்கு நேர் எதிரே யாரோ ஒரு புனிதரின் வெள்ளிச் சிலை இருந்தது. திடீரென்று அதன் வெள்ளிமீது பட்டுத் தெறித்த ஏதோ ஒளியினால் தோன்றிய பிரகாசத்தில் ஒரு கணம் தெரிந்த அந்தச் சிலையின் உருவம் மறுகணமே இருளில் மூழ்கியது. முழுக்கமுழுக்கப் பாதிரியின் தயவைச் சார்ந்திராமலிருக்க, க. அவரைக் கேட்டான், ''பிரதான வாயிலின் அருகிலல்லவா நாம் இப்போது இருக்கிறோம்?'' ''இல்லை'' என்றார் பாதிரி. ''நாம் அதிலிருந்து வெகு தொலைவில் இருக்கிறோம். நீ இப்போதே போக விரும்புகிறாயா?'' க. அதைப் பற்றி இப்போது யோசிக்காமலிருந்தும், உடனே, ''நிச்சயமாக நான் போயே ஆக வேண்டும். நான் ஒரு வங்கியின் மேலாளர். எனக்காக ஆட்கள் காத்துக்கொண்டிருப்பார்கள். வெளிநாட்டிலிருந்து வியாபார விஷயமாக வங்கிக்கு வந்திருந்த நண்பர் ஒருவருக்குப் பேராலயத்தைக் காண்பிப்பதற்காகத்தான் வந்திருக்கிறேன்.'' ''சரி'' என்றார் பாதிரி. பிறகு க.விடம் கையை நீட்டினார், ''அப்படியானால் போ.'' ''ஆனால், இருட்டில் எனக்குத் தனியாக வழி கண்டுபிடிக்க முடியாது'' என்றான் க. ''இடதுபக்கம் சென்றால் சுவர் வரும்'' என்றார் பாதிரி, ''பிறகு அதை ஒட்டியே நடந்து சென்றால், வெளியே செல்லும் வழி ஒன்றை அடைவாய்.'' பாதிரி ஒரு சில அடிகள் எடுத்து நகர்ந்துவிட்டார். ஆனால், க. அதே சமயம் சத்தமாகக் கத்தினான். ''தயவுசெய்து சற்றுப் பொறு!'' ''நான் இருக்கிறேன்'' என்றார் பாதிரி. ''இன்னும் ஏதாவது என்னிடமிருந்து வேண்டுமா?'' என்று கேட்டான் க. ''இல்லை'' என்றார் பாதிரி. ''முதலில் என்னிடம் மிகவும் நட்புணர்ச்சியுடன் இருந்து எல்லாவற்றையும் எனக்கு விளக்கினாய். ஆனால், இப்போது நான் உனக்கு ஒரு பொருட்டேயல்ல என்பது போல் என்னை அனுப்பிவிடுகிறாய்'' என்றான் க. ''ஆனால், நீதான் போக வேண்டுமே'' என்றார் பாதிரி. ''ஆமாம்,'' என்றான் க. ''அதை நீ புரிந்துகொள்.'' ''முதலில் நான் யாரென்று தெரிந்துகொள்'' என்றார் பாதிரி. ''நீ சிறைச்சாலைப் பாதிரி'' என்று க. கூறிவிட்டுப் பாதிரியை அணுகினான். அவன் கூறியிருந்ததுபோல் உடனே வங்கிக்குத் திரும்பிச் செல்ல வேண்டிய தேவை அவ்வளவு இல்லை. அவன் இங்கேயே இன்னும் இருக்கலாம். ''நான் நீதிமன்றத்தைச் சேர்ந்தவன்'' என்றார் பாதிரி. ''அதனால் உன்னிடமிருந்து எனக்கு என்ன வேண்டியிருக்கும்? உன்னிடமிருந்து நீதிமன்றத்துக்கு எதுவுமே வேண்டியதில்லை. நீ வந்தால் அது உன்னை ஏற்றுக்கொள்ளும். நீ சென்றால் அது உன்னை அனுப்பிவிடும்.''

பத்தாவது அத்தியாயம்

முடிவு

க.வின் முப்பத்தொன்றாவது பிறந்தநாள் முன்னிரவில்—அப்போது சுமார் ஒன்பது மணி இருக்கும், தெருக்களில் அமைதி நிலவும் நேரம்—இரு நபர்கள் அவனுடைய விடுதிக்கு வந்தார்கள். மேல்கோட்டு அணிந்து கொண்டு வெளிறிய முகத்துடன் பருமனாகவும், உறுதியாகப் பொருத்தப்பட்டிருந்த தொப்பிகளுடனும் இருந்தார்கள். முதல்முறையாக நுழைகிறார்கள் என்ற காரணத்தால் விடுதியின் கதவருகில் சில சம்பிரதாயமான மரியாதை வார்த்தைகள். க.வின் கதவருகில் மறுபடியும் அதே வார்த்தைகள், இன்னும் அதிகமாக. அவனைப் பார்க்க யாரோ வந்திருக்கிறார்கள் என்று யாரும் அறிவிக்காமலேயே க. விருந்தாளிகளை எதிர்பார்க்கும் தோரணையில், அவர்களைப் போலவே கருப்பு நிற உடையணிந்துகொண்டு, கதவருகில் நாற்காலியில் உட்கார்ந்துகொண்டு மெதுவாக, விரல்களில் இறுக்கமாகப் பொருந்திய ஒரு புதுக் கையுறையை இழுத்து மாட்டிக்கொண்டிருந்தான். உடனே எழுந்து நின்று அந்த நபர்களை அவன் ஆர்வத்துடன் பார்த்தான். "அப்படியானால் உங்களைத்தான் எனக்காக நியமித்திருக்கிறார்களா?" என்று அவன் கேட்டான். இரு நபர்களும் தலையசைத்தனர். ஒருவன் கையிலிருந்த உருளைத் தொப்பியினால் மற்றவனைச் சுட்டிக்காட்டினான். வேறு ஒருவர் வருவார் என்று எதிர்பார்த்ததாக க. உண்மையைக் கூறினான். அவன் ஜன்னல் அருகில் சென்று இருள் படர்ந்திருந்த தெருவை நோக்கினான். தெருவின் பக்கத்திலிருந்த எல்லா ஜன்னல்களும் ஏற்கனவே இருண்டுவிட்டிருந்தன. பலவற்றில் திரைகள் இழுத்துவிடப்பட்டிருந்தன. ஒரு மாடியில் விளக்கு எரிந்து கொண்டிருந்த ஜன்னலுக்குப் பின் சிறு குழந்தைகள் ஒரு குறுக்குச் சட்டத் தடுப்பிற்குப் பின்னால் விளையாடிக்கொண்டிருந்தார்கள். அந்தப் பச்சிளம் குழந்தைகள் தத்தம் இடத்திலிருந்தே, கைகளால் ஒன்றையொன்று தடவி விளையாடிக்கொண்டிருந்தன. "மகா மட்டமான கிழட்டு நடிகர்களை எனக்காக அனுப்பியிருக்கிறார்கள்" என்று தனக்குத் தானே கூறிக்கொண்டு அதை மறுபடியும் உறுதியாகத் தெரிந்துகொள்வதற்காகத் திரும்பிப் பார்த்தான். "என் விஷயத்தை மலிவாக முடித்துவிட முயல்கிறார்கள்." திடீரென்று அவர்கள் பக்கம் திரும்பி க. கேட்டான். "எந்த நாடகக் குழுவைச் சேர்ந்தவர்கள் நீங்கள்?" "நாடகக் குழுவா?" என்று ஒருவன் உதடுகளின் ஓரங்கள் துடிக்க, என்ன பதில் சொல்வது என்று மற்றவனை விசாரிப்பதுபோல் கேட்டான். மற்றவன், அடக்க முடியாத ஒரு ஐந்துவுடன் போராடும் ஊமைபோல் சைகைசெய்தான். "பதில் சொல்ல உங்களை இன்னும் தயார் செய்யவில்லை" என்று தனக்குத் தானே கூறியவாறு தொப்பியை எடுத்துவரச் சென்றான் க.

படிக்கட்டுகளில் செல்லும்போதே அந்த நபர்கள் க.வின் கழுத்தைப் பிடித்துக்கொள்ள முற்பட்டார்கள். "சந்துக்குச் சென்றவுடன் வைத்துக்கொள்ளுங்கள், நான் நோயாளியல்ல." ஆனால், வாயிலை அடையும் முன்பே க. ஒருபோதும் அனுபவித்திராத வகையில் அவர்கள் அவனைப் பற்றிக்கொண்டனர். அவர்கள் தங்கள் தோள்களை அவன் தோள்களை ஒட்டினாற்போல் நெருக்கமாக வைத்துக்கொண்டு தங்கள் கைகளை மடக்காமலேயே அவன் கைகளுடன் பின்னிக்கொண்டு, கீழே அவன் உள்ளங்கையுடன் தங்கள் கைகளைப் பிணைத்துக்கொண்டு, விடுவித்துக்கொள்ள முடியாதபடி மிகவும் கைதேர்ந்த வகையில் பற்றிக்கொண்டனர். அவர்களுக்கு மத்தியில் க. விறைப்பாக நிமிர்ந்து நடந்தான், அவர்களில் யாராவது ஒருவரை அடித்து நொறுக்கினால் எல்லோரும் நொறுங்கிவிடும் வகையில் அவர்கள் மூவரும் இப்போது ஒரே அணியாக இணைந்திருந்தனர். எப்படி இயந்திரங்கள்தான் உருவாக்க முடியுமோ கிட்டத்தட்ட அப்படிப்பட்ட ஒரு அணி அது.

ஒருவருக்கொருவர் இவ்வளவு நெருக்கமாகச் சென்றதால் அவர்களைப் பார்ப்பது மிகவும் கஷ்டமாக இருந்தாலும், தன் அறையின் மங்கிய ஒளியில் பார்க்க முயன்றதைவிடத் தெரு விளக்குகளுக்கடியில் அவர்களைத் தெளிவாகப் பார்க்க க. மீண்டும்மீண்டும் முயன்றான். "இவர்கள் டெனர் பாடகர்களாக இருக்கலாம்." அவர்களுடைய இரட்டை நாடியைப் பார்த்து எண்ணினான். சகிக்க முடியாத அளவுக்குத் தூய்மையாக இருந்த அவர்களுடைய முகங்களைப் பார்த்து அவனுக்கு வெறுப்பு ஏற்பட்டது. அவர்களுடைய கண்களின் ஓரங்களைத் தடவிய, உதடுகளை நீவிவிட்டுக்கொண்ட, தாடையின் சதை மடிப்புகளைப் பிடித்திழுத்துவிட்டுக்கொண்ட கையைப் பார்க்க முடிந்தது. அதை க. கவனித்தபோது நின்றான்; தொடர்ந்து மற்றவர்களும் நின்றார்கள். அவர்கள் மனித சஞ்சாரமற்ற, மரஞ்செடிகளால் அழகுபடுத்தப்பட்ட சதுக்கத்தின் விளிம்பில் இருந்தார்கள். "போயும்போயும் எதற்காக உங்களை அனுப்பியிருக்கிறார்கள்?" என்று கேட்டான் என்பதைவிடக் கத்தினான் என்றே கூறலாம். இந்த நபர்களுக்குப் பதில் சொல்லத் தெரியவில்லைபோல் இருந்தது. நோயாளி ஓய்வெடுத்துக்கொள்ள விரும்பும்போது காத்துக்கொண்டிருக்கும் மருத்துவமனைச் செவிலிகள்போல் அவர்கள், வெறுமனே தொங்கிக்கொண்டிருந்த கைகளுடன் காத்துக்கொண்டிருந்தனர். "நான் மேற்கொண்டு நடக்க மாட்டேன்" என்று க. அவர்களைச் சோதிக்கும் வகையில் கூறினான். அதற்கு அந்த நபர்கள் பதில் சொல்லத் தேவையிருக்கவில்லை. தங்கள் பிடியைத் தளர்த்தாமல் க.வை அந்த இடத்திலிருந்து தூக்கிக்கொண்டு செல்ல முயன்றதே போதுமானதாக இருந்தது. ஆனால், க. அதைத் தடுத்தான். "இனிமேல் எனக்கு அதிக சக்தி தேவையிருக்காது, இப்போதே எல்லாவற்றையும் செலவழித்துவிடுகிறேன்" என்று எண்ணினான். சிறு கால்கள் பிய்ந்துபோகும் அளவுக்கு பசையிலிருந்து விடுவித்துக்கொள்ளப் போராடும் ஈக்களின் நினைவு அவனுக்கு வந்தது. "இவர்களுடைய வேலை மிகவும் கஷ்டமாக இருக்கப்போகிறது."

அப்போது அவர்களுக்கு முன் தாழ்வாகச் சென்ற ஒரு சந்திலிருந்து சிறு படிக்கட்டுகள் வழியாக மிஸ் ப்யூர்ஸ்ட்னர் சதுக்கத்திற்கு வந்துகொண்டிருந்தாள். அது அவள்தானா என்று நிச்சயமாகத் தெரியவில்லை. சாயல்

சற்று அதிகமாகத்தான் இருந்தது. ஆனால், அது நிச்சயம் மிஸ் ப்யூர்ஸ்ட்னர் தானா என்பது க.வுக்கு முக்கியமானதாகவே இல்லை, தன் எதிர்ப்பு அறவே பயனற்றது என்பதை அவன் உடனே உணர்ந்துவிட்டான். அவன் அவர்களை எதிர்த்தது, இப்போது அவர்களுக்குக் கஷ்டத்தைக் கொடுத்தது, இப்போது தன்னைக் காத்துக்கொள்வதில் வாழ்க்கையின் கடைசிக் கதிரை அனுபவிக்கத் துடித்தது, இவையெல்லாம் வீரச் செயல்களல்ல. அவன் நடக்க ஆரம்பித் தான். அவர்களுக்கு அவன் அளித்த மகிழ்ச்சி அவனையும் சிறிது பற்றிக் கொண்டது. எந்த வழியாகச் செல்ல வேண்டுமென்று அவன் தீர்மானித்ததை அவர்கள் இப்போது பொறுத்துக்கொண்டார்கள். அவர்களுக்கு முன்னால் சென்றுகொண்டிருந்த பெண் எந்த வழியாகச் சென்றாளோ அந்த வழியைத் தான் அவனும் தேர்ந்தெடுத்தான். அவளைக் கடந்து செல்லவோ, அல்லது முடிந்தவரை அவளைப் பார்த்துக்கொண்டிருக்க விரும்பியதால் அல்ல. ஆனால், அவள் அவனுக்கு விடுத்திருந்த எச்சரிக்கையின் உருவமாக அவள் இருந்தாள் என்பதை அவன் மறந்துவிடக் கூடாது என்பதால்தான். ''நான் இப் போது செய்யக்கூடியது ஒன்றே ஒன்று'' என்று அவன் தனக்குள்ளேயே சொல்லிக்கொண்டான். ஒரே கதியிலிருந்த அவனுடைய காலடிகளும் மற்ற இருவரின் காலடிகளும் அவனுடைய எண்ணங்களை உறுதிப்படுத்தின. ''நான் இப்போது செய்யக்கூடிய ஒன்றே ஒன்று, அமைதியுடன் பாகுபடுத்திப் பார்க்கும் அறிவைக் கடைசிவரை தக்கவைத்துக் கொள்வதுதான். நான் இரு பது கைகளுடன் இந்த உலகத்தை அணைத்து அறிய விரும்பியிருக்கிறேன். அதுவும் அங்கீகரிக்கப்படக்கூடிய ஒரு நோக்கத்துக்காக அல்ல; அது சரியான தல்ல. ஒரு வருடமாக நடக்கும் வழக்கும் எனக்குப் பாடம் புகட்ட முடிய வில்லை என்பதை இப்போது நான் சொல்ல வேண்டுமா? மந்த புத்தி மனிதன்போல் நான் நடந்துகொள்ள வேண்டுமா? வழக்கின் தொடக்கத்தில் நான் அதை முடித்துவிட விரும்பினேன். ஆனால், இப்போது அதன் முடிவில், அதை மறுபடியும் தொடங்க விரும்புகிறேன் என்று என்னைப் பற்றி மற்ற வர்கள் பேச வேண்டுமா? மற்றவர்கள் அப்படிப் பேசுவதை நான் விரும்ப வில்லை. இந்த வகையில் ஒன்றுமே புரிந்துகொள்ளும் திறமையில்லாத அரைகுறைகளை அனுப்பி, தேவையானவற்றை நானே கூறிக்கொள்ளுமாறு விட்டுவிட்டதற்கு நான் மிகவும் நன்றியுடையவனாக இருக்கிறேன்.''

இதற்கிடையில் அந்தப் பெண் ஒரு சிறு சந்தில் திரும்பிவிட்டிருந்தாள். ஆனால், அவள் இனி க.வுக்குத் தேவையில்லை, தன்னைத் தன்னுடன் வந்த வர்கள் அழைத்துச் செல்ல விட்டுவிட்டான். இப்போது மூவரும் முழு ஒற்றுமையுடன் நிலவொளியில் ஒரு பாலத்தின் மீது ஒருவரையொருவர் இழுத்துக்கொண்டு சென்றனர். க. செய்த ஒவ்வொரு சிறு அசைவுக்கும் அவர்கள் விட்டுக்கொடுத்தார்கள். அவன் பாலத்தின் சுவர் நோக்கிச் சிறிது திரும்பியபோது, அவர்களும் அந்தப் பக்கம் முழுமையாகத் திரும்பினர். நில வொளியில் பளபளத்துக்கொண்டும், நடுங்கிக்கொண்டும் இருந்த தண்ணீர் ஒரு சிறு தீவைச் சுற்றிப் பிரிந்து சென்றது. அத்தீவில் மரங்களின் மற்றும் புதர்களின் இலைக் கூட்டங்கள், ஒன்றாகத் திரட்டப்பட்டதுபோல், ஒன்றின் மேல் ஒன்றாகக் குவிந்து கிடந்தன. அவற்றுக்கடியில் பார்க்க முடியாத சிறு கற்களால் பாவப்பட்ட பாதைகள் சென்றன. அவற்றில் சௌகரியமான

பெஞ்சுகள் போடப்பட்டிருந்தன. பல கோடைக்காலங்களில் க. இவை மீது நன்றாக நீட்டிப் படுத்துக்கொண்டும் சாய்ந்துகொண்டும் இருந்திருக்கிறான். ‘‘இங்கு நிற்க வேண்டும் என்பதல்ல என் எண்ணம்’’ என்று க. அவனை எதுவும் செய்ய அனுமதிக்கத் தயாராக இருந்த அவர்களிடம் வெட்கமடைந்து கூறினான். தவறாகப் புரிந்துகொண்டு நின்றுவிட்டதால், அவர்களில் ஒருவன் மற்றவனை க.வின் முதுகுக்குப் பின்னால் லேசாகக் கடிந்துகொண்டதுபோல் தோன்றியது. பிறகு அவர்கள் தொடர்ந்து நடந்தார்கள். மேடாகச் சென்ற சந்துகள் வழியே அவர்கள் போனார்கள். அவற்றில் சில போலீஸ்காரர் இங்குமங்கும் நின்றுகொண்டிருந்தார்கள் அல்லது போய்க்கொண்டிருந்தார்கள். சில சமயம் தூரத்தில், சில சமயம் அருகில். அவர்களில் அடர்த்தியான மீசை வைத்திருந்த ஒருவன், கையால் இடுப்பில் இருந்த வாளின் பிடியைப் பற்றியவாறு, அவர்களைச் சிறிது சந்தேகித்து அணுகினான். க.வுடனிருந்த இருவரும் நின்றார்கள். போலீஸ்காரன் வாயைத் திறந்ததுபோல் தோன்றியது. அந்தக் கணத்தில் க. முழு பலத்துடன் அவர்களை முன்னே இழுத்துக்கொண்டு போனான். அந்தப் போலீஸ்காரன் பின் தொடர்கிறானா என்று பார்க்க அடிக்கடி ஜாக்கிரதையாகப் பின்னால் திரும்பிப் பார்த்தான். ஆனால், அவர்கள் ஒரு திருப்பத்தில் திரும்பியவுடன் க. ஓடத் தொடங்கினான். அந்த இருவரும் மூச்சுமுட்டி மிகவும் திணறினாலும் அவனுடன் கூட ஓடவேண்டியிருந்தது. இதுபோல் அவர்கள் நகரத்துக்கு வெளியே சீக்கிரமே வந்துவிட்டார்கள். இந்த வழியில் நகரம் சட்டென முடிந்து, வயல்வெளிகள் நகரத்தைத் தொட்டுக்கொண்டிருந்தன. ஒரு சிறு கற்சுரங்கம் நகரத்தின் கடைசி வீட்டின் அருகில் கைவிடப்பட்டும் வெறிச்சோடியும் இருந்தது. இங்கு அந்த இருவரும் நின்றார்கள். முதலிலிருந்தே இந்த இடம்தான் அவர்கள் வர வேண்டிய இடமாக இருந்ததோ அல்லது இன்னும் மேலே ஓட முடியாதபடி மிகவும் களைப்படைந்துவிட்டிருந்தார்களோ என்னவோ. இப்போது அவர்கள் க.வை விடுவித்தார்கள். அவன் மௌனமாகக் காத்துக்கொண்டிருந்தான். உருளைத் தொப்பிகளை எடுத்துவிட்டு கற்சுரங்கத்தைச் சுற்றிப் பார்வையைச் செலுத்திக்கொண்டே கைக்குட்டைகளால் வியர்வையை நெற்றியிலிருந்து துடைத்துக்கொண்டார்கள். எங்கும் நிலவொளி வேறு எந்த ஒளிக்கும் இயல்பாகவே இல்லாத தன்மையுடனும், அமைதியுடனும் படர்ந்திருந்தது.

யார் அடுத்த பணியைச் செய்ய வேண்டுமென்பதைப் பற்றி சில சம்பிரதாயமான வார்த்தைகளைப் பரிமாறிக்கொண்ட பிறகு—யார் எதைச் செய்ய வேண்டுமென்பது தெளிவாகாமலேயே பணிக்கப்பட்டதுபோல் தோன்றினார்கள்—அவர்களில் ஒருவன் க.விடம் சென்று அவன் கோட்டை, அரைக் கோட்டை, பிறகு கடைசியில் சட்டையை கழற்றினான். க. தன்னையுமறியாமல் குளிரில் நடுங்கினான். அதற்கு அந்த மனிதன் க.வின் முதுகில் லேசாக, அமைதியடையச் செய்யும் வகையில் தட்டினான். பிறகு அவன் அந்தப் பொருள்களைக் கூடிய சீக்கிரம் இல்லாவிட்டாலும் என்றாவது உபயோகிக்கத்தான் போவதுபோல் ஜாக்கிரதையாக மடித்துவைத்தான். க. அசைந்தால் இரவில் வீசிய காற்று இன்னும் சில்லென்று மேலும் அவனைப் பாதிக்காதவாறு அவன் க.வின் கையைப் பற்றி அவனுடன் சிறிது மேலும் கீழும் நடந்தான். அதே சமயம் கற்சுரங்கத்தில் ஒரு ஏற்ற இடத்தைத் தேடி

னான். அதை அவன் கண்டுபிடித்தவுடன் சைகை செய்தான். மற்றவன் க.வை அங்கு அழைத்துச் சென்றான். அது உள் விளிம்பின் அருகில் இருந்தது. அங்கு பிளந்தெடுக்கப்பட்ட கல் ஒன்று கிடந்தது. அவர்கள் க.வை மண்ணில் கீழே உட்கார வைத்துக் கல்லில் அவனைச் சாய்த்து அவன் தலையை மேல்நோக்கிப் பதிய வைத்தார்கள். அவர்கள் இவ்வளவு சிரமங்கள் எடுத்துக்கொண்டும், க. அவர்களுடன் எவ்வளவு ஒத்துழைத்தும், அவனுடைய நிலை நிர்பந்தப் பட்டவனது போலவும், எதையும் நம்பாதவனது போலவும் தொடர்ந்து இருந்தது. அதனால் க.வைக் கீழே கிடத்தும் வேலையைச் சிறிது நேரம் தன் னிடம் மட்டும் விட்டுவிடுமாறு அவர்களில் ஒருவன் மற்றவனைக் கேட்டுக் கொண்டான். ஆனால், அதனால் எந்தவிதப் பயனுமில்லை. இறுதியில், இது வரை ஏற்கனவே க.வைக் கிடத்தியிருந்த விதங்களைவிடச் சிறந்தது என்று சொல்ல முடியாத வகையில் அவனைக் கிடக்க விட்டார்கள். பிறகு, அவர் களில் ஒருவன் தன் மேல்கோட்டைத் திறந்து, அரைக்கோட்டைச் சுற்றி இறுக்கப்பட்டிருந்த பெல்டில் தொங்கிக்கொண்டிருந்த உறையிலிருந்து ஒரு நீண்ட மெல்லிய இருபுறமும் கூர்மையாக்கப்பட்டிருந்த கசாப்புக் கத்தியை எடுத்து, உயரத் தூக்கிப் பிடித்து, வெளிச்சத்தில் அதன் கூர்மையைப் பரி சீலனை செய்தான். மறுபடியும் வெறுப்பூட்டும் சடங்குகள் தொடங்கின. அவர்களில் ஒருவன் க.வுக்கு மேல்புறமாகக் கத்தியை மற்றவனிடம் நீட்டி னான். அவனோ மறுபடியும் கத்தியை க.வின் உடலுக்கு மேல்புறமாகத் திருப்பிக் கொடுத்தான். கத்தி அவனுக்கு மேலே ஒரு கையிலிருந்து இன் னொரு கைக்கு ஊசலாடிக்கொண்டிருந்தபோது, தானே அதைப் பிடுங்கி, தன்னைக் குத்திக்கொள்வதுதான் தன் கடமையாக இருக்க வேண்டுமென்று இப்போது க.வுக்குத் தெளிவாகத் தெரிந்தது. ஆனால், அவன் அப்படிச் செய்ய வில்லை. பதிலாக, இன்னும் சுதந்திரமாக இருந்த கழுத்தை திருப்பிச் சுற்று முற்றும் பார்த்தான். அவன் முழுக்கமுழுக்க அவர்களுக்குப் பயனுள்ளவனாக இருக்க முடியவில்லை. அதிகாரிகளிடமிருந்து எல்லா வேலையையும் தானே எடுத்துக்கொள்ள முடியவில்லை. அதற்குத் தேவையான எஞ்சியிருந்த சக்தியை அவனிடமிருந்து பறித்துக்கொண்டவன்தான் இந்தக் கடைசித் தவற் றின் பொறுப்பை ஏற்றுக்கொள்ள வேண்டும். கற்சுரங்கத்தை ஒட்டியிருந்த வீட்டின் கடைசி மாடிமீது அவனுடைய பார்வை விழுந்தது. ஒரு விளக்கு பளிச்சிடுவதுபோல் ஒரு ஜன்னலின் கதவுகள் திறந்து தூரத்தில் உயரத்தில் பலவீனமாகவும் ஒல்லியாகவும் இருந்த ஒருவர் சடக்கென்று வெளியே குனிந்து கைகளை நீட்டி அகல விரித்தார். யார் அவர்? நண்பரா? நல்ல மனி தரா? இதில் பங்கெடுத்துக்கொள்பவரா? உதவி செய்ய விரும்புபவரா? அவர் ஒருவரா? அல்லது எல்லோரும் சேர்ந்த ஒருவரா? இனியும் அவனுக்கு உதவி கிடைக்குமா? மறந்துவிட்ட எதிர்வாதங்கள் இன்னும் இருக்கின்றனவா? நிச்சயம் அப்படி ஏதாவது இருக்க வேண்டும். இந்தத் தர்க்கரீதியான முடிவு அசைக்க முடியாததுதான். ஆனால், வாழ விரும்பும் ஒருவனுக்கு அது முரண் பட்டதாக இல்லை. அவன் இதுவரை பார்த்தேயிராத நீதிபதி எங்கே? அவன் இதுவரை சென்றேயிராத உயர்நீதிமன்றம் எங்கே? அவன் கைகளை உயர்த்தி எல்லா விரல்களையும் அகல விரித்தான்.

ஆனால், அவர்களில் ஒருவன் க.வின் தொண்டையில் தன் கைகளை வைத்தான். மற்றவன் கத்தியை அவன் நெஞ்சில் ஆழமாகக் குத்தி இருமுறை திருகினான். அவர்கள் அவனுடைய முகத்துக்கருகில், கன்னத்துடன் கன்னம் சேர, ஒருவர்மேல் ஒருவர் சாய்ந்துகொண்டு, தீர்ப்பைப் பார்வையிட்டுக் கொண்டிருந்ததைத் தெறித்து விழும் கண்களால் க. இன்னும் பார்க்க முடிந்தது. "எப்படி ஒரு நாயைப் போல..." என்றான் அவன், இந்த இழிவு அவனுக்குப் பின்னும் தொடர்ந்து இருக்கவேண்டும் என்பதைப் போல.

பின்னுரை

ஃப்ரன்ஸ் காஃப்கா - ஒரு அறிமுகம்

ஜி. கிருஷ்ணமூர்த்தி

காஃப்காவின் மறைவுக்குப் பின் வெளியான நாட்குறிப்பிலிருந்து: ''நான் இடைவிடாமல் போராடுகிறேன். அது யாருக்கும் தெரியாது. ஒரு சிலர் அதைப் புரிந்துகொண்டிருக்கலாம். அது தவிர்க்க முடியாததுதான். ஆனால், எவருக்குமே அதைப் பற்றிச் சரியாகத் தெரியாது. தினசரிக் கடன் களை நான் பூர்த்திசெய்துகொண்டுவருகிறேன். ஓரளவிற்குக் கவனக்குறைவு என்னிடம் உள்ளதைப் பற்றிக் குறைகூற முடியும். ஒவ்வொரு மனிதனும் போராடுகிறான். ஆனால், நான் மற்றவர்களைவிடக் கூடுதலாகவே போராடு கிறேன். கனவில் ஏதோ ஒரு உருவத்தை விரட்டக் கைகளை அசைப்பது போல் பிறர் தூக்கத்தில் போராடுவார்கள். ஆனால், நான் விழிப்புடன் என் னிடம் உள்ள சக்தியை எல்லாம் ஒன்றுதிரட்டி மிகவும் கவனமாகவும் நன்கு திட்டமிட்டும் போராடுகிறேன். தங்களுக்காக மட்டும் கூவிக்கொண்டு அதே நேரத்தில் பயத்தைக் கிளப்பும் அமைதியில் ஆழ்ந்திருக்கும் கூட்டத்திலிருந்து எதற்காக நான் விலகி எழுந்து போராடுகிறேன்? ஏன் பிறர் கவனத்தை என் பால் ஈர்க்கிறேன்? விரோதிகளின் முதல் பட்டியலிலேயே ஏன் என் பெயர் முதல் இடத்தில் இருக்கிறது? எனக்குப் புரியவில்லை.''

காஃப்கா ஏன் போராடினார்? எதை எதிர்த்துப் போராடினார்? மரணம் அல்லது இலக்கியத்தின் மூலம் நித்தியத்துவம் என்ற சவாலை ஏன் ஏற்றார்? ஏன் மொழியை ஆயுதமாக்கிக்கொண்டு காஃப்கா தன்னுடைய விரோதிகளை மாய்க்க முனைந்தார்?

காஃப்காவை மேலெழுந்தவாரியாகப் படித்து விமர்சனம் செய்பவர்கள் காஃப்காவின் படைப்புகள் எல்லாம் அவருடைய மனத்தளர்ச்சியையும், எல்லாம் அதன் நியதிப்படிதான் நடக்கும் என்ற தோல்வி மனப்பான்மையை யும், எதிர்ப்புத் தெரிவிக்காமலேயே சரணடையும் மனப்போக்கையும் கொண்ட ஒரு மனிதனை உள்ளடக்கியிருக்கின்றன என்று சொல்வார்கள்.

காஃப்காவைப் புரிந்துகொள்ள அவருடைய படைப்புகளை மட்டும் ஆராய்ந்தால் போதாது. காஃப்காவைப் படிக்கும் ஒவ்வொரு வாசகனும் விமர்சகனும் தங்களுடைய அனுபவ உலக உண்மைகளை காஃப்காவின் படைப்புகளில் கண்டுகொள்ள முயலுகிறானே ஒழிய, காஃப்கா என்ற புதிர் மனிதனை, எந்த ஒரு எல்லைக்குள்ளும் கட்டுப்படாத இலக்கியவாதியைக் கண்டுகொள்ள முயலுவதில்லை. ஆதலால், காஃப்காவைப் பற்றி முன்னுக்குப் பின் முரணான கருத்துகள் இலக்கிய உலகில் காணப்படுவதுபற்றி ஆச்சரியப் படத் தேவையில்லை.

நல்ல இலக்கியம் என்றால் இப்படித்தான் இருக்கும் அல்லது இருக்க வேண்டும் என்ற அணுகுமுறையைக் கடைப்பிடிப்பவர்கள் காஃப்காவைப் புரிந்துகொள்வது மிகவும் கடினம்; இலக்கியத்தைப் படித்து ரசித்து மகிழ வேண்டும் என்று நினைப்பவர்களுக்கு, காஃப்காவின் அதீதக் கனவுலக வர்ண னைகளையும் நிகழ்ச்சிகளையும் படிக்கும்போது, காஃப்காவைப் படிப்பதில் அர்த்தம் ஏதும் இல்லை என்ற எண்ணம் எழுவது சர்வசாதாரணமான அனு பவம்தான். அன்றாட அனுபவ உலகின் எல்லையைத் தாண்டி காஃப்காவின் இலக்கிய உலகின் நியதிகளைக் கண்டுபிடிக்கும் முயற்சி ஒரு தனியான, முன் பின் அறிந்திராத அனுபவம்.

காஃப்காவைப் புரிந்துகொள்ள நினைப்பவர்கள் காஃப்கா என்ற தனி மனிதனின் வாழ்க்கை வரலாற்றையும் தெரிந்துகொள்ள வேண்டும். காஃப்கா என்ற இலக்கிய ஆளுமையும் காஃப்கா என்ற தனிமனித ஆளுமையும் ஒன்றி ணைந்து அவருடைய படைப்புகளில் வெளிப்பட்டுள்ளன. காஃப்காவின் கடிதங்கள், நாள்குறிப்பேடுகளில் உள்ள குறிப்புகள், அவர் வாழ்க்கைப் பின்னணி அவருடைய சிறுகதைகளையும் நாவல்களையும் புரிந்துகொள்ளப் பெரிதும் உதவுகின்றன.

வாழ்க்கை, இலக்கியப் படைப்பு என்ற இரு வகையான உலகங்களை ஒன்றோடு ஒன்று ஒப்பிட்டு விமர்சிப்பதில் உள்ள சிரமங்களையும் நாம் மன தில் கொள்ள வேண்டும். காஃப்கா என்ற மனிதனை மறந்துவிட்டு காஃப்கா வின் இலக்கியத்தை அணுகுவது சாத்தியமில்லை. ப்ராக் (Prague) நகரத்தில் யூதக் குடும்பத்தில் பிறந்து வளர்ந்து ஆயுள் காப்பீட்டு அலுவலகத்தில் பணி யாற்றிய காஃப்காவிற்கும், ஜெர்மன் மொழியில் படைப்புகளை உருவாக்கிய காஃப்காவிற்கும் நெருக்கமான தொடர்புகள் உள்ளன என்பதை எவரும் கவனிக்காமல் இருக்க முடியாது. சமகால இலக்கியவாதிகளிடம் காண முடி யாத அளவிற்கு சுயசரிதமும் கற்பனையும் காஃப்காவின் எழுத்துகளில் இணைந்திருக்கின்றன. உதாரணமாக காஃப்காவிற்கு மிகவும் பிடித்த ‘தீர்ப்பு’ (Das Urteil) என்ற சிறுகதையைச் சரியாகப் புரிந்துகொள்ள, காஃப்காவிற்கும் கட்டுப்பாட்டிலும் அடக்குமுறையிலும் நம்பிக்கைகொண்ட அவர் தந் தைக்குமான உறவு பற்றிய அறிவு உதவக்கூடும். ஆனால் அவர் வாழ்க்கை நிகழ்ச்சிகளுக்கு அப்படியே அப்பட்டமான இலக்கிய வடிவம் கொடுக்க வில்லை. அனுபவங்களுக்கு வேறான அந்நிய உலகில், சுய அனுபவங்களை அவற்றின், பௌதிக எல்லையைத் தாண்டி, மாற்றுக் கோணத்தில் காஃப்கா படைப்புகளை முன்வைக்கிறார். காஃப்காவின் படைப்புகளை எதிர் கொள்ள, அவர் வாழ்க்கையைத் தெரிந்துகொள்வது அவசியம்.

1883ஆம் ஆண்டு ஜுலை மாதம் 3ஆம் தேதி அன்றைய செக்கோஸ் லோவாக்கிய நாட்டின் தலைநகரான ப்ராகில் ஃப்ரன்ஸ் காஃப்கா யூத மதத் தைச் சேர்ந்த வியாபாரி ஹெர்மன் காஃப்காவின் மூத்த மகனாகப் பிறந்தார். ஊர்ஊராகச் சென்று சிறு பொருள்களை விற்பனை செய்து விடாமுயற்சி யால் முன்னுக்கு வந்தவர் காஃப்காவின் தந்தை. வெயில், பனி என்று பாரா மல் ஆண்டு முழுவதும் பாடுபட்ட ஹெர்மன் காஃப்கா, குளிர்காலத்தில் உறைபனிக் கடியால் கால்கள் புண்பட்டதை அடிக்கடி தன் குழந்தைகளுக்குக் கதைகதையாகப் பெருமையுடன் கூறுவது வழக்கம். தனக்கென்று ஒரு

வியாபாரத்தை ஆரம்பித்து அதை வெற்றிகரமாக நடத்தி, வறிய நிலையிலிருந்து மத்தியதரக் குடும்ப அந்தஸ்தை அடைந்தவர் அவர். அவர் சிறு வயதில் தான் பட்ட கஷ்டங்களைப் பற்றி விவரிக்கும்போது தனக்குப் பின் தோன்றிய இளைய தலைமுறை ஏன் இவ்வாறு சோம்பித் திரிகிறது என்று சாடுவார். தன் பெண்கள் எல்லி, வல்லி, ஓட்லா மற்றும் தன் ஒரே மகனான ஃபிரன்ஸ் காஃப்காவைத்தான் அவர் மறைமுகமாக அவ்வாறு குறைகூறுவார். தந்தையும் மகனும் இரு துருவங்கள். கூச்சம், அச்சம், பலவீனமான உடல், மெல்லிய உருவம்—இதுதான் இளமைப் பருவ காஃப்கா. வியாபாரத்தை மேற்கொண்டு சரிவர நடத்த மகனால் முடியாது என்பது தந்தையின் தீர்மானமான கணிப்பு. சுறுசுறுப்பு, கடினமான உடல் உழைப்பு என்ற தேவைகளின் அடிப்படையில் முன்னுக்கு வந்த தந்தையின் வியாபார உலகத்திற்குத் தான் லாயக்கில்லை என்பதைப் பற்றி காஃப்கா பின்பு ஒரு முறை எழுதியிருப்பது: ''பணம், பொருள் ஈட்டும் உலகத்தின் அருகாமை என்னை ஜடமாக்கியது... ஏதோ அர்த்தமற்ற பாதையில் இருப்பது மட்டும் அல்லாமல் அதற்குத் தலைவணங்கும் அவல நிலை...'' கடினசித்தம், கட்டுப்பாடு, கண்டிப்பு, இலக்கியம் என்றால் என்ன விலை என்று கேட்கும் போக்கு, உழைப்பு, எல்லாவற்றையும் பயன்பாட்டுக் கண்ணோட்டத்தில் பார்க்கும் மனோபாவம் என்பதுதான் தந்தையைப் பற்றி காஃப்காவின் மதிப்பீடு. காஃப்கா கூறுகிறார்: ''வியாபாரி என்ற முறையில் என் தந்தை 'இதுதான் கடைசி முறை' என்று கூறும்போது—அடிக்கடி அப்படி நடக்கும்—சிறுவனான எனக்குப் பயம் தோன்றும் அல்லது பயத்திற்குப் பதிலாக மனதில் திகில் ஏற்படும்... 'கடைசி முறை' என்ற காலக் கெடு வரும்போது அவர் அந்த நாளில் அதைப் பற்றிப் பேசாமலேயே போய்விடுவார்... சங்கடமான புதிர்... இப்படிப்பட்ட 'கடைசி எச்சரிக்கையை' அவர் முப்பது நாட்களுக்கு ஒரு முறை விடுப்பார் என்பதை நான் பல ஆண்டுகளுக்குப் பின்புதான் புரிந்துகொண்டேன்.''

காஃப்காவின் சிறு வயதில் அவர் எவ்வாறு தனக்கு அந்நியமான குடும்பச் சூழலில் வாழ்ந்தார் என்பதை நாம் புரிந்துகொள்ள முடிகிறது. அம்மாவிடம் அளவற்ற அன்பு காஃப்காவிற்கு. குடும்பத் தலைவர் மட்டுமல்ல ஹெர்மன் காஃப்கா; ஒரு சர்வாதிகாரியும்கூட. அவர் சொற்படிதான் அவருடைய மனைவியும் மக்களும் நடந்துகொள்ள வேண்டும். அப்பா மீது பயம் ஒரு பக்கம், வெறுப்பு இன்னொரு பக்கம். காஃப்காவின் குழந்தைப் பருவ அனுபவங்கள் அவர் பிற்காலத்தில் எழுதிய கதைகளிலும், நாவல்களிலும் இழையோடுகின்றன. காஃப்காவின் குழந்தைப் பருவம் அப்பா என்ற 'சர்வாதிகாரி'யால் பாதிக்கப்பட்டது என்றாலும், காஃப்கா தன் சகோதரிகளுடன் கழித்த ஆண்டுகள் இனிமையானவை என்று தெரியவருகிறது. ஆண்டுதோறும் பெற்றோருடைய பிறந்த நாட்களில் சிறுவனான காஃப்கா தான் எழுதிய நாடகங்களில் தன்னுடைய மூன்று சகோதரிகளையும் நடிக்க வைப்பான். காஃப்காவின் உலகம் எவ்வாறு அவருக்குத் திகிலூட்டும் உலகமாக இருந்தது என்பதற்கு மேலும் ஒரு உதாரணம், அவரைப் பள்ளிக்கு அழைத்துச் செல்லும் சமையல்காரி அவரைப் பயமுறுத்துவது. காஃப்கா பாடம் படிக்காமல் நாடகங்கள் எழுதிப் பிறரைக் கேலி செய்வதுபற்றிப் பள்ளி ஆசிரியரிடம் சொல்லப்போவதாக அவள் ஒவ்வொரு நாளும் காஃப்காவைக் கலவரத்

தில் ஆழ்த்துவாள். சாயங்கால வேளைகளில் படுக்கையில் படுத்துக்கொண்டே கதைப் புத்தகத்தைப் படித்துக்கொண்டிருக்கும்போது விளக்கை அணைத்து விடுவாள். உயர்நிலைப் பள்ளியில் படிக்கும்போதும் இவ்வாறுதான். இளை ஞன் காஃப்கா தன்னைச் சுற்றியுள்ள உலகத்தைப் புரிந்துகொண்டாலும் அதில் தன்னை ஈடுபடுத்திக்கொள்ளாமல் விலகி அந்நியனாக இருந்தார். எதைப் பற்றியும் தீர்க்கமாக ஆலோசனைசெய்யும் பழக்கம் காஃப்கா என்ற இளைஞனிடம் இருந்தாலும் எண்ணத்தின் முடிவுகளைச் செயல்படுத்த முடி யாத இயலாமை அவரிடம் இருந்தது.

சுருக்கமாகச் சொன்னால், காஃப்காவின் இளமைக் காலம் மறக்க முடி யாத ‘பயங்கர’ நினைவுகளாக அவரை ஆட்கொண்டதோடு அவருடைய பிற் கால நடத்தைகளுக்கு அடிப்படையாகவும் அமைந்துவிட்டது. அவர் படைத்த கற்பனை உலகத்தின் பயங்கரத் தோற்றங்களால் அவர் எப்படித் தன் வாழ்க்கையில் தனிமைப்படுத்தப்பட்டு மற்றவர்களால் புரிந்துகொள்ளப் படாமல் வாழ்ந்தாரோ, அவ்வாறே இன்றுவரை முழுமையாக அறிந்து கொள்ள முடியாத இலக்கியங்களாக அவரது படைப்புகள் இருந்து வருகின்றன.

ஜெர்மன் மொழியைத் தாய்மொழியாகக் கொண்ட யூதர் காஃப்கா என்று சொல்லும்போதே அவரது தனித்தன்மையையும் அதே நேரத்தில் அவரைச் சூழ்ந்த அந்நியத் தன்மையையும் புரிந்துகொள்ள முடிகிறது. செக் கோஸ்லோவாக்கிய நாட்டில் பெரும்பான்மையினரின் தாய்மொழி செக். தவிர, ஜெர்மனைத் தாய்மொழியாகக் கொண்ட சிறுபான்மை ஜெர்மன் இனத்தவரும் பிராக் நகரில் வாழ்ந்துவந்தனர். இவர்களுக்கு இடையில் யூத இனத்தினர். எந்த மொழியை யூத இனத்தினர் ஏற்றுக்கொள்வது? காஃப்கா வின் தந்தை கிராமப்புறத்தில் செக் மொழி பேசுபவரிடையே பிறந்து வளர்ந் தவர் என்பதால் ஜெர்மன் மொழியைவிட செக் மொழியைத்தான் அவரால் நன்றாகக் கையாள முடியும். ஆனால், தன் பிள்ளை ஜெர்மன் கல்வி முறைப்படி நடத்தப்பட்டுவந்த பள்ளியில் ஜெர்மன் மொழியைப் படிக்க வேண்டும் என்று அவர் தீர்மானித்தார். செக் மக்களுக்கும் ஜெர்மானியர் களுக்கும் யூதர்களைக் கண்டாலே பிடிக்காத சூழ்நிலையில் காஃப்கா, ஜெர்மானியக் கலாசார முறையில் வளர்க்கப்பட்டுவந்த யூதர். யூதர்களுக்கு எதிராகப் பள்ளிகளிலும், தெருவிலும் ஆர்ப்பாட்டங்கள் அடிக்கடி நடக்கும். எல்லாவற்றிலிருந்தும் ஒதுங்கியே நிற்கும் காஃப்கா ஜெர்மன் மொழி பேசும் யூதர் என்பதால் எந்த இனத்தோடும் ஒட்ட முடியாமல் தனிமைப்படுத்தப் பட்டார்.

தனிமை, தனிமைப்படுத்தப்படுவது, வீட்டிலும் வெளியிலும் அந்நிய னாக வாழ்வது என்பது அநேகமாக காஃப்கா படைத்த எல்லாப் பாத்திரங் களுக்கும் பொதுவான அடிப்படையான அனுபவம். இது காஃப்காவின் சுயவாழ்க்கையின் பிரதிபலிப்பு.

பள்ளிப் படிப்பு முடிந்து, மேற்படிப்பு என்ற பிரச்சினை வந்தபோது காஃப்காவின் சிந்தனைகள் வேறு விதமாக இருந்தன. தந்தையின் பிடியி லிருந்து விலகிச் சுதந்திர மனிதனாக வாழ வேண்டுமானால், தந்தையின் வியாபாரத்தை மேற்கொள்ளாமல் ஏதாவது ஒரு வேலைக்குப் பயன்படும்

படிப்பைத் தொடர்வதுதான் சிறந்தது என்ற முடிவுக்கு அவர் வந்தார். எழுத்தாளனாகப் படைப்புகளை உருவாக்குவதுதான் வாழ்க்கையில் தனக்கு இருக்கும் ஒரே வழி என்றாலும், இலக்கியம் சோறு போடாது, மேலும் இலக்கியத்தைக் காசு சம்பாதிப்பதற்காகப் பயன்படுத்தக் கூடாது என்ற முடிவிற்கு வந்தார். ஜெர்மன் மொழியில் இலக்கிய மேற்படிப்புப் படிக்க வேண்டும் என்ற ஆசை அவருக்கு இருந்தது. பள்ளி நாட்களிலேயே அவர் எழுதத் தொடங்கிவிட்டார் என்றாலும் அப்போது அவர் உருவாக்கிய கதைகள் அவர் நினைத்த தரத்தை எட்டவில்லை என்ற காரணத்தினால் கைப்பிரதிகளை எல்லாம் தீயிலிட்டு அழித்துவிடச் சொல்லிவிட்டார். ஜெர்மன் இலக்கியப் படிப்பில் உள்ள ஆர்வத்தை மோசமான பேராசிரியர்கள் அவித்துவிட்ட நிலையில் காஃப்கா ஒரு தெளிவான வழியைக் கண்டுகொண்டார். உத்தியோகத்திற்கான படிப்பும் இலக்கியப் பணியும் ஒன்றையொன்று சார்ந்து இருக்கக் கூடாது என்ற கொள்கையின் காரணமாகச் சட்டப் படிப்பு, உத்தியோகத்திற்கு வழிவகுப்பதுடன் தன் இலக்கிய ஈடுபாட்டையும் பாதிக்காது என்ற முடிவுக்கு வந்தார்.

ப்ராக் பல்கலைக்கழக நாட்களில் காஃப்காவிற்கு வேறு விதமான உலகம் அறிமுகமாகியது: நண்பர்களுடன் பிரயாணங்கள், சொந்தக்காரர்களை நேரில் சென்று பார்த்தல் (குறிப்பாக, கிராமப்புறத்து மருத்துவரான அவருடைய மாமன் ல்யோவி). ஊழியர்-விபத்து-ஆயுள் காப்பீட்டு நிறு வனத்தின் உரிமையாளர்கள், தத்துவவாதிகள், இலக்கியவாதிகள், வரலாற்று நிபுணர்கள், பிரபுக்கள், தொழில் அதிபர்கள் ஆகியோருடனான சந்திப்பு. இதனால் இளமைக் காலத்தின் கசப்பான நினைவுகள் பின்தள்ளப்பட்டு அவர் அனுபவ உலகம் விரிவடையத் தொடங்கியது.

தனக்கென்று ஒரு நண்பர்கள் வட்டத்தையும் உருவாக்கிக்கொண்டார். மாக்ஸ் ப்ரோட் (Max Brod) என்ற நண்பரை இங்கு குறிப்பிட்டுச் சொல்ல வேண்டும். (மாக்ஸ் ப்ரோடைச் சந்திக்காது இருந்திருந்தால், உலகம் காஃப்காவின் இலக்கியத்தைப் பார்த்திருக்கவே முடியாது. தனது உன்னதமான பிற்காலப் படைப்புகளையெல்லாம் மாக்ஸ் ப்ரோடிடம் காஃப்கா அவ்வப்போது விவாதித்ததோடு மட்டும் அல்லாமல் கைப்பிரதிகளையெல்லாம் அவரிடமே ஒப்படைத்தார். கடைசிக் காலத்தில், காஃப்கா தன்னுடையக் கைப்பிரதிகளையெல்லாம் தீயிலிட்டுவிடுமாறு அவரை வேண்டிக்கொண்டாலும், அவற்றைக் காப்பாற்றி நூலாக வெளியிட்ட பெருமை மாக்ஸ் ப்ரோடையே சாரும்.)

பல்கலைக்கழகப் படிப்பிற்குப் பின் **(1906)** அவர் வேலையில் அமர்ந்தபோது அவருடைய வாழ்க்கையில் பல்வேறு மாறுதல்கள் தோன்றின. அலுவலக வேலை அவருடைய நேரத்தை முழுமையாகக் கவ்விக்கொண்டதால் இலக்கிய வேலை தடைப்பட்டு நின்றது. ப்ராகிலிருந்து வெளியேறி—அதாவது தந்தையின் கண்டிப்பு, உழைப்பு என்ற சங்கிலிகளைத் தகர்த்து எறிய வேண்டும் என்ற முயற்சியில்—வியன்னாவில் வேலை தேடிக்கொள்ள வேண்டும் என்ற காஃப்காவின் எண்ணத்தில் மண் விழுந்தது. தனக்கிருந்த வியாபாரத் தொடர்புகளைப் பயன்படுத்தி, ஹெர்மன் காஃப்கா தன் மகனுக்குத் தனியார் ஆயுள் காப்பீட்டு நிறுவனம் ஒன்றில் வேலை வாங்கிக் கொடுத்

தார். வாரத்தில் ஏழு நாட்களிலும் அலுவலக வேலை செய்ய வேண்டிய நிர்ப் பந்தம் ஒரு பக்கம், அலுவலக அதிகார உலகத்தின் கொடுமைகள் மறுபக்கம். போதாததற்கு அலுவலகத்திலிருந்த அநாமதேயக் குட்டிக் கடவுள்களின் ஆர்ப்பாட்டங்கள். 'விசாரணை', 'கோட்டை' என்ற நாவல்களில் இத்தகைய அலுவலக உலகம் எவ்வாறு மனிதனை உருக்குலைக்கிறது என்பதை காஃப்கா விரிவாக விளக்கியுள்ளார். இதிலிருந்து தப்புவது எப்படி? தன் பள்ளிக் கால நண்பன் உதவியால் பொதுத்துறை நிறுவனம் ஒன்றில் அவருக்கு மேல்நிலை அதிகாரியாக மாற்று வேலை கிடைத்தது. இந்த நிறுவனத்தின் பெயர்: ஊழியர்-விபத்து-ஆயுள் காப்பீட்டு நிறுவனம். காலை 8 மணிமுதல் பிற்பகல் 2 மணிவரைதான் அலுவலகக் கடமைகள். இலக்கியப் பணிக்கான தடைகள் நீங்கியதால், காஃப்காவின் படைப்புகள் மெல்லமெல்ல உருவாகத் தொடங் கின. ''என்னிடம் இருக்கும் சக்திகளையெல்லாம் ஒன்றுதிரட்டிக் குவித்து இலக்கியப் பணியை நோக்கி என்னை என் மனம் இழுத்துச் செல்வதை நான் உணர்ந்தேன். எழுத்து வேலைதான் என் இயல்புக்கு ஏற்றது என்பதை நான் தெளிவாகக் கண்டுகொண்ட பின்பு, என்னுடைய மற்ற தேவைகளை, மனி தன் என்ற உயிரினத்திற்குத் தேவையான பெண்கள் மூலம் சந்தோஷம் அடை வது, சாப்பாடு, மதுபானம் மூலம் கிடைக்கும் ஆனந்தம், தத்துவச் சிந்தனை கள், இசை போன்றவற்றைக் கைவிட்டேன். எப்படிப் பார்த்தாலும் எல்லா விதத்திலும் என் உலகம் சுருங்கிவிட்டது. என் உடல் ஆரோக்கியம் காரண மாக எனக்கு இப்படிப்பட்ட மாற்றம் தேவையாயிருந்தது. என்னிடமுள்ள சக்தியையெல்லாம் என் இலக்கியப் பணிக்குப் பயன்படுத்துவதற்கு இதைத் தவிர வேறு வழியில்லை. இப்படிப்பட்ட மாற்றத்தை நான் திட்டமிட்டு மேற்கொள்ளவில்லை. என்னையும் அறியாமல் இயற்கையாகவே என்னை ஆட்கொண்ட புதிய நிலைமை.'' (நாட்குறிப்பிலிருந்து 1912)

அலுவலகத்தில் வேலை செய்த காலத்தில் காஃப்கா தன்னுடைய தினசரி நேரத்தை அலுவலக வேலை, எழுத்தாளனின் வேலை என்று திட்டமிட்டுக் கொண்டார். வேறு வீட்டுக்குக் குடிபோனால் புதியவர்களால் தடைபடும் என்று எண்ணிப் பெற்றோரின் வீட்டிலேயே வசித்துவந்தார். வீட்டில் அமைதி யைக் குலைக்கும், அதுவும் வியாபாரி ஒருவரின் வீட்டில் எழும், சப்தங்கள் அவரைப் பாதித்தன என்றாலும் மற்றவர்கள் காஃப்காவின் தேவைக்கேற்ப ஓரளவுக்கு ஒத்துழைத்தார்கள். சக ஊழியர்கள் காஃப்காவின் வேலைத் திறமையைப் பாராட்டினார்கள். ஆனால் காஃப்காவின் கணிப்பு வேறு வித மாக இருந்தது. அலுவலக வேலை (கடிதம் எழுதுதல், கோப்புகளைப் பார்த் தல், பெண் செயலாளரிடம் வேலை வாங்குதல்) ஒவ்வொன்றும் முன்னமே மெலிந்து இருந்த உடலைக் கொஞ்சம்கொஞ்சமாக வெட்டி வீணாக்குவதாக அவருக்குப் பட்டது. இலக்கியப் பணியோ அவருடைய உடலின் எல்லா பாகங்களையும் உயிர்ப்பித்து விவரிக்க முடியாத ஆனந்த நிலையில் அவரை ஆழ்த்தியது. ஊழியம் செய்து உடலில் ஓடும் உயிரணுக்களை அழித்துக் கொள்வதா? இலக்கியத்தில் ஈடுபட்டுப் புத்துயிர் பெறுவதா? இடைஞ்சல் களையும், இடர்ப்பாடுகளையும் வெற்றிகொள்வது எவ்வாறு? இவையே அலுவலகக் காலத்திய நாட்குறிப்பு ஏடுகளில் காஃப்கா எழுப்பும் கேள்விகள், நாட்குறிப்பு எழுதுவது ஏன் என்ற கேள்விக்கு காஃப்காவின் பதில்: ''நாட்

குறிப்பு எழுதும் தேவையின் சாரம் இதுதான்: எண்ணங்களை எழுத்தில் வடிப்பது என்ற வேலையின்போது மனிதனைச் சுற்றி உறைந்திருக்கும் பனி உருகி, விலகி அவனை விடுவிக்கிறது. தன்னைச் சுற்றியிருக்கும் உலகத்தைத் தெளிவாகப் பார்த்து உணர்ந்துகொள்ள முடிகிறது. அந்நியமான சூழல், பரிச்சயமான ஒன்றாக உருமாறுகிறது. அந்நியமாக இருக்கும்வரைதானே அது நம்மைப் பாதிக்க முடியும்?'' இடைஞ்சல்கள், இடர்ப்பாடுகள், தனிமைப்பட்டு நிற்பது, அந்நிய உலகத்தில் அந்நியனாகவே இருப்பது, திகிலிலும் பயத்திலும் வாழ்வது போன்ற அனுபவங்கள் காஃப்காவுக்கு மட்டுமல்ல, அவர் படைத்த கதாபாத்திரங்களுக்கும்தான்.

மேலே கூறப்பட்ட வாக்கியங்களைப் படித்த வாசகர்களுக்கு உடனடியாக சார்த்ர் (Sartre), காம்யு (Camus), ரில்கே (Rilke), ஹோஃப்மான்ஸ்தால் (Hoffmannsthal) போன்ற ஐரோப்பிய இலக்கியவாதிகளின் நினைவு வரலாம். மனித உறவுகள் என்ற உலகம் எவ்வாறு பங்கமடைந்திருக்கிறது, அதில் தடையாக நிற்கும் சுவர்கள் எப்படிப்பட்டவை என்பதையெல்லாம் காஃப்காவின் இலக்கியம் விரிவாக வர்ணிக்கிறது. இப்படிப்பட்ட உலகை வர்ணிப்பதன் வாயிலாக அங்குள்ள தடைகளை அகற்ற முடிகிறது என்பது மனோதத்துவ ரீதியில் காஃப்கா அறிந்துக்கொண்ட உண்மை.

காஃப்காவைப் பற்றி ஆரம்ப கால விமர்சகர்கள் காஃப்கா ஒரு மனநோயாளி, அவரின் படைப்புகளில் ஒரு மனநோயாளியின் உண்மைக்குப் புறம்பான உலகத்தைக் காணலாம் என்றெல்லாம் கூறினார்கள். 1950களிலிருந்து காஃப்காவைப் பற்றி எண்ணிலடங்காத ஆய்வுக் கட்டுரைகள், புத்தகங்கள் வெளிவந்துள்ளன. காஃப்காவைப் பற்றி மாக்ஸ் ப்ரோட் கூறியவை, எழுதியவை தவிர காஃப்காவைப் பற்றிய பின்னணி விவரங்கள் (நாட்குறிப்புகள், நண்பர்களுக்கும் தந்தைக்கும் காதலிகளுக்கும் எழுதிய கடிதங்கள் போன்றவை) நூல் வடிவமாக வெளிவந்த பின் 'காஃப்கா ஆராய்ச்சியில்' (Kafka-research) பல திருப்புமுனைகளைக் காண முடிகிறது.

காஃப்கா இலக்கியம் மனநோயாளியின் இலக்கியம் என்ற நிலை மாறி, காஃப்கா ஒரு இலக்கியப் படைப்பாளி மட்டுமல்ல, அவர் ஒரு தன்னிகரற்ற அறிவுஜீவிக் கலைஞன், ஒரு தீர்க்கதரிசி என்பதாக இன்று கொண்டாடப்படுகிறார்.

மனித உறவுகள் என்ற உலகம் கலைந்து சீரழிந்து கிடப்பதற்குக் காரணம், ''நான் இல்லை மற்றவர்கள்தான்'' என்று சுலபமாக நாம் கூறிவிட முடியும். காஃப்காவின் உலகப் பரிமாணம் வேறு விதமானது. காஃப்காவின் நாவல்களில், குறிப்பாக 'விசாரணை'யில் வரும் கதாநாயகனின் போராட்டங்கள் இப்படிப்பட்டவைதான். காஃப்காவின் சுயசரிதம் அவருடைய படைப்புகளில் எந்த அளவுக்குப் பயன்படுத்தப்பட்டுள்ளது என்ற ஆராய்ச்சி அவ்வளவு முக்கியமில்லை. அனுபவங்களுக்கு எவ்வாறு அவர் இலக்கிய வடிவம் தந்துள்ளார் என்பதை ஆராய்வதன் மூலம் காஃப்காவின் இலக்கியத் திறனை மதிப்பீடு செய்ய முடியும். காஃப்காவின் நாவல்களில், சிறுகதைகளில் அவருடைய அனுபவபூர்வமான 'இடைஞ்சல், இடர்ப்பாடுகள்' மூன்றாம் மனிதர் ஒருவரின் குறுக்கீட்டினால்தான் உருவாயின என்றாலும், விதியின் விளையாட்டினால் ஏற்படும் சந்திப்புகள், அதாவது தொல்லை தரும் மூன்

றாம் மனிதர்களுடனான சந்திப்புகள், ஒருவனுடைய மனசாட்சியை ஊடுருவி அவன் செயல்களின் விளைவுகளைக் கண்டுகொள்ள வழிவகுக்கின்றன. ‘‘உறவுகளுக்கிடையே ஏற்படும் தடைகள், சுவர்கள் வெளியே இல்லை, ஒருவனுக்குள்ளேயே ஜனித்து உருவம் எடுக்கின்றன’’ என்கிறார் காஃப்கா. ஆயுள் காப்பீட்டு நிறுவனத்தில் விபத்துகள், இடைஞ்சல்கள் எப்படி ஏற்படு கின்றன, அவற்றைத் தவிர்ப்பதற்கான வழிமுறை என்ன என்று ஆராய்ந்து ஆலோசனை கூறும் உயர் அதிகாரியான காஃப்கா, வாழ்க்கையில் ஒரு தனி மனிதன் தான் சந்திக்கும் ஆபத்துகளை, இடைஞ்சல்களை எவ்வாறு ஜீரணிக்க வேண்டும் என்பதற்கான ஆலோசனை கூறும் கலைஞனாகக் காட்சி அளிக் கிறார். ‘‘அலுவலகத்தில் நான் வெளித் தோற்றத்திற்காக என் கடமைகளைச் செய்கிறேன். என்னுடைய உள்மனது எதிர்பார்க்கும் கடமைகளுக்கு அங்கு இடமில்லை... இலக்கியப் பணியில் என்னால் முழுமூச்சுடன் ஈடுபட முடிய வில்லை... என்னுடைய சுகவீனமும், எதையும் தொடர்ந்து செய்ய முடியாது என்ற இயல்பும் இலக்கியப் பணிக்குத் தடையாய் உள்ளன. அலுவலக அதிகாரி, எழுத்தாளன் என்ற இரு தொழில்களும் ஒன்றோடு ஒன்று இணையாகச் சென்று என்னை சந்தோஷத்தில் ஆழ்த்தாமல் பாதிக்கின்றன. மாலை வேளையில் நல்ல முறையில் ஏதாவது எழுதுவதில் வெற்றி கண்டேன் என்றால் மறுநாள் அலுவலகத்தில் எந்த வேலையும் என்னால் செய்ய முடிவ தில்லை. அதுவா-இதுவா என்ற போராட்டம் எனக்கு எரிச்சலூட்டுகிறது.’’ (நாட்குறிப்பிலிருந்து, 1911)

எதையும் சீர்தூக்கி, சிந்தனை ரீதியாக நிகழ்ச்சிகளின் அடித்தளத்திற்குச் செல்லும் காஃப்கா, தான் கண்டுபிடித்த முடிவுகளுக்கேற்பச் செயலில் தீவிர மாக இறங்காத மனிதர் என்று நாம் தெரிந்துகொள்ள முடிகிறது. இலக்கியத் தைச் சார்ந்த செயல்களில் மட்டும்தான் அவரிடம் தீவிரத்தைக் காண முடி கிறது. அந்தத் தீவிரத்தைக்கூடச் சில சமயங்களில் அவரால் செயலில் காட்ட முடியவில்லை. 1911-1912இல் அவர் அதிகம் எழுதவில்லை. இக்காலத்தில் ‘‘செத்துப்போய்விட்டால் தேவலை’’ என்று நண்பர் மாக்ஸ் ப்ரோடிடம் அடிக்கடி சொல்வாராம் காஃப்கா. இலக்கியப் பணி தடைப்பட்டாலும் நாட்குறிப்புகளைத் தொடர்ந்து எழுதுவதை விட்டுவிடவில்லை அவர்.

தந்தையின் அதிகார உலகம் அவரை மீண்டும் ஆட்கொண்டது. தந்தை யின் வர்த்தக நிறுவன ஊழியர்கள் ஒட்டுமொத்தமாக வேலையை ராஜி னாமா செய்து வேறு ஒரு போட்டி நிறுவனத்தை அமைக்கத் திட்டமிட்டார் கள். அவர்களிடம் பேசித் தந்தையின் நிறுவனத்தைக் காப்பாற்ற காஃப்கா எடுத்த முயற்சிகள் தோல்வியடைந்தன. மாக்ஸ் ப்ரோடுடன் காஃப்கா விடு முறை நாட்களில் மன அமைதிக்காக மேற்கொண்ட பிரயாணங்களுக்கும் முற்றுப்புள்ளி வைக்க வேண்டியிருந்தது. குடும்ப நிமித்தம், காஃப்கா தங்கை யின் கணவனுக்குச் சொந்தமான தொழிற்சாலை ஒன்றில் சில பொறுப்பு களை மேற்கொள்ள நேர்ந்தது. முன்பகலில் ஆயுள் காப்பீட்டு நிறுவனம், பிற் பகலில் தொழிற்சாலையில் மேற்பார்வை என நாள் முழுவதும் வேலை. மேலும், தொழிற்சாலையில் சரிவர மகன் வேலை செய்யவில்லை என்ற தந்தையின் குற்றச்சாட்டு. இவ்வளவு சங்கடங்களுக்கு இடையே காஃப்கா ‘அமெரிக்கா’ (Amerika) என்ற நாவலின் சில அத்தியாயங்களை எழுதி முடித்

தார். மாக்ஸ் ப்ரோடின் ஆலோசனையின் பேரில், காஃப்கா ரோவோலட் (Rowohlt) என்ற புத்தக வெளியீட்டு நிறுவனத்திற்குத் தான் எழுதிய கட்டுரை களை அனுப்பிவைத்தார். ''என் கட்டுரைகளை வெளியிடுவதற்குப் பதிலாக அவற்றைத் திருப்பி அனுப்பிவைத்தால் நான் மிகவும் நன்றி உடையவனாக இருப்பேன்'' என்று காஃப்கா பின்பு கூறியபோதிலும், மாக்ஸ் ப்ரோடின் கட்டாயத்தினால், 'எண்ண ஓட்டங்கள்' (Betrachting) என்ற தலைப்பில் புத்தகம் வெளியிடப்பட்டது.

*1912*இல் செப்டம்பர் மாதம் ஒரு நாள் இரவில் ஒரே மூச்சில் காஃப்கா 'தீர்ப்பு' என்ற நீண்ட சிறுகதையை எழுதி முடித்தார். இந்தக் கதையில் வரும் தந்தை தன் மகனிடம் இறுதியில் கூறுவது: ''நீ நீரில் மூழ்கி உயிர்விட வேண் டும் என்று நான் தீர்ப்புக் கூறுகிறேன்.'' காஃப்காவுக்கும் அவருடைய தந்தைக் கும் அசல் உலகில் உள்ள உறவுகள் கற்பனை உலகத்தில் இலக்கிய வடிவம் பெற்றன. காஃப்காவின் அடிப்படை இலக்கிய உத்திகளுக்கு ஒரு சிறந்த உதாரணம் 'தீர்ப்பு' என்ற சிறுகதையில் வரும் தந்தை-மகன் போராட்டத்தின் முடிவு. இக்கதையில் வரும் தந்தை, தன் மகன் குடும்ப வியாபாரத்தைத் தன்னைவிட வெற்றிகரமாக நடத்திவருவதையும் மணம் புரிந்துகொண்டு தனியாகக் குடித்தனம் நடத்த வேண்டும் என்ற அவன் எண்ணத்தைத் தன் னைத் தனிமைப்படுத்தவும், தன்னிடமிருந்து சுதந்திரம் அடையவும் மகன் செய்யும் சதி என்ற முடிவுக்கு வருகிறார். அவர் மகன் அவரிடம் செலுத்தும் கவனத்தை—அவரைப் படுக்கைக்கு அழைத்துச்சென்று படுக்க வைப்பது, அவரைக் காலோடு தலைவரை போர்வையால் மூடுவது—அவரை இடுகாட் டில் புதைப்பதற்கான அடையாளங்கள் என்று திட்டுகிறார். மகனுக்குத் தந்தையிடம் உண்மையிலேயே உணர்ச்சிபூர்வமான ஈடுபாடு இருந்தபோதி லும், உள்மனதில் ஒரு கொலைகாரனுக்கு உள்ள வெறுப்பும் இருந்தது. கதையை எழுதி முடித்த பின்பு, காஃப்கா இந்தக் கதைக்கும் சிக்மன்ட் ஃப்ராய் டின் (Sigmund Freud) தத்துவத்திற்கும் உள்ள நெருக்கமான தொடர்பைப் பற்றித் தன்னுடைய தினசரி நாட்குறிப்புப் புத்தகத்தில் விளக்குகிறார்.

'தீர்ப்பு' கதையை எழுதிய அந்த இரவு நேரத்தை காஃப்கா 'ஒரு இரவின் பேயாட்டம்' என்று வர்ணிக்கிறார். அலுவலக வேலையை மறக்க வைத்த ஒரு சில மணி நேரமே தன்னை ஆட்கொண்ட உத்வேகத்தைத்தான் காஃப்கா 'பேயாட்டம்' என்று கூறுகிறார். கதை வெளியான இரண்டு ஆண்டுகளுக்குப் பின் காஃப்கா எழுதுகிறார்: ''எழுத்து வேலைக்கு வேண்டிய திறமை என் கையில் இல்லை. ஒரு பேயாட்டமாகத் தானே அது வந்து என்னைப் பிடித்துக்கொள்கிறது, அதே வேகத்தில் பின்பு என்னை விட்டு விலகி ஓடியும் விடுகிறது.''

'தீர்ப்பு' கதையால் வந்த பெயரும் புகழும் காஃப்காவைத் தன்னுடைய நாவலைத் தொடர்ந்து எழுத ஊக்குவிக்கின்றன. பல இரவுகளில் மீண்டும் தன்னை மறந்த நிலையில் படைப்பு. *1912* அக்டோபர் மாதம் காஃப்கா விடமிருந்து மாக்ஸ் ப்ரோடுக்கு வந்த கடிதத்தின் உள்ளடக்கம்: காஃப்கா இரண்டு வாரங்களுக்குத் தொழிற்சாலையில் பல அலுவல்களைப் பார்க்க வேண்டிய நிர்ப்பந்தம். அதனால் எழுத்து வேலை முற்றிலும் தடைப்பட்டு விடும், எண்ணக் கோர்வைகள் கலைந்துவிடும் என்று காஃப்காவுக்குப் பயம்.

அவருக்கு இருக்கும் ஒரே வழி, ஜன்னலிலிருந்து குதித்துத் தற்கொலை செய்துக்கொள்வதாம். எனினும் கடைசி வினாடியில் அவர் இந்த முடிவைக் கைவிட்டுவிட்டாராம். கடிதத்தைப் படித்த மாக்ஸ் ப்ரோட் மிக்க கவலைக் கொண்டவராய் காஃப்காவின் தாயின் உதவியை நாடி காஃப்காவைத் தொழிற்சாலைப் பணிகளிலிருந்து விடுவிக்கிறார். காஃப்காவினால் மீண்டும் எழுத்துப் பணியில் ஈடுபட முடிகிறது. 1912ஆம் ஆண்டு டிசம்பர் மாதத்தில் காஃப்காவின் இரண்டாவது கதை ‘உருமாற்றம்’ (Verwandlung) வடிவம் பெறுகிறது.

1912ஆம் ஆண்டு காஃப்கா ஃபெலிக்ஸ் பௌவர் (Felix Bauer) என்ற பெண்ணை மாக்ஸ் ப்ரோடின் வீட்டில் சந்திக்கிறார். காஃப்காவும் ஃபெலிக்ஸ் பௌவரும் ஒருவரை ஒருவர் நேசித்தார்கள் என்பதில் சந்தேக மில்லை. பெர்லின் நகரத்திற்குச் சென்ற பிறகு காஃப்கா தன் காதலிக்கு எழுதிய கடிதங்களை இலக்கியக் காதல் நவீனம் என்றே சொல்லலாம். ஐந்து ஆண்டுகள்வரை காஃப்காவும், ஃபெலிக்ஸ் பௌவரும் கடிதங்கள் மூலமோ, சந்திப்புகள் மூலமோ அவர்களுடைய உறவை வளர்த்துவந்தார்கள் என்றா லும் அவர்கள் திருமணம் செய்துகொள்ளாததற்கு காஃப்காதான் காரணம். ஐந்து ஆண்டு காலம் நீண்ட காஃப்காவின் மனப் போராட்டத்தின் முடிவு: அவர் விரும்பிய கணவன்-மனைவி என்ற குடும்ப வாழ்க்கைக்குத் தான் எப்படிப் பார்த்தாலும் லாயக்கில்லை. உடலுறவு என்று நினைக்கும்போது அவர் மனதில் ஏற்படும் திகில், அருவருப்பு அவர் மணந்துகொள்ளும் பெண்ணுக்குப் பெரும் ஏமாற்றத்தைக் கொடுக்கும். கணவனும் மனைவியும் அவரவர் இஷ்டப்படி நடந்துகொள்ள முடியாது, ஒருவருக்காக மற்றவர் விட்டுக்கொடுக்க வேண்டியிருக்கும், அதனால் காஃப்காவின் உயிர்நாடியான இலக்கியப் பணி தடைப்படும்.

ஃபெலிக்ஸ் பௌவருக்கு காஃப்கா எழுதிய ‘காதல்’ கடிதங்கள் அவ ருடைய மனப் போராட்டத்தின் பிரதிபலிப்புகள். ஆனால், இலக்கியப் பரி மாணத்தில் உருமாற்றம் செய்யப்பட்ட எழுத்துகள். அவரை மணந்துகொண் டால் அவள் அனுபவிக்க வேண்டிய வாழ்க்கையைப் பற்றி காஃப்கா தன் கடிதங்களில் ஒளிவுமறைவு இல்லாமல் விளக்குகிறார். மற்றவர்களைப் போல் அல்லாமல் காஃப்கா ‘நான் உன்னை நேசிக்கிறேன்‘ என்று சொல்லாமல் ‘நான் உன்னை ஆராதிக்கிறேன்‘ என்று சொல்கிறார். ‘ஆராதிக்கிறேன்’ என்று கூறுவதன் மூலம் அவர்களுடைய பிற்கால வாழ்வில் உடலுறவுக்கு இட மில்லை என்பதைத் தெளிவாக்குகிறார். கடிதங்களை அவர் தன் திட்டத் திற்கு ஆயுதமாகப் பயன்படுத்தினார் என்றால் மிகையாகாது. காதல் கடிதங் களை நாம் இருவிதக் கோணங்களில் புரிந்துக்கொள்ள வேண்டும். முதலாவது, பெண் ஒருத்தியை ஒருவன் ஆராதிக்கும் ஆழ்ந்த காதல். இரண்டாவது, தன் காதலியை நேரில் சந்திப்பதைத் தள்ளிப்போடுவதற்கான சாக்கு. அரைகுறை மனத்துடன் காஃப்காவின் காதலை ஃபெலிக்ஸ் ஏற்றுக்கொண்டாள். முதல் நிச்சயதார்த்தம் 1914இல் நடந்தது. ஆறே வாரங்களில் நிச்சயதார்த்தம் ரத்துசெய்யப்பட்டது. ஆறு மாதங்களுக்குப் பின் மீண்டும் காஃப்கா ஃபெலிக் ஸுடன் தொடர்புகொள்கிறார். 1917இல் இரண்டாவது நிச்சயதார்த்தம் நிகழ்கிறது. ஆனால் 1917இன் துவக்கத்தில் காஃப்காவின் உடலில் வளர்ந்து

வந்த வியாதி தீவிரமடைந்ததால், இரண்டாவது நிச்சயதார்த்தமும் கைவிடப் பட்டது. காஃப்காவின் 'காதல்' கடிதங்களிலிருந்து நாம் மேலும் சில விவரங் களைத் தெரிந்துக்கொள்ளலாம். எந்த விஷயத்திலும் இறுதியான முடிவு ஒன்றை எடுக்க இயலாத, வெறும் மனப் போராட்டத்தை எழுத்தில் வடிக்கும் மனிதர் என்று அறியப்பட்ட காஃப்கா, ஃபெலிக்ஸைப் பொறுத்தவரையில் அவளைப் பல்வேறு வழிகளில் துன்பப்படுத்திய பயங்கரவாதியாகக் காட்சி யளிக்கிறார்.

காஃப்காவின் படைப்புகளில் ஃபெலிக்ஸ் பௌவருடன் அவர் உறவு கொண்ட காலத்திய நிகழ்ச்சிகளும் இலக்கிய வடிவம் பெற்றுள்ளன. தந்தை யின் அதிகார உலகத்தில் பட்ட சுகதுக்கங்கள், அலுவலக அதிகாரவர்க்க உலகத்தின் பரிமாணங்கள் ஆகிய இரண்டு விதமான உலகங்களோடு, இந்த இருவரிடையேயான உறவினால் எழுந்த குற்ற மனப்பான்மையும் சேர்ந்து கொள்கிறது. 1914இல் முதல் நிச்சயதார்த்தத்தை ரத்துசெய்த காலத்தில் காஃப்கா, தந்தை-மகன் போராட்டம் என்பதைக் கைவிட்டு, தன்னுடைய 'குற்றங்களை' பற்றிய சுய ஆராய்ச்சியிலும், அதை எவ்வாறு வெளிப்படை யாக்குவது என்ற முயற்சியிலும் ஈடுபடுகிறார். குற்றங்கள் என்று கூறும்போது, தன் வாழ்க்கையின் மீது 'வாழ்வா, சாவா' என்ற நிலையைச் சுமத்தும், கண் ணுக்கும் அறிவுக்கும் புலப்படாத ஒரு மாபெரும் நீதிமன்றத்தின் பிரதிநிதி களுக்கு எதிராகத் தான் செய்த தவறுகளைப் பற்றி காஃப்கா குறிப்பிடுகிறார் என்று சொல்லலாம். மனிதனின் வாழ்வையும் தாழ்வையும் நிர்ணயிக்கும் இவ்வாறான நீதிமன்றத்துக்கு எதிராகவும், அதன் சட்டதிட்டங்களை எதிர்த் தும் கற்பனைப் போர் ஒன்றைத் தொடுக்கிறார். அதாவது 1914இல் 'விசா ரணை' நாவலை எழுதத் துவங்குகிறார் காஃப்கா. நீதிமன்றம் கையாளும் சட்டதிட்டங்களின் உட்பொருள் திட்டவட்டமாகப் பகுத்தறிவுக்கு எட் டாத வகையில் 'விசாரணை'யில் வடிக்கப்பட்டுள்ளது என்றால், இந்த நாவலை எழுதிய அதே காலகட்டத்திலேயே, காஃப்கா மனக்குற்றமும் தண் டனையும் என்ற கருத்தை விளக்க 'தண்டனைக் குடியிருப்பு' (In der Strafkolonie) என்ற சிறுகதையையும் எழுதியுள்ளார். சட்டதிட்டங்கள் என்பவை நியாய மான கருத்துகளே என்றும், சட்டத்தை நடைமுறையில் பயன்படுத்துவது எவ்வளவு சித்திரவதை என்பதையும் இக்கதையில் பயங்கர கற்பனை உத்தி களுடன் நிதர்சனப்படுத்த முயலுகிறார். ஃபெலிக்ஸ் பௌவரின் சந்திப்புக்கு முன்பே எழுத ஆரம்பித்த, 'அமெரிக்கா' (காஃப்கா கொடுத்த தலைப்பு: 'காணாமல்போனவன்') நாவலை காஃப்கா அடியோடு மறந்துவிட்டார் என லாம். 'காணாமல்போனவன்' நாவலுக்கு அடித்தளமாக இருந்த காஃப்காவின் அனுபவ உலகம் ஃபெலிக்ஸ் பௌவரின் சந்திப்புக்குப் பின் காணாமல் போய்விட்டதைத்தான் காரணமாகச் சொல்ல முடியும்.

இலக்கியப் பணியில் 1914இல் காஃப்கா முழுமூச்சுடன் இறங்கியதால், 1915இல் உடலாலும் மனதாலும் மிகுதியும் களைப்படைந்தார். ஆக்கபூர்வ மான எழுத்து வேலை தடைபட்டு நின்றது. உலகப்போர் உச்சக்கட்ட நிலை யில் இருந்தபோது காஃப்காவும் ராணுவச் சேவைக்கு அழைக்கப்பட்டார். ஆனால், அவர் வேலைசெய்த நிறுவனத்தில் அவருடைய உதவி மிகத் தேவை யாக இருந்ததால், அவர் சில மாதங்கள்தான் ராணுவச் சேவை செய்தார்.

வாழ்க்கையின் குறிக்கோள்களில் தோல்வி கண்டதால், ஏன் தான் முழு நேரச் சிப்பாயாக ராணுவத்தில் சேரக் கூடாது என்று ஆலோசித்தார். இலக்கியப் படைப்பாற்றல் வற்றிவிட்டதாக நினைத்ததால் பல்வேறுவிதமான புத்தகங் களைப் படிப்பதில் காலத்தைக் கழித்தார். தன் பெற்றோரைப் பற்றிய எண்ண மும், நல்ல குடும்பம் என்ற கற்பனை உலகும் அவரை மீண்டும் சூழ்ந்துகொண் டன. தனக்கு எதிராக உள்ள பெற்றோரின் உலகும், பெரிய குடும்பம் என்ற உலகும் அவர் கண்ணோட்டத்தில் பைத்தியம் பிடிக்க வைக்கும் சக்திகளாகக் காட்சியளித்தன. தனிமை என்ற வெறுமை அவரை வாட்டி வதைத்தது. ஆனாலும் ஆச்சரியப்படத் தக்க முடிவு ஒன்றை காஃப்கா எடுத்தார். ஃபெலிக்ஸைக் கல்யாணம் செய்துகொண்டு தனக்கென்று ஒரு குடும்பம் அமைப்பதன் வாயிலாகத் தனக்குத் தடங்கல்களை விதிக்கும் சக்திகளை வெற்றிகொள்ள முடியும் என்று எண்ணினார். விதி மீண்டும் அவருடைய திட்டத்தைத் தவிடுபொடியாக்கியது. 1916இல் காஃப்கா பலமுறை ஃபெலிக் ஸுடன் தொடர்புகொண்டார். உடலுறவு கேவலமானது என்ற எண்ணம் அடியோடு மறைந்தது. அலுவலகத்திலும் மிகத் திறமையாக வேலைசெய்து பெரும் பாராட்டுக்களைப் பெற்றார். 1917இல் இரண்டாவது நிச்சய தார்த்தம் நடந்தது. ஃபெலிக்ஸை மணம் செய்துகொண்டால் பின் அவளுடன் வாழ்வதற்காக வீடு தேடும் படலம் ஆரம்பமாகியது. வேண்டுமென்றே மண வாழ்க்கை என்ற கட்டாய உலகத்தில் அடி எடுத்து வைக்க விரும்பிய காஃப் காவை அவர் உடலில் வளர்ந்து தீவிரமடைந்த எலும்புருக்கி நோய் காப்பாற்றி யது எனலாம். வியாதி எப்படிப்பட்டது என்பதை 1917ஆம் ஆண்டு ஆகஸ்டு மாதம் அவர் தெரிந்துகொண்டார். எலும்புருக்கி நோய் அவருடைய வாழ்க் கையில் ஒரு புதிய திருப்பத்தை ஏற்படுத்தியது. அலுவலகப் பணிகளை மூட்டைக்கட்டிவிட்டு நீண்ட காலம் ஓய்வெடுப்பதற்காக காஃப்கா விவ சாயத்தில் ஈடுபட்டிருந்த தன்னுடைய தங்கையின் கிராமத்திற்குச் சென்றார். நோயாளி மணம் புரிந்துகொள்வதில் அர்த்தமில்லை என்று கூறி இரண்டா வது நிச்சயதார்த்தத்தை ரத்துசெய்துவிட்டார். நுரையீரலில் பரவியிருந்த வியாதியை, விதி தனக்களித்த எதிர்பாராத வரப்பிரசாதமாக அவர் வர்ணிக்கிறார்: ''மூளையும் நுரையீரலும் என்னிடம் சொல்லிக்கொள் ளாமலேயே தங்களுக்குள் ஒரு ஒப்பந்தத்தை உருவாக்கிக்கொண்டன. 'இப் படியே போக விடக் கூடாது' என்று பகுத்தறிவு ஒரு முறை கூறியது. ஐந்து ஆண்டுகளுக்குப் பின் பகுத்தறிவுக்கு உதவிசெய்ய நுரையீரல் தயார் என்று கூறிவிட்டது.'' மனப் போராட்டங்களினாலும் வாழ்க்கையில் அவர் நடந்து கொண்ட முறையினாலும் அவர் உடலில் வியாதி தோன்றி அவரைப் பலவீன மாக்கியுள்ளன என்ற உண்மையைக் கூறுவதற்குப் பதிலாக, ஒரு மனப் போராட்டப் பிரச்சினை எப்படித் தீர்த்து வைக்கப்பட்டுள்ளது என்பதை இலக்கிய ரீதியில், உண்மையான வாழ்க்கைக்கு வழிவகுத்த ஒன்றாக வியாதி யைக் கண்டுகொள்கிறார். 'உருமாற்றம்' என்ற கதையின் கதாநாயகன் கிரேகோர் ஸாம்ஸா (Gregor Samsa)வின் அனுபவங்களை வாசகன் நினைவு படுத்திக்கொள்ளலாம்.

வெளி உலகத்துடன்—குறிப்பாகக் குளிர் காலத்தில் பனிப்போர்வையில் ஆழ்ந்துவிட்ட இயற்கைக்கு மத்தியில்—எந்தத் தொடர்புமற்ற கிராமத்தில்,

கழித்த ஓய்வுகால நாள்களில் காஃப்காவின் இலக்கிய அணுகுமுறையில் ஒரு புதிய மாற்றம் தோன்றுகிறது. பிறப்பு, வாழ்வு, மரணம் என்று வரையறுக்கப் பட்ட மனித வாழ்வின் குறிக்கோள்கள் என்ன என்ற தீவிரச் சிந்தனையில் காஃப்காவின் முந்தைய அனுபவங்கள் புதிய வடிவங்களைத் தேடி அடைகின் றன. ''இன்னும் சில ஆண்டுகள்தான் உயிர்வாழப்போகிறோம்'' என்ற உள்மனத்தின் எச்சரிக்கை காஃப்காவை அவர் இதுவரை வாழ்ந்த வாழ்க்கை யைப் பற்றி மதிப்பிடத் தூண்டுகிறது. இதன் அடிப்படையில் உருவான சிறு கதைகள், உருவகக் கதைகள் புதிரான, முன்னுக்குப்பின் முரணான, விடுவிக்க முடியாத முறையில் ஒன்றோடு ஒன்று பின்னிக் கிடக்கும் அர்த்தங்களையும், பகுத்தறிவால் அறிந்துகொள்ளப்பட்டவை, பகுத்தறிவுக்கு அப்பாற்பட்டவை ஆகிய இரு துருவங்களின் சேர்க்கையையும் சுற்றிச்சுற்றி வருகின்றன. இவ்வாறு உருவான உரைநடை உருவக இலக்கியம் 'ஒரு கிராமத்து மருத்து வன்' என்ற கதைத் தொகுப்பில் **1919**இல் வெளியாயிற்று. இக்கதைத் தொகுப்பை காஃப்கா அவருடைய தந்தைக்குச் சமர்ப்பணம் செய்துள்ளார். தந்தையோ மகன் தந்த புத்தகத்தைக் கண்ணெடுத்தும் பாராமல் 'மேஜையின் மீது வைத்து விட்டுப் போ' என்று கூறியது காஃப்காவின் மனதில் ஆழமான, அழிக்க முடியாத வடுவை உண்டாக்கியது. புதிதாக எழுதிய சிறுகதைகளில் 'தன் பொறுப்புகள்' என்ற ஆற்றின் நிலத்தடி நீரோட்டத்தை 'தன் நிலையை நியாயப்படுத்துதல்' என்ற நீர்ப்பெருக்கினால் மூடி மறைக்கிறார். அவருடைய எழுத்துப் பணியை மட்டுமல்லாமல் அவர் **1917**க்கு முன்பு வெளியிட்ட படைப்புகளை நிதர்சனப்படுத்தும் முயற்சியாக அவருடைய புதிய இலக்கி யம் புத்துயிர் பெற்றது. காஃப்காவின் விமர்சகர்கள் இந்த முயற்சியை ''Liter- ary mystification'' என்று போற்றுகிறார்கள். அவருடைய பிற்காலக் கதைகள் காஃப்கா என்ற மனிதனுக்கு மட்டும்தான் முக்கியமானவை என்றில்லாமல் எழுத்தாளனுக்கும் வாசகனுக்கும் இடையே ஒரு உரையாடலாகவும் அமைந்துவிட்டன. கதைகளில் உள்ளடங்கிய முரண்பாடுகள் வாசகனின் இலக்கிய ரசனைக்குச் சவால் விடுகின்றன. புதிய கதைத் தொகுப்பிற்குத் தலைப்பாய் விளங்கும் 'ஒரு கிராமத்து மருத்துவன்' என்ற கதையின் இறுதி வாக்கியங்கள்: ''ஏமாற்றப்பட்டேன்! ஏமாற்றப்பட்டேன்! ஒரு முறை இர வில் ஒலித்த பொய்யான ஓசையைக் கேட்டுச் சென்றேன். அந்த தவறை ஒருக் காலும் சரிசெய்ய முடியாது.'' இந்த ''ஒருமுறை-ஒருக்காலும்-முடியாது'' என்ற சொற்களில் வெளிப்படும் ஒரு மனிதனுடைய தாங்க முடியாத தனிப் பட்ட நெருக்கடியின் கொடுமையை எந்த விதத்திலும் மாற்றி அமைக்க முடி யாது என்ற அடிப்படை இந்த இலக்கிய உருவகத்தை நோக்கி காஃப்காவை இட்டுச்செல்கிறது.

காஃப்காவின் உடலில் வியாதி எந்த அளவிற்குத் தீவிரமடைந்ததோ அதே அளவிற்கு அவருக்குத் தன் எழுத்தின் வன்மையில் சந்தேகமும் எழுந் தது. அவர் எழுதியவற்றிற்கெல்லாம் அவரே இலக்கியத் திறனாய்வாளராக மாறி எடைபோட்டபோது, காஃப்கா என்னும், எதிலும் முழுமை அடை வேண்டும் என்று முயலும் கலைஞனுக்கு ஏமாற்றமாயிருந்தது. **1921**ஆம் ஆண்டு அவர் எழுதிய முதல் உயிலில், இதுவரை நூல் வடிவில் வந்தவை, இன்னமும் கைப் பிரதிகளாக உள்ளவை எல்லாவற்றையும் தீயில் இட்டுப்

பொசுக்கிவிட வேண்டும் என்று குறிப்பிட்டிருந்தார். ஆனால், ***1922***இல் எழுதப்பட்ட இரண்டாவது உயிலில், நூல் வடிவில் வெளிவந்தவற்றை மட்டும் அழிக்க வேண்டாம் என்றுக் கேட்டுக்கொள்கிறார்.

1919இல் காஃப்கா, யூலி வோரிஸெக் (Julie Wohryzek) என்ற பெண்ணிடம் காதல்வயப்படுகிறார். அவள், செருப்புத் தைக்கும் தொழிலாளி ஒருவரின் மகள். மிகவும் ஏழை. யூத மதத்தவள். ஃபெலிக்ஸ் பௌவருக்கு எதிரிடையான குணங்களைக் கொண்டவள். காஃப்காவும் யூலியும் அடிக்கடி சந்தித்துக்கொள்கிறார்கள். வீடு தேடி அலையும் சங்கடம் ஒரு பக்கமென்றால், யூலி தங்களுடைய அந்தஸ்துக்கு ஏற்றவள் இல்லை என்ற காஃப்காவின் தந்தையின் கடும்சொற்கள் மறு பக்கம். யூலியுடனான தொடர்பு முடிவடைகிறது. காஃப்காவின் சகோதரி நட்வா கிறிஸ்துவ மதத்தைச் சேர்ந்த ஏழை ஒருவனை மணப்பதில் பிடிவாதமாயிருந்தாள். அண்ணனும் தங்கையும் அடிக்கடி குளியலறையில் ஒளிந்துகொண்டு—குளியலறை ஒன்றுதான் வீட்டில் அப்பா வின் அதிகாரப் பார்வையில் படாத ஒரு இடம் என்பதால்—அப்பாவைப் பற்றி விவாதிப்பார்கள். இந்தக் குளியல் அறை இரகசியப் பேச்சுகள்தான் ***1919***இல் காஃப்காவின் 'தந்தைக்குக் கடிதங்கள்' என்ற நீண்ட ***(110*** பக்கங்கள்) கடித இலக்கியத்தின் உயிர்நாடி. தந்தை என்ற சர்வாதிகாரியைப் பல கோணங்களில் வெளிச்சமிட்டுக் காட்டுகிறார் காஃப்கா. வாழ்நாள்வரை எப்படி அவர் ஆன்ம ஊனமுற்றவராக வாழவேண்டிவந்தது என்பதை விளக்குகின்றன 'கடிதங்கள்'. தந்தையிடம் கொடுக்கச் சொல்லி தாயிடம் ஒப்படைக்கப்பட்ட கடிதங்களை, கணவனிடம் காட்டாமலேயே காஃப்காவிடம் திருப்பித் தந்துவிடுகிறார் அவருடைய தாய். ***1920***இல் காஃப்கா முற்றிலும் புதிய முறையில் உரைநடை வர்ணணைகளையும் சிறுகதைகளையும் படைக்கிறார். 'ஒரு தனிமனிதனின் நெருக்கடிகள்' என்ற இதுவரை கையாளப்பட்ட மையக் கருத்திலிருந்து விலகி, புதிய சிந்தனை மூலம் உயர்ந்த உருவகக் கதைகளைப் படைப்பவராக இலக்கிய மறுபிறப்பு எடுக்கிறார் காஃப்கா. இறுதிக் காலத்தில் 'கோட்டை' (Das Schloss) என்ற நாவலை எழுதினார். மேலும் பல சிறுகதைகளையும் முடிக்க முயன்றார்; ***1924***ஆம் ஆண்டு ஜூன் மாதம் மூன்றாம் தேதியன்று, எலும்புருக்கி நோய் இறுதியாக காஃப்காவை வெற்றி கொள்கிறது.

காஃப்காவின் மரணம் இலக்கிய உலகில் பெரும் இழப்பு என்று அவரைப் பற்றி அவருடைய நண்பர்கள் வட்டம் பத்திரிகையில் எழுதியது. எனினும், காஃப்கா என்ற இலக்கியாசிரியனை அவர் எழுதிய மூன்று முடிவடையாத நாவல்கள் காஃப்காவின் மரணத்திற்குப் பின்பு வெளியிடப்பட்ட பிறகுதான் இலக்கிய உலகம் கண்டுகொண்டது. ***1925***இல் ஹெர்மன் ஹெஸ்ஸே (Hermann Hesse) காஃப்காவைப் பற்றிக் கூறியது: ''ஆரவாரமற்ற ஜெர்மன் மொழி அரசன்.'' ஹிட்லர் காலத்தில் காஃப்காவின் படைப்புகள் தடை செய்யப்பட்டன. இரண்டாவது உலகப் போர் முடிவடைந்த பின்பு இலக்கியத்தில் புதிய ஆர்வம் எழுந்த அமெரிக்காவில் காஃப்கா என்ற இலக்கியவாதி மீண்டும் கண்டெடுக்கப்பட்டார். தாமஸ் மன்னின் சகோதரரும் வரலாறு, இலக்கியம் என்ற இரண்டிலும் புலமை பெற்றவருமான க்ளவுஸ் மன் (Klaus Mann) காஃப்காவை பற்றிக் கூறியது: ''நம் (ஜெர்மன்) மொழியில்

சிந்திப்பது, உரையாடுவது, படிப்பது போன்ற செயல்கள் இருக்கும்வரை, காஃப்காவின் இலக்கியத்தை ஒருவன் படித்தேயாக வேண்டும்.''

காஃப்காவின் மற்ற இரண்டு நாவல்களின் அத்தியாயக் கோர்வை சர்ச்சைக்கு உள்ளாகி இருப்பதுபோல், 'விசாரணை'யில் மாக்ஸ் ப்ரோட் கொடுத்திருக்கும் அத்தியாயங்களின் வரிசைக் கிரமமும் பெரும் சர்ச்சையைக் கிளப்பிவிட்டிருக்கிறது என்றாலும் பெருகிவரும் காஃப்கா ஆராய்ச்சினாலும் திட்டவட்டமான முடிவுக்கு வர முடியவில்லை. அதனால் மாக்ஸ் ப்ரோடின் பதிப்பின் மொழிபெயர்ப்பே வாசகர்முன் வைக்கப்பட்டுள்ளது. அதிலுள்ள பின்னிணைப்புகள் மொழிபெயர்க்கப்படவில்லை.

காஃப்காவின் மரணத்துக்குப் பின்பு **1925**இல் காஃப்காவின் விருப்பத்துக்கு மாறாக மாக்ஸ் ப்ரோடினால் வெளியிடப்பட்ட 'விசாரணை' நாவலைப் படித்த இலக்கியத் திறனாய்வாளர்களின் கருத்துகள் ஒரே மாதிரியாக அமையவில்லை. இன்றைய சமூகத்தில் சீரழிந்துகிடக்கும் நீதித்துறை, காவல்துறை, அலுவலக அதிகார வர்க்கங்கள் போன்ற பிரச்சினைகளைப் பற்றிய அங்கத (satire) இலக்கியம் 'விசாரணை' என்று சிலர் வாதாடினார்கள். மாக்ஸ் ப்ரோட் கொடுத்த குறிப்புகளின் அடிப்படையில் நாவலை இறையியல் கோணத்தில் ஆராய்ந்தவர்கள், இறைவனின் கருணை என்ற தெய்வத் தன்மையின் (divinity) தோற்றங்களை இனம்கண்டுகொண்டார்கள. மனசாட்சியின் பிரதிபலிப்புகளை காஃப்கா தன் நாவலில் படம்பிடித்துக்காட்டுகிறார் என்று கூறும் விமர்சகர்களும் உண்டு. ''எல்லோருக்கும் பழக்கப்பட்ட சாதாரண வார்த்தைகளைப் பயன்படுத்தி, யாருக்கும் பழக்கமில்லாத அசாதாரண விஷயங்களைத் தெரிவியுங்கள்'' என்ற ஜெர்மானியத் தத்துவவாதி ஆர்தர் ஷோப்பன்ஹேவரின் கருத்து காஃப்காவின் 'விசாரணை'க்குச் சரியாகப் பொருந்தும்.

தற்போது அச்சில் உள்ள

க்ரியாவின் பிற மொழிபெயர்ப்புகள்

1. **அதீதப் பொருளாதார ஏற்றத்தாழ்வு: சரிசெய்வதற்கான தருணம்,** ஆக்ஸ்ஃபாம் அறிக்கை, (ஆங்கிலத்திலிருந்து தமிழில் என். சிவராமன்)
2. **அந்நியன்,** ஆல்பெர் காம்யு, (பிரெஞ்சிலிருந்து தமிழில் வெ. ஸ்ரீராம்)
3. **அபாயம்,** ஜோஷ் வண்டேலூ, (ஆங்கிலத்திலிருந்து தமிழில் என். சிவராமன்)
4. **அமைதி என்பது நாமே,** திக் நியட் ஹான், (ஆங்கிலத்திலிருந்து தமிழில் ஆசை)
5. **ஃபாரென்ஹீட் 451,** ரே பிராட்பரி, (ஆங்கிலத்திலிருந்து தமிழில் வெ. ஸ்ரீராம்)
6. **காண்டாமிருகம்,** யூஜேன் இயொனெஸ்கோ, (பிரெஞ்சிலிருந்து தமிழில் டி.எஸ். தட்சிணாமூர்த்தி)
7. **காற்று, மணல், நட்சத்திரங்கள்,** அந்த்வான் து செந்த்-எக்சுபெரி, (பிரெஞ்சிலிருந்து தமிழில் வெ. ஸ்ரீராம்)
8. **குட்டி இளவரசன்,** அந்த்வான் து செந்த்-எக்சுபெரி, (பிரெஞ்சிலிருந்து தமிழில் வெ. ஸ்ரீராம்)
9. **சின்னச் சின்ன வாக்கியங்கள்,** பியரெத் ஃப்லுசியோ, (பிரெஞ்சிலிருந்து தமிழில் வெ. ஸ்ரீராம்)
10. **சூரியனின் கடைசிக் கிரணத்திலிருந்து சூரியனின் முதல் கிரணம் வரை,** சுரேந்திர வர்மா, (இந்தியிலிருந்து தமிழில் வி. சரோஜா)
11. **சொற்கள்,** ழாக் ப்ரெவெர், (பிரெஞ்சிலிருந்து தமிழில் வெ. ஸ்ரீராம்)
12. **தாவோ தே ஜிங்,** லாவோ ட்சு, (ஆங்கிலத்திலிருந்து தமிழில் சி. மணி)
13. **தீமையின் மலர்கள்,** ஷார்ல் போத்லெர், (பிரெஞ்சிலிருந்து தமிழில் குமரன் வளவன்)
14. **தொலைக்காட்சி ஒரு கண்ணோட்டம்,** பியர் பூர்தியு, (பிரெஞ்சிலிருந்து தமிழில் வெ. ஸ்ரீராம்)
15. **நிரபராதிகளின் காலம்,** ஸீக்ஃப்ரீட் லென்ஸ், (ஜெர்மனிலிருந்து தமிழில் ஜி. கிருஷ்ணமூர்த்தி)

16. **பாலசரஸ்வதி அவர் கலையும் வாழ்வும்,** டக்லஸ் எம். நைட், (ஆங்கிலத்திலிருந்து தமிழில் டி.ஐ. அரவிந்தன்)
17. **பொருளாதாரம்பற்றி என் மகளுக்கு அளித்த விளக்கம்,** யானிஸ் வருஃபாகிஸ், (தமிழில் எஸ். வி. ராஜதுரை)
18. **போலி அடையாளம்,** ஹேஸல் எட்வர்ட்ஸ், (ஆஸ்திரேலிய நாவல் - தமிழில் மீனாட்சி ஹரிஹரன்)
19. **மரண தண்டனைக் கைதியின் இறுதி நாள்,** விக்தோர் ஹ்யூகோ, (பிரெஞ்சிலிருந்து தமிழில் குமரன் வளவன்)
20. **மால்குடி மனிதர்கள்,** ஆர். கே. நாராயண், (ஆங்கிலத்திலிருந்து தமிழில் நாகேஸ்வரி அண்ணாமலை)
21. **மீள முடியுமா,** ழான்-போல் சார்த்ர், (பிரெஞ்சிலிருந்து தமிழில் வெ. ஸ்ரீராம்)
22. **முதல் மனிதன்,** ஆல்பெர் காம்யு, (பிரெஞ்சிலிருந்து தமிழில் வெ. ஸ்ரீராம்)
23. **மெர்சோ: மறுவிசாரணை,** காமெல் தாவுத், (பிரெஞ் சிலிருந்து தமிழில் வெ. ஸ்ரீராம்)
24. **ருபாயியத்,** ஓமர்கய்யாம், (ஆங்கிலத்திலிருந்து தமிழில் தங்க. ஜெயராமன், ஆசை)

• • •